जागतिक अर्थकारण - भाग २
World Economy

अमेरिका : एक महासत्ता?

America : A Superpower?

डॉ. मधुसूदन साठे

डायमंड पब्लिकेशन्स

अमेरिका : एक महासत्ता?
डॉ. मधुसूदन साठे
America : A Superpower
Dr. Madhusudan Sathe

प्रथम आवृत्ती : २००८
पुनर्मुद्रण : २०२१

ISBN 978-81-89959-78-4

मुखपृष्ठ
शाम भालेकर

प्रकाशक
डायमंड पब्लिकेशन्स
२६४/३ शनिवार पेठ, ३०२ अनुग्रह अपार्टमेंट
ओंकारेश्वर मंदिराजवळ, पुणे-४११ ०३०
☎ ८६०००१०४१६, ०२०-२४४५२३८७, २४४६६६४२

info@dpbooks.in
www.dpbooks.in

लेखकाची पार्श्वभूमी

मधुसूदन दत्तात्रय साठे यांचे शाळा आणि महाविद्यालयीन शिक्षण मुंबई, पुणे येथे झाले. त्यांनी अर्थशास्त्रात पदवी घेतली. एम. ए. (प्रथम क्रमांक) पुणे विद्यापीठ (१९६४) व पीएच. डी. (१९६८) पीएच. डी. चा विषय होता क्षेत्रीय नियोजन. पुढे या ग्रंथाला शिकागो विद्यापीठाचे नामांकित प्राध्यापक बर्ट होझलिट यांनी प्रस्तावना दिली.

श्री. साठे यांनी प्रथम कॉमर्स या आर्थिक नियतकालिकेच्या संशोधन विभागात, नंतर असोसिएटेड चेंबर्स ऑफ कॉमर्स ॲन्ड इंडस्ट्रीज, मुंबई आणि नंतर बँक ऑफ महाराष्ट्रच्या नियोजन विभागात संशोधनाचा अनुभव घेतला. त्यांनी नियोजन आयोग, दिल्ली यांच्यासाठी पुणे जिल्ह्यातील दुबळ्या घटकांचे नियोजन असा संशोधन प्रकल्प डॉ. एम. व्ही. नामजोशी यांच्या मार्गदर्शनाखाली पुरा केला. (१९७२) नियोजन आयोगाच्या साहाय्यातून हा ग्रंथ प्रसिद्ध करण्यात आला.

हे संशोधन जिल्हा नियोजनाशी निगडित होते आणि महाराष्ट्र शासनाने या सुमारास देशात प्रथमच जिल्हा नियोजनाचा प्रयत्न सुरू केला होता. पुढे १९७५ मध्ये श्री. साठे यांनी या जिल्हा नियोजनाचे महाराष्ट्र शासनाच्या नियोजन विभागासाठी मूल्यमापन केले आणि त्याचे दोन अहवाल (१९७६) सादर केले. स्वतंत्रपणे गांधी पीस फाऊंडेशन, दिल्ली यांनी देशातील बंधक मजुरांचे (बाँडेड लेबर) प्रथमच सर्वेक्षण केले.

त्यानंतर १९७८ पासून श्री. साठे यांनी पुढाकार घेऊन डेव्हलपमेंट ग्रुप या स्वयंसेवी संस्थेची स्थापना केली आणि पुढची पंचवीस वर्षे त्याचे सचिव म्हणून पूर्णवेळ काम केले. डेव्हलमेंट ग्रुपच्या माध्यमातून पुढील तीन प्रकारची कामे झाली.

१. महाराष्ट्रातील स्वयंसेवी संघटनांना प्रकल्प नियोजन करून, परदेशी देणगीदार संस्थांकडून आर्थिक मदत मिळवून देण्यात आली. यात अनेक संस्थांच्या विकास कार्यक्रमात सहभागी होऊन सल्ला आणि तज्ज्ञांची मदत देण्यात आली. त्यातूनच संस्थेने प्रत्यक्ष अंमलबजावणीच्या अनुभवांवर भर देऊन विकास प्रक्रियेचा अभ्यास केला.

२. रोजगार हमी योजनेचा सततचा पाठपुरावा केला. यासाठी रोजगार हमी योजनेच्या मजुरांचे तीन दिवसांच्या शिबिरातून प्रशिक्षण केले. तसेच वृत्तपत्रातून या विषयावर व्यापक लिखाण केले.

३. शासनाच्या अनेक विकास कार्यक्रमांचे मूल्यमापन अहवाल तयार केले.

यात मौसमी पावसाचा अभ्यास, दुष्काळ आणि जिरायत शेती, फळबागायत, दुग्ध विकास, आदिवासी विकास कार्यक्रम, मागासवर्गीय घटकांचे स्वयं रोजगाराचे कार्यक्रम, पाणलोट क्षेत्र विकास, पश्चिमघाट विकासकार्यक्रम मूल्यमापन, भटक्या जाती आणि विमुक्त जमाती यांचे सर्वेक्षण, मुळा आणि घोडसिंचन प्रकल्प अभ्यास, कृष्णा आणि कुकडी प्रकल्पाअंतर्गत सहा धरणांवरील दहा हजार धरणग्रस्तांचे पुनर्वसन आणि कृती कार्यक्रम, पिण्याच्या पाण्याची समस्या असलेल्या गावांचा अभ्यास, मेळघाटमधील कुपोषण आणि बालमृत्यू, पाणी वाटप संस्था, पाणी पंचायतीचा प्रयोग, कृष्णा नदीवरील उपसा जलसिंचन योजनांचे मूल्यमापन, अहमदनगर जिल्ह्यांतील दुष्काळाचा अभ्यास असे विविध विषय अभ्यासण्यात आले.

१९८९ पासून राज्याच्या राज्य नियोजन मंडळात मागची अठरा वर्षे सदस्य म्हणून काम केले. या अंतर्गत आठवी, नववी आणि दहावी पंचवार्षिक योजना बनवताना रोजगार आणि मनुष्यबळ नियोजन, दारिद्र्य निर्मूलन कार्यक्रमाचे नियोजन, दुबळ्या घटकांचे नियोजन कार्यक्रम, पिण्याच्या पाण्याचे कार्यक्रम, रोजगार नियोजन या अभ्यासगटांचे अध्यक्ष म्हणून काम केले. तसेच वनीकरण, सामाजिक वनीकरण, सिंचन, गृहनिर्माण, शिक्षण यांच्या अभ्यासगटांत सदस्य म्हणून सहभाग दिला.

१९९५ मध्ये राज्यपालांना सल्ला देणाऱ्या उर्वरित महाराष्ट्र वैधानिक विकास मंडळावर सदस्य म्हणून काम केले.

शिवाय श्री. साठे यांनी शासनाने नेमलेल्या समित्यांवर सदस्य म्हणून काम केले. त्या पुढीलप्रमाणे :

अवर्षण प्रवणक्षेत्राचा आढावा आणि विकास : अध्यक्ष डॉ. व्ही. सुब्रमणियम (१९८४), महाराष्ट्र शासन शेळी आणि मेंढी आयोग (१९८८), महाराष्ट्र शासन जिल्हा नियोजनाचे मूल्यमापन (१९९१), महाराष्ट्र शासन बालिका विकास कार्यक्रम (१९९०), महाराष्ट्र शासन, राज्य रोजगार हमी योजना परिषद (१९९०), महाराष्ट्र शासन राज्यातील अवर्षण प्रवण क्षेत्रातील सिंचनाचा तालुकानिहाय अनुशेष निश्चित करण्यासाठी समितीवर तज्ज्ञ सदस्य श्री. साठे यांनी पुण्याच्या नगर नियोजनावर आणि आर्थिक प्रश्नांवर महाराष्ट्र टाईम्स, लोकसत्ता, लोकमत, सकाळ वृत्तपत्रातून व्यापक लिखाण केलेले आहे. सध्या ते पुणे महानगरपालिकेच्या वाहन आणि वाहतूक समितीवर सदस्य म्हणून काम करत आहेत.

मधुसूदन दत्तात्रय साठे

'यशोधन', २०७१,
विजयानगर, पुणे - ४११०३०.
दूरध्वनी - (०२०) २४३३७१५४.
मोबाईल - ९८५००१३४८३
madhusudan_sathe@yahoo.co.in

मनोगत

देशातले आणि परदेशातले अर्थकारण या विषयावर पुस्तकांची एक मालिका येथे प्रसिद्ध होत आहे आणि त्यासाठी एक सामाईक भूमिका येथे मांडली आहे. भारताच्या अर्थव्यवस्थेवर पाच वेगळी पुस्तके आहेत. आणि जगातल्या अर्थकारणावर आणखी पाच पुस्तके आहेत. या एकूण पुस्तक मालिकेमध्ये अर्थकारण, समाजकारण आणि राजकारण यांची अनेक अंगे आहेत, परंतु मुख्य भर आर्थिक बाबींवर आहे आणि इतर बाबी संलग्न आहेत. या मालिकेमागची लेखकाची भूमिका कोणती होती याचा खुलासा झाला तर वाचकाला हे वाचन सुलभ जाईल.

मागच्या नव्वदीपासून आणि आता या एकविसाव्या शतकात आपण एका नव्या जगात प्रवेश करत आहोत. इतर सगळ्याच देशांना हा अनुभव येत आहे. मागच्या सुमारे पाचशे वर्षात चालू असलेल्या सांस्कृतिक पुनरुत्थानाच्या चळवळीत आणि मागची सुमारे तीनशे वर्षे चालू असलेल्या औद्योगिकीकरणाच्या युगात आता जगातले सगळे देश घुसळून निघालेले आहेत. त्यामुळे आता जागतिकीकरण आपल्याला हवे की नको आणि ते चांगले की वाईट असा प्रश्न उरलेला नाही. जग एकत्र येणारच आहे.

यातून सर्वसाधारण माणसाला, एक नवा अनुभव येत आहे. रोजच्या जीवनातही याचे अनेक प्रसंग उभे रहात आहेत. याविषयी आपली समज वाढावी यासाठी या पुस्तक मालिकेचे आणि लेखसंग्रहाचे आयोजन केलेले आहे. अर्थशास्त्रात विद्यार्थी आणि गुरूजन, तसेच अर्थशास्त्राचे कोणतेच औपचारिक सोपस्कर न झालेले इतर अनेक ज्ञानशाखांचे व्यावसायिक यांची आपल्याभोवती घडणाऱ्या दैनंदिन आर्थिक घडामोडींची जाण आणि कुतूहल या लेखनातून वाढावी अशी अपेक्षा आहे.

या मालिकेत आता पुस्तकाच्या स्वरुपात मांडणी दिसत असली तरी मुळात याची सुरूवात आणि रचना वेगळ्या आधारावर झालेली आहे.

वेळोवेळी देशात आणि परदेशात ज्या ठळक आर्थिक घटना घडत होत्या. त्यानिमित्ताने लेखांमध्ये टीका-टिप्पणी केलेली आहे. यामागे कोणतीही वैचारिक अगर मूल्यांवर आधारित गृहिते मनात ठेवून समोरचा प्रश्न आणि प्रसंग आणि परिस्थिती यांचे विश्लेषण केलेले नाही. वस्तुस्थितीची अधिकाधिक निर्विकार मांडणी केली आहे आणि त्यासाठी आकडेवारी आणि वास्तव यावर सगळा भर दिला आहे. समाजवाद, भांडवलशाही, लोकशाही याविषयी आवडी आणि आग्रह जसे जाणीवपूर्वक

बाजूला ठेवले आहेत त्याचप्रमाणे अर्थशास्त्रामधली सैद्धान्तिक आणि वैचारिक मांडणीही दूर ठेवली आहे. यामुळे लेखकाने आपले निष्कर्ष आणि सारांश वाचकावर लादण्याचे शक्यतोवर टाळले आहे. वाचक आपणच स्वत;ची उत्तरे शोधू शकतो.

या लेखसंग्रहाच्या मालिकेची आणखी एक मर्यादा आहे. वर सांगितल्याप्रमाणे पुस्तक म्हणून यांची रचना सर्वात शेवटी झाली. त्यामुळे एकाच पुस्तकात अनेक लेख वेगवेगळ्या असूनही त्यात कोणतेही एक सूत्र सगळ्या लेखांना बांधणारे नाही. वेगवेगळे लेख अंगांना स्पर्श करणारे आहेत. आणि त्यांचे निमित्त प्रासंगिक आहे. परंतु त्यातही इतर प्रसंगी आणि इतर संदर्भात इतरांना अनुभव घेता येईल असे तथ्य आहे. हा तथ्यांश महत्त्वाचा आहे. आणि म्हणून येथे केलेल्या टीका टीप्पण्या प्रासंगिक राहत नाहीत त्यात थोडेफार बदल केले म्हणजे असे प्रसंग आणि अनुभव इतर वेळीही येतात असे वाचकाला आढळून येईल. त्याच बरोबर इतर प्रसंगी आणि स्थानिक परिस्थितीत या विश्लेषणातले तथ्यही शोधता येईल. स्थळकाळाच्या अनेक मर्यादा लक्षात घेऊन लेखांमधली आकडेवारी आजच्या काळापर्यंत अद्ययावत करण्याचा प्रयत्न केलेला नाही.

हा लेखसंग्रह पुस्तकरूपाने प्रसिद्ध करताना लेखकाच्या मनात काय होते याचा खुलासा केवळ यासाठी केला आहे की वाचकांच्या अपेक्षा फार हाताबाहेर जाऊ नयेत. त्यातून अपेक्षाभंग पदरी पडेल आणि दोष लेखकावर येईल. येथे अर्थशास्त्रावर संशोधनपर ग्रंथलिखाण केलेले नाही. यातील आकडेवारी, मते, विचारप्रवाह आणि समज आपल्या भोवतालच्या सार्वजनिक जीवनातले आहेत. त्यात अपुरेपणा आहे, काळ आणि वेळ उलटून गेलेला आहे. तसेच काळ वेळाचे संदर्भ पुरेसे अद्यावत नाहीत. हे सारे सविस्तरपणे आणि शास्त्राला धरून केले असते तर मग अनेक प्रश्नांच्या अनेक अंगांची इतकी मोजकी मांडणी आणि विश्लेषण करताही आले नसते. त्यातून मोठा ग्रंथच लिहावा लागला असता. सर्वसाधारण वाचकाला ते पेलवले नसते. म्हणून लेखक या मर्यादांची जबाबदारी घेत आहे. यासाठी क्षमस्व म्हणणे सोपे.

१ जाने. २००८ **– मधुसूदन दत्तात्रय साठे**

प्रस्तावना

मागच्या विसाव्या शतकात अमेरिकेने एक आर्थिक आणि राजकीय महासत्ता म्हणून जगाच्या इतिहासावर मोठा प्रभाव टाकला. पहिल्या मध्यात दोन जागतिक महायुद्धे झाली आणि त्यात अमेरिकेची शक्ती महत्त्वाची ठरली. दुसऱ्या मध्याच्या चाळीस वर्षांत शीतयुद्धातही अमेरिका आणि रशिया या दोनच महासत्ता होत्या. नंतर नव्वदीमध्ये फक्त अमेरिका ही एकच आर्थिक आणि राजकीय महासत्ता उरली. यासाठी या देशाची वेगळी दखल घ्यावी लागते. आश्चर्य म्हणजे या एकविसाव्या शतकाच्या प्रारंभीच ही महासत्ता आहे का? असे प्रश्नचिन्ह उभे राहिले आहे. आणि ते अमेरिकेच्या स्वत:च्या कर्तृत्त्वानेच निर्माण झाले आहे. या पुस्तकात याचा आढावा घेतला आहे.

यात सुरवातीला अमेरिकेने आपल्या राजकारणातून काय गमावले याची चर्चा आहे. तसेच याचा परिणाम म्हणून या आर्थिक महासत्तेला कोणती ओहोटी लागली आहे याची दखल घेतली आहे. असे असून उरलेल्या जगाला अशा अमेरिकेबरोबर का जुळवून घ्यावे लागते असा साहजिक प्रश्न पडेल. याची काही उत्तरे शोधली आहेत. त्याचबरोबर या देशाच्या जडणघडणीत येथे जे सामाजिक वास्तव आणि शक्तिस्थान आहे. यांचीही नोंद घेतली आहे.

अमेरिका एक आर्थिक महासत्ता म्हणून तेथली वित्त परिस्थिती बघण्यासारखी आहे. याचे वैशिष्ट्य म्हणजे येथे सरकारचे कर्ज प्रचंड आहे आणि वित्तीय आणि व्यापारातील तूट फार मोठी आहे. येथला नागरिक बचत करत नाही आणि खर्च करतो. आणि जगातले गरीब देश या श्रीमंत देशाच्या चलनात गुंतवणूक करतात. आणि या श्रीमंत ग्राहकवर्गाला आपली बचत देतात आणि आपल्या मालाची निर्यात करून पुरवठा करतात.

या विपरीत व्यवहाराचे प्रतिबिंब अमेरिकेचे चलन डॉलर यात पडले आहे. या चलनाचे मूल्य सतत घटत आहे. आणि त्यातून जगातल्या चलन बाजारातले असंतुलन प्रमाणाबाहेर वाढलेले आहे.

थोडक्यात म्हणजे जगातली बचत आणि गुंतवणूक चलन बाजारातले वेगवेगळ्या देशांच्या चलनाचे मूल्य, परदेश व्यापार आणि भांडवलाची उलाढाल या अनेक गोष्टी फक्त एका अमेरिकेच्या आर्थिक सत्तेशी जोडल्या गेल्या आहेत. त्याचबरोबर इतर देशातले शेअरबाजार या देशातल्या शेअरबाजारामधील चढउतारामुळे ढवळून निघालेले आहेत. नेमक्या याच कारणासाठी जगाला अमेरिकेची दखल घ्यावी लागते आणि आपली जागा शोधावी लागते.

प्रकाशकीय

'अर्थशास्त्र' या व्यापक विषयाच्या सखोल अभ्यासासाठी या विषयावरील पुस्तक-मालिका प्रकाशित करताना आम्हाला अत्यंत आनंद होत आहे.

या मालिकेत 'भारताच्या आर्थिक समस्या भाग १ ते ५', 'जागतिक अर्थकारण : युरोपची आर्थिक प्रगती', 'अमेरिका एक महासत्ता?', 'नव्या जगाचे अर्थकारण', 'आशियातील अर्थव्यवस्था' आणि 'व्यापार व व्यापार संघटन' (WTO) या पुस्तकांचा समावेश आहे.

अर्थशास्त्रावरील या पुस्तक मालिकेचे एक वैशिष्ट्य आवर्जून सांगावेसे वाटते ते म्हणजे ही पुस्तके जगात आणि भारतात घडलेल्या व घडणाऱ्या अर्थशास्त्रीय घडामोडींचा आलेख मांडतानाच अर्थतज्ज्ञांचे त्यावरील चिंतनही प्रकट करतात.

अभ्यासासाठी नेमलेल्या व संदर्भ ग्रंथ म्हणून उपलब्ध असलेल्या अर्थशास्त्राच्या पुस्तकांमध्ये अर्थशास्त्रीय संकल्पना व सिद्धांताचेच विवेचन व उहापोह असतो. सतत बदलणाऱ्या आर्थिक जगतातील घडामोडींचे प्रतिबिंब त्यात पडलेले नसते. इंग्रजीत चालू आर्थिक घडामोडींवरील पुस्तके उपलब्ध होत असतात; परंतु मराठीत अशी पुस्तके आजपर्यंत फारशी प्रकाशित झालेली नाहीत. ही कमतरता भरून काढण्यासाठी १० पुस्तकांच्या मालिकेचा हा महत्त्वाकांक्षी प्रकल्प आम्ही राबवत आहोत.

बी. ए., एम. ए., बी. कॉम., यु.पी.एस्सी., एम.पी.एस.सी., एम.कॉम.च्या विद्यार्थ्यांना व प्राध्यापकांना अर्थशास्त्रातील घटना, घडामोडींवरील ही पुस्तक-मालिका उपयुक्त ठरावी ही अपेक्षा.

– दत्तात्रय गं. पाष्टे

अनुक्रम

विभाग ५ : डॉलरचे स्थान

विभाग ६ : कर्ज आणि बचत (Debits and Savings)

विभाग ७ : भांडवल (Capital)

विभाग ८ : व्यापार (Trade)

विभाग ९ : रोजगार (Employment)

विभाग १ : जागतिक महासत्ता

World Superpower

१.१ अमेरिकेचे नेतृत्व

सगळ्या जगामध्ये अमेरिकेचे स्थान विशेष आहे. हे वैशिष्ट्य अनेक पदरी आहे. पण त्यातला एक पदर म्हणजे अधिकातील अधिक देशांना कमीजास्त प्रमाणात तो देश आवडत नाही. आणि ब्रिटन सारख्या मित्र देशातही अनेक घटकांना त्या देशाविषयी तिरस्कार वाटतो. अर्थात या सगळ्या प्रतिक्रियांमध्ये सुप्त मनात असूया वाटणे शक्य आहे. ते माणसाच्या स्वभावाला धरून आहेत. अमेरिकेची आर्थिक भरभराट आणि शक्तीच मुळात प्रचंड आहे. त्यामुळे त्या देशाच्या मित्रांनाही जपून राहावे लागते.

मागच्या शतकाच्या नव्वदीच्या अखेरीला शीतशुद्धाचा शेवट झाला कारण साम्यवादी देशांची आघाडी संपली आणि साम्यवादाचा पराभव झाला. दुसरे महायुद्ध संपले आणि ते संपत असतानाच जगातल्या बऱ्याच देशांची शीतयुद्धात जागा ठरली. हा संघर्ष पुढे सुमारे ४५ वर्षे चालू राहिला. या काळात आशिया आफ्रिका आणि लॅटिन अमेरिका या खंडातील अनेक देश स्वतंत्र झाले. नव्वदीच्या सुरुवातीपासून जगामध्ये जागतिकीकरण, उदारीकरण आणि मुक्त अर्थव्यवस्था यांचे युग सुरू झाले. यातच जगभरात मुक्त व्यापार याचा समावेश होता. एका बाजूने साम्यवादाची अखेर आणि दुसऱ्या बाजूने निखळ भांडवलशाहीची मांडणी याची सुरुवात दोन नेत्यांच्या नावाशी जुळलेली आहे. एक म्हणजे अमेरिकेचे अध्यक्ष रोनाल्ड रीगन आणि दुसरे ब्रिटनचे पंतप्रधान मार्गरिट थॅचर. या दोघांनी खऱ्या अर्थाने नव्या मांडणीचे नेतृत्व केले.

यातूनच जगामध्ये एक असंतुलन निर्माण झाले. अमेरिका ही एकमेव आर्थिक आणि राजकीय महासत्ता उरली आणि उरलेल्या सगळ्या देशांना ही एक जगाची अनैसर्गिक मांडणी वाटू लागली. हा एक सगळाच अतिशय गुंतागुंतीचा विषय आहे. परंतु कोणत्याही विषयाच्या चर्चेमध्ये अमेरिकेचा विचार करावाच लागतो हे सत्य मात्र खरे आहे. त्यामुळे अमेरिकेचे नेतृत्व हा विषय त्या देशापुरताच मर्यादित नाही. सगळ्या जगावरच त्याचे परिणाम होतात. हा कोणाच्या आवडीचा अगर इच्छेचा प्रश्न नाही.

जगात कोठेही अमेरिकेचा उल्लेख झाला म्हणजे ती एक आर्थिक आणि सैनिकी महासत्ता आहे जी सगळ्यांवर आपली दादागिरी लादते अशी पहिली प्रतिक्रिया असते. त्या देशाला सगळे जग आपल्या ताकदीवर मनासारखे बदलायचे आहे. हा देश अगदी असहिष्णु आहे. आणि त्याला दुसऱ्याच्या मताची किंमत नाही. हा देश सगळ्यांना उदारीकरण आणि मुक्त व्यापाराच्या गोष्टी सांगतो, परंतु आपल्या देशातील लहान गटांच्या हिताचा प्रश्न आला तर लगेच त्याला संरक्षण देतो. यांचे लोकशाहीचे प्रेम काहीही असले तरी आपल्या देशाच्या फायद्यासाठी याला हुकुमशाही व्यवस्था सोयीच्या वाटतात. थोडक्यात म्हणजे अमेरिकेविषयी सर्वसाधारण माणसाच्या मनात अशा असंख्य प्रतिक्रिया उमटतात.

अशा सगळ्या समजुतींमध्ये तथ्य किती आणि अपसमज किती हा वेगळा विषय आहे. कोणताच देश फक्त चांगल्या गुणांनी बनलेला नसतो. माणसांप्रमाणेच देशांचा इतिहास, रचना आणि प्रकृती वेगवेगळ्या असतात. त्याचे काळ्या आणि पांढऱ्या रंगात वर्णन करणे रास्त नसते आणि न्याय आणि तर्क यांना धरून नसते.

एका अर्थाने सगळ्या जगात अमेरिका हा एक अजब देश आहे. हा पूर्णपणे निर्वासित आणि स्थलांतरितांचा बनलेला आहे. याचे दुसरे ठोस उदाहरण म्हणजे ऑस्ट्रेलिया. पण सगळ्याच अर्थाने अमेरिका ही एकमेव आहे. तेथे अनेक संस्कृती आहेत, अनेक धर्म आहेत, अनेक वंशाचे लोक आहेत. जणुकाही कोणतेही गुण अगर वैशिष्ट्य घेतले तर त्याचे अनेक रंग आणि प्रकार तेथे आहेत. त्या देशाचे नागरिक उद्योजक आहेत आणि सतत नव्याचा शोध घेणारे आहेत. सगळ्या नागरिकांचा तेथे एक बळकट नागर समाज आहे. त्यांच्या संस्था अप्रतिम आहेत. त्यांना नव्याचा ध्यास लागलेला आहे. अमर्याद भाषण स्वातंत्र्य आहे. प्रसार माध्यमे जिवंत आणि धगधगीत आहेत. हा समाज स्वत:कडे तटस्थपणे आणि विनोदाने बघू शकतो. परंतु याहीपेक्षा मोठे वास्तव म्हणजे या देशापुढे मोठे प्रश्न उभे आहेत. इतर देश आणि लोक यांनाही ते असतातच. परंतु अमेरिका ही एकच महासत्ता आहे आणि त्यामुळेच प्रश्न अधिक बिकट झाले आहेत. आश्चर्य म्हणजे ही महासत्ताही गोंधळलेली आहे आणि घाबरलेली आहे.

अमेरिकेपुढे सगळ्यात प्राथमिक प्रश्न आहे देशाच्या सुरक्षिततेचा. अकरा सप्टेंबर २००१ मध्ये जो न्यूयॉर्क आणि वॉशिंग्टन यावर दहशतवादी हल्ला झाला त्यातून तो देश हादरला आहे आणि मुळापासून बदललेला आहे. या मूळ भीतीपोटी सरकारची आणि लोकांची सगळीच मानसिकता बदलली आहे. नुसती दृष्टी बदलली नाही तर विचाराची पद्धतही बदललेली आहे. सरकारने सर्वात उच्च पातळीवर आपल्या सीआयए या प्रमुख सुरक्षा संस्थेचे मूल्यमापन केले आणि सीआयए पूर्णपणे

अपयशी ठरल्याचा निष्कर्ष काढण्यात आला. त्यानंतरही इराकमध्ये नरसंहाराची अस्त्रे आहेत असा अध्यक्ष बुश यांचा दावा पूर्णपणे खोटा निघाला. त्यातही सीआयएचे अपयश प्रमुख होते. यातही टीकेची बाब म्हणजे अध्यक्षांना जे हवे होते ते खरे ठरविण्यासाठी या गुप्तहेर संघटनेने खोटी माहिती तयार केली, असेही नंतर काँग्रेसच्या उच्चाधिकार समितीने जाहीर केले.

या सगळ्याचा परिणाम होऊन आता एक नवीन होमलॅन्ड सिक्युरिटी अशी सर्वाधिकार असलेली संस्था निर्माण करण्यात आलेली आहे. यामुळे किती सुरक्षितता वाढली हे येत्या काळात दिसेलच. परंतु इराकमध्ये सद्दामचा पाडाव करण्यासाठी जो लष्करी हस्तक्षेप करण्यात आला त्याचे गंभीर परिणाम टळणारे नाहीत. अध्यक्षांनी यासाठी जो खोटेपणा केला त्यात ते पूर्णपणे उघडे पडले आहेत. त्याहीपेक्षा दुर्दैवाचे म्हणजे इराकमध्ये शहराशहरांमध्ये एक यादवी युद्ध चालू आहे आणि त्यामुळे तेथे इराकी जनतेचे सरकार नाममात्र आहे. शिवाय अमेरिकेच्या सैन्याची सतत हानी होत आहे. या कठीण परिस्थितीतून अमेरिकेला सैन्यासकट बाहेर पडायचे आहे परंतु कोणताच मार्ग दिसत नाही. बुश यांनी इराकमध्ये प्रवेश करायचा हे ठरवले परंतु तेथून बाहेर कसे पडायचे याचा विचारच झाला नव्हता, असे आता उघड झाले आहे.

अमेरिकेपुढे दुसरे आव्हान आहे ते म्हणजे इतर देश आणि इतर लोक यांच्याबरोबर कसा व्यवहार करायचा? अमेरिका जो लोकशाहीचा प्रभाव वाढवू इच्छिते ते जरूर रास्त आहे. अनेक अरब देशांमध्ये एकतंत्री आणि जुलमी राजवटी आहेत त्यामुळे सर्वसाधारण जनतेसाठी लोकशाहीचा आग्रह समर्थनीय आहे. परंतु इतर देशांनाही आपले इतिहास, संस्कृती आणि परंपरा आहेत आणि त्यामुळे लोकशाहीचा स्वीकार हा काही लष्करी हस्तक्षेप आणि डावपेच यातून साधणार नाही. लोकशाहीची मूल्ये ही मूळात आधुनिक समाजाची वैशिष्ट्ये असल्यामुळे जे पारंपरिक, मागासलेले आणि धार्मिक समाज आहेत त्यांच्यामध्ये एक प्रबोधनाची प्रक्रिया घडून येण्याची गरज आहे. हे काही एका रात्रीत घडून येणारे परिवर्तन नाही. यासाठी किती किमान काळ द्यावा लागेल याचेही काही मोजमाप ठरवता येणार नाही. प्रत्येक देश आणि समाज हा आपल्यापुरता हा काळ ठरवेल.

अमेरिकेपुढे तिसरा प्रश्न आहे तो त्या समाजातल्या व्यवस्थेचा. कुटुंब व्यवस्था, स्त्रियांचे स्थान आणि स्वातंत्र्य, काळ्या वर्णाच्या नागरिकांचा विकास अशा अनेक ठळक बाबी आहेत. या देशाचे खरे वैशिष्ट्य म्हणजे हा समाज सतत बदलणार आहे आणि अस्वस्थ आहे. तीच त्याची शक्ती आहे. जगातले अनेक इतर देश हे समाज व्यवस्थेतल्या बदलाला घाबरत असतात. त्यामुळे त्यांना आधुनिकतेला आणि औद्योगिकीकरणाला सामोरे जाण्यातही अनेक अडचणी भेडसावत असतात. अमेरिकेतल्या या सततच्या परिवर्तनातूनही काही प्रश्नांची उत्तरे इतक्या काळानंतरही अजून मिळालेली

नाहीत. त्यातला एक प्रश्न म्हणजे कुटुंबाचे स्थान. दुसरा म्हणजे धर्माचा समाजधारणेसाठी आधार. अमेरिकेचे जे पारंपरिक मन आहे त्याला कुटुंब आणि धर्म याचे फार मोठे महत्त्व वाटते. परंतु प्रत्यक्षात या दोन्ही बाबी सर्वसाधारण लोकांच्या जीवनातून कधीच मागे पडलेल्या आहेत. कुटुंबसंस्थेचे विघटन तर अगदी उघड आहे. अशा सगळ्या गोंधळलेल्या मानसिकतेमुळे समलिंगी व्यक्तींची लग्ने समाजाने आणि कायद्याने मान्य करावी का नाही, यावर तेथे वादविवाद रंगलेले आहेत.

अमेरिकेच्या प्रचंड आर्थिक शक्तीमुळे तिला जगाचे नेतृत्व करावे लागत आहे. किंबहुना ते एक ओझे झाले आहे. आधुनिक अर्थव्यवस्था, उद्योग, शोध, तंत्रज्ञान आणि उत्पादकता अशा सगळ्याच बाबींमध्ये ती पुढे आहे. स्पर्धेची क्षमता वाढविणे आणि रोजगार वाढवणे यासाठी त्या देशावर दबाव आहे. परंतु तंत्रज्ञानाच्या विकासातून एक नवे वास्तव पुढे आले आहे. बहुधा याचा कोणी अगोदर विचार केला नव्हता. ज्या औद्योगिक मालाच्या उत्पादनाच्या प्रक्रिया आहेत त्या स्पर्धेच्या निकषावरच दुसऱ्या देशांमध्ये हस्तांतरित होत आहेत. यामध्ये चीनचा क्रमांक प्रथम आहे. या बरोबर सेवाक्षेत्रामध्येही बदल होत आहेत आणि यातली अनेक कामे दुसऱ्या देशांमध्ये नेण्यात आलेली आहेत. यामध्ये भारताचा क्रमांक वर आहे.

आज अमेरिकेमध्ये एका बाजूने आर्थिक वाढीचा दर उंचावला असला तरीही औद्योगिक उत्पादन आणि सेवाक्षेत्र यांचा आधार इतर देशांमध्ये हललेला आहे. त्यामुळे आर्थिक वाढ होत असली तरीही अमेरिकेमध्ये बेरोजगारी कमी होत नाही अशी विचित्र परिस्थिती निर्माण झालेली आहे. याचे अनेक परिणाम होत आहेत. त्यातला एक म्हणजे तेथल्या सरकारवर आपल्या उद्योगांना आणि सेवांना संरक्षण पुरवण्यासाठी दबाव येत आहे. म्हणजे एका बाजूने अमेरिकेने सगळ्या जगाला मुक्त बाजारपेठा आणि मुक्त व्यापार असा सल्ला द्यायचा आणि दुसऱ्या बाजूने आपल्या अर्थव्यवस्थेला आणि हितसंबंधांना संरक्षण द्यायचे, असा अजब प्रसंग उभा राहिलेला आहे.

अमेरिकेमध्ये आर्थिक वाढीचा दर तर उंचावला पाहिजे कारण त्यावरच इतर देशांच्या अर्थव्यवस्थांनाही चालना मिळणे अवलंबून आहे. परंतु हे साधताना देशामध्ये रोजगार कसा वाढवायचा यावर त्या देशाला उत्तर मिळालेले नाही. ते जोपर्यंत मिळत नाही तोपर्यंत तेथे सामाजिक असंतुलन आणि असंतोष वाढतच राहणार आहे. असे जर होणार असले तर ते काही कोणत्याही महासत्तेला शोभणारे नाही.

यात आणखी भर म्हणजे मागच्या चार वर्षातील राजकीय निर्णयांमुळे त्या देशाच्या परदेश व्यापारातील तूट सतत वाढत आहे. त्यामुळे त्यांचे नाणे डॉलर दुबळे झालेले आहे आणि ही परिस्थितीही अमेरिकेच्या आणि जगाच्या स्थैर्याला धरून नाही. आश्चर्य म्हणजे अनेक विकसनशील देशांनी आपल्या परदेशी चलनाच्या

साठ्यातला काही भाग डॉलरमध्येच गुंतवलेला आहे. म्हणजे एका बाजूने अमेरिकेतून औद्योगिक उत्पादन आणि सेवाक्षेत्र हे चीन आणि भारत अशा अर्थव्यवस्थांमध्ये हस्तांतरित होत आहे आणि दुसऱ्या बाजूने हे देश आपल्या चलनाचे साठे डॉलरमध्ये ठेवत आहेत, ज्याचे मूल्य सतत खाली जात आहे. हे सगळे अंतर्विरोध कसे दूर होणार हाही एक प्रश्नच आहे.

एका अर्थाने हा जो आपण अमेरिकेच्या व्यवस्थेचा प्रश्न समजतो तो खरा मूळ भांडवलशाहीशी निगडित आहे. अमेरिकेची अर्थव्यवस्था ही प्रामुख्याने खाजगी उद्योगक्षेत्राच्या उद्योजकतेवर आणि शक्तीवर आधारित आहे. हा एक सरसकट समज आहे आणि त्याला आक्षेप घेण्याचे कारण नाही. परंतु त्याचबरोबर अमेरिकन सरकारच्या संरक्षण व्यवस्थेवर होणारा खर्चही प्रचंड आहे आणि एकूण व्यवस्थेला दिशा आणि बळ देण्यामध्ये सरकारी खर्च हेही एक महत्त्वाचे परिमाण आहे. अर्थात संरक्षणासाठी जो प्रचंड खर्च केला जातो त्यातूनही खाजगी उद्योगांनाच प्रोत्साहन आणि चलना मिळते हे बरोबर आहे. परंतु त्यातला महत्त्वाचा भाग म्हणजे तंत्रज्ञानाच्या क्षेत्रात त्या देशाने जगात जी आघाडी घेतलेली आहे त्या मागचे सगळ्यात प्रबळ कारण म्हणजे संशोधनाच्या विकासावर होणाऱ्या खर्चाची तरतूद संरक्षण विभागाच्या अर्थसंकल्पातून होते. उदाहरणार्थ शीतयुद्धाच्या काळात सोव्हिएट युनियनच्या अगोदर चंद्रावर माणसाचे पहिले पाऊल टाकण्याची घोषणा अध्यक्ष केनेडी यांनी केली आणि त्यातून अंतराळ संशोधनाचा प्रचंड मोठा कार्यक्रम उभा राहिला. त्यातूनच नवे तंत्रज्ञान विकसित झाले. परंतु त्या मागेही देशाच्या संरक्षणाचा विचार होता, हे विसरता येणार नाही.

भांडवलशाहीच्या मूळ व्यवस्थेविषयी जे मूलभूत प्रश्न निर्माण झाले आहेत ते काही फक्त अमेरिकेपुरतेच मर्यादित नाहीत. सगळ्याच पाश्चिमात्य श्रीमंत औद्योगिक देशांना स्पर्श करणारा हा प्रश्न आहे. यातला एक म्हणजे भांडवलशाहीच्या सर्व तत्त्वज्ञानात ग्राहक आणि त्याची मागणी ही केंद्रस्थानी आहे. परंतु माणसाच्या आणि समाजाच्या सहज दिसणाऱ्या आणि सुचणाऱ्या गरजा भागल्यावर आणखी किती प्रमाणावर उपभोगत्याची मागणी वाढती ठेवता येईल? जपान आणि युरोप या देशांमध्ये मागची अनेक वर्षे आर्थिक सुबत्ता आणि भरभराट नांदत आहे. तीच गोष्ट अमेरिकेच्या बाबत अधिकच खरी आहे. मग तेथे ग्राहकाची मागणी सतत किती उंचावत नेता येईल? आणि जर या ग्राहकाच्या उपभोगावर आंतरिक मर्यादा असल्या तर मग आर्थिक वाढ कोणत्या आधारावर उत्तेजित करता येईल? आणि समजा जरी उत्तेजित काही कृत्रिम मार्गाने ग्राहकाची मागणी वाढवता आली तर ती किती काळ वरच्या पातळीवर स्थिर ठेवता येईल?

अमेरिकेमध्ये मागच्या दशकात माहिती तंत्रज्ञानाच्या क्रांतीमुळे सगळ्या खाजगी

क्षेत्राच्या चारित्र्याचे आणि प्रामाणिकपणाचे प्रश्न समाजात उभे राहिले आहेत. एका बाजूने अर्थव्यवस्था स्पर्धेला समर्थपणे तोंड देणारी असली पाहिजे आणि त्यातून आर्थिक वाढ आणि रोजगारही वाढला पाहिजे. शिवाय अशा विकासातून तंत्रज्ञानही पुढे गेले पाहिजे असा दबाव निर्माण झालेला आहे. दुसऱ्या बाजूने खाजगी क्षेत्राच्या नेतृत्वात आणि व्यवस्थापनात पारदर्शकतेची मागणी वाढत आहे. जो सर्वसाधारण गुंतवणुकदार वर्ग आहे त्याची भूक आणि अपेक्षा वाढलेली आहे आणि अशा व्यवस्थापनाकडून विश्वासार्हता अपेक्षित आहे. मागच्या काही वर्षात खाजगी उद्योग क्षेत्रात मोठे घोटाळे आणि गैरव्यवहार उजेडात आले आणि त्यामुळे भांडवलशाहीमध्ये जो मूळ ग्राहक आणि गुंतवणूकदार आहे त्याच्या विश्वासालाच तडे गेलेले आहेत. अर्थात अमेरिकेमध्ये कायदा कठोर आहे आणि तो अंमलातही आणला जातो. त्यामुळे त्या समाजाने आपल्या व्यवस्थेमधल्या या त्रुटी आणि कमतरता भरून काढण्याचे भगिरथ प्रयत्न चालू केलेले आहेत. त्याला बऱ्याच प्रमाणात यशही येत आहे.

थोडक्यात म्हणजे नेहमी जेव्हा अमेरिकेच्या गृहीतांवर, धोरणांवर आणि वर्तनावर जगभरात टीका होते तेव्हा ती काही फक्त त्या देशाच्या नेतृत्वापुरती अगर व्यवस्थेपुरती मर्यादित नसते. त्या देशाच्या पलीकडे जाऊन भांडवलशाही व्यवस्थेचेही काही मूलभूत प्रश्न निर्माण झालेले आहेत आणि त्याची उत्तरे शोधावी लागतील. मागच्या शतकाच्या अखेरीपूर्वी मार्क्सचा विचार आणि साम्यवाद यांचा पराभव झाला. याचा अर्थ भांडवलशाही व्यवस्थेचा जय झाला असा लावण्यात आला. बहुधा हा आनंद उथळ समजुतींवर आधारलेला असावा. आता नव्या एकविसाव्या शतकाच्या सुरवातीलाच भांडवलशाही व्यवस्थेचे मूलभूत प्रश्न उभे राहिलेले आहेत आणि सगळ्या व्यवस्थेचे स्वास्थ्य आणि प्रगती या प्रश्नांवर कोणती उत्तरे मिळतात यावर अवलंबून आहे. तोपर्यंत जय म्हणजे काय याचा विचार लांबणीवर टाकता येईल. ■

१.२ अमेरिकेची शक्ती आणि संभ्रम

अमेरिकेने इराक बरोबर जे नुकतेच युद्ध केले त्याला आता वर्ष होईल. या काळात इराकचा हुकुमशहा सद्दाम हुसेन याची जुलमी राजवट तर संपलीच. शिवाय हा रणगर्जना करणारा सिंह एक भित्री शेळी होती हे सुद्धा जगाने पाहिले. शेवटी त्यालाही पकडण्यात आले. अगोदर अफगाणिस्तान आणि नंतर इराक यांना धडा शिकविल्यावर अमेरिकेची शक्ती काय आहे? असा कोणी प्रश्न विचारणार नाही. परंतु आज अमेरिकेची प्रतिष्ठा खालावली आहे. जेव्हा अमेरिकेने युद्ध पुकारले तेव्हा सगळ्या जगाची वाटणी फक्त दोन गटात केली. जे आपल्याला पाठिंबा देतात ते आणि जे पाठिंबा देत नाहीत ते. या दुसऱ्या गटातच दहशतवादीही सामील करण्यात आले.

त्यावेळी इराक बरोबरच्या युद्धाचे समर्थन फक्त एक गृहीतावर आधारलेले होते. सद्दाम हुसेनच्या इराकमध्ये नरसंहाराची जैविक आणि अण्विक अस्त्रे आहेत आणि ती दहशतवाद्यांच्या हातात जाऊ शकतात अशी मांडणी होती. नंतर इराकचा पाडाव झाला आणि अशा कोणत्याच शस्त्रांचा मागमूसही मिळाला नाही. खुद्द अमेरिकेमध्ये आणि ब्रिटनमध्ये अध्यक्ष आणि पंतप्रधान यांनी गुप्तहेर खात्यांच्या दस्तऐवजांचा खोटा पुरावा निर्माण केला याची सार्वजनिक चर्चा सुरू झाली. शिवाय अमेरिकेमध्ये अकरा सप्टेंबर रोजी जो घातपाती हल्ला झाला त्याची चौकशी एका उच्चाधिकार आयोगापुढे सुरू झाली आहे आणि त्यातून अनेक प्रकारची धक्कादायक बातमी उजेडात येत आहे. या सगळ्याचाच एकत्रित परिणाम होऊन अमेरिका ही एक महासत्ता आहे म्हणजे काय असाच सगळ्यांपुढे प्रश्न उभा आहे.

अर्थातच अमेरिकेकडे मोठी आर्थिक शक्ती आहे आणि त्यातून जगातल्या अनेक प्रश्नांची सोडवणूक करता येईल हे सर्वमान्य आहे. जागतिक स्वास्थ्य संघटनेने (डल्यूएचओ) एकूण अर्थव्यवस्था आणि स्वास्थ्य यावर एक अहवाल तयार केलेला आहे. त्यामध्ये असे म्हटले आहे की अमेरिकेचे वार्षिक राष्ट्रीय उत्पन्न ११,००० कोटी (अकरा ट्रिलियन डॉलर) आहे आणि इतक्या मोठ्या आर्थिक शक्तीमधून एड्स, हिवताप, क्षयरोग आणि तत्सम अनेक जीव घेणारे रोग बरे करता येतील.

इराकमधल्या युद्धात जो प्रचंड खर्च होत आहे त्याचा अगदी अल्प भागही या रोगांना हटविण्यात पुरा पडू शकेल. इतके सगळे उघड असूनही अमेरिका जगातल्या गरीब देशांना जी मदत करते, तिचे त्या देशाच्या उत्पन्नाशी सगळ्यात कमी प्रमाण आहे.

अर्थातच इतकी प्रचंड आर्थिक ताकद असल्यामुळे अमेरिका अनेक वाईट गोष्टीही करू शकते. अमेरिकेचा संरक्षणावरचा सैनिकी खर्च सुमारे ५० अब्ज (पन्नास बिलियन डॉलर) आहे. उरलेल्या जगातल्या सर्व देशांचा मिळून संरक्षणावरचा खर्च या आकड्याबरोबर आहे. अमेरिकेच्या बुश प्रशासनाचा समज आहे की आपल्या सैनिकी शक्तीमधून आपल्या देशाची सुरक्षितता विकत घेता येईल. वस्तुस्थिती उलटी आहे. अफगाणिस्तान आणि इराक यांच्याबरोबरचे युद्ध संपल्यानंतर जगामधला दहशतवाद अधिकच वाढला आहे.

अमेरिकेवर ही जी टीका होत आहे ती काही प्रमाणात एकांगी आहे असे म्हणता येईल. बुश प्रशासन असा दावा करू शकते की इराकमध्ये जरी नरसंहाराची अस्त्रे सापडली नाहीत तरीही सद्दाम हुसेन यांची हुकुमशाही संपली हे एक निश्चितच पुढचे पाऊल आहे. त्यातूनच इराकमध्ये लोकशाहीची वाटचाल सुरू होईल आणि त्यातून पुढे अनेक अरब देशांमध्ये लोकशाही व्यवस्था रुजवण्यास मदत होईल. बुश प्रशासनाचा आणखी एक दावा आहे. त्यांच्या मते इराकमध्ये सैनिकी हस्तक्षेप करून एक जुलमी राजवट हटविण्यात आली याचे अनेक चांगले परिणाम दिसू लागले आहेत. मुख्य म्हणजे इराण आणि उत्तर कोरिया या देशांनी भीतीपोटी आपल्याकडे असलेल्या आण्विक शस्त्रास्त्रांची कबुली दिलेली आहे. इराणमध्ये एक प्रकारची धर्मगुरुंची जुलमी राजवट आहे आणि तिनेही यापुढे युनोबरोबर पूर्ण सहकार्य करण्याचे आश्वासन दिले आहे. त्यामुळे इराणचा धोका कमी झाला आहे.

तीच बाब उत्तर कोरियाची असून अनेक देशांची मध्यस्थी उपयोगी पडत आहे. शिवाय लिबिया या देशानेही पुढे येऊन आपण आण्विक शस्त्रास्त्रे बनविण्याचे कार्यक्रम आखले होते आणि त्यामध्ये पाकिस्तानची आपल्याला सर्व मदत झाली, हे कबूल केले आहे. म्हणजे इराकच्या पाडावानंतर एका अर्थाने जगाची सुरक्षितता वाढली आहे हे मान्यच करावे लागेल. इराण, उत्तर कोरिया, लिबिया, पाकिस्तान हे सर्व देश आपल्या आण्विक कार्यक्रमाविषयी कोणतीही जबाबदारी मान्य करत नव्हते आणि आता त्यांचे खरेखुरे चेहरे जगापुढे आलेले आहेत. हे सर्व घडू शकले कारण अमेरिकेने एका परीने आपण कोणत्या हद्दीपर्यंत जाऊ शकतो याचा निश्चय जगाला प्रथम अफगाणिस्तान आणि नंतर इराक यांच्या बाबतीत दाखवून दिला. थोडक्यात म्हणजे कोणत्याही कारणाने का होईना अमेरिकेने इराकबरोबर जे युद्ध केले त्याचे काही फायदे दिसतच आहेत आणि एकूण जगच त्यातून अधिक सुरक्षित आहे हे मान्य करावे लागेल. परंतु हे सर्व मिळविण्यासाठी अमेरिका मोठी किंमत चुकती

करीत आहे. विशेष म्हणजे अमेरिकेची महासत्ता म्हणून जी प्रतिष्ठा आहे ती घसरणीला लागली आहे.

अमेरिकेकडे प्रचंड संपत्ती आहे आणि समृद्धी आहे. शिवाय तिची सैनिकी शक्ती अमाप आहे आणि त्यामुळे त्याचा धाक जगात सगळ्यांनाच राहणार आहे. असे असूनही येत्या काही वर्षात अमेरिकेची राजकीय शक्ती अधिकाधिक उतरणीला लागणार असा एक टीकाकारांचा दृष्टीकोन आहे. त्याची किमान पाच कारणे सांगितली जातात आणि ती पुढील प्रमाणे.

अमेरिकन शासनाचा अर्थसंकल्प हा अडचणीत आलेला आहे. किंबहुना त्यात पेचप्रसंग निर्माण झाला आहे. सध्याचे अध्यक्ष बुश यांनी निवडून आल्याबरोबर करामध्ये कपाती केल्या आणि दुसऱ्या बाजूने सैन्यावरचा खर्च वाढवला. त्यातून आता अर्थसंकल्पात वर्षाला सुमारे पाचशे अब्ज (पाचशे बिलियन) डॉलरची तूट आहे. बुश परत निवडून येवोत अगर न येवोत कर वाढवावेच लागतील आणि सरकारी खर्चावर मर्यादा आणाव्या लागतील. बुश निवडून आले तेव्हा पासून अमेरिकेच्या सैनिकी खर्चात वर्षाला दीडशे अब्ज (दीडशे बिलियन) डॉलरची वाढ झाली आहे. काही झाले तरी येत्या वर्षात त्यात कपात करावी लागेल. परंतु ते करण्यात अनेक अडचणी आहेत आणि त्यातल्या काही बुश यांनी स्वत:च निर्माण केल्या आहेत.

इराकमध्ये सद्दाम हुसेनचा पाडाव झाला परंतु इराकमधून अमेरिका बाहेर पडू शकत नाही. सद्दामला अटक झाली आणि त्यानंतर इराकमध्ये हिंसाचाराचे प्रमाण अधिकच वाढले आहे. बुश यांना निवडणुकीला नोव्हेंबरमध्ये तोंड द्यायचे आहे आणि त्यासाठी त्यांनी जून अखेरीस इराकमध्ये इराकी जनतेच्या प्रतिनिधींकडे सरकार सोपवले जाईल असे जाहीर केले आहे. हे सत्तांतर जसे जवळ येऊ लागले आहे तशी हिंसाचारात सतत वाढ होत आहे. म्हणजे जरी खरोखरी सत्तांतर झाले तरीही अमेरिकेचे सैन्य इराकमध्ये गुंतूनच पडणार आहे. त्यामुळे सैनिकी खर्चात कपात करणे हे बुश यांच्याही हातात राहिलेले नाही.

अमेरिकेतले शासन परदेशातून मोठी उसनवारी करत आहे. आशियातल्या सेंट्रल बँकांनी फार मोठ्या प्रमाणावर अमेरिकेच्या सरकारी रोख्यांची खरेदी करून आपले पैसे गुंतवलेले आहेत. एका जपान देशाचे सुमारे ५० अब्ज डॉलर (पन्नास बिलियन डॉलर)मध्ये परदेशी चलनाचे साठे आहेत आणि त्यातली बरीचशी रक्कम अमेरिकेच्या ट्रेझरी बिलात गुंतवलेली आहे. चीन, हाँगकाँग, भारत, कोरिया, सिंगापूर आणि थायलंड यांच्या परदेशी चलनाच्या साठ्यांचा एकूण आकडा ११००० अब्ज (१.१ ट्रिलियन डॉलर) इतका आहे आणि त्यातला मोठा वाटा अमेरिकेच्या डॉलरमध्ये गुंतवलेला आहे. थोडक्यात म्हणजे अमेरिका आशियातील देशांच्या कर्जात बुडालेली

आहे आणि हा बोजा वाढत आहे. आशियातल्या सेंट्रल बँका मोठ्या प्रमाणावर अमेरिकेच्या ट्रेझरी बिलात गुंतवणूक करत असल्यामुळे डॉलरचे मूल्य एका प्रमाणाबाहेर कमी झालेले नाही. अन्यथा डॉलरचे अवमूल्यन फारच झाले असते.

उरलेले जग भराभर आर्थिक प्रगती करत आहे आणि त्यातून अमेरिकेला आज जो तंत्रज्ञानाच्या क्षेत्रात प्रचंड फायदा मिळत आहे तो यापुढे कमी होत जाणार आहे. ब्राझील, चीन, भारत आणि विकसनशील देशातील अनेक देश हे तंत्रज्ञानाच्या क्षेत्रात झपाट्याने आपले स्वत:चे स्थान निर्माण करत आहे. आणि आजपर्यंत अमेरिकेची या क्षेत्रात जी मक्तेदारी होती तशी ती टिकणार नाही. पुढच्या पंचवीस वर्षातच चीनच्या अर्थव्यवस्थेचा आकार अमेरिकेच्या अर्थव्यवस्थेपेक्षा मोठा असेल. आणि २०५०च्या सुमारास हा आकार पन्नास टक्क्यांनी अधिक असेल. भारत हा चीनच्या सरासरी उत्पन्नाच्या तुलनेने जरी बराच गरीब असला तरीही त्याची आर्थिक शक्ती बरीच वाढलेली असेल. सन २०५०च्या सुमारास भारताच्या अर्थव्यवस्थेचा आकार साधारणपणे अमेरिकेएवढा असेल आणि अमेरिकेच्या चार पटीने अधिक भारताची लोकसंख्या असेल आणि दरडोई उत्पन्न सुमारे एक चतुर्थांश असेल. थोडक्यात म्हणजे अर्थव्यवस्थेच्या एकूण आकाराचा विचार केला तर येत्या अनेक वर्षात चीन आणि भारत हे देश अमेरिकेच्या जवळपास असतील.

जसजशी अमेरिका आणि इतर काही देश यांच्यातली आर्थिक दरी कमी होईल तसतसा अमेरिकेचा प्रभाव आणि दरारा कमी होईल. चीन आणि भारत या दोन देशांची लोकसंख्या जगाच्या लोकसंख्येत चाळीस टक्के आहे. या दोन देशांची आर्थिक वाढ येत्या काळात वेगाने होईल आणि त्याबरोबर हे देश जागतिक राजकारणात अधिकाधिक प्रमुख भूमिका बजावू लागतील. सध्या अमेरिकेमध्ये त्या देशातल्या नोकऱ्या आऊटसोर्सिंगमुळे भारतामध्ये जात असल्याच्या नावाखाली तेथे एक मोठा राजकीय वाद निर्माण झाला आहे. अशी कामे जेव्हा देशाबाहेर नेली जातात तेव्हा त्यात सर्वात अधिक फायदा अमेरिकेतल्या कंपन्यांचाच आणि अमेरिकेतल्या ग्राहकांचाच होत असतो हे जरी सिद्ध झाले असले, तरीही तेथे यावर हेतुपुर:स्सर एक राजकीय वादळ निर्माण करण्यात आलेले आहे.

हे असे घडत आहे या मागचे मुख्य कारण म्हणजे अमेरिकेतल्या सरकारला आणि लोकांना जागतिक अर्थव्यवस्थेमध्ये जो आपला प्रथम कमांक आहे तो पुढे कधीतरी धोक्यात येऊ शकतो याची भीती वाटत आहे. आजचे राजकीय वादंग हे या अस्वस्थ मन:स्थितीचे प्रतिबिंब आहे. मागच्या काही वर्षात जागतिकीकरण आणि उदारीकरण या प्रक्रिया सर्व जगभर पसरलेल्या आहेत आणि त्या आता कोणी थांबवू शकत नाहीत. अमेरिकेने स्वत:च्या स्वार्थासाठी कितीही स्वसंरक्षणाची धोरणे राबविली तरीही आशिया खंडातील देशांची प्रगती थांबवता येणार नाही. हे देश कोणत्याही

परिस्थितीत नवे तंत्रज्ञान मिळवतील आणि त्यांचे आर्थिक उत्पन्नही वाढणार आहे.

एकूण जगाच्या स्वास्थ्याचा विचार केला तर ही प्रक्रिया सगळ्यांच्याच हिताची आहे कारण यातूनच जगातली गरीबी आणि विषमता कमी होणार आहे आणि जागतिक व्यवस्थेचे स्थैर्य वाढणार आहे. असे घडत असताना केवळ अमेरिकेच्या स्वार्थावर मर्यादा येतील किंवा अमेरिकेचे जगातले नेतृत्व दुय्यम होईल यासाठी या विकासाच्या प्रक्रिया कोणीही रोखू शकणार नाही.

या शतकातल्या पहिल्या पन्नास वर्षात आणखीन एक नवीन गोष्ट घडणार आहे. जगातल्या लोकसंख्येच्या वाढीमध्ये आणि रचनेमध्ये मूलगामी फरक होणार आहेत त्याची दखल घ्यावी लागेल. त्याचे अनेक परिणामही होतील. त्यातला एक महत्त्वाचा म्हणजे अमेरिका आज जगातल्या अनेक प्रश्नांकडे ज्या सैनिकी दृष्टीने पाहात आहे त्यातच बदल होईल. अध्यक्ष बुश यांना मोठ्या प्रमाणात जे ख्रिश्चन धर्मातले मूलतत्त्ववादी गट आहेत त्यांचा पाठिंबा मिळतो. तसेच हे रंगाने गोऱ्या कातडीचे गट आहेत. याला तुल्यबळ असा मूलतत्त्ववाद्यांचा गट मुस्लिम धर्मातही आहे. त्यांच्यातला समान धागा म्हणजे त्यांचा समाज प्रबोधनाच्या आणि बदलाच्या प्रक्रियेला मुळापासून विरोध आहे. त्यांना स्त्रीवर्गाला स्वातंत्र्य आणि मुक्ती मिळावी असेही मनापासून वाटत नाही. हे धार्मिक अतिरेकी आपल्या स्वत:च्या धर्माशिवाय दुसऱ्या कोणत्याच धर्माला मानत नाहीत. किंबहुना त्यांना अनेक धर्मांचे सहअस्तित्वही सहन होत नाही. त्यांचा सर्वधर्म समभावनेवर विश्वास नाही. हे धार्मिक अतिरेकी आधुनिक शास्त्राच्या विरोधात आहेत कारण आधुनिक जीवशास्त्र आणि डार्विनचा उत्क्रांतिचा सिद्धान्त त्यांना अजिबात मान्य नाही. असे जे ख्रिश्चन आणि मुस्लिम धर्माचे कडवे गट आहेत त्यांना इतिहासाच्या प्रवाहात उलट्या दिशेने जावयाचे आहे. हा एक माणसाच्या इतिहासातला दोन दृष्टीकोनातला संघर्ष आहे आणि त्यातून समाजाचे आधुनिकीकरण कसे होणार याचे उत्तर मिळणार आहे.

अमेरिकेच्या सेन्सस ब्युरोने लोकसंख्येत २०५०च्या सुमारास कसे बदल होतील याचे अंदाज केलेले आहेत. त्यानुसार अमेरिकेची बिगर हिस्पॅनिक गोऱ्या वंशाची लोकसंख्या एकूणात फक्त निम्मी होईल. आज ती सुमारे ६९ टक्के आहे. तसेच २०५० च्या सुमारास तेथे २४ टक्के लोकसंख्या हिस्पॅनिक, १४ टक्के आफ्रिकन - अमेरिकन आणि ८ टक्के आशियातल्या गटांची असेल. थोडक्यात म्हणजे जसे आज जग वेगवेगळ्या लोकसंख्येच्या गटात वाटलेले आहेत त्याचेच खरेखुरे प्रतिबिंब अमेरिकेच्या लोकसंख्येत पडलेले दिसेल.

वरच्या विवेचनात पाच ठळक घटकांची नोंद घेतली आहे आणि त्यामुळे येत्या पन्नास वर्षात अमेरिकेची राजकीय शक्ती कशी कमी होत जाईल याची कारण मीमांसा दिलेली आहे. अमेरिकेचा अर्थसंकल्प तुटीत बुडला आहे, अमेरिका मोठ्या प्रमाणावर

परदेशातून कर्ज उचलत आहे आणि त्यातही आशियातल्या देशांचा वाटा मोठा आहे, अमेरिकेशिवाय उरलेले जगही वेगाने प्रगती करत आहे, यातून जगातली विषमता कमी होऊन अमेरिकेचे बळ कमी होईल आणि लोकसंख्येतल्या मोठ्या बदलांमुळे अमेरिकन समाजाची वेगळी घडण होईल असे हे पाच ऐतिहासिक घटक आहेत. थोडक्यात म्हणजे येत्या काळात ज्या जागतिक घडामोडी होणार आहेत त्या कोणीही आपल्या सोयीसाठी रोखू शकणार नाही. यात अमेरिका आपली इच्छाशक्ती उरलेल्या जगावर लादूही शकणार नाही. येणारी जागतिक व्यवस्था आपली स्वत:ची नियती घडवत आहे. काही झाले तरी त्याचा एक परिणाम म्हणजे अमेरिकेचे महात्म्य कमी होणार आहे.

■

१.३ नवा राजा नवे राज्य

अखेरीस अमेरिकेला अध्यक्ष मिळाला. विसाव्या शतकात शेवटच्या दहा वर्षात जगातल्या सत्तेचा नकाशा बदलला. अमेरिका ही एकच महासत्ता उरली. हीच खेळाचे नियम ठरवणार आपल्या बरोबर कुठल्या टीमने खेळायचे ते ठरवणार. हीच अंपायर आणि खेळाडूंना तंबूत पाठविणार. येत्या एकविसाव्या शतकात ही सत्ता आरोपी म्हणून पिंजऱ्यात कधीच उभी राहणार नाही. हिच्यावर आरोप झाले तरी हीच न्यायाधीश आणि हीच इतरांना फाशीवर लटकवणार. असा या नव्या शतकाचा न्याय राहणार.

नुकत्याच झालेल्या या अध्यक्ष पदाच्या निवडणुकीची आणखी शंभर वर्षे चर्चा होणार असा रंग दिसतो. अमेरिकेला एकूणच इतिहास फक्त सुमारे दोनशे वर्षांचा. त्यामुळे अनेक बारकाव्यांचा तेथे चवीने आस्वाद घेतला जातो. त्याला व्यवहार जोडून पर्यटनाचा व्यवसायही जोमात चालतो. अनेकांच्या मते या नव्या अध्यक्षाला दर पावलाला अवघड प्रसंग सांभाळावे लागणार आहेत. सिनेट मध्ये आणि काँग्रेसमध्ये दोन्ही पक्ष सारख्याच संख्येने असल्यामुळे एक नवे सहमतीचे राजकारण नाईलाजाने का होईना करावेच लागेल, असे वारे वाहत आहेत.

या दुसऱ्या जॉर्ज बुशना खरी अडचण त्यांच्याच रिपब्लिकन पक्षाची होणार आहे. त्या पक्षाचा सध्या भ्रम आहे की आपल्याला अमेरिकन जनतेने जनादेश (मँडेट) दिलेली आहे. वस्तुत: तशी परिस्थिती नाही. अमेरिकन समाजाने दोन्ही पक्षांचा जनाधार सारखाच आहे असे शब्दश: आकड्यातून जाहीर केले आहे. बिल क्लिंटन अध्यक्ष असताना सतत आठ वर्षे रिपब्लिकन पक्षाने त्यांच्या विरोधात एक सूडाचा प्रवास केला. पहिले जॉर्ज बुश यांचा पराभव त्यापक्षाला कधीच मनोमनी स्वीकारता आला नाही. आता दोन्ही पक्षातील नेते आपण सहमतीचे राजकारण करून देशाला पुढे नेऊ अशी भाषा करीत आहेत. इतकी कडवट निवडणूक झाल्यावर सुरुवातीच्या दिवसात प्रसार माध्यमांपुढे या गोडीगुलाबीच्या गोष्टी कराव्याच लागतात आणि त्याप्रमाणे दोन्ही पक्ष जे

उपचाराला योग्य आहे तसा भाषा प्रयोग करीत आहेत. प्रत्यक्ष नव्या प्रशासनाला सुरुवात झाली की मग मागची उणीदुणी कशी विसरायची आणि नवीन राजकारणात कोणते देणेघेणे करायचे या बिकट पर्वाची सुरुवात होईल. अर्थात या गोष्टी सर्व जनतेला अंधारात ठेवून करायच्या असतात आणि त्यामध्ये अमेरिकेतील राजकारणी जगात कोणाच्याही मागे नाहीत.

नव्या अध्यक्षांनी कॉलीन पावेल यांना सेक्रेटरी ऑफ स्टेट हे मुख्यपद दिले. त्यांच्या सुरुवातीच्या बोलण्यावरून अमेरिकेचे नवीन राजकारण हे देशाला अलग ठेवण्याच्या दिशेने असेल असे संकेत मिळत आहेत. नव्या अध्यक्षांनी असेच उदगार काढलेले आहेत. शिवाय सुरुवातीपासूनच त्यांनी निवडणुकीत कबूल केल्याप्रमाणे अनेक घटकांना करातून सूट देण्याचा विचार सुरू केला आहे. ते वॉशिंग्टनला प्रथम आल्यावर त्यांनी फेडरल रिझर्व्ह बँकेच्या ॲलन ग्रीनस्पॅन यांची भेट घेतली. अमेरिकेच्या अध्यक्षापेक्षा ग्रीनस्पॅन काय म्हणतात आणि काय म्हणत नाहीत याचा देशाच्या अर्थनीतीवर अधिक परिणाम होतो असे नेहमी म्हणतात. गेल्या आठ वर्षात अमेरिकेमध्ये सतत आर्थिक वृध्दी आणि भरभराट याचे दिवस आले होते. यामध्ये ग्रीनस्पॅन यांचा फार मोठा वाटा आहे असे सर्व मानतात. त्यांनी बुश बरोबरच्या पहिल्या भेटीतच ही प्रस्तावित करकपात करू नये असे मत व्यक्त केले. नेमक्या गेल्या काही आठवड्यात अमेरिकेची अर्थव्यवस्था मंदावली आहे आणि कदाचित ही आर्थिक मंदीची सुरुवात असू शकेल अशा तऱ्हेच्या गंभीर चर्चा सुरू झाल्या आहेत. असे झाले तर मात्र नव्या अध्यक्षांना हा एक अपशकुनच झाला असे म्हणावे लागेल.

जगामध्ये या घटनेचे अनेक प्रतिसाद साहजिक उमटले आहेत. युरोपमधल्या देशांना असे वाटते की हा नवा अमेरिकेचा अध्यक्ष दुबळा असला तर ते युरोपच्या हिताचे आहे. युरोपची अमेरिकेविषयीची भावना नेहमीच अनेक अंतर्विरोधानी भरलेली असते. ब्रिटनला नेहमी आपले अमेरिकेबरोबर काही खास नाते आहे असे मिरवायचे असते. त्याचबरोबर आपण युरोपमध्ये किती विलीन व्हायचे या विषयी त्या देशात मतामतांची रणे माजलेली असतात. युरोपमध्ये भाग तर घ्यायचा परंतु आपले अलग राष्ट्रीयत्व जपायचे या कसरतीत ब्रिटनची दमछाक होते. आताही मागचे पंतप्रधान मेजर युरोपमध्ये सामील झाले परंतु त्यांचा पौंड युरोपचे नवे नाणे युरो यात सामील करायला त्यांची तयारी नाही.

नव्या अध्यक्षांच्या सहकाऱ्यात कॉलीन पॉवेल आणि डिक चेनी अशी मंडळी आहेत. यांची मानसिकता मागच्या शीतयुद्धामध्ये बनलेली आहे. त्याबरोबरच

अमेरिकेत आता एक लोकमताचा असा रेटा आहे की अमेरिकेने जगभरातल्या संघर्षात फार उत्साहाने पडू नये. किंबहुना क्लिंटन यांच्या अगोदर पहिले जॉर्ज बुश अध्यक्ष होते त्यांनी इराक बरोबरचे युद्ध कारण नसताना उकरून काढले असा सर्वसाधारण समज होता. त्याचबरोबर सुदान मधल्या यादवी युद्धात अमेरिकेची मानहानी झाली त्यामुळेही परत अमेरिकेतील जनमानसात नाराजी होती. क्लिंटन यांनी निवडणूक लढवली तेव्हा बुश यांच्यावर सतत टीका केली की ते परदेशी घडामोडीवरच जास्त वेळ खर्च करतात आणि ते खरेही होते. याचे एक कारण म्हणजे पहिले अध्यक्ष बुश हे सेंट्रल इंटलिजन्स एजन्सीचे संचालक होते आणि त्यांना विदेशी घडामोडीत विशेष रूची होती. आश्चर्य म्हणजे क्लिंटन अध्यक्ष झाले आणि नंतरच्या आठ वर्षात त्यांनीही परत परदेशी विदेश नीति मध्येच जास्ती लक्ष घातले. त्यात त्यांना बऱ्यापैकी यशही मिळाले पॅलेस्टाईन - इस्त्राईल संघर्ष तसेच उत्तर आर्यलंडमधील हिंसाचार अशा अनेक बिकट प्रश्नांवर त्यांनी यशस्वीपणे मध्यस्थी केली.

खरोखरी अमेरिकेला देशांतर्गत घडामोडींसाठी अध्यक्षाची गरज भासत नाही. त्यासाठी फेडरल रिझर्व्ह बँकेचे अध्यक्ष ग्रीनस्पॅन यांच्या पदाला अधिक प्रतिष्ठा आहे आणि तेथील शेअर बाजारात त्यांच्याच उद्‌गारांची दखल जास्ती घेतली जाते. त्यामानाने अमेरिकेचा अध्यक्ष हा विदेश नीति आणि घडामोडी यासाठीच प्रामुख्याने लागतो. सोव्हिएट रशियाच्या विघटनानंतर गेल्या दहा वर्षात आता अमेरिका ही एकच महासत्ता उरली असल्यामुळे जगातल्या सर्वच घटनांची दखल अमेरिकेच्या अध्यक्षाला घ्यावी लागते. हे सर्व विसंगत आहे आणि त्याची तर्कसंगत जुळणी करणे अवघड आहे.

मागे म्हटल्याप्रमाणे अमेरिकेतील जनमत आपले सैन्य कोणत्याही बाहेरच्या देशातील संघर्षात पाठवण्यास विरोधात आहे. आणि तरीही अमेरिकेच्या अध्यक्षाला वेळोवेळी या टोकापर्यंत यावेच लागते. याचे चांगले उदाहरण म्हणजे बॉस्नियातील संघर्ष. गेला काही वर्षे युगोस्लाव्हियाचे विघटन होत आहे आणि त्यातून एक सततचे यादवी युद्ध आणि नरसंहार याचे चित्र जगाच्या सर्व प्रसार माध्यमात येत आहे. युगोस्लाव्हियाचे अलिकडचे अध्यक्ष म्लॉसॉविच यांनी चालविलेल्या वांशिक युद्धावर तोडगा काढावा म्हणून जागतिक लोकमताचा सारखा दबाव होता. कोसोवो या प्रांतात मुस्लिमांचे शिरकाण करण्यात येत होते आणि सर्व जग असहाय्यपणे त्याला साक्षी होते. अशा वेळी नाटोच्या अंतर्गत के -फोर या नावाने सैन्य पाठविण्यात आले आणि काही प्रमाणात शांतता पर्व सुरू झाले. त्यातूनच पुढे निवडणुका झाल्या आणि अनेक अडचणीतून मार्ग काढत मिलॉसॉविच यांचा पराभव झाला. आता तेथे नवे अध्यक्ष येऊन एका नव्या पर्वाची सुरुवात

होईल अशी चिन्हे दिसत आहेत. यासर्व पेच प्रसंगात अमेरिकेने हस्तक्षेप केला नसता तर हिटलरच्या राजवटीत जसा ज्यूंचा नरसंहार झाला तशाच प्रकारच्या घटना युगोस्लाव्हियामध्ये घडत राहिल्या असत्या. अशा अनेक परदेशातल्या पेचप्रसंगांचा उल्लेख करता येईल.

नुकतीच फ्रान्समधल्या नीस येथे युरोपिय देशांची महत्त्वाची परिषद झाली आणि त्यामध्ये युरोपने आपले एकत्रित असे ५० हजार ते ६० हजार सैनिकांचे एक दल निर्माण करावे असा निर्णय झाला. या बैठकीत ब्रिटनने प्रथमच हिरहिरीने भाग घेतला आणि पंतप्रधान टोनी ब्लेअर यांनी आपले नेतृत्त्वाचे गुण दाखवले. ब्रिटनमध्ये या युरोपच्या सैन्य दला बाबतच्या निर्णयावर अपेक्षेप्रमाणे टीकाही झाली. युरोपमध्ये दुसऱ्या महायुद्धानंतर नाटोचे संघटन झाले आणि त्यामध्ये अमेरिकेचे नेतृत्त्व आजपर्यंत सर्वमान्य होते. फ्रान्समध्ये नाटोविषयी आणि मुख्यत: अमेरिकेच्या विरोधात जनमत होते आणि फ्रेंच सरकारने त्याचे नेहमी प्रदर्शन केले. आता अमेरिकेतील जनमत लक्षात घेता अमेरिका नाटोतून बाहेर पडू शकते किंवा नाटोची जबाबदारी युरोपवर सोपवू शकते. सर्वात आश्चर्याची गोष्ट म्हणजे आता नवीन अध्यक्ष आल्यावर असे काही घडू शकेल याची चर्चा करत युरोपमधले देश अस्वस्थ झाले आहेत. विशेष म्हणजे ज्या फ्रान्सला नाटोतले अमेरिकेतले वर्चस्व नको होते त्यांना आता मात्र अमेरिके नाटोबाहेर पडू नये असे वाटत आहे. अर्थात हे काही हृदय परिवर्तन नाही. यामागे स्वच्छ आर्थिक स्वार्थ दडलेली आहे. आजपर्यंत नाटोच्या यंत्रणेव्दारे युरोपचे संरक्षण होत होते आणि युरोपातल्या देशांना आपल्या रक्षणासाठी सैन्यावर फारसा खर्च करावा लागत नव्हता. मागच्या महायुद्धानंतर जर्मनी आणि जपानननी तर हा खर्च करायचाच नाही असे सर्वमान्य होते आणि या दोन्ही देशांना ते सर्वात हितकारक होते. गेल्या पन्नास वर्षात या दोन देशांना स्वसंरक्षणसाठी खर्च करावा लागला नाही आणि त्यामुळे या देशात आर्थिक भरभराट अधिक वेगाने झाली. आता हळूहळू नाटो मोडीत काढायची म्हटले तर सहज शक्य आहे. सोव्हिएत युनियनच्या विघटनानंतर युरोपला कोणताच धोका उरलेली नाही. पूर्वीच्या नाटोच्या विरोधातल्या वॉरसा करारातले आणि शीतयुद्धातले विरोधी देश आता युरोपचे भिडू झाले आहेत. तसेच एका सामाईक युरोपची उभारणी वेगाने चालू आहे.

अशा नव्या ऐतिहासिक संदर्भात नाटोची गरजच काय असा साधा प्रश्न कोणीही विचारेल. पण हा प्रश्न विचारणे सोपे आहे आणि त्याचे उत्तर अवघड आहे. बोस्नियाच्या कारवाईत युरोपातील देशांच्या लक्षात आले की अमेरिकेचे शस्त्रबळ आणि तंत्रज्ञान हे इतक्या उच्च पातळीवरचे आहे की युरोपची एकत्रित

सैन्यदलेही याच्या जवळपासही पोचणार नाही. अशा एका अडनिड्या पेचप्रसंगात युरोपातील देशांना आपली पुढील पावले टाकावी लागतील. अमेरिकेने युरोपातून आपली राजकीय आणि मुख्यत: सैनिकी गुंतवणुक कमी करत आणली तर ती पोकळी भरून काढण्यासाठी युरोपला नवी जबाबदारी घ्यावी लागले. सध्या युरोपची जुळणी अधिक नैसर्गिक आणि धिम्या गतीने होत आहे. त्यावर ताण पडून अकारण युरोपातल्या देशात स्पर्धा आणि एकमेकाविषयी संशय याचे धुसर वातावरण निर्माण होईल. यात धोका आहे कारण अजून युरोपचे नवीन नाणे युरो हे स्थिरावले नाही आणि याचे एक कारण म्हणजे युरोपातील देशांच्या आर्थिक हितसंबंधांची सुसंगत जुळणी झालेली नाही. यासर्वांचे कोणतेही निश्चित वेळापत्रक आखता येणार नाही.

युरोप आणि अमेरिका येथील राजकीय जीवनात अनेक फरक आहेत. अमेरिकेच्या अध्यक्षपदाच्या निवडणुकीत अचानकपणे एखादा साधासुधा आणि अपरिचित राजकारणी पुढे येतो आणि बाजी मारून जातो. बऱ्याचदा हे नेतृत्त्वही फारसे प्रगल्भ नसते परंतु एकदा अध्यक्ष झाल्यावर ते नव्याने आपले कर्तृत्व दाखवतात आणि त्यांचे जगाच्या नेतृत्त्वाचे गुण सर्वमान्य होतात असा अमेरिकन व्यवस्थेचा एक अजब पैलू आहे. याची उदाहरणे म्हणजे जिमी कार्टर आणि बिल क्लिंटन हे छोट्या राज्यातून आणि सर्वांना अपरिचित असताना पुढे आले आणि त्यांनी आपला ठसा इतिहासावर उमटवला. आता नवे अध्यक्ष बुश यांच्या विषयी युरोपियन देशांना अनेक आशंका आहेत. कारण त्यांना राजकारणात फारसा अनुभव नाही आणि रूचीपण नाही. या नव्या अध्यक्षांनी आजपर्यंत वयाच्या चोपन्न वर्षांपर्यंत अजून लंडनलाही भेट दिलेली नाही. युरोपमधल्या राजकारण्यांना हे सर्व अजब वाटते.

याउलट युरोपमधले राजकीय नेतृत्त्व हे अनेक वर्षे लोकांपुढे असते आणि ते वेगवेगळया जबाबदाऱ्यातून विकसित होत असते. ब्रिटन, फ्रान्स, जर्मनी या सर्व देशात पुढे आलेले राजकीय नेतृत्त्व अनेक अनुभवातून तोललेले असते. कोणताच अनुनभवी राजकारणी अचानक पंतप्रधान आणि अध्यक्ष म्हणून निवडला जात नाही. प्रगल्भ आणि स्थिर राजकारणाच्या दृष्टीने युरोपातील लोकमताला हाच रास्त मार्ग वाटतो. तसेच सध्या युरोपातील प्रसार माध्यमात थॅचर आणि रीगन आणि क्लिंटन आणि ब्लेअर यांच्या खास नात्याविषयी चेष्टा केली जाते. बऱ्याच लोकांचा असा समज आहे की ब्रिटनची ही हौस संपल्याशिवाय ब्रिटनला युरोपमध्ये अधिक रस घ्यावा अशी प्रेरणा होणार नाही. नुकतीच फ्रान्समध्ये नीस येथे जी युरोपियन देशांची महत्त्वाची परिषद झाली त्यामध्ये ब्रिटनच्या ब्लेअर यांनी हिरिरीने भाग घेतला आणि त्यांचा

तेथील विचारविनिमयात उपयोग झाला. तेथील राजकारण्यांनी त्याचे कौतुकही केले. आज तरी अजून युरोप हे अनेक राष्ट्रांचे बनलेले एक कडबोळे आहे. युरोप ही एक व्यापक राष्ट्र (सुपर स्टेट) संकल्पना आहे असे कोणी मानत नाही. बेल्जियम मधल्या बुसेल्स येथे नव्या युरोपचे मुख्य कार्यालय आहे आणि तेथे अनेकदा जणुकाही युरोप हे एक एकसंघ राष्ट्र आहे असा एक भ्रामक ध्येयवाद पसरलेला दिसतो. या उलट नीसच्या परिषदेत प्रत्येक छोटा मोठा देश आपल्या राष्ट्रीय हितसंबंधांची जपणूक करत होता आणि फक्त त्याच आधारावर सहमती होत होती ही खरी वास्तविकता आहे. अमेरिकेच्या नव्या अध्यक्षाच्या राजवटीला सुरुवात झाली आणि नव्या धोरणाच्या दिशा उलगडू लागल्या की हे युरोपचे क्षणाक्षणाला बदलणारे कॅलिडोस्कोप विस्कळित होऊ शकेल.

■

१.४ अमेरिकेचा नवा अध्यक्ष

अमेरिकेच्या नव्या अध्यक्षांनी अधिकार ग्रहण केले आणि साहजिकच जगभर त्याची चर्चा सुरू आहे. आजच्या घडीला अमेरिका ही एकच महासत्ता आहे आणि सर्वांनाच या नव्या अध्यक्षाची दखल घ्यावी लागते. काही प्रमाणात यात व्यक्तीगत तुलना टाळता येत नाही. परंतु अधिक महत्त्वाची बाब म्हणजे धोरणातील बदल कोणत्या दिशेने आहेत याचा अंदाज घेणे.

नवीन अध्यक्ष जॉर्ज डब्ल्यू बुश यांनी पदभार स्विकारताना एक छोटे भाषण केले. यात काही मोजके शब्द आणि संकल्पना मांडल्या आहेत. अमेरिकन माणसाची आणि समजाची एक मानसिकता आहे. त्यामध्ये परमेश्वराने आपल्यावर जग सुधारण्याची जबाबदारी टाकली आहे असा एक मनोमन समज आहे. बुश यांच्या रिपब्लिकन पक्षाची एक खास ऐतिहासिक दृष्टी आहे तिचे हे प्रतिबिंब त्यांच्या निवेदनात दिसते. परमेश्वर आणि चर्च यांच्यावरचा भरवसा आणि कौटुंबिक मूल्ये आणि चारित्र्य याचा आग्रह यात आहे. चांगले नागरिकत्व समाजात वाढावे याचीही अपेक्षा त्याने व्यक्त केली आहे. त्याचबरोबर व्यक्तिगत धैर्य आणि अध्यात्म याचे महत्त्व अध्यक्षांनी सांगितले आहे. थोडक्यात म्हणजे अपेक्षेप्रमाणे रिपब्लिकन पक्षांची परंपरागत मूल्ये नव्या अध्यक्षांनी उजळली आहेत.

याबरोबर आपण सगळ्या समाजाला एकवटणार आहोत अशी त्यांनी ग्वाही दिली आहे. नुकत्याच झालेल्या निवडणुकीत अमेरिकन समाज पूर्णपणे सारखा दुभंगला आहे. त्याचबरोबर देशाचे सुप्रिम कोर्ट, सिनेट आणि प्रतिनिधी सभा या बरोबर निम्म्याने दुभंगल्या आहेत. एका अर्थाने ही एक अपूर्व राजकीय आणि सामाजिक परिस्थिती आहे. यापूर्वीही निक्सनसारख्या अध्यक्षांनी आपण सगळया समाजाला एकत्र आणू असे म्हटले होते परंतु प्रत्यक्षात समाजात अधिकच दुफळी झाली. यामुळे आता बुश यांच्या नेतृत्वाची खरोखरी कसोटी आहे.

बुश यांनी शासनापेक्षा समाज अधिक काय करू शकतो याचे आवाहन

केले आहे. यापूर्वीही क्लिंटन आणि केनडी यांनी अशा प्रकारे आवाहन केले होते. अशा प्रकारच्या भावना आणि शब्द हे प्रसंगानुरुप असतात आणि यांची खरी कसोटी प्रत्यक्ष शासन चालवतानाच लोकांना अनुभवायला मिळते. रिपब्लिकन पक्षाच्या मनात अशी एक ठाम कल्पना आहे की गेली आठ वर्षे क्लिंटन यांची राजवट ही अवैध आणि म्हणून अनैतिक होती. क्लिंटन यांच्या कलंकित चारित्र्यामुळे अध्यक्षाच्या पदाची प्रतिष्ठा धुळीला मिळाली आणि आता खऱ्या अर्थाने रिपब्लिकन पक्ष एक नवे नैतिक शासन चालवणार आहे असा या मागे अहंकार आहे. आश्चर्य म्हणजे अमेरिकेतील जनता सोडली तर उरलेल्या जगात कोणालाच क्लिंटन यांच्या व्यक्तिगत चारित्र्यात रस नव्हता. सर्वांचाच असा एक समज आहे की रिपब्लिकन पक्षाने आपला निवडणुकीतील पराभव खऱ्या अर्थाने कधीच स्वीकारला नाही आणि क्लिंटन यांना शासन चालवू द्यायचे नाही अशीच त्यांची जिद्द होती. रिपब्लिकन पक्षाचा हा सूडाचा प्रवास आता डेमॉक्रेटीक पक्ष सहजासहजी विसरले ही शक्यता दिसत नाही.

बुश यांचे नवीन परराष्ट्रीय धोरण काय राहणार याची सगळ्यांनाच उत्सुकता आहे. त्यांचे परराष्ट्र मंत्री कॉलीन पॉवेल यांचे एक पॉवेल डॉक्ट्रीन आहे. या धोरणाप्रमाणे जेथे अमेरिकेचे हितसंबंध खरोखरी दुखावतील त्याचवेळी अमेरिकेने आपले बळ वापरावे असे म्हटले आहे. अनेकांना असे वाटते की या गोष्टींची मांडणी करणे एक बाब आहे. परंतु प्रत्यक्ष शासन चालवायची वेळ आली की याला अपवाद म्हणून मुरड घालावी लागते.

अमेरिकेची अर्थव्यवस्था बळकट आहे आणि अमेरिकन सरकारवर अवलंबून नाही. फेडरल रिझर्व्ह बँकेचे अध्यक्ष बँक दराच्या माध्यमातून वेळोवेळी अर्थव्यवस्थेला वळविण्याचा प्रयत्न करतात परंतु हे प्रयत्न नाजूक असतात आणि मर्यादा सांभाळून असतात. एका रुढ अर्थाने या देशाला आपल्या देशांतर्गत शासनाची फारशी गरज भासत नाही. शासनाबाहेरच्या अनेक स्वायत्त संस्था आपल्यावरची जबाबदारी चोखपणे आणि इमानाने पार पाडत असतात. तसेच त्यामध्ये सर्वाधिक पारदर्शी निर्णय प्रक्रिया असते. या सर्वांची उदा. म्हणजे न्यायव्यवस्था, वृत्तपत्रे आणि प्रसार माध्यमे, बँका आणि वायदेबाजार तसेच अनेक बिगर सरकारी संस्था. या सर्वांमध्ये प्रचंड स्पर्धा आणि चढाओढ असते. त्याचबरोबर तितकीच जबरदस्त व्यावसायिक निष्ठा असते. जगातल्या इतर अनेक लोकशाही देशांमध्ये अशा प्रकारचे बळकट संस्थांचे जाळे प्रभावाने दिसत नाही. बऱ्याच ठिकाणी शासनाचे प्राधान्यच दिसते आणि त्याबरोबर अमर्याद वाढलेली नोकरशाही. याचे चांगले उदाहरण म्हणजे जपान.

असे असले तरी अमेरिकेतही अनेक सामाजिक प्रश्न असे आहेत ज्यामध्ये

ध्येयवाद असलेल्या राजकीय नेतृत्वाला नक्कीच वाव आहे. सुमारे तीस वर्षांपूर्वी अमेरिका व्हिएटनामच्या युद्धात गुंतली गेली आणि त्यातून अमेरिकन समाजात अनेक बिकट प्रश्न निर्माण झाले आणि त्याचे परिणाम आजही लोक अनुभवत आहेत. त्याच सुमारास डेमॉक्रेटिक पक्षाचे नेते केडी आणि त्यानंतर लिंडन जॉनसन यांनी अमेरिकेतल्या वंश भेदावर अनेक मूलभूत समाज सुधारणांचा तोडगा शोधून काढला. बसमधून कृष्णवर्णियांना सर्वांबरोबर बसण्याचा अधिकार आणि विद्यापीठात निग्रोंना प्रवेश अशा अनेक वरकरणी साध्या दिसणाऱ्या परंतु अत्यंत प्रक्षोभक विषयांना त्यांनी हात घातला. त्याबरोबरच सुप्रीम कोर्टानेही अत्यंत प्रागतिक भूमिका घेऊन या सर्व समाजबदलांना कायद्याचे नैतिक अधिष्ठान दिले. त्यातूनच पुढे कृष्णवर्णियात मध्यमवर्ग निर्माण झाला आणि त्यातून अमेरिकन समाज अधिक एकसंघी बनला. तसेच समाजातील दारिद्र्य आणि दुफळी यावर तेथे बऱ्यापैकी मात करण्यात आली.

आताही अमेरिकेपुढे शिक्षण आणि आरोग्य याचे बिकट प्रश्न उभे आहेत. मागच्या क्लिंटन राजवटीने शिक्षणाच्या विषयावर बरीच प्रगती केली परंतु आरोग्याच्या विषयात त्यांनी जिद्द करूनही यश मिळाले नाही. याचे मुख्य कारण म्हणजे यांच्या राजवटीत सिनेट आणि प्रतिनिधी सभा या दोन्हीमध्ये रिपब्लिकन पक्षाचे प्राबल्य होते आणि त्यांनी क्लिंटन यांना सत्तेवरूनच हटविण्याची सारखी मोहीम चालविली होती. अमेरिकन घटनेमध्ये सत्तेची विभागणी एका विशिष्ट तात्त्विक आधारावर केली आहे. सुमारे दोनशे वर्षांपूर्वी अमेरिकेची घटना बनतानाच अमेरिकन सरकार हे मूलत: विकेंद्रित असावे आणि राज्यांना अधिकाधिक स्वायत्तता असावी अशी संकल्पना होती. त्यामुळे त्या संविधानात अध्यक्ष हा मुख्य कार्यकारी अधिकारी असला तरी तो फार प्रबळ असू नये अशीच व्यवस्था आखलेली आहे. त्यामुळे कोणत्याही उत्साही अध्यक्षाने फार ढवळाढवळ करून समाज बदल करण्याचा प्रयत्न केला तर त्याला आवर घालण्यासाठी निवडून आलेल्या लोकप्रतिनिधींनी सिनेट आणि प्रतिनिधी सभेमधून अनेक कमिट्यांच्या माध्यमातून प्रयत्न करावेत अशा या संस्थात्मक व्यवस्था आहेत. याचाच परिपाक म्हणून क्लिंटन यांच्या अनेक उपक्रमांना लोकप्रतिनिधींनी संशयाच्या भूमिकेतूनच पाहिले.

अमेरिकेमध्ये हिंसाचार व्यापक प्रमाणावर आहे आणि अनेकांच्या मते ते त्या समाजाचे एक वैशिष्ट्यच आहे. तेथे नागरिकाला घटनेच्या तरतुदी अंतर्गत स्वसंरक्षणार्थ हत्यार बाळगण्याचा मूलभूत अधिकार आहे. अमेरिकेची देश आणि समाज म्हणून घडणही एका हिंसेच्या परंपरेतून झालेली आहे. अमेरिकन माणसाच्या मानसिकतेत या हिंसेविषयी एक आत्मीयता आणि रोमांचक कल्पना

आहे. या देशात नॅशनल रायफल असोसिएशन अशी एक फार प्रतिष्ठित आणि बलाढ्य संघटना आहे. मागचे अध्यक्ष बुश हे या संघटनेचे अध्यक्ष होते. या संघटनेच्या हितसंबंधांची पाठराखण करणारे अनेक सिनेटर्स आहेत आणि प्रसार माध्यमातही त्यांचे चाहते आहेत. बिल क्लिंटन यांनी समाजातला हिंसाचार आणि विशेषत: अल्पवयीन शाळकरी विद्यार्थ्यांची गुन्हेगारी यावर उपाय म्हणून शस्त्रांच्या विक्रीवर आणि वापरावर काही माफक बंधने लादण्याचा खूप प्रयत्न केला परंतु त्यांना त्यात माघार घ्यावी लागली. अनेकदा एखाद्या अपरिचित छोट्या गावी शाळांमध्ये अल्पवयीन मुले अंदाधुंद गोळीबार करतात आणि त्यात अनेकांचे बळी जातात. मग त्यावर प्रसार माध्यमात खूप चर्चा होते. थोड्या दिवसांनी त्यावर पडदा पडतो. परत कोठेतरी अशी हिंसा होते आणि देशाचे अध्यक्ष लोकांच्या सद्भावनेला आवाहन करतात. यापलीकडे अमेरिकेतल्या हिंसाचारावर एकही पाऊल पुढे पडू शकत नाही. इतक्या मोठ्या वैभवशाली आणि समृद्ध देशात निरपराध माणसांच्या हिंसेला समाजाला उत्तर मिळत नाही आणि शासनाला हतबल व्हावे लागते हे खरोखरी आश्चर्यकारक आहे.

युरोपला अमेरिकेच्या नव्या अध्यक्षाबद्दल कुतुहल आणि काळजी असण्याची बरीच कारणे आहेत. अमेरिकेच्या प्रभावाखाली नाटो संघटन काम करते आणि आता युरोपीय देशांनी युरोपचे एक सैन्य दल उभे करायचे ठरविले आहे. पुढे येणाऱ्या संघर्षाचा हा विषय आहे. एक तर अमेरिकेचे सैनिक प्रत्यक्षात वर्षानुवर्षे युरोपमध्ये ठाण मांडून बसले आहेत. या अमेरिकन सैनिकांचे तळ जेथे आहेत तेथील स्थानिक अर्थव्यवस्था सुस्थितीत आहे. अमेरिकेने आता आपले सैनिक स्वगृही आणण्याचे ठरविले की त्याचे काही स्थानिक रोजगार आणि उत्पन्न यावर परिणाम होणार. तसेच नाटोचे नेतृत्व आणि युरोपियन सैन्याचे नेतृत्व यांचेही परस्परसंबंध ठरविणे ही एक नाजूक बाब ठरणार आहे. आता युरोपला बाहेरच्या कोणत्या देशांकडून आक्रमणाचा धोका उरलेली नाही. परंतु युरोप अंतर्गत जेव्हा छोटे मोठे तणाव आणि संघर्ष निर्माण होतात त्यावेळी युरोपच्या नवीन सैन्यदलाने जबाबदारी घ्यावी अशी अपेक्षा आहे. गेल्या काही वर्षात युगोस्लाव्हियामध्ये जे घडले त्याचे उदाहरण सर्वांपुढे आहे. सर्बिया, कोसोवो, मॉंटनिगो, अल्बानिया, रुमानिया असे अनेक विषय आहेत जेथे समाज, संस्कृती, भाषा, इतिहास आणि देश यांच्या सीमा रेषा वेगवेगळया संघर्षातून धुसर होत आहेत आणि बदलतही आहेत.

युरोपच्या काळजीचा आणखी एक विषय आहे. अमेरिका आपले सैनिक बॉस्नियामधून काढून घेण्याची शक्यता आहे. आता तेथे निवडणूक होऊन लोकशाही प्रशासन सुरू झाले आहे त्यामुळे तेथे शांतता नांदेल असे दिसते.

त्यामानाने कोसोवोमध्ये अजूनही संघर्षाच्या ठिणग्या उडू शकतात आणि परत यादवी सुरू होऊ शकते. तेथे अमेरिकन सैनिक अजूनही ठेवले जातील अशी अपेक्षा आहे.

अमेरिकेच्या नव्या अध्यक्षांना क्षेपणास्त्रांचा विकास चालू ठेवायचा आहे. गेला अनेक वर्षे प्रायोगिक अवस्थेत असताना त्यात बऱ्याच अडचणी आलेल्या आहेत. बिल क्लिंटन यांनी हा महत्त्वाचा आणि नाजूक विषय आहे म्हणून आपण त्यावर निर्णय न घेता पुढच्या अध्यक्षांनी तो घ्यावा असे म्हटले होते. आता बुश आणि त्यांचे परराष्ट्र मंत्री पॉवेल हे याबाबत उत्साही आहेत. युरोपला या कार्यक्रमाबाबत अनेक आशंका आहेत कारण पुन्हा एकदा जगात शस्त्रास्त्रांची स्पर्धा वाढेल आणि तणाव वाढतील अशी शक्यता आहे. विशेषत: या निमित्ताने परत चीन आणि रशिया एकत्र आले तर जगामध्ये नवीन सत्ता समीकरणे जुळायला सुरुवात होईल आणि परिणामी युरोपियन देशातच वादविवाद सुरू होतील अशी सर्वांना भीती वाटते. पूर्वीच्या सोव्हिएट युनियनमधले अनेक देश असे आहेत ज्यांच्याजवळ अणुयुद्धाची अनेक साधने आणि शस्त्रास्त्रे आहेत आणि हे देश आर्थिक दु:स्थितीमध्ये सापडलेले आहेत. अशा स्फोटक संधीकालात या शस्त्रांची तस्करी होऊ शकते आणि प्रत्यक्ष युद्ध न होता अनेक युरोपियन देशात अस्थिरता पसरू शकते. साहजिकच युरोपला जागतिक पातळीवर नवीन शस्त्र स्पर्धा, तणाव आणि अशांतता अजिबात नको आहे.

■

१.५ एका वर्षाची अखेर

आणखी एका वर्षाचा शेवट झाला. तसे म्हटले तर मागची वर्षे संपली तसेच आणखी एक वर्ष झाले असे म्हणता येईल. परंतु हे रास्त वर्णन होणार नाही. २००३ साली अमेरिकेने आपल्यावर अकरा सप्टेंबरला हल्ला झाल्यावर दहशतवादाच्या विरोधात एक युद्धच जाहीर केले. प्रथम अफगाणिस्तानमधल्या तालिबान राजवटीचा पाडाव झाला आणि नंतर इराकचा क्रमांक होता. या वर्षात इराकवर लष्करी कारवाई करून नुकताच तेथला हुकुमशहा सद्दाम हुसेन याला अटक झाली आणि दहशतवादाबरोबरच्या लढाईत दुसरा अध्याय संपला.

मागे एकदा सध्याच्या अध्यक्षांच्या वडिलांनी इराकबरोबर युद्ध केले आणि आता दुसऱ्यांदा परत त्याची उजळणी झाली. अर्थात पहिल्यावेळी इराकने शेजारच्या कुवेतला गिळंकृत केले होते म्हणून अमेरिकेला एक नैतिक अधिष्ठान मिळाले आणि जगाचा पाठिंबा युनोच्या माध्यमातून मिळाला. यावेळी अमेरिकेच्या भूमिकेविषयी एकूण जगभरच असंतोष आणि असमाधान होते त्यामुळे यावर्षातला अमेरिकेचा सैनिकी हस्तक्षेप वादाच्या भोवऱ्यात सापडला होता.

इराकच्याकडे मोठ्या नरसंहाराची अस्त्रे आहेत आणि ती वापरात येण्यापूर्वीच इराकला धडा शिकवला पाहिजे अशी अमेरिका आणि ब्रिटनची भूमिका होती. युनोच्या निरीक्षकांचे एक पाहणी पथक काम करत होते आणि इराक यांच्याबरोबर सहकार्य करत आहे असाही अहवाल होता. या निरीक्षकांना काही सापडले नाही आणि तरीही अमेरिकेने युद्ध केले. विशेष म्हणजे सद्दामचा पाडाव झाल्यावरही तेथे काहीच आक्षेपार्ह मिळाले नाही. परंतु सद्दाम राजवटीने इतके अत्याचार केले होते की सगळ्या जगानेच ही राजवट संपली म्हणून सुस्कारा टाकला. म्हणजे अमेरिकेने ज्या कारणाचा आधार घेतला त्यातले काहीच खरे नव्हते असे सर्व घटनातून सिद्ध झाले परंतु एक जुलमी राजवट संपली हेही चांगलेच झाले असे म्हणायची वेळ आली.

त्यातूनही अमेरिकेची एक अडचण झाली. अफगाणिस्तानमध्ये तालीबान राजवट संपली परंतु ओसामा बिन लादेन आणि उमर शेख हा राष्ट्रप्रमुख हातात आले नाहीत. तीच गोष्ट इराकमध्ये सद्दामची झाली. त्यामुळे युद्ध जिंकले परंतु विजय

काही साजरा करता आला नाही. किंबहुना या दोन्ही देशात अशांतता चालूच राहिली आणि बुश आणि ब्लेअर यांच्या राजवटी आपापल्या देशात एका संकटाच्या फेऱ्यात सापडल्या. इराकमध्ये तर युद्ध तीन आठवड्यातच संपले, परंतु त्यानंतरच अमेरिकेच्या सैनिकांचे अधिक बळी गेले. हे सर्व परवडणारे नव्हते.

या वर्षात अमेरिकेचा आपल्या संरक्षणावरचा खर्च सुमारे ४५० अब्ज डॉलर (४५० बिलियन डॉलर) होईल. त्यातच इराकमधल्या युद्धाचा खर्चही येतो. या उलट जगातले दारिद्र्य, पर्यावरणाचा ऱ्हास आणि रोगराई या विषयात अमेरिकेचा खर्च जेमतेम १५ अब्ज डॉलर (१५ बिलियन डॉलर) असेल. थोडक्यात म्हणजे अमेरिकेच्या दृष्टीने जगातल्या तातडीच्या प्रश्नांपेक्षा आपल्या देशाच्या संरक्षणावर तीस पटीने अधिक खर्च करणे योग्य आहे. खरे म्हणजे जगातली शांतता ही आर्थिक प्रगती, समाजाचे स्वास्थ्य आणि शाश्वत पर्यावरण यातून बनत असते आणि अमेरिकेच्या संरक्षणाच्या दृष्टीनेही या प्रश्नांचे कितीतरी अधिक महत्त्व आहे. विशेष म्हणजे सगळ्या जगाचीच अर्थव्यवस्था आणि त्यातूनही श्रीमंत औद्योगिक देशांची आर्थिक वाढ खनिज तेलाच्या पुरवठ्यावर आणि किंमतीवर अवलंबून आहे. या अर्थाने अमेरिकेच्या समृद्धीवर जगातल्या उरलेल्या देशांचे भवितव्य गुंतलेले आहे. थोडक्यात म्हणजे अमेरिकेची विदेश नीति आणि अमेरिकेचे आणि पर्यायाने जगाचे स्वास्थ्य एकमेकाशी निगडित आहे. असा विचार केला तर अमेरिका अगदी दहशतवादाचाही आपल्या सुरक्षिततेच्या दृष्टीने पुरेसा सर्व समावेशक विचार करत आहे असे दिसत नाही.

एका मर्यादित संदर्भात बुश यांची जी दहशतवादाच्या विरोधात तीव्र प्रतिक्रिया होती त्याचे काही फायदे दिसू लागले आहेत. अमेरिकेने प्रथम जगातल्या दहशतवादाचे जे समर्थक देश आहेत असा आरोप केला होता त्यामध्ये उत्तर कोरिया आणि इराण यांचा उल्लेख होता. तसेच त्यांच्याबरोबरच लिबियाचाही समावेश या बदमाश राजवटीमध्ये (रोग स्टेटस्) होता. आता अफगाणिस्तान आणि इराक त्यांना शिक्षा दिल्यावर इराण आणि लिबिया हेही देश अमेरिकेच्या भीतीपोटी आपल्या सद्‌वर्तनाची हमी देण्यासाठी पुढे आले आहेत.

मागचे काही महिने इराणच्या अणुऊर्जा कार्यक्रमाविषयी मोठे वाद चालू होते. यूनोची अणुविकास कार्यक्रमावर देखरेख ठेवणारी एक तपासणी यंत्रणा आहे आणि त्यांनी इराण आपल्या बरोबर पुरेसे सहकार्य करत नाही असा अहवाल दिला होता. अमेरिकेला प्रथमपासूनच इराणमध्ये अण्वस्त्रे बनविण्याचा कार्यक्रम चालू आहे असा संशय होता. इराण मात्र आपल्या ऊर्जेच्या गरजेसाठी आपण हा शांततामय कारणांसाठी कार्यक्रम राबवत आहोत असे सांगत होते. नंतर जेव्हा इराकमधली कारवाई झाली तेव्हा इराणच्या सत्ताधीशांना आपण आगीशी खेळ करीत आहोत याची समजूत

पटली आणि आता त्यांनी युनोबरोबर पूर्ण सहकार्य करण्याचे आश्वासन दिले आहे. यासाठी युनोचे निरीक्षक कोणत्याही वेळी फक्त दोन तासांची मुदत देऊन इराणमध्ये कोणत्याही स्थानाची तपासणी करतील असे मान्य झाले आहे. तसेच इराणमधल्या काही तपासणींमध्ये अण्वस्त्रांच्या विकासाचा जो काही पुरावा मिळाला आहे त्यावरून काही देशांनी इराणला मदत केल्याचे उघडकीस आलेले आहे. यात अर्थातच रशिया, चीन आणि उत्तर कोरिया यांचा समावेश आहे. तसेच पाकिस्तानने इराणला मध्यस्थ म्हणून अनेक मार्गांनी मदत केली आणि त्यांचे तीन अणुऊर्जा विषयातले शास्त्रज्ञ यांना आता अटक करून अमेरिकेच्या ताब्यात देण्यात आले आहे. म्हणजे इराकबरोबरच इराणलाही धडा शिकविण्याची गरज आहे या अमेरिकेच्या भूमिकेत बरेच तथ्य होते असे आज जगापुढे आले आहे.

अमेरिकेच्या इराक बरोबरच्या युद्धाने सगळे वर्ष घेतले. तसेच युनोमध्ये सर्वात याच विषयाची जास्त चर्चा झाली. तसेच युनोच्या बगदादमधल्या मदत कार्यालयावर घातपाती हल्ला झाला. म्हणजे सद्दामच्या पाठीराख्यांच्या दृष्टीने युनोही पक्षपाती ठरली. मात्र बुश यांच्या एकतर्फी धोरणामुळे युनोही कोणतीही जबाबदारी घ्यायला उत्सुक नाही. शिवाय सैनिकी हस्तक्षेपामुळे इस्लामी देशात जनसमुदाय अशांत आहे. तसेच तुर्कस्तान, उत्तर आफ्रिका, सौदी अरेबिया आणि दक्षिणपूर्व आशियात धार्मिक अतिरेक्यांनी घातपात घडवून आणले आहेत.

मागच्या काही वर्षात जगामध्ये धार्मिक अतिरेक्यांनी जे एक नवे संकट उभे केले आहे त्याचे नाट्यमय प्रतिक म्हणून अकरा सप्टेंबरच्या घटनेकडे बघता येईल. त्यात तीन हजार नागरिक मारले गेले आणि त्यात अमेरिकेच्या व्यतिरिक्त इतर अनेक देशांचे नागरिकही होते. परंतु त्याचबरोबर आफ्रिकेमध्ये मलेरियाच्या रोगाने रोज आठ हजार बालके मरण पावतात हे सुद्धा लक्षात ठेवले पाहिजे. विशेष म्हणजे मलेरियाचे निर्मूलन होऊ शकते आणि त्यावर इलाजही करता येतो. परंतु आफ्रिकेतले देश अगदी गरीब आहेत. त्यांना मच्छरदाण्या देणे परवडत नाही आणि मलेरियावरचे औषधोपचारही देता येत नाहीत. इतके करता आले तर दरवर्षी काही लाख बालकांचा जीव वाचवता येईल. तुलनाच करायची म्हटले तर अमेरिका सध्या इराकमध्ये दर दिवसाला जो खर्च करत आहे तो आफ्रिकेतल्या मलेरियाच्या एक वर्षाच्या निर्मूलनाच्या खर्चापेक्षा अधिक आहे.

अमेरिकेची इराकबरोबरच्या युद्धाची भूमिका कितीही वादास्पद असली तरी आता सद्दामच्या अटकेनंतर एका जुलमी राजवटीची अखेर झालेली आहे. त्या अर्थाने हा विषय संपलेला आहे. आता नव्या वर्षात नव्याने विचार करण्याची गरज आहे अमेरिकेलाही आणि जगालाही. अध्यक्ष बुश यांनी नुकतीच लंडनमध्ये युनोवर टीका केली. त्यांच्या मते युनो जर आपल्या शब्दाला पक्की राहिली तरच जगाचा

युनोवरचा विश्वास वाढेल. त्यासाठी युनोने वेळ आली तर प्रत्यक्ष कारवाई करण्याची तयारी दाखवली पाहिजे. म्हणजे सध्याची युनो ही फक्त चर्चेत वेळ घालवते आणि अन्यायाचे परिमार्जन मात्र करत नाही असे त्यांना अभिप्रेत आहे. ही टीका रास्त असली तरीही न्याय्य नाही कारण ती वस्तुस्थितीला धरून नाही.

आजपर्यंत युनोची जी घडण झालेली आहे ती पाहता युनो प्रत्यक्ष कारवाई काय करणार? त्यासाठी परत सुरक्षा समिती आणि त्यातली पाच प्रमुख देश यांच्याकडेच जावे लागणार. पन्नास वर्षांनी आता जग नव्या कालखंडात आणि नव्या युगात प्रवेश करत आहे आणि त्यासाठी युनो या संघटनेचाही पुनर्विचार करावा लागेल. सध्याची युनो ही नव्या युगाला सामोरी जाऊ शकत नाही हे वास्तव आहे. परंतु त्याजागी कोणते नवे संघटन उभारायचे यासाठी जगामध्ये पुन्हा एकदा सहमती निर्माण व्हावी लागेल. मागच्या वेळी महायुद्ध संपले होते आणि शत्रूचा पूर्ण बिमोड झालेला होता. शिवाय एक मोठी पोकळी निर्माण झालेली होती. जे विजेते देश होते त्यांच्या हितसंबंधात अंतर्विरोध असला तरी त्यांना एक तटस्थ जागतिक संघटन हवे होते. आज तशी अजिबात परिस्थिती नाही कारण दहशतवादाबरोबरच्या संघर्षात देशाची संकल्पना पुरेशी नाही आणि दहशतवादी गट यांचे अस्तित्व अधिक धोक्याचे आहे. अमेरिकेला आणि इतर बड्या देशांना आज ना उद्या युनोच्या पुनर्रचनेचा विचार सुरू करावा लागणार आहे. आज जरी भले संघर्षाचे वातावरण असले तरीही येत्या काळात कधीतरी सहमती निर्माण व्हावी लागेल.

अमेरिकेने मार्च २००२ मध्ये मेक्सिकोतल्या मॉंटेरी येथे एका परिषदेत घोषणा केली. ही परिषद विकासासाठी वित्त पुरवठा या विषयावर होती. येथे मॉंटेरी सहमतीमध्ये अमेरिकेने सगळ्या श्रीमंत राष्ट्रांबरोबर देशाच्या राष्ट्रीय उत्पन्नाच्या ०.७ टक्के आंतरराष्ट्रीय विकास निधी म्हणून द्यायचा याचे आश्वासन दिले आहे. याचा अर्थ अमेरिकेकडून परदेशी मदतीपोटी दरवर्षी ६० अब्ज डॉलर (६० बिलियन डॉलर) अतिरिक्त निधी उपलब्ध होईल. आश्चर्य म्हणजे अध्यक्ष बुश हे पूर्णपणे विसरून गेले आहेत.

हा बुश यांचा विसरभोळेपणा एकच अपवाद नाही. यापूर्वीही त्यांनी युनोला आश्वासने दिली होती आणि नंतर त्यातले काहीच घडले नाही. मागे एकदा १९९२ मध्ये पर्यावरणाला जी मनुष्यनिर्मित हानी होत होती त्यावर सहकार्य करण्याचे युनोला आश्वासन दिले होते. तसेच डब्ल्यूटीओच्या दोहा २००१ च्या घोषणेत जगातल्या गरीब देशांना आपल्या बाजारपेठा मुक्त करून देण्याचे कबूल केले होते. परंतु मेक्सिको मधल्या कॅनकून येथे ऑक्टोबरमध्ये जी परिषद भरली त्यावेळी अमेरिकेने आपली बाजारपेठ खुली करण्याचे स्वच्छ नाकारले. किमान आफ्रिकेतल्या गरिबीशी आणि रोगराईशी झगडणाऱ्या काही देशांना तरी अशी सवलत मिळेल अशी अपेक्षा होती परंतु अमेरिकेने अजिबात दाद दिली नाही. त्यापूर्वी २००० सालात मिलेनियन

असेंब्ली भरली होती आणि त्यावेळी जगातले दारिद्र्य कमी करण्यासाठी आपण ठोस पावले उचलू असे अमेरिकेने जाहीर केले होते. तसेच जोहान्सबर्गमध्ये २००२ सालात शाश्वत विकासावर जागतिक परिषद भरली होती त्यावेळी जगाचे पर्यावरण आणि निसर्ग यांचे संरक्षण करण्याची जबाबदारी घेतली होती. या आणि अशा अनेक आश्वासनांवर अमेरिकेने काहीच पाठपुरावा केला नाही.

ही सर्व उदाहरणे एका अर्थाने महत्त्वाची आहेत कारण या सर्व प्रश्नांचे जागतिक अर्थव्यवस्था आणि जगातली शांती आणि स्थैर्य आणि सुस्थिती यांच्याशी निकटीचे संबंध आहेत. म्हणजेच जगाची आणि अमेरिकेची सुरक्षिताही यात आहे. फक्त दहशतवादाचा मुकाबला हा सुरक्षिततेचा एकमेव मुद्दा नाही. अमेरिका कधीतरी शहाणी होईल आणि आपली जबाबदारी उचलेल असा विचार करून उरलेल्या जगाने वाट बघत बसायचे का? असा प्रश्न आहे. अमेरिकेची लोकसंख्या जगाच्या लोकसंख्येत फक्त पाच टक्के आहे युनोमध्ये १९१ देश आहेत त्यामध्ये अमेरिका हा एक देश आहे. अनेक गरीब देश आहेत आणि त्यातही जिथे लोकशाही आहे अशा भारत, ब्राझील, मेक्सिको, द. आफ्रिका, घाना आणि फिलिपाईन्स या देशांनी एकत्र येऊन आपले स्वतंत्र अस्तित्व दाखवले पाहिजे. येत्या २००४ सालात या देशांनी आपल्याला जे महत्त्वाचे प्रश्न वाटतात त्यावर आपल्या स्वातंत्र्याची घोषणा करायला हवी. फक्त अमेरिकेला काय महत्त्वाचे वाटते हे सर्व जगाच्या दृष्टीने महत्त्वाचे नाही.

■

१.६ अमेरिकेचा नवा चेहरा

आज जगामध्ये सर्वांना एक प्रश्न पडला आहे. इराकबरोबर युद्ध करून अमेरिकेला खरोखरीच काय साधायचे आहे? या प्रश्नाच्या उत्तरावर आश्चर्य म्हणजे आज जगाचे भवितव्य अवलंबून आहे. एका एकमेव महासत्तेच्या राष्ट्रप्रमुखावर जगाचे आर्थिक स्थैर्य खोळंबून राहिले आहे हा एक नवीन अनुभव आहे. कोणाला असे वाटते की सद्दामने आपल्या वडिलांचा जीव धोक्यात आणण्याचा प्रयत्न केला म्हणून मुलाला धडा शिकवायचा आहे.एक अंदाज आहे इस्त्राईलचे संरक्षण करायचे आहे. काहींना वाटते की मध्यपूर्वेमध्ये अरब देशात लोकशाही आणण्याची ही सुरुवात आहे. याहीपेक्षा बहुतेकांचा ठाम समज आहे की अमेरिकेला इराकच्या खनिज तेलावर ताबा मिळवायचा आहे. या आणि अशा बऱ्याच शक्यता आहेत.

बुश प्रशासनाने अनेक परीने आपल्या आग्रहाचे समर्थन केले आहे. यात अर्थात सर्वात महत्त्वाचा मुद्दा इराकजवळ असलेल्या जनसंहारक अस्त्रांचा आहे. अमेरिकेचे संरक्षण उपमंत्री पॉल वुलफोविज हे तर इराक हा पहिला अरब जगातला लोकशाही देश होणार अशी आशा धरून आहेत. अरब देशात एकतंत्री राजवटी आहेत आणि लोकांना त्या जोखडातून मुक्तता हवी आहे. याच पध्दतीने रेगन यांच्या राजवटीत सोव्हिएट युनियनवर दबाव ठेवण्यात आला आणि अखेरीस त्या साम्राज्याचे विघटन झाले. यातून अखेरीस पूर्व युरोपचा नकाशा बदलला.

अमेरिका सोडून इतर कोणाचाच अशा सफाईवर विश्वास नाही. अमेरिकेच्या हितसंबंधाला धरून इराकच्या खनिज तेलाच्या साठयांवर तिची नजर आहे असा बहुतेकांचा समज आहे. अमेरिकेमध्ये प्रशासनात वेगवेगळया अधिकाऱ्यांच्या वेगवेगळया भूमिका आहेत आणि वेगळ अग्रक्रम आहेत. अध्यक्ष बुश यांच्या डोळयापुढे इराकची शस्त्रे आहेत आणि वुलफोविज यांना लोकशाही हवी असेल. परंतु सगळयांना इराकचा खनिज तेलाचा साठा आपल्या ताब्यात पाहिजे.

यासर्व शक्यता लक्षात घेता अमेरिकेच्या मनात काय आहे याचा शोध घेण्यापेक्षा युद्ध सुरू झाल्यावर अमेरिका काय करेल, हा अधिक महत्त्वाचा प्रश्न आहे. यासाठी केवळ अंदाज करण्याची गरज नाही. नजीकच्या गतकाळात अमेरिकेने काय

वर्तन केले याचा तपास करता येईल.

अमेरिकेला मध्यपूर्वेमध्ये लोकशाही आणायची आहे यावर विश्वास बसणे अवघड आहे. आज जो मध्यपूर्वेचा नकाशा आहे तो अमेरिका आणि युरोप यातील देशाने मिळून निर्माण केलेला आहे. या देशातल्या एकतंत्री आणि जुलमी राजवटी या मुळात पाश्चिमात्य देशांच्या हितसंबंधांना सोयीस्कर असतील या पध्दतीने निर्माण झालेल्या आहेत आणि त्यांचे पोषण झालेले आहे. आज अमेरिकेने युद्ध करून लोकशाहीचा झेंडा जरी उभा केला तरी त्यातून काही टिकाऊ व्यवस्था निर्माण होण्याची शक्यता नाही. युरोपमधले देश इराकच्या तेलसाठ्यावरून मोठी भांडणे सुरू करतील. हा मार्ग वरकरणी दिसतो तितका सोपा नाही.

सगळया विसाव्या शतकात अरब देशांमध्ये फक्त खनिज तेल इतकेच महत्त्वाचे होते. स्वयंनिर्णय, स्वातंत्र्य, लोकशाही आणि आर्थिक विकास या बाबी तेलापेक्षा अधिक महत्त्वाच्या होत्या परंतु त्याकडे सगळ्यांचेच दुर्लक्ष झाले. पहिल्या महायुद्धात ब्रिटिश सामाज्याने अरब टोळ्यांचे जे गटप्रमुख होते त्यांना आपल्या बाजूने लढण्यासाठी राजी केले परंतु युद्ध संपल्यानंतर मात्र त्याची काहीच परतफेड केली नाही. याउलट ब्रिटिश आणि फ्रेंच सामाज्यशाहीचे हितसंबंध सांभाळण्यात अरब नेतृत्व कामी आले.

मध्यपूर्वेत जेव्हा कधी लोकशाही रुजविण्याचे प्रयोग झाले त्यावेळी खनिज तेलांच्या साठ्यावर जे अमेरिकेचे नियंत्रण होते त्यांना धोका निर्माण झाला आणि लगेचच लोकशाहीला तिलांजली देण्यात आली. पन्नास वर्षापूर्वी इराणचे पंतप्रधान मुसादेह यांच्या विरोधात जो उठाव झाला त्याला अमेरिकेच्या सीआयएने पूर्ण पाठिंबा दिला होता. या पंतप्रधानांनी इराणच्या खनिज तेलक्षेत्राचे राष्ट्रीयीकरण केले आणि लगेचच ब्रिटनने इराणवर बहिष्कार टाकला आणि अमेरिकेच्या पाठिंब्याने इराणमध्ये हस्तक्षेप केला. याचा परिणाम म्हणून एक लोकशाही राजवट कोलमडली आणि तिचा लोकप्रिय पंतप्रधान सन १९५३ मध्ये तुरुंगात गेला.

आणखी एक उद्‌बोधक उदाहरण आहे. अलजिरियामध्ये १९९२ मध्ये लोकशाही निवडणूका होऊन इस्लामिक साल्व्हेशन फ्रंट (एफआयएस) सत्तेवर येण्याची शक्यता निर्माण झाली लगेचच पाश्चिमात्य देशांनी पाठिंबा दिला आणि त्या हस्तक्षेपातून निवडणुकीची प्रक्रिया पुढे जाऊ दिली नाही. अल्जेरियाचे जे सैन्याचे जनरल होते त्यांना फ्रान्सने अमेरिकेच्या पाठिंब्यावर नैतिक आणि आर्थिक मदत दिली. पाश्चिमात्य देशांची ही कृती वादग्रस्त होती हे मान्य केले तरी त्याला दुसरी एक बाजू होती हे नमूद केले पाहिजे. अल्जेरियामध्ये या प्रसंगी लोकशाही मार्गाचा फायदा घेत इस्लाम धर्माचा एक कडवा सनातनपंथी पक्ष राज्यसत्ता ताब्यात घेणार होता. असे झाल्यानंतर तेथे लोकशाही राजवट खऱ्या अर्थाने टिकली असती की नाही, हाही एक प्रश्नच होता. किंबहुना मुस्लिम जगतात जी एक कडव्या पंथाची लाट आली आहे त्याचाच

अविष्कार अल्जेरियामध्ये दिसला असता. या अर्थाने पश्चिमिदेशाच्या हस्तक्षेपाला दोष देता येणार नाही.

सोव्हिएट सेंट्रल आशियात अमेरिकेने याच पध्दतीने वर्तन केले आहे. बुश प्रशासन याचे उदाहरण दाखवून आपण मध्यपूर्वेमध्येही लोकशाही राबवू अशा प्रकारच्या वल्गना करत आहे. मात्र खरी वस्तुस्थिती अशी आहे की अमेरिकेतल्या तेलकंपन्या यांनी आपले हितसंबंध डोळयापुढे ठेवून मध्य आशियात अमेरिकेची राजनीती राबवली आहे. कझागीस्तान, तुर्केमिनिस्तान आणि उझबेगिस्तान या भागात अमेरिकेच्या हितसंबंधांना सोयीस्कर असे करार करण्यात येत आहेत आणि येथे असलेल्या राजवटी पूर्णपणे एकतंत्री आहेत.

अमेरिकेच्या सुरक्षिततेच्या दृष्टीने मध्यपूर्वेतून मिळणाऱ्या खनिज तेलाच्या पुरवठ्यामध्ये इराकचे स्थान मोक्याचे आहे. तसेच जगातला सर्वात मोठा दुसऱ्या क्रमांकाचा साठा तेथे आहे. आर्थिक सुरक्षेचा विचार केला तर या तेलाची गरज आहे परंतु सद्दाम हुसेनच्या नेतृत्वाखाली या तेल उद्योगाची वाढ होऊ देणे कोणाला परवडणार नाही. त्यामुळे इराकमध्ये नवीन राजवट आली तरच खनिज तेलाच्या उद्योगाचा विकास करता येईल आणि त्यातून जगात अधिक समृद्धी येऊ शकेल. आज बुश राजवटीमधले उपाध्यक्ष डिक चेनी आणि संरक्षण मंत्री रम्सफेल्ड हे दोघेही मागचे अध्यक्ष जेराल्ड फोर्ड (१९७४) यांच्याबरोबर होते आणि तेथूनच अरब प्रदेशातल्या तेलावर व्यापारबंदी आली आणि त्या संघर्षातून शेवटी फोर्ड यांचा पराभव झाला. हा अनुभव घेऊन चेनी आणि रम्सफेल्ड हे आज बुश प्रशासनात धोरणे आखत आहेत.

■

१.७ अमेरिकेचे जगावर अधिराज्य

२००२ सालात जगभरात अनेक घटना घडल्या आणि त्याचा आढावा घेण्याची ही वेळ आहे. अनेक देशांच्या दृष्टीने अमेरिका ही महासत्ता म्हणून कशी वागली हा सर्वात महत्त्वाचा विषय आहे. त्यातही अध्यक्ष बुश यांची भूमिका हा चर्चेचा विषय आहे.

अनेक टीकाकारांच्या मते अध्यक्ष बुश यांनी कर्तबगार नेत्याचे गुण दाखवले. अकरा सप्टेंबरच्या दहशतवादाच्या हल्ल्यानंतर बुश यांनी अमेरिकेचे आणि पाश्चिमात्य देशांचे समर्थपणे नेतृत्त्व केले. मुळात बुश अध्यक्षपदाच्या निवडणुकीत कसेबसे निवडून आले. त्या देशाच्या निवडणूक पध्दतीत अनेक गुंतागुंतीच्या परंपरा आहेत आणि त्याचा फायदा मिळून ते अध्यक्ष झाले. फ्लॉरिडा या महत्त्वाच्या राज्यात यांत्रिक मतमोजणीच्या व्यवस्थेत अनेक किचकट नियम होते आणि त्यावरून कायद्याचे वाद झाले. याच राज्यात बुश यांचे बंधू राज्यपाल होते आणि त्याचा फायदा झाला. शिवाय हा वाद देशाच्या सुप्रीम कोर्टात गेला आणि तेथेही एका मताच्या फरकाने बुश यांचे पारडे जड झाले. या देशात सुप्रीम कोर्टातले न्यायाधीशही यांच्या राजकीय नेमणूका होत असतात. म्हणजे बुश यांना मिळालेले अध्यक्ष पद अनेकांच्या दृष्टीने एक लॉटरीच होती.

परंतु अकरा सप्टेंबर नंतर बुश यांच्या नेतृत्वाला बहर आला. गेला अनेक वर्षे जगामध्ये एकच महासत्ता असल्यामुळे अमेरिकेविषयी कोणाला प्रेम नाही. अमेरिकेतल्या माणसालाही नेहमी एक प्रश्न असतो की सगळ्या जगामध्ये आपल्याला कोणीच का चांगले म्हणत नाही? शीतयुद्धाचा शेवट झाल्यावर हा घटनाक्रम अपरिहार्य होता. आता तर अमेरिकेचा दुस्वास करणे आणि टीका करणे याला एक मोठी लोकमान्यता मिळाली आहे. असे असूनही अनेक टीकाकारांनी बुश यांच्या नव्या नेतृत्व गुणाला मान्यता दिलेली आहे. परंतु या सगळ्यामागचा तर्क बघण्यासारखा आहे.

बुशवर टीका करणाऱ्यांच्यात एकमत नाही. मागच्या वर्षात बुश यांनी इराक, इराण आणि उत्तर कोरिया यांची एक अमंगल युती आहे असे म्हटले

आणि इराकला युद्धात धडा शिकवायचे जाहीर केले. अकरा सप्टेंबर नंतर अफगाणिस्तानमधून सैनिकी कारवाई करून तालीबानची राजवट संपवण्यात आली. नंतर आता इराकचा क्रमांक आहे असा इरादा अमेरिकेने जाहीर केला. बुश यांच्यावर जी सार्वत्रिक टीका होत आहे त्यात हा मुख्य मुद्दा आहे.

अनेकांच्या मते अफगाणिस्तानमध्ये खरोखरी काय साधले हा प्रश्न आहे. तालीबानची राजवट ही एक अमानुष विकृती होती हे सर्वमान्य आहे. परंतु अमेरिकेला अल कायदाचे म्होरके मुल्ला उमर आणि ओसामा बिन लादेन यांना पकडताच आले नाही. यात अमेरिकेचा जय आहे आणि पराजयही आहे. जेव्हा अमेरिकेने तालीबान विरोधात मोहीम जाहीर केली तेव्हा टीकाकारांनी एकच सूर लावला होता.

पूर्वी एकदा व्हिएतनाममध्ये अमेरिकेने आणि नंतर अफगाणिस्तानमध्ये रशियाने हस्तक्षेप करून मोठी किंमत चुकती केली होती आणि बदल्यात नामुष्कीही मिळविली होती. अफगाणिस्तानमध्ये रशियाची इतकी दमछाक झाली की पूर्वीच्या सोव्हिएत रशियाच्या विघटनात तिचा प्रमुख भाग होता. अमेरिकेतही व्हिएतनाममुळे संपूर्ण राजकारण बदलले आणि समाज जीवनही पूर्णपणे घुसळून निघाले. अफगाणिस्तानमध्ये तर रशियाची फजिती होत असताना अमेरिकेने तालिबानला पाठिंबा दिला होता आणि ओसामा बिन लादेन हा तर सीआयएच्या गळयातला ताईत होता. आता नशिबाचे फेरे बदलले आणि याच लादेनने अमेरिकेच्या पायाखालची जमीन काढून घेतली.

या भावनिक गोंधळात अमेरिका परत अफगाणिस्तानमधल्या दलदलीत सापडणार असा अनेकांचा होरा होता. अमेरिकेने सगळयांना खोटे पाडले. त्यांनी प्रत्यक्ष हस्तक्षेप करायला इतकी तयारी केली आणि वेळ लावला आणि पूर्वीच्या रशियाचा दोस्त असलेल्या नॉर्दर्न अलायन्सला कसेबसे घोड्यावर बसवले. हेतू एकच होता आणि तो म्हणजे अमेरिकेच्या सैनिकांचा बळी जाऊ नये. पूर्वीचे अध्यक्ष बुश यांच्या काळात सुदानमध्ये तीव्र दुष्काळात मानवीय मदत देण्यासाठी अमेरिका पुढे आली असताना त्यांच्या सैनिकांची रस्त्यामध्ये क्रूरपणे हत्या करण्यात आली होती आणि तेव्हापासून अमेरिकेने आपले सैनिक कोणत्याही कारणासाठी बाहेर पाठवायचे नाहीत असे ठरवले होते. अर्थात परिस्थितीच्या रेट्याखाली अमेरिकेने अपवाद केलाच आणि कोसोवोच्या लढ्यात मुस्लिमांची हत्या होते म्हणून सैनिकी साहाय्य केले होते.

अमेरिकेवरचे टीकाकार बऱ्याच गोष्टी सोईस्करपणे विसरतात. याचा अर्थ अमेरिका सर्वच गोष्टीत न्यायाने वागते असे अजिबात नाही. परंतु अमेरिकेवर टीका करताना किमान त्यात सुसंगती असणे आवश्यक आहे. अमेरिकेने

जगामध्ये कोठेही अन्याय झाला आणि अनाचार झाला आणि त्यात हस्तक्षेप केला नाही तर अमेरिका स्वार्थी आणि आत्मकेंद्री आहे अशी टीका होते. अमेरिकेने कारणाशिवाय मानवीय मदत कार्यात सैनिकांचा बळी दिला किंवा कोसोवोमध्ये मुस्लिम समुदायाला वाचविण्यासाठी हस्तक्षेप केला तर त्यात काही विशेष नाही असे म्हटले जाते. अफगाणिस्तानसारख्या देशात तालीबान राजवटीने अन्यायाचा कळस केला आणि तेथे हस्तक्षेप केला तर तेथल्या निष्पाप नागरिकांचा बळी गेला हाच टीकेचा प्रमुख मुद्दा होता.

अमेरिकेने ज्या सावधपणे अफगाणिस्तानमध्ये हस्तक्षेप केला त्यातून बुश यांनी टीकाकारांवर मात केली. अर्थात याची किंमत चुकती केली कारण ज्या ओसामा बिन लादेनला संपवायचा होता तो शेवटी निसटलाच आणि आजही तो जिवंत आहे की मृत आहे याचा अंदाज नाही. ही गोष्ट जर खरी आहे तर मग आता इराकच्या मागे का जायचे हा सवाल रास्तच आहे.

एक गोष्ट म्हणजे लादेन आणि सद्दाम हुसेन यांचा मिळून जगात दहशतवाद पसरवायचा असा एकत्रित कट आहे असे ठामपणे सांगण्यासारखा पुरावा नाही. शिवाय सद्दामकडे सर्वत्र संहार करण्याची क्षमता आणि अस्त्रे आहेत असेही ठामपणे म्हणता येत नाही. सद्दामकडे अण्वस्त्रे निर्माण करण्याची कदाचित क्षमता असली तरी ती वाहून नेण्याची क्षेपणास्त्रे त्याच्याजवळ नाहीत. अशा संदर्भात जगाला इराकबरोबरच्या संघर्षात का ढकलायचे असा अनेकांचा प्रश्न आहे. अमेरिका आणि ब्रिटन यांचे नेते आणि सरकार या व्यतिरिक्त युरोपात आणि बिगर पाश्चिमात्य देशात कोणालाच इराक बरोबर युद्ध व्हावे असे वाटत नाही. अगदी फ्रान्स आणि जर्मनी या देशातही लोकमत विरोधात आहे.

आता इराकची वेळ आली आहे असे सांगून बुश यांनी परत एक बाजी मारली. वेळ पडली तर अमेरिका एकट्याने हा लढा देईल अशा घोषणा करत त्यांनी टीकाकारांना झुलवले. प्रत्यक्षात त्यांनी युनोचा मार्ग पत्करला आणि सुरक्षा समितीच्या माध्यमातून अधिकृतपणे सर्व जगाची संमती आपल्या भूमिकेला मिळवली. या आणि अशा अनेक घडामोडीतून अध्यक्ष बुश हे सतत शिकत आहेत आणि प्रगल्भ नेतृत्वाचे गुण विकसित करत आहेत असे म्हणावे लागेल, परंतु अमेरिकेच्या टीकाकारांना हे पचनी पडत नाही.

■

१.८ जगात अमेरिकेची एकाधिकारशाही

एकविसाव्या शतकाच्या सुरुवातीला जगात फक्त एकच महासत्ता उरली आहे आणि तिचीच यापुढे दादागिरी चालू राहणार असे चित्र होते. त्यानंतर ११ सप्टेंबर २००१चे आक्रीत घडले आणि या महासत्तेचा मार्ग सुखाचा नाही आणि सुखरूपही नाही असे जगाला दिसले. मुख्य म्हणजे ही एकमेव महासत्ताच इतकी मुळापासून हादरली की तिच्या मनात खोल दडून बसलेली असुरक्षितताच सर्वांना आश्चर्याची वाटली. अकरा सप्टेंबर पूर्वी अमेरिकेच्या मायभूमीत आणि बलस्थानावर कधीही परकीयांचा हल्ला झालेला नव्हता. तुलना करण्याइतपतच जपानचा हवाई बेटांवरील पर्ल हर्बरवरचा हल्ला उदाहरण म्हणून सांगता येईल. त्यानंतर वर्षभर अफगाणिस्तानमध्ये हस्तक्षेप करून तेथे नवी राजवट रुजवण्यात वेळ गेला. मग इराकची पाळी आली. इराकवरच्या हल्यापूर्वी प्रसार माध्यमांनी अनेक भाकीते केली होती आणि त्यातली कोणतीच खरी ठरली नाहीत. सद्दाम हुसेनची राजवट पत्याच्या बंगल्याप्रमाणे कोसळली. आता इराकमध्ये लवकरात लवकर नागरी प्रशासन कसे आणता येईल याची चर्चा सुरू आहे.

आणखी एक विषय आहे युद्धानंतरच्या इराकच्या पुनर्निमाणात अमेरिका आणि युनो यापैकी कोण प्रमुख असेल याची चिंता करणारे देश आहेत फ्रान्स, जर्मनी आणि रशिया. नेमक्या या तीन देशांनीच अमेरिकेच्या विरोधात आवाज उठवला होता. विशेष म्हणजे इराकमध्ये युद्ध सुरू झाल्याच्या पहिल्या काही दिवसातच पुनर्वसनाचा विषय युनोमध्ये आला होता आणि त्यावेळी फ्रान्सने जाहीरपणे भूमिका घेतली होती की हे युद्ध अमेरिकेने सुरू केले आहे त्यामुळे इराकच्या पुनर्वसनाचीही जबाबदारी अमेरिकेचीच आहे. त्यानंतर मात्र जेव्हा अमेरिका आपला ताबा सोडणार नाही हे दिसू लागल्यावर फ्रान्स आणि जर्मनी यांनी लगेच आपली भूमिका बदलली आणि युनो चर्चेमध्ये आली. आणखीन एक आश्चर्याची बाब म्हणजे इराकमध्ये मानवी संहाराची जैविक आणि रासायनिक हत्यारे आहेत आणि त्यासाठी सद्दाम हुसेनची राजवट संपवली पाहिजे, हा सगळा विषयच चर्चेबाहेर गेला आहे. असे झाले तरी व्यापक इतिहसाच्या मांडणीत अमेरिकेला इराकमध्ये ही हत्यारे सापडली

नाहीत अशीच नोंद होईल.

युद्ध होण्यापूर्वी लोकमानसात आणि अभ्यासकात एक मत सर्वमान्य होते. अमेरिकेला इराकमधला खनिज तेलाचा प्रचंड साठा हवा आहे असाच सर्वांचा समज होता. ब्रिटनचे पंतप्रधान टोनी ब्लेअर यांनी यात एक नैतिक परिमाण जोडले होते. इराकची जनता सद्दामच्या जोखडातून मुक्त करणे ही त्यांच्या मते जगाची एक नैतिक जबाबदारी होती. हे दोन्हीही समज तपासण्यासारखे आहेत.

पहिला मुद्दा खनिज तेलांच्या साठ्याचा. सत्तरीच्या दशकात खनिज तेल हे जागतिक अर्थव्यवस्था आणि व्यापार यांचा मूलाधार आहे असे प्रथम जगापुढे आले. त्यावेळी खनिज तेल हे एक शस्त्र समजून विकसनशील देशांना पाश्चिमात्य देशांकडून व्यापारामध्ये अधिक सवलती मिळवण्यास उपयोगी पडेल असे मानले जात होते. निदान त्यावेळी टोकिओमध्ये जी जागतिक व्यापाराची चर्चा झाली त्यात तेलाचा अशा रीतीने उपयोग झाला. परंतु त्यानंतरच्या तीन दशकात खनिज तेल उद्योगाविषयी जग शहाणे झाले आहे. एक म्हणजे तेलासाठी असलेली मागणी ही अल्पकाळात लवचिक नसली तरी दीर्घ काळासाठी ते खरे नाही. या मधल्या तीस वर्षात तेल बचतीचे तंत्रज्ञान बऱ्याच प्रमाणात पुढारले आहे आणि इंधनाचे पर्यायी मार्ग शोधण्याचे संशोधन वेगाने पुढे जात आहे. याची दखल घेऊन ओपेक ही तेल निर्यातदार देशांची संघटना आता तेलाच्या किंमती बावीस डॉलर ते अठ्ठावीस डॉलर प्रती बॅरल या दरम्यान स्थिर असाव्या असे म्हणत आहे. यामागे तेलाचे अस्त्र वापरून श्रीमंत औद्योगिक देशांना नेहमी हवे तेव्हा वाकवता येईल अशी परिस्थिती राहिलेली नाही याची ही जाण आहे.

मागच्या दशकात बऱ्याच पश्चिम आशियातल्या तेल उत्पादक देशांची आर्थिक समृद्धी पूर्वीसारखी अबाधित राहिलेली नाही. या देशांपैकी कुवेत हा एकच देश असा आहे ज्याने वेळेवर आपले औद्योगिकीकरण साधले. थोडक्यात म्हणजे फक्त खनिज तेल आहे इतक्या आधारावर व्यापक विकास प्रक्रिया टिकवून धरता येत नाही. अनेक अरब देश हा धडा शिकत आहेत.

तिसरा महत्त्वाचा मुद्दा म्हणजे ओपेक संघटनेतल्या तेल उत्पादक देशांच्या ताब्यात तेल उत्पादनाची प्रक्रिया असली तरी त्यांचे तेलाच्या वितरण व्यवस्थेवर काहीच नियंत्रण नाही. मुख्य म्हणजे या वितरणावर अमेरिकेचे वर्चस्व आहे आणि जगातल्या तेल उत्पादनाचे अर्थशास्त्र अमेरिकेच्याच लहरीवर अवलंबून आहे. शेवटचा एक मुद्दा असा की अमेरिकेला जर खनिज तेलावरच ताबा मिळवायचा होता तर सद्दाम हुसेनला लालूच दाखवून राजी करणे अमेरिकेला फार सोपे होते. पूर्वी एकदा इराक आणि इराणच्या युद्धात अमेरिका आणि इतर पश्चिमी राष्ट्रांनी सद्दाम हुसेनची साथ केली होती. शिवाय सद्दामची पैशाची लालसा सगळयांना माहीत असल्यामुळे

सद्दामने अमेरिकेच्या आमिषांना प्रतिसाद दिला नसता, असे कोणीच म्हणणार नाही.

दुसरा प्रश्न राहिला ब्लेअर यांच्या नैतिक भूमिकेचा. त्यांच्या मते इराकी जनतेची सद्दामपासून मुक्तता करण्याची लोकशाहीच्या दृष्टीने गरज होती. अर्थात सद्दामकडे रासायनिक आणि जैविक अस्त्रे सापडली नाहीत या बदली ही सफाई होती. तसेच युरोपमधल्या नेत्यांना वरकरणी पटवण्यासाठी ही युक्ती होती. एकूणातच गेल्या पन्नास वर्षात ब्रिटन काय किंवा अमेरिका काय कोणत्याच पश्चिमी राष्ट्रांना आपल्या स्वहितासाठी कोणत्याही प्रकारच्या बिगर लोकशाही सरकारबरोबर जमवून घ्यायला कधीही अडचण आली होती, असे उदाहरण नाही. त्यामुळे सद्दाम हुसेन हा एक क्रूरकर्मा होता आणि म्हणून त्याचा पाडाव करावा लागला हे कुणाला फारसे पटणारे समर्थन नाही.

थोडक्यात म्हणजे तेलाच्या साठ्यांसाठी अगर लोकशाही आणण्यासाठी इराकमध्ये युद्ध करावे लागले यात फारसे तथ्य नाही. त्यापेक्षा इतर दोन बाबी अधिक महत्त्वाच्या होत्या. एक म्हणजे आंतरराष्ट्रीय राजकारण आणि दुसरे म्हणजे ११ सप्टेंबरचा अमेरिकेवरचा हल्ला. तसे म्हटले तर इराकमध्ये नरसंहाराची अस्त्रे नाहीत असे ठाम विधान करायला हान्स ब्लिक्स या युनोच्या प्रमुखांनी फार वेळ लावला. तोपर्यंत अमेरिकेने सैन्य आणि शस्त्रास्त्रे यांची मध्यपूर्वेत हस्तक्षेप करण्यासाठी मोठ्या प्रमाणावर जुळवाजुळव केली होती. तसेच फ्रान्सने उघडपणे अमेरिकेच्या विरोधात भूमिका घेऊन इतरांचा पाठिंबा मिळवायला सुरुवात केली होती. एका अर्थाने अमेरिका आणि युरोपियन युनियन यांची आंतरराष्ट्रीय पुढारीपणासाठी स्पर्धा अगोदरच सुरू झाली होती. याची खरी सुरुवात युरोपियन युनियन बनण्याच्या वेळेपासून झाली. तसेच अमेरिकेने नाफ्ताच्या बाबत जी भूमिका घेतली त्यातही याची चुणुक दिसली. दुर्दैवाने आंतरराष्ट्रीय राजकारणाच्या नेतृत्वाची स्पर्धा सुरू व्हायला नेमका इराकचा मोका आला. कधीतरी ही ठिणगी पडणारच होती.

दुसरी बाब आहे ११ सप्टेंबरच्या अनुभवाची. अमेरिकेला आपल्या आर्थिक आणि सामाजिक व्यवस्थेला आशियातल्या एका मागासलेल्या देशाकडून सर्वात मोठा धोका वाटतो. आता साम्यवादाच्या धोक्याची भीती राहिली नाही. अशा मानसिक अवस्थेत अमेरिकेने सद्दाम हुसेनसारख्या आधुनिक तंत्रज्ञानाचा परिचय असणाऱ्या गुन्हेगार राज्यकर्त्यांची भीती घेतली होती. त्यामुळे नरसंहाराची अस्त्रे इराकमध्ये खरोखरी होती का यापेक्षा तेथे सद्दामच्या आधुनिक राजवटीची क्षमता हा अधिक मोठा धोका होता. त्यामुळे अस्त्रे नष्ट करण्यापेक्षा सद्दामचाच पाडाव ही अमेरिकेची गरज होती.

इराक बरोबरचे युद्ध संपले आणि एका मर्यादित अर्थाने तेवढ्यापुरता प्रश्न मिटला. अर्थात हा झाला अमेरिकेचा दृष्टीकोन. परंतु आंतरराष्ट्रीय राजकारणात

कोणाचे नेतृत्व राहणार ही स्पर्धा आता चालू झाली आहे आणि त्याची फक्त सुरुवात झाली आहे. फ्रान्स आणि जर्मनी यांच्या रूपाने युरोपमध्ये जर नवीन विचारमंथन सुरू झाले तर अमेरिकेच्या नेतृत्वाला आव्हान मिळू शकते. मागच्या शतकात फ्रान्स, जर्मनी आणि रशिया यांची दोन महायुद्धे झाली आणि त्यातून जगाचा इतिहास बदलला. या सर्व प्रसंगी ब्रिटनने मोलाची भूमिका बजावली. आता फ्रान्स, जर्मनी आणि रशिया एकत्र येऊन अमेरिकेच्या अबाधित नेतृत्वाला शह देतात का असा प्रश्न निर्माण झाला आहे. एकविसाव्या शतकाची इराकमुळे का होईना सुरुवात चांगली झाली असे म्हणता येईल.

■

१.९ बदलती जागतिक अर्थव्यवस्था

अमेरिकेने सद्दाम राजवटीचा पराभव केला आणि इराकमध्ये एका नव्या युगाची सुरुवात झाली. आजच्या एकविसाव्या शतकात ११ सप्टेंबरचा अमेरिकेवरचा घातपाती हल्ला याने जगाचे राजकारण बदलले. त्यानंतर सद्दामच्या एकतंत्री हुकुमशाहीचा शेवट ही दुसरी महत्त्वाची घटना. या घटनेचे ऐतिहासिक महत्त्व यासाठी की एकूण अरब जगतात बरेच मूलभूत बदल घडून येणार आहेत आणि त्याची इराकपासून सुरुवात आहे. मागच्या शतकात इजिप्तने सुएझ बंदरात नाकेबंदी केली आणि ब्रिटन आणि पाश्चिमात्य तेलकंपन्यांना पराभव पत्करावा लागला. त्या घटनेनंतर खनिज तेलाची किंमत हा जागतिक राजकारणात आणि अर्थकारणात सर्वात महत्त्वाचा नाजूक विषय बनला. त्यावेळी शीतयुद्धाचा बहर होता आणि अरब देशांमध्येही अमेरिका आणि सोव्हिएट युनियन या महासत्तांचे मित्र निर्माण झाले होते. असे असले तरी अरब तेल निर्यातदार देशांची ओपेक ही संघटना अरब देशांच्या आर्थिक हितसंबंधांशी भक्कमपणे पाठराखण करत होती. आता सगळ्याचीच पुनर्मांडणी करावी लागेल.

नुकताच झालेला सद्दाम राजवटीचा पाडाव यातून मोठा प्रक्षोभ निर्माण झाला आहे. कोणकोणत्या गोष्टी घडतील आणि कोणत्या क्रमाने घडतील हा विषय उत्तेजित करणारा आहे आणि त्यामध्ये प्रत्येकाचे वैचारिक समज आणि पूर्वग्रह आणि संशय यांचे प्राधान्य रहाणार आहे. परंतु या सर्व चर्चेत एक समान धागा दिसणार आहे. तो आहे अमेरिकेच्या विरोधातला. शीतयुद्धाचे पर्व संपले, सोव्हिएट युनियनचे विघटन झाले आणि अमेरिका ही एकच जागतिक महासत्ता जगात उरली. सगळ्यांनाच ही अतिशय धोकादायक परिस्थिती वाटते. अमेरिकेमध्येही अनेक विचारवंतांनाही जगाच्या हिताच्या दृष्टीने एका महासत्तेचा एकतंत्री वावर चांगला नाही असेच वाटते.

आज जे संशयाचे भूत उठले आहे त्यामागे एकोणिसाव्या शतकातल्या वसाहतवादाचा अंमल अमेरिका परत जगावर लादणार आहे असा दाट समज आहे. अमेरिकेचे साथीदार ब्रिटन यांना तर या विषयात गाढ अनुभव आहे. अर्थात वसाहतवादाचा जुना चेहरा परत आहे तसा व्यवहारात दिसेल ही शक्यता नाही. तो अनेक नव्या रूपाने अवतरेल. आत्ताच इराकमध्ये सद्दाम राजवटीचा पाडाव झाल्यावर थोडा वेळ

अमेरिकेची सैनिकी राजवट काम करेल आणि लगेचच इराकी जनतेचे प्रातिनिधिक सरकार कार्यरत होईल असा प्रयत्न आहे. या मध्यंतरीच्या काळात इराकमधले वेगवेगळ्या गटाचे नेते निवडले जातील आणि लोकशाही प्रक्रिया मार्गी लागेल अशी अपेक्षा आहे. प्रसार माध्यमांच्या प्रभावामुळे ही सर्वच प्रक्रिया गतिमान आणि स्पर्धायुक्त बनणार हे उघड आहे.

इराक देश सोडून परदेशात जे अनेक नेते राहत होते तेही आता नव्या राजवटीत सत्तेचे दावेदार आहेत. सगळ्यात महत्त्वाची बाब म्हणजे इराकमध्ये शिया आणि सुन्नी या दोन पंथांमध्ये प्रचंड तणाव आहेत आणि त्यांना देशाबाहेरच्या समुदायांचा पाठिंबा आहे. थोडक्यात म्हणजे आता सहमती निर्माण होण्याच्या प्रक्रियेत अनेक आंतरराष्ट्रीय हितसंबंध गुंतलेले आहेत आणि इराकी जनतेचे प्रातिनिधिक सरकार अस्तित्वात येणे ही काही सहज सोपी गोष्ट नाही. याचा एक परिणाम म्हणजे प्रत्येक मतभेदाच्या मुद्यावर मार्ग काढण्यासाठी सगळे भांडणारे गट अमेरिका आणि ब्रिटन यांनी हस्तक्षेप करावा अशी सारखी मागणी करतील. पूर्वी भारताला स्वातंत्र्य मिळाले तेव्हा ब्रिटिशांनीही ही व्यवस्था करून ठेवली होती.

हे युद्ध संपत आले आहे आणि या विषयी एक अजब बाब लोकांपुढे आली आहे. इराककडे मोठ्या नरसंहाराची शस्त्रास्त्रे आहेत आणि ती नष्ट करायची आहेत हे मुळात सद्दाम हुसेन यांची राजवट संपवण्याचे मुख्य कारण होते. सद्दाम हुसेन परागंदा झाले आणि अजूनपर्यंत तरी त्यांच्याजवळ ती भयानक अस्त्रे होती याचा काहीही पुरावा मिळालेला नाही. अमेरिकेचा विजय झाला आणि इराकी जनता जुलुमातून मुक्त झाली या आनंदोत्सवात हा शस्त्रास्त्रांचा विषय आता मागे पडला. विशेष म्हणजे अमेरिका आणि ब्रिटन यांच्या राष्ट्रप्रमुखांना त्यामुळे काही संकोच वाटत आहे असे दिसत नाही. त्यांनी आपला मोर्चा आता सीरियाकडे वळवला आहे. थोडक्यात म्हणजे टप्प्याटप्प्याने त्या क्षेत्रातले अर्थकारण आणि राजकारण दोन्हीही मुळापासून बदलणार आहे असे स्पष्ट संकेत मिळत आहेत.

वसाहतवादाचा पाठपुरावा केला की त्यातून आर्थिक फायदे मिळतात त्यावर प्रकाश पडत आहे. इराकमध्ये जे पुनर्वसन होणार आहे त्याचा खर्च इराकच्या खनिज तेलातून भागवायचा आहे आणि त्याची प्रमुख कंत्राटे अमेरिकेतल्या कंपन्यांना मिळणार आहेत. इतर देशांनी या इराकच्या युद्धाचे समर्थन केले तर त्यांनाही त्या कंत्राटांचा थोडा वाटा मिळू शकतो. तसेच युनोला मानवीय मदत कार्यातून बहुधा बाहेरच ठेवण्यात येईल. यापुढे अमेरिका ही एकमेव महासत्ता जगाच्या राजकारणात हस्तक्षेप करणार आहे आणि याची अपरिहार्यता लक्षात घेऊन अनेक लहानमोठे देश आपल्या धोरणात बदल करतील हे उघड आहे. अमेरिकेचे अरब देशांच्या बाबत प्रत्यक्षात काय धोरण राहणार आहे याविषयी अनेक प्रश्न आहेत अमेरिकेशी शत्रुत्त्व

असलेल्या इराणसारख्या देशापेक्षा अमेरिकेचे मित्र असलेले देश यांना आज सर्वाधिक काळजी आहे. यामध्ये सौदी अरेबियाचा पहिला क्रमांक आहे आणि त्यानंतर इजिप्त आणि पाकिस्तान येतात. या देशांमध्ये खरी लोकशाही व्यवस्था निर्माण झाली तर आजच्या राजवटी संपणार आहेत याविषयी कोणाच्या मनात भ्रम नाहीत.

जगात एकमेव महासत्ता असली म्हणजे तिला काही धोका नाही या गृहीत कृत्याला काही आधार नाही. अकरा सप्टेंबरच्या आत्मघातकी हल्यानंतर पारंपरिक युद्ध आणि दहशतवादाचे हल्ले यातला फरक संपलेला आहे. इराकमध्ये अमेरिकेचा आणखी काही काळ तरी मुक्काम असणार आहे आणि या काळात जर आत्मघातकी पथकांनी हल्ले केले तर ज्या राष्ट्रातून त्यांचा उगम होईल आणि पाठिंबा असेल त्यांना अमेरिकेच्या प्रतिसादाला तोंड द्यावे लागेल. सध्या सिरियाला जी धमकी देण्यात आली आहे त्यात इराकमधल्या गुन्हेगार नेत्यांना आश्रय देण्यात येत आहे असा आरोप आहे. तसेच रासायनिक आणि जैविक अस्त्रे इराकमधून हलविण्यात आली असून ती इतर अरब देशात दडवण्यात येत आहेत असाही अमेरिकेचा आरोप आहे.

मागे अफगाणिस्तानमधील युद्धानंतर असेच घडले होते. तेथील ओसामा बिन लादेन आणि धर्मप्रमुख उमर आणि त्यांचे साथीदार जे निसटले ते अजून सापडले नाहीत. त्यांना जवळच्या पाकिस्तान आणि इराण अशा देशांनी आश्रय दिल्याचा अमेरिकेचा संशय आहे. आता इराकमध्येही नेमके तसेच घडले आहे. थोडक्यात म्हणजे अरब आणि मुस्लिम देशांना आत्मघातकी गटांच्या हिंसाचाराला प्रत्यक्ष आणि अप्रत्यक्ष किती पाठिंबा द्यायचा याचा गंभीरपणे विचार करावा लागेल. नाहीतर त्याची जबर किंमत द्यावी लागेल. याची दुसरी बाजू म्हणजे दहशतवाद्यांचे गट अमेरिकेवर आणि युरोपात निवडकपणे वारंवार घातपाती हल्ले करण्याची शक्यता यापुढे कायमची गृहित धरावी लागेल.

अमेरिकेला आणखीन एक मोठा धोका आहे आणि तो अजून नीट समजून घेतला जात नाही. अमेरिकेची अर्थव्यवस्था आपल्या संरक्षणासाठी परिपूर्ण नाही आणि तिला धोका आहे. नजीकच्या मर्यादित काळात इराकच्या पुनर्वसनातून अमेरिकेला अधिक कंत्राटे मिळतील आणि त्यातून बऱ्यापैकी अर्थव्यवस्थेला चालना मिळेल हे खरे आहे. म्हणजे येत्या काळात अमेरिकेला आर्थिक मंदीचा धोका नाही परंतु जागतिक अर्थव्यवस्थेतील देशांचे परस्पर संबंध बदलणार आहेत आणि त्याच्याशी हे धोके निगडित आहेत. डॉलर या नाण्याचा एक मोठा भाग अमेरिकेबाहेरच्या गुंतवणुकदारांच्या हातात आहे. डॉलरच्या अंतर्भूत शक्तीमुळे जगभरात डॉलरसाठी मागणी होती त्यामुळे सन २००१ मध्ये अमेरिकेच्या निर्यातीपेक्षा तिची आयात साठ टक्क्यांहून अधिक होऊ शकली. याचा दुसरा अर्थ म्हणजे या अतिरिक्त आयातीमुळे इतर देशांना मागणी मिळाली आणि त्यांना काही प्रमाणात मंदीला तोंड देता आले.

आजपर्यंत डॉलरचे जगातले हे अबाधित स्थान मागच्या वर्षीपासून युरोपच्या युरो या चलनाने थोडेसे ढळले आहे. सन २००२ मध्ये डॉलरच्या तुलनेने युरोच्या मूल्यात वाढ झाली. अधिक सोप्या शब्दात म्हणजे ज्या निर्यातदारांनी आपल्या वस्तूच्या किंमती युरोमध्ये निर्देशित केल्या त्यांचा फायदा झाला आणि ज्यांनी डॉलरमध्ये निर्देशित केल्या त्यांचा तोटा झाला. येत्या काळात युरो चलनाची शक्ती टिकून राहिली आणि वाढली तर अमेरिकेबाहेरचे गुंतवणुकदार डॉलरच्या जागी युरोची पसंती दाखवतील. एकदा डॉलरच्या जागी युरो हे गुंतवणुकीसाठी चलन म्हणून प्रतिष्ठित झाले की डॉलरचे मूल्य ढासळू लागेल आणि त्यातून युरोमध्ये अधिकच गुंतवणूक वाढेल. सौदी अरेबियातल्या तेल निर्यातदार उद्योजकांनी आपली गुंतवणूक अमेरिकेतून बाहेर काढायला सुरुवात केली आहे आणि येणाऱ्या दिवसांची ही नांदी आहे.

बुश प्रशासनाचा ठाम समज आहे की अमेरिकेची शक्ती अबाधित आहे आणि त्यामुळे जगाचा डॉलरवर पूर्णपणे भरवसा आहे. अमेरिका आपल्याला जे साधायचे आहे ते दांडगाई करून कोणत्याही परिस्थितीत मिळवणार हे युरोपमध्ये एकदा मान्य झाले तर युरोला डॉलर इतकी प्रतिष्ठा मिळवणे अवघड जाईल. म्हणजे इराकमधला लष्करी हस्तक्षेप संपला याचा अर्थ यापुढे इतरत्र हा हस्तक्षेप होणार नाही असे नाही. अमेरिका यापुढेही मनाला येईल तेथे हस्तक्षेप करत राहील आणि त्यातून युरोपमध्ये अनेक तणाव आणि मतभिन्नता निर्माण होईल. एका अर्थाने त्यातूनच युरोची प्रतिमा भंग पावेल असे होणे अमेरिकेच्या हिताचे आहे.

पश्चिमी देशांच्या गटात अमेरिका आणि पश्चिम युरोप यांच्यात आता एकमेकाला नामोहरम करण्याच्या कारवाया होणार. खनिज तेलाचा व्यापार डॉलर सोडून युरोमध्ये होऊ लागला की अमेरिकेच्या अर्थ व्यवस्थेला धोका निर्माण झाला याची ती नांदी आहे. सध्या इंटरनेटवर अशा अफवा प्रचलित आहेत. त्यानुसार इराकमध्ये जे सरकार खनिज तेलाची निर्यात डॉलरमध्ये करेल तेच टिकेल असे सांगण्यात येते. भोवतालच्या देशांमध्येही आवश्यकतेनुसार राजवटी बदलल्या जातील ही शक्यताही आहेच. या भीतीपोटी गुंतवणुकदारांना डॉलरमधून पैसे काढून युरोमध्ये घालताना विचारच करावा लागेल.

अमेरिकेने इराकमध्ये हस्तक्षेप केला परंतु त्यातून डॉलरला कायमचा भक्कम करणे शक्य नाही. अध्यक्ष बुश निवडून आले तेव्हा त्यांच्या सरकारकडे अर्थसंकल्पात प्रचंड अतिरिक्त शिल्लक होती. आता त्यांनी ती मोठ्या वित्तीय तुटीत रूपांतरित केली आहे. पश्चिम युरोपमध्ये फ्रान्स आणि जर्मनी यापुढेही असे राजकारण करतील ज्यामुळे अमेरिकेचा लष्करावरचा खर्च वाढता राहील. त्यांनी आत्ताच घोषित केले आहे की इराकमध्ये जी मानवीय मदत द्यावी लागेल त्यात त्यांचा वाटा असणार

नाही. अमेरिकेने हे संकट निर्माण केले तेव्हा त्यांनीच पुनर्वसनाचाही खर्च करावा असे या दोन देशांचे म्हणणे आहे.

हा सर्व घटनाक्रम पाहता इराकबरोबरच्या युद्धाचा खर्च वाढत राहणार अशी चिन्हे आहेत. त्यामुळे बुश यांच्या प्रशासनाला मोठ्या वित्तीय तुटीला तोंड द्यावे लागेल आणि त्याचा अमेरिकेच्या अर्थव्यवस्थेवर नक्की परिणाम होईल. त्यातून अमेरिकेचा डॉलर यापूर्वी जसा शक्तीमान दिसत होता तसा राहणार नाही. लष्करी कारवाई झाली परंतु त्याने काही डॉलर मोठा होणार नाही. थोडक्यात म्हणजे सध्याचे अध्यक्ष बुश यांच्या वडिलांनी हा धडा शिकण्यासाठी मोठी किंमत चुकती केली. धाकटे बुशही त्याच मार्गाने जात आहेत.

■

१.१० अमेरिकेला इराकमध्ये काय साधायचे आहे

अमेरिकेने ११ सप्टेंबरच्या घातपातानंतर मोठा धसका घेतला आहे. त्यांच्या राज्यकर्त्यांची आणि एकूण जनतेची मानसिकता पूर्णपणे बदललेली आहे. अमेरिकेने इंग्लंडबरोबर संघर्ष करून स्वातंत्र्य मिळवल्यानंतर काही मोजक्या घटना आहेत ज्यातून अमेरिकेची राष्ट्र म्हणून एक मानसिकता बनली आणि काही प्रसंगी ऐतिहासिक निर्णय घेतले गेले. त्यांच्या स्वातंत्र्य युद्धानंतर दक्षिणेतील राज्ये फुटून निघणार होती आणि राष्ट्राचे तुकडे होऊ नयेत म्हणून एक मोठे यादवी युद्ध झाले. अखेरीस त्यात विघटनवाद्यांचा पराभव झाला आणि अमेरिका एक राष्ट्र म्हणून अखंड राहिले.

दुसरा एक ऐतिहासिक प्रसंग होता जेव्हा दुसऱ्या महायुद्धाच्या सुरूवातीला जपानने अमेरिका पूर्णपणे बेसावध असताना पर्ल हार्बरवर हल्ला केला. तो धक्का इतका मोठा होता की राष्ट्राध्यक्ष रूझवेल्ट यांनी पश्चिमी देशांच्या बाजूंनी महायुद्धात पाऊल टाकले आणि जपान आणि जर्मनी यांच्या विरोधात युद्ध पुकारले. तसाच काहीसा ११ सप्टेंबरच्या हल्ल्याचा अनुभव अमेरिकेने घेतला आणि आता त्यांनी सगळ्या जगाची पुनर्रचना करण्याचे काम आपल्या डोक्यावर घेतले आहे. यातून उरलेल्या जगापुढे अनंत प्रश्न उभे राहिले आहेत. एका परीने नव्या सहस्त्रकाची आणि नव्या शतकाची सुरुवात मोठ्या नाट्यमय पद्धतीने सुरू झाली असे म्हणता येईल.

या संबंधात अनेक प्रश्न आहेत आणि त्यातला एक प्रश्न आहे अमेरिकेला खरोखरी इराकमध्ये काय साधायचे आहे. अर्थात अशा प्रश्नांना फक्त एकच अंग नसते आणि फक्त एकच सरळ सोपे उत्तरही नसते. यावर बुश यांचे समर्थक सांगतात की इराकमध्ये लोकशाही आणायची आहे. हे म्हणणे अगदीच हास्यास्पद आहे. देशाबाहेरच्या कोणी ठरवावे आणि एखाद्या देशात लोकशाही आणावी असे आजपर्यंत जगाच्या इतिहासात घडलेले नाही. शिवाय सगळ्या पाश्चिमात्य देशांचा नजीकच्या काळातला इतिहास, त्यांचे लोकशाहीवरचे प्रेम किती तकलादु आहे हे दाखवणारा आहे. शिवाय लोकशाही व्यवस्था निर्माण व्हायला दीर्घ काळ लागतो आणि अमेरिकेकडे तो वेळ नाही.

आणखीन असे सांगितले जाते की सध्याच्या बुशना आपल्या वडिलांचे काम

पुरे करायचे आहे. थोरल्या जॉर्ज बुशनी मागे १९९१ मध्ये जो इराकवर हल्ला केला त्यात जे साधायचे होते ते त्यांनी मिळवले. त्यांना सद्दामला फक्त इराकमधूनच बाहेर काढायचे होते. सद्दामला इराकमधून हटवायचे हा त्यांचा मूळ विषय नव्हता कारण त्यावेळच्या समजुतीप्रमाणे जर इराक एकसंध आणि बलवान राहिला तर त्यातून इराणला काटशह देता आला असता. त्यावेळी अमेरिकेच्या दृष्टीने इराण हा मोठा धोका होता.

टीकाकारांचे एक म्हणणे आहे की अमेरिकेतल्या खनिज तेलाच्या दबाव गटाला इराकमधले तेल ताब्यात घ्यायचे आहे. हाही तर्क संशयास्पद आहे. मुळात या तेलाच्या दबावगटाने बुश यांच्या निवडणुकीत त्यांना भक्कम पाठिंबा दिला कारण ते अध्यक्ष झाल्यावर अमेरिकन काँग्रेसला अलास्कामध्ये तेलाच्या संशोधनासाठी राजी करतील अशी आशा होती. अलास्कामध्ये तेलाचे साठे आहेत परंतु पर्यावरणाच्या कडक नियमांमुळे त्या तेलाचा व्यापारी उपयोग करता येत नाही. बुश आणि इतर सर्व दबाव गटांचे याबाबतचे प्रयत्न पूर्णपणे फसले आणि अखेरीस काँग्रेसने काही आपली भूमिका बदलली नाही. तेव्हा साहजिकच कोणालाही प्रश्न पडेल की ज्या दबाव गटाला अलास्कामध्ये तेल खोदायलाही परवानगी मिळवता आली नाही, ते इराकमधल्या तेलासाठी अमेरिकेला युद्धात ढकलायला कधी समर्थ झाले?

बुश प्रशासनाने एकच भूमिका परत परत मांडली. सद्दाम यांच्याजवळ नरसंहाराची अस्त्रे आहेत आणि म्हणून त्यांचा पाडाव केला पाहिजे. अर्थात सद्दाम यांनी काही अस्त्रे लपून ठेवलीही असतील कारण स्वसंरक्षणासाठी कोणताही देश असे काही करू शकतो. त्यात फार मोठे आश्चर्यही नाही. वास्तविक पाहता सद्दामकडे खरोखरीच अशी काही भयानक अस्त्रे असती तर त्याने आपला पाडाव होण्यापूर्वी ती वापरलीच असती. परंतु तसे काहीच झाले नाही. इराकच्या पाडावानंतर अमेरिकेने या शस्त्रांचा अखंड शोध चालू ठेवला आहे परंतु त्यांना काहीच मिळालेले नाही. यातून अमेरिकेची आणि त्याबरोबर ब्रिटनची इतकी बेअब्रू झाली आहे की बुश आणि ब्लेअर या नेत्यांच्या विश्वासार्हतेला ग्रहण लागलेले आहे. आता यापुढे या देशातील जनता कोणता कौल देईल या विषयीही अनेक तर्क चालू आहेत. थोडक्यात म्हणजे इराकबरोबरच्या हल्ल्यात जो मूळ आधार होता तो कोलमडून पडला आहे आणि त्याचेही काही दीर्घकालीन परिणाम होणार आहेत.

या सर्व वादावादीत एक आश्चर्याची गोष्ट आहे. जर खरोखरीच सद्दाम याच्याकडे नरसंहाराची अस्त्रे नव्हती तर त्याने या युद्धाला का आमंत्रण दिले? आजतरी त्याच्याजवळ अशी काही अस्त्रे नव्हती असेच सर्वसाधारण मत जगभर आहे. ही जर वस्तुस्थिती होती तर सद्दामने युनोला आमंत्रण देऊन हा सर्व खुलासा जगजाहीर करणे सहज शक्य होते. परंतु त्याने युनोच्या निरीक्षकांबरोबर जितके शक्य

होईल तितका असहकार केला आणि आपल्यावरचा संशय कसा वाढेल याचेच प्रयत्न केले. या संघर्षात सद्दामची भूमिका हा एक अनाकलनीय इतिहास आहे.

काही अमेरिकन तज्ज्ञांचे म्हणणे आहे की सद्दाम हा बिन लादेनच्या अल्कायदा संघटनेला मदत करणारा आहे. सद्दामने स्वत:च्या राजवटीत इस्लामच्या मूल-तत्त्ववाद्यांना अजिबात थारा दिलेला नाही आणि बिन लादेनची जी धार्मिकता आहे ती त्याच्या राजवटीच्या विरोधातच होती. अर्थात काही प्रमाणात सर्वच दहशतवादी गट हे एकमेकाशी संपर्क साधून असतात आणि एकमेकावर नजरही ठेवत असतात. अनेक देशातल्या राज्यकर्त्यांना दुसऱ्या देशांमध्ये उलथापालथी घडवून आणण्यासाठी अशा गटांचा नेहमीच उपयोग असतो. मागच्या पन्नास वर्षात अमेरिकेने हे उद्योग सर्वात अधिक प्रमाणात केलेले आहेत. विशेषत: लॅटिन अमेरिकेमध्ये तर अमेरिकेचा जो इतिहास आहे तो काळाच आहे. अशा परिस्थितीत अमेरिकेने सद्दामला यासाठी दोषी ठरविणे निरर्थकच आहे.

थोडक्यात म्हणजे वर उल्लेखिलेल्या कोणत्याच स्पष्टीकरणात फारसा अर्थ नाही. त्यामुळे परत चर्चेत एकच मुद्दा राहतो. अमेरिकेला इराकमध्ये आणि भोवतालच्या अरब जगतात लोकशाही हवी आहे. खरे तर इराकपेक्षा जे अरब देश अमेरिकेचे मित्र आहेत त्यांच्यापासून अमेरिकेला धोका मोठा आहे. त्यामुळे इराकपेक्षा सौदी अरेबिया हा अमेरिकेच्या काळजीचा विषय आहे. मागच्या ११ सप्टेंबरच्या हल्ल्यात सर्वात अधिक सौदी अरेबियाचे नागरिक होते आणि या घातपातासाठी सर्वात मोठी आर्थिक मदत सौदी अरेबियाच्या राजघराण्यातल्या अनेक व्यक्तींनी केली असा पुरावा अमेरिकेने गोळा केला आहे. बिन लादेन हाही मूळचा सौदी अरेबियाचाच आणि त्याचाही मूळ उद्देश सौदी राजघराण्याची सत्ता उलथून लावणे हाच आहे. त्याचा अमेरिकेवर राग आहे कारण केवळ अमेरिकेच्या सहकार्यामुळे या राजघराण्याची राजवट गेली पन्नास वर्षे अबाधित आहे असा त्याचा समज आहे. त्यामुळे सौदी अरेबियासारख्या देशांमध्ये लोकशाही आणली तर अरब देशातल्या अमेरिका विरोधाची धार कमी होईल असा एक मत प्रवाह आहे.

मागच्या दशकाच्या सुरुवातीलाच सोव्हिएट युनियनचा महासत्ता म्हणून पाडाव झाल्यावर जगामध्ये अमेरिका ही एकमेव महसत्ता शिल्लक राहिली. शीतयुद्धामध्ये दोन महासत्तांमधील स्पर्धा आणि सहकार्य यामुळे जगातल्या राजकारणाचे व्यवस्थापन नीट चालले होते. परंतु फक्त एक महासत्ता जगावर प्रभुत्व गाजवीत असल्यामुळे अनेक प्रकारचा असमतोल निर्माण झालेला आहे. त्याविषयी विरोध आहे आणि पाश्चिमात्य देशातही तीव्र प्रतिक्रिया आहे. परंतु त्यातही एक फायदा आहे. निदान अमेरिकेला तसे वाटते. आता त्यांच्यावर जुलमी आणि हुकुमशाही राजवटीला पाठीशी घालण्याचे ओझे नाही. आता खऱ्या अर्थाने लोकशाहीचा आग्रह धरणे शक्य

आहे. साम्यवादाचा विषय अगोदरच संपल्यामुळे पूर्वीची समाजवादी राष्ट्रे युरोपियन युनियनमध्ये सामील होण्यासाठी रांग लावून उभी राहिली आहेत. त्यातून एक युरोपची नवी रचना होऊ शकते आणि नजीकच्या भविष्यात कधीतरी युरोप ही एक महासत्ता म्हणून उभी राहू शकते.

त्याबरोबरच याशिवाय विकसनशील देशात गेल्या पाच वर्षात चीन ही एक नवी आर्थिक शक्ती उभी राहत आहे. आणखी सुमारे दहा ते पंधरा वर्षात चीन देश हा एक आर्थिक महासत्ता म्हणून जगात ओळखला जाईल आणि आत्ताच त्या प्रमाणे जगाच्या राजकारणात त्यांची उठबस आहे आणि दरारा आहे. म्हणजे आज अमेरिका ही एकच महासत्ता दिसत असली तरी ती काही कायमची वस्तुस्थिती नव्हे. लवकरात लवकर हे सर्व बदल होऊ घातले आहेत आणि साहजिकच अमेरिका सावधपणे याचे सर्व अंदाज घेत आहे. याची चुणुक आत्ताच मिळाली आहे कारण आजपर्यंत जागतिक चलन बाजारात डॉलर हे एक साठा करण्याचे चलन होते, परंतु आता युरोचे मूल्य आणि प्रतिष्ठा वाढत आहे. त्यातूनच डॉलरचे मूल्य कमी होणार आहे आणि नव्या जगाची ती नांदी आहे.

याशिवाय उरलेल्या देशांचे दोन गट राहतात. एक गट आहे खनिज तेल निर्माण करणाऱ्या अरब देशांचा आणि दुसरा गट आहे आफ्रिकेतल्या गरीब देशांचा. यापैकी अरब देश मागच्या तीस वर्षात श्रीमंत झालेले आहेत कारण त्यांची अर्थव्यवस्था खनिज तेलाच्या उत्पादनावर आणि निर्यातीवर भरभराटीला पोचलेली आहे. परंतु हा एकांगी आणि असमतोल विकास आहे कारण या देशांच्या समाजव्यवस्था पूर्णपणे अविकसित आणि एका अर्थाने मागासलेल्या आहेत. त्यामध्ये धर्म, रुढी आणि परंपरा यांचे प्राबल्य आहे आणि ज्या अर्थाने पाश्चिमात्य देशात सांस्कृतिक प्रबोधन आणि आधुनिकीकरण झाले त्याला या देशात पूर्णपणे विरोध आहे. एका अर्थाने अकरा सप्टेंबरला जो अमेरिकेवर आघात झाला त्यामागे एक मूलतत्त्ववाद्यांची प्रतिकिया होती असे मानले जाते. विशेषत: सौदी अरेबिया, जॉर्डन, सीरिया, कुवेत, युएई अशा देशांमध्ये राजघराण्यांची सत्ता आहे आणि त्याचा एकतंत्री अंमल आहे. शिवाय इराण सारख्या देशात मुल्लामौलवींचे सत्तेवर प्रभुत्व आहे आणि तोच प्रयोग तालीबान संघटनेने अफगाणिस्तानमध्ये केला. थोडक्यात म्हणजे धर्मसत्ता आणि राज्यसत्ता यांचा एकत्रित वावर अरब देशात चालू असल्यामुळे तेथे लोकशाही व्यवस्था कशी आणायची हा कळीचा प्रश्न बनलेला आहे.

आफिकेमध्ये एक गरीब देशांचा गट आहे जेथे उपासमार, दुष्काळ आणि रोगराई यांनी थैमान मांडले आहे. विशेषत: काही देशांमध्ये एड्स रोगाचा इतका प्रादुर्भाव झाला आहे की त्यातून नजीकच्या काळात ते देश कोलमडून पडण्याचीच शक्यता जास्त आहे. तसेच या देशांच्या शेतीच्या अर्थव्यवस्था मनुष्यबळाच्या

अभावी चालू शकणार नाहीत अशीही काही तज्ज्ञांची भीती आहे. शिवाय कांगो आणि लायबेरियासारखे देश हे त्यांच्या जन्मापासूनच टोळया-टोळ्यांमधल्या यादवी युद्धात आकंठ बुडलेले आहेत आणि तेथे नरसंहार मोठ्या प्रमाणावर चालू आहे. आफ्रिकेतल्या या देशांमध्ये मनुष्य जातीला लांछनास्पद असे गुन्हे केले जात आहेत आणि जगातल्या श्रीमंत देशांशी याबाबत कोणती भूमिका आहे असे नैतिक प्रश्न पाश्चिमात्य देशातले विचारवंतच आपल्या सरकारांना विचारत आहेत. यामध्ये अर्थातच सर्वांचा रोख अमेरिकेकडे आहे कारण त्या देशाला जर जगामध्ये लोकशाही व्यवस्था प्रबळ व्हावी असे वाटत असेल तर त्यांनी आफ्रिका खंडात प्रमुख जबाबदारी घ्यावी, अशी विचारवंतांची अपेक्षा आहे.

अमेरिकेच्या इराकमधल्या हस्तक्षेपानंतर लोकशाही व्यवस्थेचा प्रश्न परत वर आलेला आहे. अमेरिका याविषयी किती प्रामाणिक आहे किंवा यापूर्वी अमेरिकेने खरोखरी काय वर्तन केले हे आज फारसे महत्त्वाचे नाही. पूर्वी मागच्या अर्धशतकात जेव्हा अमेरिकेने जुलमी हुकुमशहा आणि राजेशाही यांना पाठिंबा दिला तेव्हा त्याला शीतयुद्धाचा आधार होता. इराणचा धोका होता म्हणून इराकला आणि पर्यायाने सद्दामला बळ दिले गेले. लॅटिन अमेरिकेमध्ये क्युबाचा अनुभव घेतल्यानंतर इतर देशातल्या जुलमी राजवटी अमेरिकेने पाठीशी घातल्या. कोरिया आणि व्हिएटनामचा अनुभव घेतल्यावर थायलंड आणि फिलिपाईन्समधल्या हुकुमशहांना माफी दिली. अगदी परवापर्यंत अफगाणिस्तानमध्ये रशियाला थोपवायचे म्हणून तालीबानसारख्या धार्मिक गटाला पाठिंबा दिला. सर्वात डोळ्यात भरण्यासारखा धोका पत्करला तो सौदी अरेबियाचा. या देशातल्या राजघराण्याची सत्ता अमेरिकेच्या संरक्षणाखाली टिकली आणि त्यामुळे अमेरिकेलाही त्याची किंमत चुकती करावी लागली.

हा लोकशाही व्यवस्थेविषयाचा वाद बराच किचकट आहे. ज्या देशांमध्ये सत्तांना जनाधार नाही तेथे केवळ बाहेरच्या देशांच्या प्रभावाने लोकशाही आणता येत नाही हे उघड आहे. अशा देशांमध्ये सैनिकी सत्ता, राजघराण्याच्या सत्ता आणि धार्मिक पुढाऱ्यांच्या सत्ता देश चालवत आहेत. या ठिकाणी लोकशाहीच्या अंमलासाठी आणि रक्षणासाठी ज्या संस्था लागतात त्यांचा अभाव आहे. अशा संस्था निर्माण करायला खूप वेळ जाऊ द्यावा लागतो आणि त्यासाठी कोणतेच वेळापत्रक बाहेरचे देश आखू शकत नाहीत. दुसऱ्या महायुद्धानंतर वसाहतवाद संपला आणि आशिया आणि आफ्रिकेतील देश एकामागोमाग एक स्वतंत्र होऊ लागले. ब्रिटिशांचे साम्राज्य जगभर होते परंतु फक्त भारतातच लोकशाही व्यवस्था रुजली आणि वाढली. इतर सर्व ठिकाणी बऱ्याच प्रमाणात अपयश आले.

ही वस्तुस्थिती असली तरी काही अपवादांचीही नोंद घ्यावी लागेल. जपानमध्ये दीर्घकाळ सैनिकांची सत्ता होती आणि ब्रिटनला आव्हान देऊ शकेल असे सामाज्य

त्यांना निर्माण करायचे होते. लोकशाहीमध्ये मतभिन्नता हा तिचा प्राण असतो परंतु जपानमध्ये सत्तेचे आज्ञापालन करणारी व्यवस्था याचेच मोल सर्वाधिक होते. सैनिकाची शक्ती म्हणजेच देशाचा मोठेपणा हे जपानमध्ये सर्वोच्च मूल्य होते. परंतु दुसऱ्या महायुद्धात जपानचा पराभव झाल्यावर अमेरिकेने ही जपानमधील सैनिकी सत्ता पूर्णपणे मोडून काढली आणि त्याजागी शांततेचा पाठपुरावा करणारी लोकशाही व्यवस्था निर्माण केली. तेथेही अशी सामाजिक आणि मानसिक परिवर्तनाची तयारी करणे सोपे नव्हते. परंतु अमेरिकेने संयमाने वाट बघितली, अखंड प्रयत्न केले आणि आर्थिक मदत केली आणि सरतेशेवटी जपानमध्ये एक उदार मतवादी लोकशाही व्यवस्था निर्माण झाली आणि स्थिरावली. विशेष म्हणजे जपानच्या संविधानामध्ये लोकमताच्या आग्रहाने एक क्रांतीकारी तरतूद करण्यात आलेली आहे. त्यानुसार जपानचा संरक्षणावरचा खर्च कोणत्याही परिस्थितीत राष्ट्रीय उत्पन्नाच्या एक टक्क्यापेक्षा अधिक होणार नाही अशी भक्कम व्यवस्था करण्यात आलेली आहे. जपानमधल्या सैनिकी सत्तेची प्रतिष्ठा लक्षात घेता हा एक चमत्कारच मानला पाहिजे.

असेच एक उदाहरण जर्मनीचे देता येईल. या देशाचा इतिहासही सैन्याची शक्ती आणि अभिमान याभोवती गुंतलेला होता. वायमार रिपब्लिकची राजवट असताना तेथे लोकशाहीचा अगदी थोडा काळ प्रयोग झाला आणि तो पूर्णपणे फसला. जर्मनीचा इतिहास आणि संस्था या लोकशाही व्यवस्थेला अजिबात अनुरुप नव्हत्या आणि तरीही अमेरिकेने तेथे लोकशाहीचा प्रयोग केला आणि यशस्वीपणे तो एक शांतताप्रिय देश म्हणून आज जगाला माहीत आहे. मागच्या पन्नास वर्षात जर्मनीमधला समाज शांततेच्या भूमिकेवर स्थिर आहे आणि ज्यांनी १९४० ते ४५ या काळात नाझीवादाचे रूप बघितले त्यांचा आज विश्वास बसणार नाही. अमेरिकेने जर्मनीमध्ये जशी लोकशाही रूजवली आणि लोकप्रिय केली त्याचबरोबर मार्शल एडच्या आर्थिक साहाय्यातून नवीन अर्थव्यवस्था निर्माण केली. सध्याचे जर्मनीचे अध्यक्ष श्रोडर यांनी निवडणुकीमध्ये आपण इराकमधल्या युद्धाला विरोध करु अशी भूमिका घेतली आणि निवडणूक जिंकली. आज अमेरिका आणि जर्मनी यांच्या संबंधात एक तणाव आहे कारण जर्मनीने इराक बरोबरच्या युद्धात अमेरिकेची साथ केली नाही. परंतु असे घडू शकले कारण मुळात अमेरिकेने तेथे लोकशाही व्यवस्था आणली आणि त्यातूनच हे मतभेद जन्माला आले. एका अर्थाने ही अमेरिकेच्या यशाचीच पावती समजली पाहिजे.

जर जपान आणि जर्मनी या देशात इतके मूलभूत परिवर्तन घडू शकले तर इराकमध्ये तसे का घडणार नाही, असा प्रश्न उभा राहतो. या प्रश्नाच्या उत्तरात अनेक अडचणी आहेत आणि ऐतिहासिक तुलना करताना त्याचे भान ठेवावे लागेल.

जपान आणि जर्मनीमध्ये जे घडले त्याला पन्नास वर्षे लागली. आता इराकमध्ये

आणि अफगाणिस्तानमध्ये इतका वेळ गुंतून राहायची अमेरिकेची तयारी दिसत नाही. अमेरिकेतल्या लोकमताची तशी मानसिकताही नाही. मागे दुसरे महायुद्ध झाल्यावर अमेरिकेने साम्यवादाच्या विरोधात भूमिका घेतली होती आणि त्यामुळेच कोरिया आणि व्हिएतनाम अशा संघर्षात अमेरिकेने फार मोठी किंमत चुकती केली. त्यामुळे त्यावेळी सुरुवातीच्या काळात जपान आणि जर्मनीच्या पुनरत्थानासाठी मोठी आर्थिक मदत द्यावी लागेल आणि सैनिकी बळ उच्च दर्जाचे लागेल यासाठी अमेरिकेची पूर्ण तयारी होती. मधल्या काळात जे अनुभव आले त्यामुळे अमेरिका आपली स्वत:ची सैनिक शक्ती दुसऱ्या देशात वापरण्याला आता तयार नाही. त्यामुळे अफगाणिस्तान आणि इराकमध्ये युद्ध संपल्यावरही अमेरिकन सैनिक घातपातात जायबंदी होत आहेत याविषयी तेथे लोकमत बुश यांच्या विरोधात आहे.

त्याचबरोबर जेव्हा साम्यवादाचा मुकाबला करायचा होता तेव्हा अमेरिकेला ते एक आव्हान होते. आता फक्त एकच महासत्ता उरल्यावर अमेरिकेवर कोणतेही दडपण नाही. त्यामुळे जर्मनी आणि जपानमध्ये त्यांनी जो संयम दाखवला तो इराक आणि अफगाणिस्तानमध्ये देश घडविण्यासाठी ते दाखवतील अशी शक्यता नाही. मुळात अमेरिकेतला समाज फक्त स्वत:च्या जगात मग्न असतो. त्याला उरलेल्या जगात फारसा रस नसतो. अध्यक्ष बुश यांना लोकांवरचा करभार कमी करायचा आहे. त्यामुळे एखादा नवीन मार्शल प्लॅन बनवून इराक आणि अफगाणिस्तान अशासारख्या देशांमध्ये अर्थसाहाय्य देण्यामध्ये त्यांना अजिबात रस नाही.

थोडक्यात म्हणजे मागे एकदा अमेरिकेला जर्मनी आणि जपानमध्ये यश मिळाले म्हणून यापुढेही त्यांना लोकशाही समाजव्यवस्था आणि देश उभा करण्यामध्ये रस राहील अशी फारशी शक्यता नाही. त्याचबरोबर त्यांनी युनोसारख्या आंतरराष्ट्रीय संस्थेचेही अवमूल्यन केलेले आहे. त्यामुळे अशा प्रकारच्या जबाबदाऱ्या दुसरी कोणती संस्था घेऊ शकेल ही पण आज शक्यता दिसत नाही. थोडक्यात म्हणजे जगातल्या अनेक देशांमध्ये लोकशाही व्यवस्था हवी आहे परंतु ती काही फक्त अमेरिकेची जबाबदारी होऊ शकत नाही.

■

१.११ अमेरिकेची अर्थव्यवस्था आणि जग

जगामध्ये केवळ एका खनिज तेलाच्याभोवती अनेक गोष्टी गुंतलेल्या आहेत. शिवाय या खनिज तेलाच्या पुरवठ्याविषयी आणि किंमतीविषयीही अनेक घडामोडी चालू असतात. साहजिकच या अस्थिरतेमुळे जगाच्या अर्थव्यवस्थेमध्ये सारख्या आशा निराशांच्या लाटा उमटत असतात आणि अनेक देशांना कमीजास्त प्रमाणात त्याचे फटके बसत असतात. अर्थात काही थोडे देश असे आहेत ज्यांना या अस्थिरतेचाही भरपूर फायदा उठवता येतो.

या नव्या एकविसाव्या शतकात जगाच्या अर्थकारणात खनिज तेलाचे महत्त्व खूपच वाढलेले आहे. विशेषत: ११ सप्टेंबर २००१च्या घातपाती हल्ल्यानंतर अमेरिकेने प्रथम अफगाणिस्तान आणि नंतर इराक यांच्यावर लष्करी कारवाई केल्यावर मध्यपूर्वेमधले (मिडलईस्ट) राजकारण मुळापासून ढवळून निघाले आहे आणि ते निवळण्याच्या फारशा शक्यता दिसत नाहीत. नेमके येथेच तेलाचे साठे आहेत आणि ते राजकारणाच्या चक्रीवादळात सापडले आहेत.

२००२ सालच्या किंमतीच्या पातळीच्या तुलनेने सध्याची पातळी अडीचपट आहे. जगाच्या अर्थकारणात मोठे असंतुलन आहे. अमेरिकेची अर्थव्यवस्था वाढत होती पण तिची गती रेंगाळली आहे. साहजिकच जगभरात सगळीकडे अभ्यासक, राज्यकर्ते, सेंट्रल बँका आणि आंतरराष्ट्रीय विकास आणि वित्त संस्था सजग होऊन एकूण चित्राचा अर्थ लावण्याचे नेटाने प्रयत्न करत आहेत. हे साहजिक आहे कारण सगळ्याच देशांनी मागच्या चार वर्षात आर्थिक विकास आणि वाढ आणि समृद्धी अनुभवली आहे आणि ती अशीच काही वर्षे चालू राहावी अशी सगळ्यांना आस लागली आहे. विकसनशील देशांनी तर श्वास रोखून धरला आहे कारण त्यांच्या देशातले दारिद्र्य निर्मूलन, प्रादेशिक संतुलन, बचत आणि भांडवल गुंतवणूक, विदेशी प्रत्यक्ष गुंतवणूक आणि व्यापार यांच्याशी निगडित असलेल्या अनेक गहन बाबी या आर्थिक वाढीच्या प्रश्नाशी गुंतलेल्या आहेत.

अशा मोक्याच्या प्रसंगी अनेकदा आंतरराष्ट्रीय विकास आणि वित्त संस्था उपयोगी पडतात. यात जागतिक बँक आणि आंतरराष्ट्रीय नाणेनिधी (आयएमएफ)

यांचा समावेश होतो. या संस्थांमध्ये अभ्यासक मोठ्या संख्येने आहेत आणि ते दीर्घकाळ जगातल्या आर्थिक विकासाच्या आणि वाढीच्या प्रश्नांचा अभ्यास करत असतात. यातच विकसनशील देशांच्या दारिद्र्य निर्मूलनाचेही प्रश्न येतात. हे तज्ज्ञ वस्तुनिष्ठपणे अनेक देशांचा तुलनात्मक अभ्यास करतात आणि आढावा घेतात आणि त्यामुळे त्यांच्या निरीक्षणांना वजन असते. आयएमएफने वर्ल्ड इकॉनॉमिक आऊटलुक (एप्रिल २००७) असा एक अहवाल प्रसिद्ध केला होता. त्यातला मुख्य निष्कर्ष सगळ्यांना समाधान देणारा आहे. आयएमएफच्या मते येत्या २००८ या वर्षात जगाची एकूण अर्थव्यवस्था सरासरी वर्षाला ४.९ टक्क्यांनी वाढ करून दाखवेल. हा सरासरी वार्षिक ४.९ टक्क्यांचा वाढीचा दर दमदारच म्हटला पाहिजे कारण २००६ सालात हा दर ५.४ टक्के होता. म्हणजे वाढीची प्रक्रिया अमेरिकेचा धक्का बसला तरीही बऱ्याच प्रमाणात अबाधित राहील हे ऐकून सगळेच नि:श्वास टाकतील.

याचे आश्चर्य आणि समाधान कशासाठी मानायचे? यापुढे बहुधा तेलाच्या किंमती जगाच्या अर्थव्यवस्थेला वेठीला धरू शकणार नाहीत. म्हणजे या किंमती सद्य:स्थितीप्रमाणे प्रती बॅरल सरासरी साठ ते पासष्ट डॉलरच्या दरम्यान राहतील असे गृहीत आहे. पण या किंमती जर पंच्याहत्तर डॉलरच्या वर गेल्या तर मात्र भवितव्य कठीण आहे. यावेळी मागच्या काही वर्षात तेलाच्या किंमती अधूनमधून भडकल्या आणि साधारणपणे चढ्या राहिल्या याचे मुख्य कारण म्हणजे जगभरात तेलासाठी असलेली मागणी वाढत होती. पूर्वीच्या काळात बऱ्याचदा तेल उत्पादक देशांची ओपेक ही संघटना एक कार्टेल म्हणून काम करत होती आणि ती सतत तेलाच्या उत्पादनाचे आपल्या सदस्य देशांना वाटे ठरवून देत होती आणि तेलाच्या पुरवठ्यावर बंधने घालत होती. अर्थातच या शिवायही तेलाच्या किंमतींवर प्रभाव टाकणाऱ्या इतरही अनेक घडामोडी होत्याच. मध्यपूर्वेतला अमेरिकेचा हस्तक्षेप आणि राजकारण ही त्यापैकीच एक.

मागच्या शतकातल्या सत्तरीनंतर तेल उत्पादक देशांची एकजूट झाली आणि त्यांनी जगाच्या अर्थकारणावर आणि राजकारणावर आपला मोठा दबाव निर्माण केला. परंतु आता पस्तीस वर्षांनी प्रथमच तेलाची ही दहशत कदाचित कमी होईल अशी शक्यता दिसू लागली आहे. आजच्या नव्या औद्योगिक मांडणीमध्ये तेलाचा वापर कमी करण्याकडे सगळ्यांचा कल आहे आणि प्रयत्न आहे. जेव्हा कधी तेलाच्या किंमती वाढतात तेव्हा चलनवाढीचा अगर फुगवट्याचा धोका दिसू लागतो. आणि मग लगेचच सेंट्रल बँका दक्ष होऊन त्यावर उपाय योजना करू लागतात. तसेच मजूर वर्गाचा पुरवठा आणि मालाच्या बाजारपेठा या आता अधिक लवचिक आणि चटपटीत बनल्या आहेत आणि त्यामुळे त्या तेलाच्या वाढत्या किमतींचा धक्का

सहज पचवू शकतात. शिवाय जगात जवळपास सगळ्याच देशात उत्पादकतेमध्ये बऱ्यापैकी वाढ झालेली आहे. याचा ठोस परिणाम म्हणजे उत्पादकता वाढली म्हणजे नफा वाढतो आणि खऱ्या वेतनामध्ये वाढ होते. याचे विशेष म्हणजे अगदी मालाच्या किमतींमध्येही वाढ झाली तरीही नफा वाढतो.

आयएमएफच्या नव्या आर्थिक आढाव्यामध्ये (एप्रिल २००७) जगभर उत्पादकतेमध्ये वाढ झाली होती यावर बोट ठेवण्यात आलेले होते. नाणेनिधीच्या मते ही वाढ होणे शक्य झाले कारण नव्या तंत्रज्ञानाने यात मोठे योगदान दिले आहे. यात माहिती तंत्रज्ञान (आयटी), मुक्त व्यापार आणि वित्तीय निधीचा मुक्त संचार यांचा वाटा प्रमुख आहे. तसेच अनेक देशांनी आपल्या अर्थव्यवस्थेची मूळ परिमाणे असलेला पाया भक्कम केलेला आहे. आता औद्योगिक आणि यांत्रिक उत्पादनाचे आणि सेवांचे जागतिकीकरण झाले आहे आणि विशेष म्हणजे त्यातून काम बाहेर नेणाऱ्या आणि बाहेरून काम आत आणाऱ्या दोन्ही देशांचा फायदा झालेला आहे. जगातली उत्पादकता वाढण्यामध्ये हे वैशिष्ट्य महत्त्वाचे आहे.

आयएमएफने आपल्या आर्थिक आढाव्यात मध्यम काळाविषयी काही भाकित केले आहे. त्यांच्या मते सध्या जो आयटी तंत्रज्ञानाचा फायदा मिळत आहे तो हळुहळू कमी होत जाईल, व्यापार मुक्त होण्याची प्रक्रिया हा काळ पुढे सरकणार नाही आणि वयाने म्हाताऱ्या होणाऱ्या लोकसंख्येच्या औद्योगिक देशांमध्ये उत्पादकतेमधली वाढ यापुढेही अशीच टिकवून धरता येईल, ही शक्यता धूसर आहे. परंतु तसा विचार केला तर सध्या जगामध्ये उत्पादकतेची जी भरीव वाढ झाली त्याची भविष्यवाणी तरी कोणी अगोदर सांगितली होती. अगदी आयएमएफही त्यात नव्हती. याचा अर्थ येत्या मध्यम काळात आयएमफने उल्लेख केलेल्या शक्यता जरूर महत्त्वाच्या आहेत परंतु त्याचबरोबर जगाच्या बाजारपेठेत वेळोवेळी अडचणींना सामोरे जाऊन त्यावर मात करण्याचीही क्षमता आहे याचे भान ठेवले पाहिजे.

जगात मोठे असंतुलन आहे ही वस्तु:स्थिती आहे. परंतु यात वेगळे काय आहे? विसाव्या शतकात दीर्घकाळ असे असंतुलन नांदतच होते आणि तरीही जगाचे अर्थकारण टिकूनच होते, हेही आपण पाहिले आहे. शिवाय हे केवळ टिकले नाही तर त्यात जगाने सुधारणा आणि प्रगतीही करून दाखवलेली आहे. मागच्या वर्षभरात तेलाच्या किंमती वाढतील आणि जगातले असंतुलन आणखी बिघडेल याहीपेक्षा अमेरिकेची अर्थव्यवस्था थोडी मंदावेल याचा अभ्यासकांनी खरा धसका घेतलेला आहे. अमेरिकेच्या अर्थव्यवस्थेविषयी कोणते अंदाज आहेत? मागच्या २००६ सालात येथे वाढीचा दर ३.३ टक्के होता आणि तो आता २००७ सालात २.२ टक्क्यांवर खाली येईल असा अनेकांचा होरा आहे. आणि ही एक टक्क्यांची वाढीमधली घट याचे उरलेल्या जगावर काय परिणाम होणार आहेत याच्या अभ्यासात

सगळे व्यस्त आहेत.

अमेरिकेची आर्थिक शक्ती आणि वजन किती आहे? चालू चलन विनिमयाचे दर लक्षात घेतले तर जगाच्या जीडीपीमध्ये अमेरिकेचा वाटा जवळपास एक तृतीयांश आहे. तसेच जगाच्या एकूण आयातीमध्ये एक पंचमांश वाटा अमेरिकेचा आहे. शिवाय उरलेल्या जगाबरोबर अमेरिकेचे अगदी जवळचे वित्तीय संबंध आहेत. साहजिकच अमेरिकेच्या आर्थिक वाढीमध्ये थोडी मंदी आली तर उरलेल्या जगाच्या अर्थकारणावर काही प्रभाव पडेल आणि अडचणी येतील हे उघड आहे. परंतु आयएमएफच्या आढाव्यानुसार यावेळी अमेरिकेमध्ये काय घडते यापासून उरलेल्या जगाचे अर्थकारण बऱ्यापैकी अबाधित राहील असा अंदाज करण्यात आला आहे. याचेच एक अप्रुप आहे असे म्हटले पाहिजे.

आयएमएफच्या आढाव्यामध्ये त्यांनी हा निष्कर्ष का आणि कसा काढला याची कारण मीमांसा दिली आहे. अमेरिकेमध्ये १९७० नंतर आर्थिक वाढ कशी झाली याचा अभ्यास करण्यात आला. या दीर्घकाळात साधारणपणे पाच वेळा आर्थिक मंदीचे प्रसंग आले. शिवाय दोन वेळा आर्थिक वाढ रेंगाळण्याचे अनुभव आले. अमेरिकेमध्ये जेव्हा कधी मंदी आली त्यावेळी त्याचा परिणाम म्हणून इतर देशांमध्येही आर्थिक वाढीचे दर खाली आले. परंतु याला अपवाद म्हणजे जेव्हा दोन प्रसंगी मंदीची प्रक्रिया रेंगाळली तेव्हा मात्र उरलेल्या जगावर फारसा परिणाम झालेला दिसला नाही.

याशिवाय अमेरिकेतल्या मंदीमध्ये आणखी काही फरक दिसतात. कोणत्याही मंदीचा परिणाम काय झाला हे ही मंदी कशामुळे सुरू झाली यावरून सांगता येते. मागे तेथे १९९१मध्ये मंदी आली आणि तिचे एक ठराविक स्वरूप होते. तिची सुरुवात झाली ती अमेरिकेच्या बचत आणि कर्जाच्या क्षेत्रात जे घडले तेथपासून झाली. याचबरोबर नेमक्या या वेळेला युरोपात दोन तुकड्यात विभागलेल्या जर्मनीचे एकीकरण झाले. त्यामुळे तेथे अर्थव्यवस्थेची व्याप्ती वाढू लागली. म्हणजे अमेरिकेतली मंदी आणि जर्मनीमधली वाढ याचा नक्त परिणाम म्हणून १९९१ मध्ये औद्योगिक देशांच्या अर्थव्यवस्था काही माफक प्रमाणातच बाधित झाल्या. शिवाय विकसनशील देशातील अर्थव्यवस्था प्रत्यक्षात वाढीच्या वाटेने जाऊ लागल्या.

याच्या उलट अनुभव २००१ सालातल्या मंदीमध्ये आला. ही मंदी सुरू झाली कारण आयटी क्षेत्रातला बुडबुडा फुटला. त्याला डॉटकॉम बबल असे म्हणतात. मंदीची अमेरिकेत अशी सुरुवात झाली तरीही त्याचा जगभर परिणाम झाला. अनेक प्रमुख शेअर बाजारांचे निर्देशांक कोसळले आणि व्यापारातल्या गुंतवणुकीमध्येही बऱ्यापैकी घट झाली. या मंदीच्या तडाख्यात तिची व्याप्ती मोठी होती आणि त्यामुळे सगळ्या जगामध्ये वाढीची प्रक्रिया अडचणीत आली. असाच तीव्र फटका १९७४-

७५ मध्ये सगळ्यांना बसला होता. त्यावेळी तेलाच्या पुरवठ्यातील धक्क्यामुळे अमेरिकेमध्ये मंदीची सुरुवात झाली आणि मग बहुतेक सगळ्या देशांना त्याचा तडाखा बसला. याचा अर्थ अमेरिकेमध्ये जेव्हा मंदी येते ती तेथल्या एका विशिष्ट कारणामुळे येते की बाहेरच्या परिस्थितीमुळे येते यावर त्याचा उरलेल्या जगावर कोणता परिणाम होईल हे अवलंबून आहे.

२००६च्या मध्यापासून अमेरिकेत अर्थव्यवस्थेमधली वाढ थोडी रेंगाळली आहे. आणि त्याची कारणे तेथल्या विशिष्ट परिस्थितीशी निगडित आहेत. ही स्थानिक कारणे म्हणजे तेथल्या घरबांधणी आणि औद्योगिक उत्पादनाच्या क्षेत्रात काही अडचणी आल्या आहेत. तेथे काही सगळी अर्थव्यवस्था बाधित आहे अशी अजिबात परिस्थिती नाही. तसेच काहींच्या मते तेथे व्यापारचक्राच्या वाढीच्या अवस्थेमध्ये काहीवेळा अर्थव्यवस्था थोडी मंदावते परंतु याचा अर्थ तेथे मंदी आली आहे असा होत नाही. तिसरा महत्त्वाचा मुद्दा म्हणजे काही देशांच्या दृष्टीने त्यांच्या अमेरिकेबरोबरच्या व्यापारी संबंधांना तितकेसे महत्त्व उरलेले नाही. याचा अर्थ अमेरिकेमध्ये काय घडले याचा या देशांच्या अर्थव्यवस्थांवर लगेचच फार मोठा परिणाम होईल अशी शक्यता नाही.

याशिवाय एक नवीन घडामोड म्हणजे अनेक औद्योगिक आणि विकसनशील देशांमध्ये देशांतर्गत ग्राहकांची मागणी बळकट होत आहे आणि त्यामुळे त्या व्यवस्था आपला स्वत:चा पाया अधिक व्यापक करत आहेत. त्यामुळे अशा परिस्थितीत जरी अमेरिकेमध्ये थोडेफार मंदीचे सावट आले तरीही उरलेल्या जगात आर्थिक वाढीची प्रक्रिया स्थिरावू शकते.

वर चर्चा केलेल्या अनेक शक्यतांमध्ये काही थोडा धोका आणि काही अनिश्चितता राहणारच. म्हणजे जर अमेरिकेतली अडखळणारी वाढीची प्रक्रिया आणखी भरकटली आणि त्यातून पूर्ण मंदीच वावरु लागली तर मग उरलेल्या जगावर काहीतरी परिणाम होणारच आहे. परंतु याहीपेक्षा मोठा धोका आहे तो वेगळाच आहे. जर तेलाच्या किंमती भडकल्या आणि तशाच दीर्घकाळ राहिल्या तर कदाचित अमेरिका इराणवर लष्करी हल्ला करू शकते. अगोदरच अमेरिकेच्या इराकमधल्या हस्तक्षेपामुळे मध्यपूर्वेचे राजकारण घुसळून निघाले आहे आणि त्यात आपल्यापरीने इराण आणखी संकटे आणत आहे. याबरोबर इराणने आपला स्वत:चा अण्वस्त्रे तयार करण्याचा इरादा व्यवहारात खरा करून दाखवला तर मग अमेरिकेच्या हस्तक्षेपाची शक्यता बरीच वाढते. अशावेळी तेलाचा पुरवठा आणि किंमती यातून जगाची अर्थव्यवस्था मोठ्या संकटात सापडू शकते. अर्थात अशा टोकाच्या शक्यतांची आज काळजी करत बसण्यापेक्षा आयएमएफने केलेले भाकित अधिक आश्वासक आहे. आयएमएफच्या मते आजमितीला सगळ्यांनी सुस्कारा सोडायला हरकत नाही.

■

विभाग २ : आर्थिक महासत्ता

Economics Superpower

२.१ अमेरिकेची आर्थिक शक्ती

अमेरिकेच्या अर्थव्यवस्थेविषयी अनेक प्रवाद प्रचलित आहेत. अध्यक्ष बुश यांच्या प्रशासन कालात त्यांनी अनेक राजकीय निर्णय बेधडकपणे घेतले. त्याचे गंभीर आर्थिक परिणाम झाले. एक म्हणजे त्यांच्या चालू खात्यात (करंट अकाऊंट) सतत भरघोस तूट आहे (सुमारे ५०० अब्ज डॉलर [५०० बिलियन डॉलर]) आणि वाढत आहे. त्याबरोबर बचतीचा दर अगदी कमी आहे आणि घरबांधणीसाठी जी मागणी होती तिचा फुगा लवकर फुटणार आहे. हा जो टीकाकारांचा वर्ग आहे त्यांच्या दृष्टीने येणारे ही सर्व मल्लीनाथी चालू असताना अमेरिकेच्या अर्थव्यवस्थेने २००४ सालात चार टक्क्यांनी आर्थिक वाढ करून दाखवली. म्हणजे सगळे समजत होते ते अपरिहार्य घडलेच नाही आणि दुसरे काहीतरी अनपेक्षित मात्र घडले. यातच सगळे गुपित लपलेले आहे.

नव्वदीच्या अगदी अखेरीला मागच्या क्लिंटन प्रशासनाच्या काळातच तेथे मंदीची सुरुवात झाली होती. नंतर सन २००१ मध्ये ११ सप्टेंबरचे महासंकट आले आणि त्यातून सगळ्याच गोष्टी बिघडत गेल्या. एका अर्थाने नवे अध्यक्ष बुश हे त्याचे केवळ धनी झाले. अनेक अभ्यासकांनी अमेरिकेची अर्थव्यवस्था या मंदीच्या लाटेत किती फरपटत जाईल याचे अंदाज केले होते. त्यांच्या समोर अर्थातच जपानचे उदाहरण होते आणि जपान दहा वर्षाहून अधिक काळ मंदीमध्ये घुसमटलेला आहे. या सगळ्या भाकितांना खोटे ठरवत अमेरिकेच्या औद्योगिक जगताने आपली उत्पादकता वाढवली आणि टीकाकारांना खोटे ठरवले. हा देशाच्या चार टक्के आर्थिक वाढीचा दर खरोखरीच आश्चर्यकारक आहे.

अमेरिकेत टीकाकारच काय पण राज्यकर्तेही जपानचा अनुभव सारखा डोळ्यापुढे ठेवून होते. त्यामुळे त्यांनी स्वत:हूनच व्याजदर कमी करत आणले आणि कराचे ओझेही हलके केले. अभ्यासकात एक शुद्ध तात्त्विक विचार करणाऱ्यांचा गट आहे त्यांना हे उपाय रुचले नाहीत. त्यांच्या मते अशा इलाजांमुळे जो मूळ प्रश्न आहे तो फक्त लांबणीवर पडला आहे. काहीवेळा तर जरी मुख्य प्रश्न टळला तरीही दुसऱ्या कोणत्या तरी क्षेत्रात प्रश्न डोके वर काढत आहे. त्यांच्या मते घरबांधणी क्षेत्रात तसे

काहीसे घडत आहे. अर्थात काय काय घडले या विषयी अनेक मते असू शकतात. काही झाले तरी अर्थव्यवस्थेची आर्थिक वाढ दमदारपणे झाली हे वास्तव सगळ्यांनाच मान्य करावे लागेल. सगळ्या औद्योगिक क्षेत्राने इतका भरपूर नफा मिळवला की हे प्रमाण जीडीपीमध्ये आठ टक्के आहे. मागच्या सत्तर वर्षात नफ्याने ही पातळी गाठली नव्हती.

या सगळ्या आश्चर्यकारक कामगिरीमध्ये जो गाभा आहे तो उत्पादकतेचा आहे. तेथे औद्योगिक क्षेत्राने आपले कर्ज कमी केले, मजूर वर्गात पुनर्रचना केली आणि त्यातून नफ्याचे प्रमाण वाढवले. त्यातूनच उत्पादकतेमध्ये भरीव वाढ झाली. २००४ सालात ही वाढ चार टक्क्यांची आहे. हा दर विशेषच आहे कारण त्या देशाची अर्थव्यवस्था आकाराने फार मोठी आहे आणि अशी वाढ होण्याचे हे एका मागोमाग असे तिसरे वर्ष आहे. साधारणपणे उत्पादकतेमध्ये सुरुवातीला जी वाढ होते ती ठळक असते कारण जेव्हा मागणी वाढते तेव्हा वापरात नसलेल्या साधन क्षमतेचा लगेच वापर करता येतो. परंतु थोड्या काळानंतर ही उत्पादकेमधली वाढ हळूहळू मंदावते. परंतु अमेरिकेमध्ये मात्र मागच्या १९६०च्या दशकात जो एकदा अनुभव आला त्यानंतर आता ही वाढ अजून जोमाने चालूच आहे.

अमेरिकेचे हे वैशिष्ट्य लक्षात घेण्यासारखे आहे आणि त्या अर्थाने हा जपानपेक्षा वेगळा अनुभव आहे. जपानमध्ये १९९० पासूनच आर्थिक प्रगतीचा बुडबुडा फुटायला लागला परंतु तेथल्या औद्योगिक कंपन्या १९९७ पर्यंत आपल्या कर्जात भरच घालत होत्या. या १९९१ -९७ या काळात मजुरांच्या संख्येत ५० लाख (पाच मिलियन)पेक्षा अधिक संख्येने वाढ झाली. तसेच रोजगाराची पातळी ६ कोटी ६० लाख (६६ मिलियन)वर पोचली. शिवाय वेतनातली खरी वाढ बरीच अधिक होती. म्हणजे जपानमध्ये जेव्हा आर्थिक वाढ मंदीच्या भोवऱ्यात सापडत होती त्याचवेळी नेमका कर्जाचा बोजा वाढत होता आणि वेतन खर्चही आटोक्यात नव्हता. यातूनच जपानच्या औद्योगिक क्षेत्रात संकट आले. त्यांच्या नफ्यात सतत घट होत गेली आणि त्यांची स्पर्धेला तोंड देण्याची क्षमताही क्षीण झाली. नंतर १९९७ मध्ये पूर्व आशियातल्या देशात आर्थिक आणीबाणीचा प्रसंग आला आणि जपानमधल्या खाजगी उद्योग क्षेत्राला त्याचा सगळ्यात अधिक फटका बसला. या अनुभवानंतर तेथे साफसफाईचे अवघड काम सुरू झाले आणि कंपन्यांच्या ताळेबंदात सुधारणा दिसू लागल्या. जपानमध्ये हे पर्व अजून चालूच आहे.

अमेरिकेची युरोपबरोबर तुलना बघण्यासारखी आहे. युरोपमध्ये कामगार विषयक कायदे अजिबात लवचिक नाहीत आणि कंपन्यांचे नियमनही त्यांना अकार्यक्षम करणारेच आहेत. या परिस्थितीत या कंपन्या आपला नफा वाढावा म्हणून कर्ज उभारण्यावर आणि आपली क्षमता मर्यादित करण्यावर भर देतात. यातूनच एक

उद्योजकांची मानसिकता बनलेली आहे. या उलट अमेरिकेतल्या कंपन्यांना उत्पादकता हा एकच निकष पुढे नेत असतो आणि त्या कंपन्यांच्या कामकाजात कोणतेही बदल पचवता येतील अशी लवचिकता असते.

अमेरिकेत अनेक प्रकारे टीका होऊनही तेथल्या खाजगी क्षेत्राने रोजगार आटोक्यात ठेवला आहे आणि वेतनामधली वाढ हाताबाहेर जाऊ दिली नाही. यातूनच त्या कंपन्यांनी आपले नफे वाढावेत म्हणून अनेक श्रमप्रधान कामे देशाबाहेरच्या स्वस्त मजूरांकडून करून घेण्याचा झपाटा लावला आहे. यालाच आऊटसोर्सिंग म्हणतात. वास्तविक पाहता अध्यक्षीय पदाच्या निवडणुकीच्या अगोदर अनेक कामगार संघटनांनी यावर बंदी आणण्याची मागणी केली होती. परंतु या दबावाला तोंड देतही अमेरिकेन प्रशासनाने आऊटसोर्सिंगमध्ये देशाचेच अधिक हित आहे ही ठाम भूमिका घेतली. काही प्रमाणात जरी रोजगार कमी झाला तरीही कंपन्यांचे नफे वाढले, समभागधारकांचा फायदा वाढला आणि ग्राहकाला अधिक स्वस्तात माल आणि सेवा मिळू लागली यावरच सगळ्यांनी भर दिला. यावर जे अभ्यास झाले त्यातूनही अमेरिकन कंपन्यांचे आणि तेथल्या ग्राहकाचे अधिक फायदे झाले असे आकडेवारीतून सिद्ध करण्यात आले. या अनेक घडामोडीमुळे एकूण उत्पादनात जो मजुरांना महसूल मिळतो तो सर्वात कमी पातळीवर ठेवण्यात आलेला आहे. यातूनच मजुरीचा खर्च आटोक्यात राहिलेला आहे.

सध्या अमेरिकेतल्या औद्योगिक कंपन्या जो भरघोस नफा मिळवत आहेत त्याचे काही चांगले परिणामही दिसणार आहेत असे अभ्यासकांना वाटते. कंपन्यांच्याकडे भरपूर जमा गोळा झाल्यामुळे आता त्या नवीन कामगारांना कामावर घेतील आणि कामावरून काढताना चांगली भरपाई देतील ही शक्यता आहे. यातून जर वेतनातली वाढ जोराने होऊ लागली तर काही प्रमाणात ग्राहकाची क्रयशक्तीही वाढेल. सध्या एकूणच ग्राहकाची मागणी ही काही प्रमाणात दुबळी आहे असे आकडेवारीवरून दिसते.

कदाचित हा मागणीचा दबाव बदलू शकेल. अशा पद्धतीने जर ग्राहकाचा प्रभाव वाढला तर अध्यक्ष बुश यांनी येत्या काळात सरकारी खर्चात जी कपात सुचवली आहे त्याचा फारसा नकारात्मक परिणाम जाणवणार नाही. अशा पद्धतीने वाढीच्या प्रक्रियेत एका बाजूने ग्राहकाची वाढीव मागणी, कंपन्यांचा अधिक रोजगार आणि अधिक भांडवल गुंतवणूक, आणि दुसऱ्या बाजूने तूट कमी करण्यासाठी सरकारी खर्चातील कपात अशी तारेवरची कसरत करावी लागेल. जगाच्या दृष्टीने अमेरिकेतल्या खाजगी कंपन्यांची ही जी भरभराट आहे त्यामुळे त्या देशाच्या चालू खात्यात इतकी मोठी तूट असली तरीही फारसे बिघडत नाही असे दिसते. अर्थात सगळाच चमत्कार खाजगी औद्योगिक क्षेत्र घडवून आणू शकत नाही कारण या

क्षेत्राचा एकूण खर्च जीडीपीच्या फक्त दहा टक्के आहे. या उलट ग्राहकाचा वाटा मात्र जीडीपीत सत्तर टक्के आहे.

या सर्व पार्श्वभूमीवर अमेरिकेच्या अर्थव्यवस्थेमध्ये जे घडत आहे त्यावर वरकरणी लगेचच विश्वास बसणे थोडेसे जड जाते हे मान्य करावे लागेल. परंतु वर मांडलेली तर्कसंगती जर प्रत्यक्षात मार्गी लागली तर नव्वदीच्या दशकापासून जे चढउतार होत आहेत त्याची फार मोठी किंमत द्यावी लागणार नाही. असे काही जमून आले तर सरकारने ज्या अनेक घोडचुका केल्या आहेत त्याही लोक विसरून जातील. येत्या काळात काही प्रमाणात इराकमध्ये स्थानिक सरकार उभे राहिले आणि शांतता नांदू लागली तर दोन ठळक गोष्टी घडतील. एक म्हणजे अमेरिकेच्या सैनिकी खर्चावर मर्यादा येईल आणि तुटीचे कारण कमी होईल. दुसरे म्हणजे इराकमध्ये तेल उत्पादन मार्गी लागले तर जगातल्या तेल बाजारात मोठे स्थैर्य येईल. यातूनच तेलाच्या किंमती आटोक्यात राहतील आणि जगाच्या अर्थव्यवस्थेला तेलामुळे जी असुरक्षितता वाटते तो प्रश्न मिटेल. अर्थात या जरतरच्या गोष्टी म्हणायला सोप्या आहेत.

कोणत्या घटकाला किती महत्त्व द्यायचे यावर मतभेद झाले तरी अमेरिकेतल्या खाजगी उद्योग क्षेत्राने आर्थिक चढउतारांचा दाह कमी करण्यासाठी मोठीच जबाबदारी निभावलेली आहे. अमेरिकेतले हे असे यश बघून अनेक देश त्यातून स्फूर्ती घेत आहेत. जपान आणि युरोपमधल्या कंपन्या यांना अमेरिकेच्या या अनुभवातून आपणही अधिक नफा मिळविण्याची क्षमता मिळवली पाहिजे असे वाटू लागले आहे. त्याचबरोबर विकसनशील देशातही उत्पादकता वाढवणे आणि कार्यक्षमता वाढवणे यावर नव्याने भर देण्यात येत आहे.

अभ्यासक असोत नाहीतर प्रसार माध्यमे असोत, सगळ्यांनीच अमेरिकेमध्ये चालू खात्यात तूट आणि अर्थसंकल्पातली तूट कशी वाढत आहे यावर प्रमाणाबाहेर भर दिला. परंतु त्याचवेळी अमेरिकेची अर्थव्यवस्था चार टक्क्यांच्या वेगाने वाढली आणि त्यातून त्यांनी जो नफा मिळवला तो जीडीपीमध्ये आठ टक्क्यांचा आहे, आणि तो आजपर्यंत सर्वात अधिक आहे याकडे मात्र सगळ्यांनी दुर्लक्ष केले. वास्तविक पाहता ही चालू खात्यातील तूट आणि अर्थसंकल्पातील तूट यांचे जीडीपीतले प्रमाण हे कमी आहे आणि नफ्याचे प्रमाण कितीतरी अधिक आहे. जगातले गुंतवणुकदारही या गोष्टीचे नक्की भान ठेवत असतील असे समजण्यास जागा आहे.

■

२.२ अमेरिकेची अर्थव्यवस्था : समज आणि गैरसमज

जगाच्या नवीन अर्थकारणात अमेरिकेचे फार महत्त्व आहे आणि त्याची अनेक अंगांनी चर्चा होत असते. अमेरिका ही एकमेव राजकीय महासत्ता असल्यामुळे अनेक अभ्यासकांचे दृष्टीकोन कळत नकळत आवडीनिवडींनी भरलेले असतात. हे साहजिक आहे आणि तसेच ते चालणार. त्यामुळे तपशिलावरचे वादविवाद अपरिहार्य आहेत आणि सत्य समजून घेण्यासाठी त्यांचा उपयोगही आहे.

मागच्या तीन वर्षात जगामध्ये आर्थिक भरभराट नांदत आहे आणि ही वाढ येत्या काळात चालू राहील का हा सगळ्यांच्याच मनात प्रश्न आहे. त्यामुळे अमेरिकेच्या अर्थव्यवस्थेमध्ये जे घडत आहे त्यावर बारकाईने टीकाटिप्पणी होत असते. या देशाच्या अर्थकारणात आणि विशेषत: मुद्राधोरणात फेडरल रिझर्व्ह बँकेचे चेअरमन ॲलन ग्रीनस्पॅन यांचे मोठे योगदान समजले जाते. अमेरिकेच्या अध्यक्षांपेक्षा ग्रीनस्पॅन यांच्या प्रत्येक शब्दाला महत्त्व होते आणि त्यात काय काय दडलेले आहे यावर अनेक पंडित टिप्पण्या करण्यात गुंतलेले होते. ग्रीनस्पॅन यांनी सगळ्यात अधिक म्हणजे अठरा वर्षे ही जोखीम सांभाळली. त्यांच्या पदाधिकाराच्या शेवटच्या वर्षात त्यांनी सतत पाव टक्क्याने बँक दर वाढवत नेला कारण त्यांना आर्थिक वाढीबरोबर येणाऱ्या चलनवाढीची सतत काळजी वाटत होती.

शेअर बाजारात वावरणारे गुंतवणुकदार दोन प्रकारचे असतात. त्यातला एक म्हणजे मंदीवाले आणि दुसरे तेजीवाले. साधारणपणे जेव्हा आर्थिक वाढीची प्रक्रिया मंदावू लागते त्या काळात तेजीची लाट असते आणि शेअरबाजार उत्साहाने आणि आशेने भारलेला असतो. सध्या अमेरिकेच्या व्यवस्थेमध्ये जी वाढ आणि चैतन्य आहे ते तसेच टिकून राहील याचा फारच थोड्या अभ्यासकांना भरवसा वाटतो. आश्चर्य म्हणजे २००३ सालापासून मागच्या तीन वर्षात तेथे वर्षाला चार टक्क्याने वाढ झाली आणि चलनवाढही अगदी आटोक्यात राहिली आणि तरीही अभ्यासकांना मात्र यातले काही टिकणारे दिसत नाही. उलट आता ही गाडी घसरेल असे मानणारे अधिक आहेत. याचे कारण म्हणजे या अर्थव्यवस्थेमध्ये वेगवेगळ्या प्रकारची असंतुलने आहेत आणि त्याचा परिणाम होऊन वाढीची प्रक्रिया घसरणीला लागेल असा

सगळ्यांचा कयास आहे.

आज हे जे सगळे शंकेखोर आहेत त्यांनी एक गोष्ट लक्षात घेतलेली नाही. मागच्या काही काळाचा विचार केला तर सध्या जगामध्ये जी भरभराट आलेली आहे तिचे आपले वैशिष्ट्य आहे कारण पूर्वी असे काही घडले नाही. मागच्या २००३ सालात अमेरिकेच्या अर्थव्यवस्थेने जी मंदीवर मात केली त्यातूनच जगाच्या नव्या आर्थिक मांडणीची पायाभरणी झाली. या काळात जगामध्ये जी वाढ झाली त्यातले सुमारे एक तृतीयांश योगदान अमेरिकेचे आहे. खरे म्हणजे जे मंदीवाले शंकेखोर आहेत त्यांचे सगळे अंदाज मागच्या काळात कोलमडून पडलेले आहेत. परंतु त्यांनी इतक्या चुका करूनही प्रसार माध्यमांमध्ये सगळ्यात त्यांच्याच मताची चर्चा अधिक होते. कदाचित याचे एक कारण म्हणजे विचारवंतांचा एकूणात अमेरिकेविषयी जो दूषित पूर्वग्रह झालेला आहे त्याचे पडसाद त्यांच्या आर्थिक विष्लेषणातही उमटतात. विशेष म्हणजे अमेरिकेतही असा दुराग्रह असलेले अभ्यासक अनेक आहेत ज्यांचा रिपब्लिकन पक्षाचा धोरणांविषयी एक पूर्वग्रह आहे. त्यातही सध्याचे अध्यक्ष जॉर्ज बुश यांनी आतंकवादाच्या धोक्याचा आधार घेत जे इराकबरोबर युद्ध केले त्यातूनही तेथे राजकारण टोकाला पोचलेले आहे.

अमेरिकेची अर्थव्यवस्था असंतुलित आहे आणि ती सुधारण्याच्या शक्यता इराकमधल्या गनिमी युद्धामुळे लांबलेल्या आहेत. जर असे असंतुलन आणखीनच बिघडणार असले तर ती नैसर्गिक टिकाऊ अवस्था कशी समजायची? याचे एक ठळक परिमाण म्हणजे चालू खात्यातील भरमसाठ आणि वाढणारी तूट. तसेच बचतीचा दर अगदीच चिल्लर आहे. खरे तर अमेरिकेतल्या कुटुंबाची उणे बचत आहे. जगातले अनेक देश आणि आशियातले अनेक गरीब विकसनशील देश हे आपल्या चलनाच्या साठ्यातील मोठी गुंतवणूक डॉलरमध्ये करत आहेत. अशा काही अजब घटनांमुळे अभ्यासकांमध्ये तर एक गट असा आहे त्यांना जगामध्ये जी आर्थिक भरभराट आली आहे त्यात अमेरिकेचे काही श्रेय आहे हेच मुळात मान्य नाही. हा समज वस्तु:स्थितीला धरून नाही. जर अमेरिकेची व्यापारातली तूट एकदम आटोक्यात आली तर चीन, भारत, अर्जेंटिना असे अनेक देश अडचणीत येतील कारण या देशांची यांत्रिक उत्पादनाची आणि सेवा क्षेत्रातील भरीव कामगिरी या देशांच्या अमेरिकेला होणाऱ्या निर्यातीवर अवलंबून आहे.

याचा अर्थ उघड आहे. अमेरिकेच्या अर्थव्यवस्थेविषयी जे समज आणि अपसमज आहेत त्यांची मुळापासून तपासणी झाली पाहिजे. जर या महासत्तेची अर्थव्यवस्था वर्षाला चार टक्क्यांनी वाढत असली तर त्यामागे काही सकारात्मक कारणे असण्याची दाट शक्यता आहे. नोव्हेंबर २००५ मध्ये हारवर्ड विद्यापीठाच्या रिकार्डो हाऊसमान आणि फेड्रिको स्टुरझेनगर् यांनी एक संशोधन प्रसिद्ध केले आहे. त्यांच्या मते जे आंतरराष्ट्रीय व्यापाराच्या लेखातपशिलामध्ये काही प्रकारच्या अदृश्य

मत्ता लक्षात घेतल्या जात नाहीत आणि त्यामुळे अमेरिकेच्या चालू खात्यात जी मोठी तूट दिसते ती खरोखरी अगदी कमी आहे. या वादाच्या मुळाशी एक समजूत आहे. प्रत्यक्षात अमेरिका जगात सगळ्यात मोठी ऋणको (डेटर) आहे कारण तिची व्यापारातली तूट सगळ्यात अधिक आहे आणि सततची आहे. परंतु कोणत्यातरी मार्गाने अमेरिका आपल्या परदेशातील मत्तांवर अधिक परतावा मिळवते आणि आपले जे मोठे विदेशातले कर्ज आहे त्यावर अगदी थोडा परतावा देते. हा खरा वादाचा मुद्दा आहे.

हारवर्डच्या प्राध्यापकांनी जो लेख लिहिला आहे त्यात त्यांनी अमेरिकेच्या परदेशात दाखवण्यात येतात त्यापेक्षा अधिक मालमत्ता असाव्यात असा अंदाज केलेला आहे. यासाठी त्यांनी एक सोपी मांडणी केली आहे. त्यांच्या मते सध्या अमेरिकेच्या चालू खात्यात जी तूट आहे ती जगातल्या ज्या देशांची चालू खात्यात शिल्लक आहे त्याच्या बेरजेपेक्षा अधिक आहे. याचा अर्थ अमेरिकेच्या काही मत्ता अशा आहेत ज्या व्यापाराच्या आकडेवारीमध्ये लक्षात घेण्यात आलेल्या नाहीत.

याशिवाय अमेरिकेमध्ये गृह निर्माणाच्या क्षेत्रात एक बुडबुडा फुटणार आहे याचीही बरीच चर्चा चालू आहे. अनेक अभ्यासकांच्या मते या निवासी घरांच्या बांधकाम व्यवसायात जी भरभराट आलेली आहे त्यातून एक कृत्रिम परिस्थिती निर्माण झालेली आहे. यामुळे अमेरिकेतल्या नागरिकाची संपत्ती भरपूर वाढली आहे असे चित्र दिसते आणि तेथल्या ग्राहकाच्या खर्चाच्या सवयीही टीकेचा विषय झालेला आहे. दान मोरहेड हे पंटेरा कॅपिटल मॅनेजमेंटचे प्रमुख आहेत आणि त्यांनी एक या विषयाचे दुसरे अंग दाखवणारा लेख लिहिला आहे. त्यांच्या मते अमेरिकेतल्या कुटुंबाने मालमत्ता गहाण ठेवून जे कर्ज उभारले आहे आणि त्यावरचे जे व्याजाचे ओझे आहे हे इतर देशांच्या मानाने निम्मेच आहे. येथे मालमत्ता गहाण ठेवून उभारलेले कर्ज हे कुटुंबाच्या एकूण उत्पन्नाच्या सुमारे ७८ टक्के आहे. हेच प्रमाण युरोपमधल्या नेदरलंडस् आणि डेन्मार्क या देशात सुमारे २०० टक्के आहे. म्हणजे तुलनेने अमेरिकेत गृहनिर्माणाच्या क्षेत्रात काहीतरी विपरित घडत आहे अशी समजूत व्यवहाराला धरून नाही.

याच विषयात युरोपमधल्या ऑरगनायझेशन फॉर इकॉनॉमिक कोऑपरेशन अँड डेव्हलपमेंट (ओईसीडी) संस्थेने जगातल्या निवासी घरांच्या बाजारपेठेवर एक अभ्यास प्रसिद्ध केला आहे. जर घरावर मिळणारे भाडे आणि त्या घराची किंमत हे गुणोत्तर लक्षात घेतले तर अमेरिकेमध्ये या क्षेत्रातील वस्तु:स्थिती सर्वसाधारण आहे असे म्हणता येईल. या उलट ब्रिटन आणि ऑस्ट्रेलिया या देशांमध्ये हे गुणोत्तर अगदी खर्चिक आहे असे चित्र दिसते. याचा अर्थ तेथे या क्षेत्रात घसरण होण्याची अधिक शक्यता आहे.

तसा विचार केला तर अमेरिकेतल्या गृहनिर्माणाच्या बाजारपेठेत थोडीफार

मंदीची चिन्हे दिसू लागली आहेत. परंतु त्यामुळे ग्राहकाच्या खर्चावर काही बंधने आली आहेत असे काही दिसत नाही. अमेरिकेची अर्थव्यवस्था मार्च २००५ मध्ये जी तिमाही संपली त्यात पाच टक्क्यांनी वाढली. तसेच अमेरिकेतला ग्राहक वर्ग हा अजूनही खर्च करण्यामध्ये मागे नाही असे आकडेवारी सांगते. फेडने अल्पकाळातले व्याजदर दर तिमाहीला पाव टक्क्याने वाढवत ते एक टक्क्यावरून आता ४.७५ टक्के येथपर्यंत उंचावले आहेत. विशेष म्हणजे या काळात खनिज तेलाची किंमत दुपटीने वाढली आहे आणि आणखी वाढण्याची चिन्हे आहेत.

जर सगळी आकडेवारी असे चित्र रंगवत असेल तर हे कसे शक्य आहे? काही अभ्यासकांच्या मते तेलाच्या किंमती अपेक्षेबाहेर वाढत आहेत आणि उसनवारी करणे व्याजदर वाढल्यामुळे खर्चिक झाले आहेत आणि तरीही अमेरिकेतला ग्राहक हे सगळे पचवून आपले खर्च करणे चालूच ठेवत आहे. याचे कारण म्हणजे बहुदा तो आपल्या बचतीमधून अधिकाधिक रक्कम खर्च करण्यासाठी वळती करत असावा. अधिकृत आकडेवारीनुसार अमेरिकेतल्या कुटुंबाचा बचतीचा दर उणे दोन टक्के आहे आणि त्यामुळे जगामध्ये असंतुलन निर्माण झालेले आहे असे सांगण्यात येते. काही अभ्यासकांच्या मते ही बचतीवरची आकडेवारी तितकीशी बरोबर नाही. अमेरिकेतल्या संख्याशास्त्राच्या पद्धतीला धरून तेथे भांडवली नफा, नवे शोध आणि वित्तीय फायदा यांचा अंतर्भाव बचतीमध्ये केला जात नाही. तसेच कॉर्पोरेट क्षेत्राची कामगिरी पूर्वी नव्हती इतकी उजळलेली आहे. कॉर्पोरेट क्षेत्रातील नफ्याचे जीडीपीशी गुणोत्तर हे मागच्या चाळीस वर्षात सध्या सर्वात अधिक आहे. त्याचबरोबर औद्योगिक क्षेत्रातल्या उत्पादकतेमध्येही भरीव वाढ झालेली आहे आणि त्यामुळे काही प्रमाणात चलनवाढही आटोक्यात राहिलेली आहे.

अर्थशास्त्रामध्ये जेव्हा एखाद्या विषयावर वाद होतात तेव्हा दोन्ही बाजूंच्या समर्थनात आणि प्रतिवादात काही त्रुटी असतातच. त्याचाच प्रत्यय अमेरिकेची भरभराट येत्या काळात टिकेल का आणि ती किती वर्ष चालू राहील या विषयात येतो. खरे म्हणजे मागच्या तीन वर्षात आर्थिक वाढ काय आणि मुद्रा धोरण आणि चलनवाढ या सगळ्या विषयात अमेरिकेला श्रेय द्यावे असे सगळी आकडेवारी सांगते. परंतु आश्चर्य म्हणजे अधिकाधिक अभ्यासक हे मात्र जे मंदीवाले निवेशक आहेत त्यांच्या सुरात बोलत आहेत. अर्थातच त्या व्यवस्थेमध्ये जे वेगवेगळे प्रकारचे असंतुलन आहे त्याचा अधिक काटेकोरपणे विचार करायला पाहिजे. केवळ आकडेवारी काय दर्शवते यावरून निष्कर्ष काढले तर मंदीवाल्यांची भाकिते खरी ठरतील. याचा अर्थ येत्या काळात अमेरिकेच्या अर्थव्यवस्थेविषयी, तेथल्या कर्जाच्या आणि तुटीच्या आकड्यांविषयी, तेथल्या मुद्रा धोरणाविषयी आणि तेथल्या चलनवाढीविषयी नवे नवे शोध आणि मांडणी होणार आहे असे दिसते.

■

२.३ अमेरिकेच्या सत्तेला ओहोटी

जे इतिहासाचा अभ्यास करतात त्यांच्या मते इतिहासाचा एक न्याय असतो. ज्या मोठ्या सत्ता आहेत त्या जशा एकदा उच्च स्थानावर पोहोचतात त्याचप्रमाणे नंतर त्यांचे कधीतरी अध:पतन होतेच. जगाच्या इतिहासात सगळ्याच सामर्थ्यवान देशांच्या बाबत हे घडलेले आहे. त्यामुळे आज जी जगामध्ये अमेरिका ही एकमेव महासत्ता आहे तिलाही हा दाखला लागू पडतो. सुमारे वीस वर्षांपूर्वी पॉल केनेडी यांनी द राईज अँड फॉल ऑफ दि ग्रेट पॉवर्स असा ग्रंथ लिहिला आणि त्यात अमेरिकेलाही अशा प्रसंगाला तयार राहण्याचा इशारा दिला. आता या नव्या शतकाच्या पहिल्या दशकाच्या मध्याला अमेरिकेची ही वेळ आली आहे का असा प्रश्न अनेकांना पडला आहे.

केनेडी यांनी १५०० सालानंतर जगात वेगवेगळ्या देशांमध्ये ज्या सामर्थ्यवान सत्ता होत्या त्यांचा आढावा घेतलेला आहे. या पाचशे वर्षांच्या दीर्घकाळात मध्यानंतरच देशातल्या शासनाची आणि राष्ट्रीयत्त्वाची संकल्पना रुजू लागली. या ज्या सत्ता सामर्थ्यवान बनल्या त्याचा मूलाधार हा सैनिकी सत्तेचा होता. तुलनेने मागची काही दशके सोडली तर या दीर्घ काळात देशादेशांमध्ये तंत्रज्ञान अगर दरडोई जीडीपी यात काही फार फरक नव्हते. समाजातली थोडी मोजकी उच्चभ्रू घराणी सोडली तर उरलेला सगळा वर्ग गरीबच होता. ही जी बलवान साम्राज्ये होती त्याचा संबंध या सत्तांच्या भौगोलिक आकाराशी निगडित होता. रोमन, चिनी, मंगोल, ऑटोमन, मोंगल, इंका, अॅझ्टेक, ऑस्ट्रो-हंगेरियन या गतकाळातल्या सगळ्याच राज्यसत्तांच्याबाबत हे खरे होते. अगदी ब्रिटिश साम्राज्यालाही ते लागू आहे.

ब्रिटिशांचे साम्राज्य हेसुद्धा सैनिकी विजयातूनच निर्माण झालेले होते. परंतु यात एक फरक होता. तो म्हणजे एकोणीसाव्या शतकात सैनिकी विजयाबरोबरच औद्योगिक क्रांतीची सुरुवात झाली आणि त्यातून सगळेच बदलले. एकदा कोणताही देश औद्योगिक क्रांतीतून आधुनिक झाला म्हणजे त्याला सत्ता आणि प्रतिष्ठा मिळत होती. मग असा देश लहान असला तरीही त्याची अडचण नव्हती. याचे चांगले उदाहरण म्हणजे जपान.

आताच्या आधुनिक जगात सत्ता मोजण्याचे मापदंड म्हणजे एखाद्या देशाची तंत्रज्ञान आणि आर्थिक शक्ती हे आहेत. तो देश किती सैनिकी विजय मिळवतो याचे महत्त्व नाही. जसजसे युरोपातले इतर देश औद्योगिकीरणातून आणि आर्थिक विकासातून मोठे झाले आणि त्यांनी ब्रिटनसारखी शक्ती मिळवली त्याबरोबर ब्रिटनला जगाच्या संपत्तीमध्ये जो वाटा मिळत होता तो हळुहळू लहान होऊ लागला. हे घडताना मात्र ब्रिटन देशाचा लहान आकार कारणीभूत ठरला. युरोपामध्ये जर्मनीसारखा आकाराने मोठा देश होता आणि त्याने ब्रिटनच्या सामर्थ्याला आव्हान दिले होते. या घडामोडीतूनच पुढे अटलांटिक महासमुद्राच्या पलिकडे जो अमेरिका देश होता त्याच्याकडे आर्थिक नेतृत्व गेले. याचे कारण पुन्हा अमेरिकेचा आकार मोठा होता.

मागच्या विसाव्या शतकात अमेरिकेने बघताबघता जर्मनी आणि ग्रेट ब्रिटन यांच्यापेक्षा अधिक आर्थिक सामर्थ्य मिळविले. किंबहुना सगळ्या युरोपच्यापेक्षाही अमेरिकेची शक्ती मोठी झाली. मागच्या काही दशकात युरोपियन युनियनच्या संघटनेतून प्रथम पश्चिम युरोपातले पंधरा देश एकत्र झाले आणि आता मागच्या दहा वर्षात त्यात आणखी दहा देश सदस्य म्हणून स्वीकारण्यात आले. हे नवीन सदस्य देश पूर्व युरोपातले असून पूर्वीच्या सोव्हिएट युनियनच्या गटामध्ये होते. या गटाचे विघटन झाल्यावर हे पूर्व युरोपातील देश चढाओढ करून इयूमध्ये सामील झालेले आहेत. याशिवाय आणखी काही देश इयूमध्ये सदस्य होण्यासाठी रांगेत उभे आहेत. याशिवाय मागच्या काही वर्षात चीन आणि भारत हे दोन मोठ्या लोकसंख्येचे देशही मोठी आर्थिक शक्ती मिळवून नामांकित झाले आहेत. असे असूनही या सगळ्या आर्थिक सत्तांच्यापेक्षा अमेरिकेची शक्ती अधिक आहे. अमेरिकेचा जीडीपी इयूपेक्षा एक तृतीयांशाने अधिक आहे आणि चीनपेक्षा पन्नास टक्क्याहून अधिक आहे.

अमेरिका, युरोपियन युनियन, चीन आणि भारत यांची एकत्रित लोकसंख्या जगामध्ये ४७ टक्के आहे आणि यांचा एकूण जीडीपी जगाच्या जीडीपीमध्ये ५६ टक्के आहे. या वर उल्लेखिलेल्या देशांची लोकसंख्या येत्या काळात कमी होणार आहे आणि २०२०च्या सुमारास यांचा जगातील लोकसंख्येमधला वाटा थोडा कमी होणार आहे. परंतु त्यांचा जगातल्या जीडीपीमधला वाटा मात्र ६० टक्क्यांच्यावर पोहोचणार आहे. हे अंदाज व्यक्त करण्यासाठी आयएमएफच्या वर्ल्ड इकॉनॉमिक आऊटलुक (२००६) आणि युनोच्या लोकसंख्येच्या आकडेवारीचा वापर करण्यात आलेला आहे.

आजची आर्थिक सद्य:स्थिती आणि आर्थिक वाढीची प्रक्रिया लक्षात घेतली तर २०२०च्या सुमारास फक्त चीन देश अमेरिकेच्या आर्थिक शक्तीच्या जवळपास पोहोचू शकेल. त्यानंतर बऱ्याचशा फरकाने युरोपियन युनियन आणि भारत यांचा क्रमांक लागेल. यासाठी काही अंदाज बांधण्यात आलेले आहेत. त्यामध्ये मागच्या

दहा वर्षांत जगातल्या आर्थिक वाढीचा वार्षिक सरासरी दर ३.९ टक्के धरलेला आहे. तसेच या दहा वर्षांत अमेरिकेचा सरासरी वार्षिक वाढीचा दर ३.३ टक्के आहे. हे वाढीचे दर येत्या काळात चालू राहिले तर आजच्या प्रमाणेच पुढेही अमेरिकेचा जगातल्या जीडीपीमधला वाटा वीस टक्क्यांच्या जवळपास असेल. या आधारावर युरोपियन युनियन जी मागच्या दहा वर्षांत वर्षाला दोन टक्क्यांची वाढ दाखवत आहे तिचा वाटा सध्याच्या पंधरा टक्क्यांवरून बारा टक्क्यांपेक्षा कमी होईल. भारताचा सध्या जगातल्या जीडीपीतला वाटा सहा टक्के आहे तो दहा टक्क्यांच्यावर जाईल आणि त्याची तुलना युरोपियन युनियनबरोबर करता येईल. यामध्ये भारताचा वार्षिक वाढीचा दर किमान सहा टक्के असेल असे गृहित धरलेले आहे. चीनने जर सध्याप्रमाणे वार्षिक वाढीचा दर ८.४ टक्क्यांइतका चालू ठेवला तर त्याची शक्ती अमेरिकेपेक्षा अधिक होईल. अगदी चीनने सध्याची वाढ पुढची पाच वर्षे चालू ठेवली आणि त्यानंतर सहा टक्क्यांची वार्षिक वाढ दाखवली तरीसुद्धा २०२०च्या सुमारास तिची आर्थिक शक्ती अमेरिकेएवढी होऊ शकेल.

अशी सगळी रोमांचक आकडेवारी दिसत असली तरीही चीन अमेरिकेला एक महासत्ता म्हणून आव्हान देऊ शकेल का? आर्थिक शक्ती असणे एक बाब आहे आणि आर्थिक महासत्ता असणे दुसरी बाब आहे. अमेरिकेची आर्थिक शक्ती ही काही तिच्या फक्त आकारावर अवलंबून नाही. ही शक्ती तर तुलनेने कमी होत आहे कारण इतर देश आणि त्यांचे गट आपली शक्ती वाढवत आहे. शिवाय अमेरिकेचा डॉलर दुबळा होत आहे आणि त्यांच्या कर्जाची पातळी आणि तूट सतत वाढतच आहे. त्या देशाच्या विदेशी राजकारणाची अधोगती बघितली तर नजीकच्या काळात यात सुधारणा होण्याची काहीच शक्यता दिसत नाही. त्यामुळे या कूट प्रश्नावर जे स्पष्टीकरण आहे ते गूढ आहे. सगळ्या जगामध्ये डॉलरसाठी वाढती मागणी आहे आणि ही भूक कधी संपेल अशी चिन्हे नाहीत. त्यामुळे उरलेल्या जगाच्या तुलनेने अमेरिकेमधल्या मत्तांवर अधिक परतावा मिळतो. सगळ्यांना त्याचे आकर्षण आहे आणि त्यातच समाधान आहे.

दुसरी बाब म्हणजे अमेरिकेबरोबर आणखी काही देशांच्या आर्थिक शक्तीमध्ये बरोबरीची वाढ झाली तरीही ही समानता वरवरची आहे. अमेरिका आणि इतर देश यांच्या दरडोई उत्पन्नात भरपूर फरक राहणारच आहे. एक कारण म्हणजे भारत आणि चीनसारख्या देशांच्या लोकसंख्येचा आकारच अवाढव्य आहे. तसेच उपलब्ध अंदाजानुसार अमेरिका आणि युरोप यांच्या उत्पन्नामध्ये असमानता वाढणार आहे. मात्र अमेरिकेबरोबर चीन आणि भारत यांच्या उत्पन्नातील दरी कमी होणार आहे. या सगळ्या घडामोडींचा दृश्य परिणाम म्हणजे येत्या २०२० सालाच्या सुमारास अमेरिकन नागरिकाच्या सरासरी उत्पन्नाच्या फक्त एक चतुर्थांश उत्पन्न चीनच्या

नागरिकाचे असणार आहे. आणि आत्ता जे चीनच्या नागरिकाचे सरासरी उत्पन्न आहे तितके उत्पन्न भारतीय नागरिकाचे २०२०साली होणार आहे. त्यामुळे आर्थिक शक्तीमधील एकत्रित वाढ आणि प्रत्यक्षात दरडोई उत्पन्नाची पातळी या पूर्णपणे अलग गोष्टी आहेत.

अमेरिकेची अर्थव्यवस्था आकाराने मोठी आहे आणि त्याचबरोबर त्यांच्या नागरिकाची दरडोई उत्पन्नाची पातळी उंचावलेली आहे यामुळे येथल्या शासनाला एक खास सुविधा मिळालेली आहे. ती म्हणजे त्यांना कराच्या माध्यमातून प्रचंड महसूल गोळा करता येतो आणि त्यातून तितक्याच मोठ्या सैनिकी शक्तीची जोपासना करता येते. अगदी हे कराचे दर माफक ठेवले आणि कल्याणकारी योजनांचा कराच्या महसुलातून खर्च भागवला तरीही त्यांना ते परवडते. अमेरिका साधारणपणे जगातल्या एकूण जीडीपीच्या एक टक्के रक्कम आपल्या संरक्षणावर खर्च करते. जेव्हा पेचप्रसंग येतात तेव्हा यातही वाढ होते. यातून त्या सरकारला एक प्रचंड तांत्रिक आणि आर्थिक शक्ती मिळते. त्याबरोबर तेथे विद्यापीठाच्या पातळीवर उत्तम दर्जाचे शिक्षण मिळते आणि त्यांच्या संशोधनाची पातळीही अव्वल दर्जाची आहे. त्यामुळे आर्थिक वाढीच्या प्रक्रियेतून अमेरिका आणि जगातले अनेक देश यांच्यातली आर्थिक दरी कमी होत असली तरीही त्यांच्यामधली तंत्रज्ञानातील असमानता वाढतच आहे. अमेरिकेबरोबर आज तुलना करता येईल अशी युरोपियन युनियनची शक्ती आहे परंतु त्यातल्या सदस्य देशांमधले शासन म्हातारे झालेले आहे. या देशांमध्ये शासनाने अनेक कल्याणकारी कार्यक्रम दीर्घकाळ चालवलेले आहेत आणि लोकांना ते आपल्या वहिवाटीच्या हक्कासारखेच वाटत आहेत. या देशांमध्ये वृध्दांची संख्या प्रौढ वयोगटातल्या उत्पादक मनुष्यबळापेक्षा वाढलेली आहे आणि या देशांना मागच्या काळातील निवृत्ती वेतनांचा बोजा पेलवत नाही. अशा सगळ्या वित्तीय अडचणी निर्माण होऊनही युरोपातले देश आपला कल्याणकारी कामांवरचा खर्च कमी करू शकत नाही आणि बरोबरच नागरिकांवरचा करभारही वाढवू शकत नाहीत. अशा थकल्या भागलेल्या युरोपकडून अमेरिकेला कोणते आव्हान मिळणार?

आता प्रश्न उरला चीन आणि भारत यांचा. येथे मुळातच दारिद्र्याचे प्रमाण अधिक होते आणि आहे आणि ते कमी होत असले तरीही प्रत्यक्षात गरिबांची संख्या अधिकच दिसते. शिवाय सरासरी उत्पन्नाची पातळी खूपच खालची असल्यामुळे या नागरिकांवर किती कर बसवावेत यालाही मर्यादा आहेत. त्यामुळे भारत आणि चीन यांच्या एकूण आर्थिक शक्तीमध्ये कितीही भरीव वाढ झाली तरीसुद्धा त्यांच्या नागरिकाचे सरसरी दरडोई उत्पन्न माफकच राहणार आहे. त्याचाच अर्थ त्या देशातल्या सरकारांजवळही कराच्या माध्यमातून फार काही मुबलक महसूल गोळा होईल आणि त्यातून आधुनिक तंत्रज्ञानावर खर्च करता येईल या दूरच्या गोष्टी आहेत.

मागच्या इतिहासात ज्या पारंपरिक साम्राज्यवादी सत्ता उभ्या राहिल्या त्यांचा मूळ आधार सैनिकी शक्तीच्या विजयाचा होता. त्यातूनच ही साम्राज्ये टिकून राहिली. या तुलनेने आजच्या आधुनिक काळात ज्या आर्थिक महासत्ता आहेत त्या स्वयंसिद्ध सामर्थ्यावर उभ्या आहेत. मागच्या दशकातल्या सुमारे पन्नास वर्षांत सोव्हिएत युनियनची शक्ती जगात अमेरिकेच्या बरोबर समजली जात होती. परंतु या सत्तेचे प्रामाण्य आपल्या देशातही स्वयंसिद्ध नव्हते. आणि त्यामुळेच नंतर या सत्तेचे विघटन झाले.

त्याचबरोबर अमेरिका एका बाजूने स्वातंत्र्य आणि लोकशाही यांचा जगभर पुरस्कार करते आणि दुसऱ्या बाजूने आपली प्रचंड सैनिकी सत्ता दाखवून एकतर्फी निर्णय घेते असे चित्र जगापुढे आलेले आहे. त्यामुळेच लोकांचा त्या देशाच्या सरकारच्या शब्दावरचा विश्वास कमी झालेला आहे. अमेरिकेची सत्तेवरची मक्तेदारी काही प्रमाणात कमी झालेली आहे हेही तितकेच खरे आहे. या सगळ्या तुलनेने जेव्हा कधी चीन एक महासत्ता म्हणून आपले स्थान मिळवेल तेव्हा काही त्या देशाला अमेरिकेइतकी प्रतिष्ठा मिळेल ही शक्यता नाही. पॉल केनडी यांनी जो ग्रंथ लिहिला ती मांडणी सोव्हिएत युनियनच्या विघटनापूर्वीची आहे. खरे म्हणजे त्यानंतर अमेरिका ही एकच महासत्ता उरल्यामुळे तिचा दबदबा आणखी वाढलेला आहे. अशा पार्श्वभूमीवर अमेरिकेचा सगळ्यांवरच एक दबाव आहे. येत्या काळात चीन आणि भारत या कितीही मोठ्या आर्थिक शक्ती झाल्या तरीही त्यांना अमेरिकेच्या मधले अंतर भरून काढता येणार नाही. त्यामुळे अमेरिकेच्या सामर्थ्याचा आणि सत्तेचा हळूहळू ऱ्हास होणार आहे आणि त्यांच्या महात्म्याला ओहोटी लागणार आहे असा समज करून घेणे स्वत:ची फसणवणूक ठरेल.

■

२.४ अमेरिकेच्या आर्थिक शक्तीला आव्हान

जागतिक अर्थव्यवस्थेची नवीन मांडणी होताना खनिज तेलाच्या वाढत्या किमती हा एक धोका निर्माण झालेला आहे. २००४ साल सुरू होताना एक आर्थिक वाढीची प्रक्रिया अनेक देशात मार्गी लागली होती आणि त्या अगोदरची तीन वर्षे आणि त्यावेळची मंदी विसरण्याचा सगळे नेटाने प्रयत्न करत होते. त्यामुळे जेव्हा खनिज तेलाच्या किंमती बॅरलमागे ५० डॉलरच्या पलीकडे गेल्या तेव्हा या खनिज तेलाच्या भडकलेल्या किंमतीतून परत जगाची अर्थव्यवस्था मंदीच्या लाटेत गुदमरणार असा सगळ्यांचा कयास होता. ही भीती किती प्रमाणात सार्थ आहे असा एक रास्त प्रश्न उभा राहिला आहे. जर खनिज तेलाच्या किंमतीचा इतका मोठा धोका आहे तर आशियातल्या विकसनशील देशांनी त्याचा कसा धसका घेतला नाही? असे प्रश्न टीकाकार विचारत आहेत.

आर्थिक मंदीला मागे ठेवून जरी वाढीची प्रक्रिया सुरू झाली तरीही जेव्हा खनिज तेलांच्या किंमती हाताबाहेर गेल्या तेव्हापासून अमेरिकेमधला शेअर बाजार अस्वस्थ झालेला दिसून येतो. या तुलनेने आशियातल्या शेअर बाजारात चैतन्य सळसळत आहे आणि हे कशामुळे शक्य झाले यावर अभ्यासक बोट ठेवत आहेत. नुकतीच न्यूयॉर्क मधल्या वायदे बाजारात खनिज तेलाची किंमत बॅरलमागे ५५ डॉलरच्या पातळीवर गेली तेव्हा मुंबईतला शेअर बाजारातला निर्देशांक हा चढत होता. विशेषत: जेव्हा खनिज तेलाची किंमत ४० डॉलर होती त्यावेळी शेअर बाजाराची पातळी जी होती त्यापेक्षा ही पातळी ५५ डॉलरच्या वेळी अधिक झाली.

वास्तविक पाहता चलनवाढीचा धोका डोक वर काढत आहे आणि त्याबरोबर व्याजदर वाढण्याची सुरुवातही झाली आहे. तरीही मुंबईचा शेअरबाजाराचा निर्देशांक सेन्सेक्स दबावाखाली आलेला नाही. नोव्हेंबर २००४ मध्ये सुरुवातीलाच एकदा अमेरिकेतल्या अध्यक्षपदाच्या निवडणुका झाल्यावर खनिज तेलाच्या किंमती परत पूर्वीच्या चाळीस डॉलरच्या भोवती राहातील अशी अपेक्षा होती. अमेरिकेतल्या निवडणुकीपूर्वी हिंसाचार वाढेल आणि तेलाच्या पुरवठ्यात अडथळे येतील याचा सगळ्यांनाच अंदाज होता आणि त्याप्रमाणे घडलेही. परंतु खनिज तेलाच्या किंमती

व्यवहाराच्या पातळीवर आल्या तर शेअर बाजार परत एकदा उसळी खाईल अशी अपेक्षा होती. प्रत्यक्षातही तसेच घडले आहे आणि शेअर बाजाराचा निर्देशांक ६००० बिंदूंची पातळी ओलांडून स्थिरावला आहे. सरकारच्या दृष्टीने व्याजदर वाढणे ही चिंतेचीच गोष्ट आहे कारण सरकारवरचा बोजा वाढतो. म्हणून आरबीआयच्या मुद्राधोरणाच्या माध्यमातून सरकारने परदेशी गुंतवणूकदार संस्थांनीही भारतात निधी आणण्याचे चालूच ठेवले आहे आणि त्यामुळे शेअर बाजाराला सगळ्या बाजूंनी बळ मिळाले आहे.

भारतात आता जर सरकारच्याकडून सुधारणा कार्यक्रमात ठोस पावले पडली तर सगळ्या धोरणांची चौकट नक्कीच अधिक आकर्षक होईल आणि परदेशी भांडवलाची आवक आणखी वाढेल. जेव्हा फेब्रुवारी २००४ मध्ये केंद्रीय अर्थसंकल्प सादर झाला तेव्हा करव्यवस्थेमध्ये भरपूर सुधारणा करण्यात आल्याची पंतप्रधान आणि वित्तमंत्री यांनी परदेशात जाऊनही घोषणा केली. डाव्या पक्षांच्या विरोधाला तोंड देत सरकार सुधारणा कार्यक्रम पुढे नेत आहे. त्यातून सार्वजनिक उद्योगांना बाजारात उतरून भांडवल उभारण्याची मुभा मिळणार आहे आणि त्यांच्या कामातही अधिक स्वायत्तता राहणार आहे. शेअर बाजार चढत असला तर सरकारला अशी भांडवल उभारणी करणे सोपे जाईल.

जगाच्या अर्थव्यवस्थेत २००४ सालाची सुरुवात झाल्यापासून विकसित देश आणि विकसनशील देश यांच्या बाजारव्यवस्थांमध्ये वेगळे प्रवाह दिसत आहेत. दोन्हीही देशांच्या गटांमध्ये वाढीची प्रक्रिया दिसत असूनही जे वेगळेपण उघड होत आहे त्यावरून गुंतवणुकदार आणि गुंतवणूक करणारे व्यवस्थापक यांच्या मनात काय चालले आहे याचे काही संकेत मिळतात. विशेषत: आशियातल्या देशांमध्ये कोणत्या घडामोडी होण्याची शक्यता आहे यांचा या संकेतांशी संबंध आहे. अमेरिकेतले एक तज्ज्ञ डॉ. मार्क फेबर यांनी याबाबत एक दृष्टीकोन मांडला आहे आणि त्यातून येत्या काळात जगातली आर्थिक सत्ता अमेरिकेकडून आशियाकडे हस्तांतरित होईल असे विश्लेषण केले आहे.

डॉ. फेबर यांनी जो नव्या जगाचा आराखडा मांडला आहे त्यामध्ये चीन अमेरिकेच्या एकाधिकारशाहीला यशस्वीपणे आव्हान देईल असे म्हटले आहे. ही एकाधिकारशाही राजकीय आहे आणि आर्थिकही आहे. या संघर्षातून क्षेत्रीय पातळीवर काही राजकीय तणाव निर्माण होतील आणि त्यातून काही आर्थिक निर्बंधही घालण्याचे प्रसंग येतील. जेव्हा चीन अशा प्रकारे अमेरिकेला आव्हान देईल त्यावेळी त्यादेशाला भारताकडून मदत होऊ शकते. भारताची सेवाक्षेत्रामध्ये भरीव शक्ती आहे आणि त्याचा चीनला उपयोग आहे.

जेव्हा अमेरिकेने जगाच्या अर्थकारणात प्रवेश केला तेव्हा कृषीमालाच्या किंमती

नरम झाल्या. त्याचा युरोपातल्या देशांच्या अर्थव्यवस्थेवर एक निश्चित नकारात्मक परिणाम झाला. तसेच युरोपमधल्या कृषीक्षेत्रावरही सावट आले आणि हे क्षेत्र युरोपच्या अर्थव्यवस्थेमध्ये त्यावेळी सगळ्यात मोठे होते. आता चीनच्या आर्थिक प्रगतीतून पाश्चिमात्य औद्योगिक देशांच्या यंत्रोत्पादनाच्या क्षेत्रावर उलटा परिणाम होत आहे आणि त्याचबरोबर भारताच्या आर्थिक वाढीतून त्यांचे सेवाक्षेत्रही आपले स्थान घालवू लागले आहे.

चीनची यांत्रिक उत्पादनातील प्रगती आणि भारताची सेवाक्षेत्रातील प्रगती या दोन्हीही घटना स्वतंत्रपणे घडत आहेत. शिवाय भारतातले औद्योगिक उत्पादनाचे क्षेत्रही चीनबरोबर स्पर्धेमध्ये आहे. या सर्वांचा एकत्रित परिणाम म्हणून अमेरिकेमधली संपत्ती आशिया खंडातील देशांमध्ये वळती होत आहे. या हस्तांतराचे माध्यम आहे अमेरिकेची चालू खात्यातील तूट. याचा अर्थ स्पष्ट आहे. अमेरिकेमध्ये उसनवारी केली जाते आणि अमेरिकेतले खर्चाचे प्रमाण वाढते राहते. परंतु ही वाढती मागणी पुरवण्यासाठी उत्पादन आणि भांडवल गुंतवणूक आशियातल्या देशात करावी लागते. त्यातूनही ती चीन आणि भारत यात अधिक होते कारण या दोन्हीही देशांची औद्योगिकीरणाची क्षमता भरीव आहे. त्याचा एक परिणाम म्हणून अमेरिकेमध्ये जे मत्तांचे नक्त मूल्य आहे ते कमी होते.

डॉ. फेबर यांच्या अभ्यासानुसार १९८७ सालापर्यंत अमेरिकेच्या मत्तांचे नक्त मूल्य हे नेहमी अधिक होते. याचा अर्थ असा अमेरिकन नागरिकांची परदेशातल्या मत्तांची मालकी नेहमी अधिक होती आणि तुलनेने परदेशी नागरिकांची अमेरिकेतल्या मत्तांची मालकी कमी होती. परंतु १९८७ नंतर अमेरिकेच्या चालू खात्यातील तूट सतत वाढत राहिली आणि त्यामुळे हे नक्त मत्तांचे मूल्य ढासळत राहिले.

सद्य:परिस्थितीमध्ये परदेशी नागरिक अमेरिकेतल्या सुमारे ९ हजार अब्ज (नऊ ट्रिलियन डॉलर)च्या मत्तांचे मालक आहेत. आणि तुलनेने अमेरिकेच्या नागरिकांकडे परदेशातल्या मत्तांचे मूल्य सुमारे ६ हजार अब्ज (सहा ट्रिलियन डॉलर) आहे. थोडक्यात म्हणजे हा जो नक्त मत्तांच्या मूल्यांमध्ये उणे आकडा आहे तो सुमारे ३ हजार अब्ज (तीन ट्रिलियन डॉलर)चा आहे. अमेरिकेचे जीडीपीचे उत्पन्न सुमारे ११ हजार अब्ज (अकरा ट्रिलियन डॉलर) आहे म्हणजे हे जे उणे नक्त मत्तांचे मूल्य आहे ते जीडीपीच्या तीस टक्क्यांच्या जवळ आहे.

आशियामधले जवळपास सगळेच देश मोठ्या प्रमाणावर अमेरिकेच्या डॉलरची खरेदी करत आहेत. या देशांचे परदेशी चलनांचे साठे आणि पर्यायाने डॉलरचे साठे सतत वरच्या पातळीवर पोहोचत आहेत. या सर्व प्रक्रियेमधून एक गोष्ट निश्चितपणे सतत होत आहे ती म्हणजे अमेरिकेतले औद्योगिक उत्पादनाचे क्षेत्र रिकामे होत आहे आणि यात भर म्हणून भारताकडून अमेरिकेतले सेवाक्षेत्रही संपण्याची प्रक्रिया सुरू

झालेली आहे.

या अनेक घटनाक्रमात एक बाब स्पष्ट आहे. चीनला अमेरिकेच्या डॉलरचे मूल्य जमेल तितक्या वरच्या पातळीवर ठेवायचे आहे. हे करत असतानाच चीन अमेरिकेमधले रोखे विकत घेत आहे आणि त्यातून कृत्रिमरीत्या का होईना व्याजदर खाली ठेवत आहेत. डॉ. फेबर यांच्या मते याचे काही परिणाम होणार आहेत. त्यांनी एक इतिहासाचा दाखला दिला आहे. मागे एकोणिसाव्या शतकात पाश्चिमात्य देशांनी चिनी जनतेला अफूची चटक लावली होती. तसेच आता चीन अमेरिकेच्या बाबत करत आहे. अमेरिकेला परकीयांच्या कर्जाची गोडी लागली आहे. विशेष म्हणजे अफूच्या व्यसनातून मुक्ती मिळवताना ज्या कठीण अनुभवाला तोंड द्यावे लागते त्यापेक्षा या कर्जाच्या विळख्यातून बाहेर पडताना अमेरिकेला जड जाणार आहे.

सध्या आंतरराष्ट्रीय राजकारणात चीन अमेरिकेची पाठराखण करून तिला झुलवत आहे आणि हे नाटक चालू असताना चीन अमेरिकेतून औद्योगिक उत्पादनाची क्षमता आणि सेवा बाहेर काढत आहे आणि त्यातून आशियाच्या आर्थिक शक्तीला मोठे बळ मिळवून देत आहे. अर्थातच चीन जी मुत्सद्देगिरी दाखवत आहे त्यात नक्की धोके आहेत. आज ना उद्या कधीतरी नजीकच्या काळात एक आर्थिक संकट येईलच आणि त्यातून चीनने जी अमेरिकेच्या रोख्यांमध्ये आणि डॉलरमध्ये गुंतवणूक केली आहे ती बुडेल. परंतु एकूणच या सगळ्या व्यापक प्रक्रियेचा विचार केला तर अशी गुंतवणूक बुडणे ही काही फार मोठी किंमत नाही. त्याच्या बदल्यात चीनला आणि बरोबर आशियातल्या देशांना नवे तंत्रज्ञान आणि औद्योगिकीकरणाची क्षमता हस्तांतरित होणार आहे. तसेच चीनमध्ये परदेशी भांडवलाची गुंतवणूकही भरपूर वाढणार आहे.

थोडक्यात म्हणजे येत्या काळात जेव्हा एखादे संकट येईल त्यावेळी चीनची अमेरिकेतल्या रोखे आणि डॉलर यातली गुंतवणूक बुडेल, परंतु हे नुकसान चीन सोन्याच्या किंमतीतून भरून काढेल. मागच्या काही वर्षात अमेरिकेमध्ये तिच्या चालू खात्यात जी सतत तूट दिसत आहे त्याचा अर्थ आशियातल्या देशात आणि त्यातही चीनमध्ये संपत्ती भरमसाठ वेगाने गोळा होत आहे. याचा एक परिणाम म्हणजे थोड्या थोड्या अंशाने अमेरिकेतली संपत्ती कमी होत आहे. विशेष म्हणजे संकट आले तरीही चीनमधली आर्थिक वाढ चालूच राहील आणि त्यामुळे जगातले जे खाजगी गुंतवणुकदार आहेत आणि ज्या संस्था (एफआयआय) आहेत त्या आशियातल्या देशांच्या शेअर बाजारात गुंतवणूक करण्याचे चालूच ठेवतील.

अमेरिकेमध्येही २००४ सालाच्या सुरुवातीपासून जी मंदीची लाट ओसरली आहे त्यातून त्या सरकारपुढे काही बिकट प्रश्न उभे राहिले आहेत. या वाढीच्या प्रक्रियेचे वैशिष्ट्य म्हणजे वाढ दिसते परंतु रोजगार मात्र भक्कमपणे वाढत नाही. तसेच

काही प्रमाणात ग्राहकाची क्रयशक्तीही सातत्याने वाढताना दिसत नाही. बाजाराच्या भाषेत ग्राहकाचा आत्मविश्वास अडखळताना दिसतो. अमेरिकेत बिझनेस प्रोसेस आऊटसोर्सिंग (बीपीओ) म्हणजे तेथली रोजगाराची कामे देशाबाहेर नेणे यावर मोठी गहन चर्चा चालू आहे. परंतु आता सरसकट विचार करता हे रोजगार विकसनशील देशात जाणारच याला पर्याय नाही अशी तेथे समजूत पटली आहे.

अमेरिकेचे सरकार मात्र डॉलर हलकाच ठेवण्याच्या मृगजळाचा पाठलाग करत आहे कारण डॉलरच्या तुलनेने युरोचे मूल्य फार वाढलेले आहे आणि त्यामुळे युरोपची अमेरिकेला निर्यात होण्यात अडचणी निर्माण झाल्या आहेत. अमेरिकेतल्या सरकारनेही आपल्या देशांतर्गत उत्पादकांना संरक्षण देण्याचे प्रयत्न चालूच ठेवले आहेत. काही काळापूर्वी तेथल्या पोलादाच्या उत्पादकांना संरक्षण मिळेल असे धोरण आखण्यात आले होते परंतु युरोपने डब्ल्यूटीओच्या कोर्टात जाऊन ते विफल ठरवले. थोडक्यात म्हणजे औद्योगिक देशांमधलेच अंतर्विरोध त्यांना स्पर्धेच्या बाजारात खाली आणत आहेत. त्याचवेळी चीन, भारत आणि आशियातले इतर देश आपले स्थान बळकट करत आहेत आणि शक्ती मिळवत आहे. येत्या दहा वीस वर्षात जगाचा आर्थिक नकाशा बदलेल आणि त्याबरोबरच राजकीय मांडणीही बदलेल. ■

२.५ जगातले असंतुलन

जगाच्या अर्थकारणात डॉलरबाबत घडणाऱ्या गोष्टी यांचा अर्थशास्त्राच्या तर्कानुसार नीट अर्थ लावता येत नव्हता. २००७ साल संपताना याच्याशी निगडित असलेले सगळे प्रश्न एका वेगळ्या वळणावर येऊन खोळंबले आहेत. दीर्घकाळ अमेरिकेच्या चालू खात्यात तूट दिसत होती आणि तरीही डॉलर दिमाखाने आपली शक्ती दाखवत होता. ही मुळातली विसंगती समजून सांगण्यासाठी अनेकांनी आपली तर्कबुद्धी पणाला लावली होती. समर्थन कोणतेही असले तरी या विसंगतीबाबत एक गोष्ट उघड होती. ती म्हणजे अमेरिकेला आपल्या परदेशी मालमत्तांवर अधिक परतावा सहज मिळत होता. या तुलनेने उरलेल्या जगाकडे असलेल्या डॉलरच्या मालमत्तांवरचा परतावा कमी होता. चलनबाजारात या डॉलरला खुंट्याचे स्थान होते. तो मोक्याच्या जागी होता आणि त्यात जोखीम अगदी कमी होती. निदान असा उरलेल्या जगाचा समज होता. त्यामुळे जगातले सगळेच देश आपली शिल्लक डॉलरमध्ये गुंतवत होते. विशेष म्हणजे सगळ्या देशातल्या सेंट्रल बँका डॉलरवरचा परतावा माफक असला तरीही तो भक्कम स्थैर्याचे प्रतीक आहे, म्हणून त्याचा उपयोग चलनाचा साठा (रिझर्व्ह करन्सी) म्हणून करत होते.

अमेरिका आपले चलन भक्कम आहे म्हणून नेहमी खुशीत असते. मात्र उरलेले जग या बाबत असमाधानी असते. चीनमध्ये स्वस्तात बनवलेला औद्योगिक माल अमेरिकेत सहजपणे आणला जातो. त्याला अमेरिकेच्या बाजारात अनेक उद्योगांचा विरोध असतो आणि त्यातून प्रशासनावर वेळोवेळी राजकीय दबावही येत असतात. परंतु त्याचबरोबर पूर्वीपेक्षा आता जगातल्या अर्थव्यवस्थांचे एकत्रिकरण वेगाने होऊ लागले आहे हेही मान्य केले पाहिजे. या घटनेत एक अंतर्विरोध आहे कारण यातून भांडवलावर बक्षीस मिळते आणि मजुराला शिक्षा होते. काहींच्या मते नव्वदीपासून मागच्या दोन दशकात अमेरिकेमध्ये उत्पन्नामधली विषमता वाढलेली आहे. त्याचे एक कारण म्हणजे विकसनशील देशातील तुलनेने स्वस्त असलेल्या मजुराला त्यांच्या देशात नव्याने रोजगार मिळू लागला आहे आणि काही प्रमाणात विकसित औद्योगिक देशात मजूरवर्ग त्याची किंमत देत आहेत.

सध्या जगाच्या एकूण अर्थकारणामध्ये असंतुलन दिसत आहे त्याला एकच कारण आहे. ते म्हणजे अमेरिकेच्या चालू खात्यात तूट आहे. जगातल्या उरलेल्या देशांची चालू खात्यात जितकी एकूण शिल्लक आहे ती अमेरिकेच्या तुटीइतकी आहे. ही शिल्लक मुख्यत: विकसनशील देशांच्या व्यापारातील शिल्लकीमुळे (ट्रेड सरप्लस) दिसत आहे. याचा अर्थ अमेरिकेतले नागरिक तेथल्या देशांतर्गत उत्पादनापेक्षा अधिक मालाचा उपभोग घेतात. आणि हा अतिरिक्त उपभोग जगात निर्माण होणाऱ्या अतिरिक्त उत्पादनाइतका आहे. त्यामुळे अमेरिकेच्या व्यापारात वाढणारी तूट याचा अर्थ विकसनशील देशांना आर्थिक वाढीसाठी मिळणारी चेतना आहे. म्हणजे हा एक नवीनच वाणिज्यवाद (मर्कन्टॅलिझम) म्हटला पाहिजे.

मागे तीनशे वर्षांपूर्वी जेव्हा पाश्चिमात्य जगात भांडवलशाहीची सुरुवात झाली त्यावेळी एक प्रकारचा वाणिज्यवाद होता. त्यातूनच पाश्चिमात्य राष्ट्रे साम्राज्यवादी धोरणे अवलंबू लागली आणि आफ्रिका, आशिया आणि लॅटिन अमेरिकेतील अनेक देशांनी वसाहतवादाचा अनुभव घेतला. भांडवलशाहीच्या या पायाभरणीच्या वर्षात मागासलेल्या वसाहती देशांमधून नैसर्गिक साधनसामुग्री लुटून नेण्यात आली आणि त्याच्या आधारावरच पाश्चिमात्य देशातील अर्थव्यवस्थांमध्ये भांडवलशाही बहरली. मात्र आता जगामध्ये अमेरिका आणि इतर श्रीमंत औद्योगिक देश एका बाजूला आणि उरलेले विकसनशील देश दुसऱ्या बाजूला यांच्यामध्ये व्यापारात वाढ होत आहे आणि औद्योगिक देशांच्या व्यापारातील तुटीमुळे विकसनशील देशांमधल्या औद्योगिकीकरणाला बहर आला आहे.

याचा अर्थ गरीब देशांना वेगाने विकास करून घ्यायचा असला तर निर्यात व्यापार वाढवायचा हा मार्ग आहे. त्यासाठी आपल्या चलनाचे दर कसे राहतील याचे व्यवस्थापन करायचे आणि शक्यतोवर आपले चलन हलके राहील असा प्रयत्न करायचा. विकसनशील देशांनी आर्थिक वाढीसाठी हे सूत्र शोधले आहे. मात्र हा काही एकमार्गी फायदा नाही. हलके विनिमयाचे दर ठेवण्याला दुसरी बाजू आहे. यातून देशांतर्गत मागणी मर्यादित होईल अशी स्थिती निर्माण होते. जो देशांतर्गत ग्राहक वर्ग आहे त्याला खरेदी योग्य मालाची किंमत अधिक द्यावी लागते कारण त्याची ग्राहक शक्ती कमी झालेली असते. याचे चांगले उदाहरण म्हणजे चीन आपल्या राष्ट्रीय उत्पन्नाच्या फक्त निम्म्याचाच उपभोग घेतो.

जागतिकीकरण आणि अधिक खुला व्यापार या नव्या वाणिज्यवादातून (निओ-मर्कन्टॅलिझम्) चित्र किती बदलले? मागच्या नव्वदीपासून (१९९०) विकसनशील देशांच्या एकूण गटाची चालू खात्यातील तूट सुमारे १०० अब्ज डॉलर (शंभर बिलियन डॉलर) होती. आता ती तूट संपली आहे आणि २००६ सालात या गटाची चालू खात्यातील शिल्लक ६०० अब्ज डॉलर (सहाशे बिलियन डॉलर)च्या पलीकडे

पोहोचली आहे. अर्थशास्त्राच्या पारंपरिक शहाणपणाला धरून ही बाब नाही. यातल्या परंपरावादी पंडितांच्या दृष्टीने विकसनशील देशांमध्ये चालू खात्यात तूट असणे अपेक्षित आहे कारण त्यातूनच त्यांना परदेशातली बचत आपल्याकडे वळवता येते आणि आपल्या अपुऱ्या देशी बचतीवर मार्ग काढता येतो. हे गरीब देश या मार्गाने भांडवल गुंतवणूक वाढवून आपल्या विकासाला चालना देऊ शकतात आणि आर्थिक वाढीचा दर उंचावू शकतात. सध्या घडणारे चित्र अगदीच उलट आहे. विकसनशील देश आपल्या देशांतर्गत बचतीला पूरक म्हणून परदेशातली बचत आणि भांडवल वापरण्याऐवजी आपल्याच देशातील उत्पादनाची विकसित देशांना निर्यात करत आहेत. याचा अर्थ हे गरीब देश आपली अतिरिक्त बचत परदेशात पाठवून अमेरिकेसारख्या श्रीमंत देशाच्या ग्राहक वर्गाचा उपभोग (कन्झंमशन्) वाढवत आहेत. मात्र या गरीब देशातील सरासरी दरडोई उत्पन्न खूप खालच्या पातळीवर असूनही या देशांमध्ये कुटुंबाच्या पातळीवर होणारी बचत पाश्चिमात्य देशांपेक्षा बरीच अधिक आहे. याचे एक कारण म्हणजे या गरीब देशांमध्ये लोकसंख्येच्या मोठ्या वर्गाला योग्य ती समाजकल्याणाची सुरक्षा नाही आणि पुरेशी निवृत्तीवेतनाची योजनाही नाही. या देशांमध्ये यासाठी योग्य ती करप्रणाली वापरात नसल्यामुळे या त्रुटी दिसत आहेत. त्याचा परिणाम म्हणून समाजातले गरीबवर्गही आपल्यापरीने अधिक बचत करण्याचा खूप प्रयत्न करतात.

२००७च्या दुसऱ्या मध्यात अमेरिकेतल्या गृहनिर्माणाच्या कर्ज वितरणात (सबप्राईम) झालेल्या गडबडींमुळे आणि त्यातून वित्तव्यवस्थेतील वादळांमुळे एक सकारात्मक गोष्ट घडली असे म्हणायची वेळ आली आहे. ती म्हणजे मागच्या दीर्घ काळाच्या इतिहासात प्रथमच अमेरिकेच्या डॉलरला अर्थशास्त्राचे एकूण नियम लागू पडू लागले आहेत. हे सगळे जगाच्या हिताचेच आहे. वास्तविक पाहता व्यापारावर आधारलेले डॉलरचे मूल्य २००२ सालापासूनच हळुहळू घटत चाललेले आहे. तसेच डॉलरचे हे मूल्य इयूच्या युरो आणि जपानच्या येनच्या तुलनेपेक्षाही अधिक वेगाने घटत होते. डॉलरची ही घट आशियातल्या देशांच्या चलनांच्या तुलनेने कमी होती. अमेरिकेत सगळ्यात अधिक आयात नेमकी याच देशांकडून केली जाते. मात्र २००७ सालात डॉलरच्या मूल्यामध्ये होणारी घट सगळ्यात लक्षणीय होती. किंबहुना अनेक दशकांनंतर प्रथमच डॉलरने ही इतकी खालची पातळी गाठली. आता ज्या वेगाने डॉलरचे मूल्य ढासळत आहे त्यातून अमेरिकेची व्यापारातली तूट कमी होत आहे आणि पर्यायाने अमेरिकेने विकसनशील देशांची अतिरिक्त बचत फस्त करण्याचे प्रमाणही घटत आहे.

याचे काही परिणाम आहेत. एकदा डॉलर असा दुबळा झाला म्हणजे विकसनशील देशांच्या परदेशी चलनाच्या साठ्यांच्या मूल्यातही घट होणार आहे. या देशांनी

आपली ही चलनाची शिल्लक अधिक प्रमाणात डॉलरमध्येच गुंतवली आहे. यावर एक शक्यता म्हणजे अमेरिकेची फेड व्याजदर अधिक देऊन अगर मुद्राधोरण कठीण करून या देशांचे नुकसान कमी करू शकते. दुसरा मार्ग म्हणजे विकसनशील देश आपला चलनाचा साठा दुसरीकडे हलवू शकतात. म्हणजे डॉलरचे मोल आणखीनच कमी होईल असे दिसते. अमेरिकेच्या नागरिकाला आपल्या डॉलरचा अभिमान असेल आणि त्याचा फायदाही मिळेल परंतु परदेशांना मात्र हे चलन एक डोकेदुखी झाली आहे.

अमेरिकेची अर्थव्यवस्था दोन बाबींवर परावलंबी आहे. एक म्हणजे बाहेरून आयात होणारे खनिज तेल आणि दुसरी म्हणजे चीनमधून आयात होणारा ग्राहकोपयोगी माल. यामुळे आता जेव्हा डॉलरचे मूल्य कमी होऊ लागेल त्यातून तेथे किंमतींवरचा दबाव वाढेल आणि अशी चलनवाढ आटोक्यात ठेवण्यासाठी फेडला मुद्राधोरण कठीण करावे लागेल. मात्र असे करणे कधी शक्य आहे? जर आर्थिक वाढ मंदावली नाही तरच मुद्रा धोरण कठीण करता येईल. आता सबप्राईम मधल्या घोटाळ्यांमुळे मुळात आर्थिक वाढी विषयीच प्रश्नचिन्ह उभे राहिले आहे. मागच्या काही काळात अमेरिकेत गृहनिर्माणाला उठाव आला होता आणि तेथल्या वाढीमध्ये ही एक चेतना होती. आता तोच एक प्रश्न बनला आहे. यातून अमेरिकेत एक नवीनच परिस्थिती निर्माण होऊ शकेल. त्याला अर्थशास्त्रात स्टॅगफ्लेशन असे म्हणतात. याचा अर्थ अर्थव्यवस्थेमध्ये एकाचवेळी कुंठित (स्टॅग्नेशन) होणे आणि चलनवाढीला अनुकूल असे वातावरण निर्माण होणे याचा अनुभव येतो. असाच काहीसा अनुभव नव्वदीच्या दशकात दीर्घकाळ जपानने घेतलेला आहे.

आता जर अमेरिकेमध्ये आर्थिक वाढीला परत प्रोत्साहन द्यायचे असले तर फेड मुद्राधोरण कठीण करू शकते आणि त्यातून डॉलरसाठी अधिक मागणी निर्माण होऊ शकते. असे झाले तर डॉलरचे मूल्य घटण्याची प्रक्रिया आटोक्यात राहील आणि निदान आहे त्या पातळीवर तरी डॉलरचे मूल्य स्थिरावू शकेल. दुसरी शक्यता म्हणजे सध्या जगात जे असंतुलन आहे ते तसेच चालू राहील आणि कदाचित वाढेलही. तर मग विकसनशील देशांना आपली आर्थिक वाढीची पातळी उंचावरच ठेवायची असली तर त्यांना आपल्या देशांतर्गत ग्राहकाची मागणी कशी वाढेल याकडे अधिक लक्ष द्यावे लागेल. याचे ठोस उदाहरण म्हणजे चीन. हा देश मागची तीस वर्षे सुधारणा कार्यक्रमांतर्गत वेगाने आर्थिक प्रगती करून दाखवत आहे आणि त्यातला मुख्य भर निर्यातीवर आणि तीसुद्धा अमेरिका यावर आहे. सध्याच्या प्राप्त परिस्थितीत हे दृढ झालेले नाते एकमेकांपासून मुक्त कसे होणार? त्यासाठी चीनमध्ये सर्वसाधारण नागरिकाचे उत्पन्न वाढले पाहिजे आणि त्यासाठी त्याच्यावरचा करभार कमी झाला पाहिजे. म्हणजे चीनमधल्या ग्राहकाची मागणी वाढेल. यासाठी योग्य ती

ग्राहकाच्या उपभोगाला प्रोत्साहन देणारी वित्तीय आणि मुद्राधोरणे व्यवहारात आणावी लागतील. तसेच नागरिकांना अधिक समाज कल्याणाच्या आणि निवृत्ती वेतनाच्या सुविधा मिळू लागल्या आणि भरवसा वाटू लागला म्हणजे सध्या या देशांमध्ये असलेली बचतीची पातळी खाली येईल. याचाच अर्थ ग्राहकवर्ग ग्राहकोपयोगी मालाचा आणि सेवांचा अधिक उपभोग घेऊ लागेल. हेच तर्कशास्त्र भारतासारख्या इतर देशांनाही लागू पडेल. म्हणजे या अर्थव्यवस्था भरपूर बचत करून आणि भरीव निर्यात करून आपल्या चालू खात्यात शिल्लक गोळा करत आहेत आणि आपल्याकडे परदेशी चलनाचे डोंगर उभे करत आहेत ती प्रक्रिया हळुहळू उलट्या दिशेने फिरवणे सोपे जाईल.

अमेरिकेपुढे कोणते पर्याय आहेत? एका बाजूने तिला बाहेरून येणाऱ्या स्वस्त मालाचा आणि सेवांचा फायदा मिळत आहे. तसेच डॉलर हलका झाल्यामुळे तिची निर्यात वाढत आहे आणि परदेशी व्यापारातली तूट भरून काढणे शक्य आहे. शिवाय अमेरिकेतल्या नागरिकाला अधिक बचत करायला प्रवृत्त करणे हाही एक संलग्न पर्याय आहे. तेथे सबप्राईमच्या बाजारात म्हणजे गृहनिर्माणाच्या कर्ज वितरणात गडबडी झाल्यामुळे तेथल्या नागरिकांना कर्जे उभारणे तितकेसे सोपे राहिले नाही. आता कर्जे महाग झाली आहेत आणि ती मिळताना परतफेडीचे निकषही जागरूकतेने तपासले जात आहेत. यामुळे तेथल्या कुटुंबांना अधिक बचत करावी लागणार आहे. त्याचबरोबर चीन आणि भारत आणि ब्राझील अशासारख्या अनेक परदेशी अर्थव्यवस्था विकसित होऊ लागल्यामुळे अमेरिकेला या देशांमध्ये निर्यात करून आपल्या आर्थिक वाढीला बळ द्यावे लागणार आहे. यापूर्वीच्या काळात असा कधी प्रसंग आला नव्हता कारण अमेरिकांच गरीब विकसनशील देशांना भांडवल पुरवत होती आणि आर्थिक मदत देत होती. आता चित्र बदलल्यावर अमेरिकेलाही जगातले इतर देश आपल्या आर्थिक वाढीला कसे उपयोगी होतील याचा विचार करण्याची वेळ आली आहे.

आजच्या मोक्याच्या वेळी आणि समोर उभ्या राहणाऱ्या आर्थिक अडचणींच्या लाटा लक्षात घेता अमेरिकेपुढच्या पर्यायांचा वर उल्लेख केला आहे. मात्र यात फक्त अमेरिका काय करते यावर सगळे अवलंबून आहे. अधिक महत्त्वाची बाब म्हणजे विकसनशील देश भांडवल निधीची वाढती आयात आणि त्यांच्या चलनाचे अधिमूल्यन (ॲप्रिसिएशन) यांना कसा प्रतिसाद देतात हे पहावे लागेल. या देशांची साहजिकच पहिली प्रतिक्रिया म्हणजे भांडवली निधीच्या आयातीवर बंधने घालणे आणि चलन बाजारात हस्तक्षेप करून चलनाचे मूल्य आहे तसेच टिकवण्याकडे आहे. हा हस्तक्षेप करताना देशांतर्गत बाजारात मुद्रा पुरवठा वाढू नये म्हणून सेंट्रल बँका तात्पुरते प्रयत्न करत आहेत. त्याला स्टेरिलायझेशन असे म्हणतात. या देशांमधील सरकारे आणि सेंट्रल बँका यांचा आपल्या चलनाचे मूल्य वाढू देण्याला विरोध आहे. विशेषत:

चीनने या मुद्यावर बाहेरच्या दडपणाला अजिबात प्रतिसाद द्यायचा नाही असेच जणूकाही ठरवले आहे. भारतही याच वर्गात आहे. मात्र अशी आडमुठी भूमिका घेऊन फार काळ वेळ काढता येणार नाही. विशेषत: आता जर सबप्राईमच्या अडचणीतून अमेरिका मंदीच्या फेऱ्यात सापडली आणि उतरणीला लागली तर उरलेल्या जगालाही ते महाग पडणार आहे. मग चीन आणि भारत आणि इतर अनेक देशांना आपले चलन महाग होऊ न देण्याचा अट्टाहास सोडून द्यावा लागेल.

चलन बाजारात चलनाचे मूल्य बदलणे याचे अर्थातच काही परिणाम आहेत. पहिली गोष्ट म्हणजे विकसनशील देशातील उत्पादक आपल्या मनाप्रमाणे निर्यात मालाच्या किंमती ठरवू शकणार नाहीत. मात्र असे मूल्य वाढू देताना सेंट्रल बँका निर्यातदारांना नवीन परिस्थितीला जुळवून घेण्यासाठी काही समजूतदारपणा दाखवू शकतात. एकदा अशी सुविधा मिळाली आणि बदलाची प्रक्रिया सुरळीत झाली तर निर्यातदार आपल्या मालाच्या उत्पादनातली उत्पादकता वाढवू शकतात आणि मग आपला निर्यातीचा वाटा टिकवू शकतात. शिवाय ग्राहकालाही या बदलांना सामोरे जायला थोडा अवधी मिळतो. याचबरोबर जे उद्योजक काही मालाच्या आयातीवर अवलंबून असतात त्यांनाही अशा बदलांचा धक्का पोहोचत नाही. निर्यात करणाऱ्या देशांमध्ये ग्राहकोपयोगी मालाच्या किंमती कमी झाल्या तर कुटुंबाचे खरे उत्पन्न वाढते आणि त्यातून देशांतर्गत मागणीही भक्कम होते. आजपर्यंत विकसनशील देश निर्यातीवर भर देत होते याचा अर्थ ते आपल्याकडची मोलाची बचत खर्च करून परदेशात भांडवल निर्यात करत होते आणि परदेशातल्या ग्राहकाला अधिक समाधान देत होते. तसेच असे करण्यामुळे या गरीब देशांची चालू खात्यात शिल्लक दिसत होती आणि त्यांनी परदेशी चलनाचे मोठे साठे गोळा केल्यामुळे त्यांचे पर्यायाने वित्तीय नुकसानही होत होते. यातच या गरीब देशांनी त्यांची गुंतवणूक अमेरिकेच्या डॉलरमध्ये केल्यामुळेही एक विपरीत वित्त व्यवहार होत होता.

आता विकसनशील देशांनी आपल्या देशात चलनवाढ आटोक्यात ठेवली आणि आपले चलन मजबूत केले तर त्यांना अर्थव्यवस्थेमध्ये हलके व्याजदर ठेवणे परवडू शकेल. यातूनच देशांतर्गत गुंतवणूक आणि देशामध्येच ग्राहकाची मागणी पुरी करणे हेही शक्य होईल. भारतासारख्या देशाला आर्थिक उत्पन्नातील विषमता कमी करायची आहे आणि त्याचबरोबर आजपर्यंत जे दुबळे सामाजिक आणि आर्थिक गट विकासाच्या प्रक्रियेतून बाहेर राहिले त्यांनाही या नव्या आर्थिक भरभराटीमध्ये सामील करून घ्यायचे आहे. हे सगळे शक्य होण्यासाठी भारतासारख्या विकसनशील देशांना यापुढे आपल्या देशातच होणाऱ्या बचतीबरोबर येथे भांडवल गुंतवणूक कशी वाढेल आणि येथल्या ग्राहक वर्गाची मागणी कशी अधिकाधिक पुरी होईल याकडे लक्ष द्यावे लागेल.

सध्या जगात जे असंतुलन आहे त्याचा एक ऐतिहासिक संदर्भ ध्यानात ठेवला पाहिजे. मागे तीनशे वर्षांपूर्वी जागतिकीकरणाला सुरुवात झाली असे म्हणता येईल. त्यावेळी आजच्या श्रीमंत औद्योगिक देशांनी साम्राज्यवाद सुरू केला आणि जागतिकीकरणाचा हा पहिला टप्पा म्हणता येईल. या काळात आशिया, आफ्रिका आणि लॅटिन अमेरिका या खंडात अनेक देशात वसाहती निर्माण करण्यात आल्या आणि त्यातूनच प्रथम पाश्चिमात्य जग आणि उरलेले देश यांच्यात टोकाची उत्पनाची विषमता निर्माण झाली. या काळात पाश्चिमात्य देशांनी आपल्या औद्योगिकीकरणासाठी उरलेल्या जगाकडून साधनसामुग्री आयात केली आणि त्यावर प्रक्रिया करून त्या मालाची परत गरीब देशांना निर्यात केली.

नंतर १९७०च्या दशकात जागतिकीकरणाची दुसरी फेरी सुरू झाली आणि ऐंशीच्या दशकात याला एक वेग आला. त्याचे कारण म्हणजे यात प्रथम चीनचा प्रवेश झाला आणि नंतर भारताचा. यातूनच विकसित देश आणि विकसनशील देश यांच्यातील उत्पन्नाची दरी कमी होऊ लागली. या बदलाचे वैशिष्ट्य म्हणजे साम्राज्यवादाच्या काही शतकांच्या कालावधीनंतर हे असंतुलन कमी होऊ लागले होते. मात्र याचे काही परिणामही झालेले आहेत. विकसनशील देशांनी आपले स्वातंत्र्य मिळवल्यावर विकासाच्या प्रक्रियेत निर्यातीवर भर दिल्यामुळे या देशांमधल्या सरासरी दरडोई उत्पन्नाची पातळी बऱ्यापैकी खालच्या पातळीवरच राहलेली आहे. याचे कारण म्हणजे या देशांनी आपल्याकडे औद्योगिकीकरण करूनही त्यातून निर्माण होणारा ग्राहकोपयोगी माल पाश्चिमात्य देशांकडे विकण्यावर भर दिलेला आहे. आता जागतिकीकरणाच्या नव्या फेरीमध्ये या विकसनशील देशांना आपल्याच जनतेची मागणी कशी अधिक प्रमाणात पुरी करता येईल याकडे लक्ष द्यावे लागणार आहे. आजच्या घडीला जगामध्ये जे असंतुलन दिसत आहे त्याचे विश्लेषण करताना फक्त अमेरिकेतील आधाशी ग्राहक वर्ग आणि त्यांच्या व्यापारातील तूट आणि त्यांच्या डॉलरचे घटणारे मूल्य यावरच भर देऊन भागणार नाही. त्यापेक्षा विकसनशील देशांनी आपली विकासाची नीति कशी मुळापासून बदलता येईल याचाही या असंतुलनाच्या चर्चेमध्ये विचार केला पाहिजे.

■

२.६ अमेरिकेशी जुळवून घ्यावे लागते

जगात अमेरिकेविषयी अनेक मते आहेत आणि प्रवाद आहेत. परंतु एक वस्तुस्थिती नाकारता येत नाही. जगामधून सर्वात अधिक भांडवल गुंतवणूक अमेरिकेत केली जाते कारण भांडवल गुंतवणुकदारांना त्यात सर्वात अधिक सुरक्षितता वाटते. अमेरिकेचा फायदा होतो कारण अमेरिकेला भांडवल मिळते. मागच्या १९९८ सालात अमेरिकेला या मार्गाने १९३ अब्ज डॉलर (१९३ बिलियन) मिळाले. अशी भक्कम गुंतवणुकीची आवक होत असल्यामुळे अमेरिकेला आपल्या व्यापार शेषात (बॅलन्स ऑफ ट्रेड) फार मोठी तूट असली तरी काही बिघडत नाही. लंडनच्या इकॉनॉमिस्ट या साप्ताहिकाने अशी तूट ४३० अब्ज डॉलर (४३० बिलियन डॉलर)ची आहे असे म्हटले आहे. अधिदानशेषाच्या (बॅलन्स ऑफ पेमेंटस्) चालू खात्यात (करंट अकाऊंट) जी मोठी तूट आहे तिचे प्रमाण ४.३ टक्के आहे आणि पुढच्या वर्षी ते आणखी वाढून ४.६ टक्के होईल असा अंदाज आहे. चालू वर्षात भारताच्या करंट अकाऊंटमध्ये शिल्लक आहे आणि त्याचे प्रमाण १.४ टक्के आहे. भारताच्या दृष्टीने पहिलाच आणि नवा अनुभव आहे. मागच्या वर्षी एका डॉलरच्या बदली १.१४ युरो मिळत होते आणि आता हे मूल्य १.०१ झाले आहे. म्हणजे एका वर्षात डॉलरचे मूल्य सुमारे १० टक्क्यापेक्षा अधिक घटले आहे. अमेरिकेत येत्या काळात जीडीपी वाढ बऱ्यापैकी होईल अशी अनेकांची अपेक्षा आहे कारण तेथे ग्राहक वर्ग अधिक खर्च करू लागला आहे. यात एक नकारार्थी बाब आहे. सध्या जी बेरोजगारीची पातळी आहे ती मागच्या वर्षीपेक्षा २८ टक्क्यांनी अधिक आहे.

मागच्या दहा महिन्यात शेअर बाजारात जी काही आशादायक हालचाल दिसत होती ते वातावरण नरम झाले आहे. मुख्य म्हणजे अनेक मोठ्या कंपन्यांचे मुख्य कार्यकारी अधिकारी राजीनामे देत आहेत आणि त्यातल्या काहींना न्यायालयात हजर रहावे लागत आहे. मागच्या नव्वदीच्या दशकात सामान्य वर्गापैकी अनेकांनी शेअर बाजारात गुंतवणूक करण्यासाठी पदार्पण केले होते आणि त्याला इक्विटी कल्ट असे म्हणतात. मागच्या काही वर्षात शेअर बाजारामध्ये अनेकांनी प्रवेश केल्यामुळे त्यातून एक अर्थव्यवस्थेमध्ये चैतन्य निर्माण झाले आहे. त्याचा परिणाम

म्हणून ग्राहक वर्गाची खरेदी वाढली आहे आणि लोक राहण्यासाठी घरे घेत आहेत. एकूणच गुंतवणुकदारांना आपण संपत्तीदार आहोत असे वाटत आहे. या सगळ्यामुळे जीडीपीची वाढ अधिक आहे. मागच्या काही वर्षात शेअर बाजारात मंदीचे वातावरण आल्यामुळे या सर्वच गोष्टींवर पाणी फिरले आहे. अशा रीतीने जर शेअर बाजार हा निर्जीव होत गेला तर ग्राहकही निरुत्साही होतील आणि भांडवल गुंतवणुकीलाही ग्रहण लागेल. जसजशा मोठ्या कंपन्या दिवाळखोरी जाहीर करतील तसतसे या नकारात्मक प्रवृत्ती वाढत राहतील.

अमेरिकेमध्ये अर्थव्यवस्था अशा बिकट मार्गाने वाटचाल करताना त्यात बुश यांच्या प्रशासनाने आपल्यापरीने आणखी काही अडचणी निर्माण केल्या आहेत. त्यांनी इराक बरोबर युद्ध केले आणि दहशतवादाला तोंड देण्यासाठी नवीन खर्च केले. तसेच नागरिकांना खुश करण्यासाठी प्राप्तीकरात अनेक सवलती दिल्या. त्यामुळे एका बाजूने सरकारचा खर्च वाढला आणि दुसऱ्या बाजुने महसुली आवक कमी झाली. याचा परिणाम म्हणून अर्थसंकल्पात मोठी तूट निर्माण झाली आणि चलन फुगवट्याचे धोके दिसू लागले. आज ना उद्या परदेशी गुंतवणूकदारांचा अमेरिकेवरचा भरवसा कमी होईल आणि परदेशातून येणाऱ्या भांडवलात घट होऊ लागेल. जे देश खनिज तेलाच्या साठ्यात समृद्ध आहेत त्यांनी आपली अमेरिकेतली गुंतवणूक कमी करण्यास सुरू केली आहे. किंबहुना काही प्रमाणात हे गुंतवणुकदार डॉलर ऐवजी युरोची निवड करत आहेत. तसेच येत्या काळात खनिज तेलाच्या किंमतीतही काही धक्कादायक वाढ होण्याची शक्यता आहे. इराकमध्ये सद्दामच्या पाडावानंतरही पुरेशी शांतता आणि सुव्यवस्था मार्गी लागलेली नाही आणि मुख्य म्हणजे तेथून अपेक्षेप्रमाणे तेलाचा पुरवठा सुरू झालेला नाही. त्यामुळे तेलाच्या किंमती परत बॅरलमागे ३३ डॉलरच्या भोवती घुटमळत आहेत. इराकचे युद्ध संपल्यावर ही किंमत सुमारे २५ डॉलर किंवा त्यापेक्षा कमी होईल अशी अपेक्षा होती. तसेच काही दिवस हा भावही २५ डॉलर इतका होता.

नेमकी आता अमेरिका एका अडचणीत आहे. ती त्यांनीच निर्माण केलेली आहे. फ्रान्स आणि जर्मनी यांचा विरोध बाजूला ठेवून तसेच युनोतून माघार घेऊन अमेरिकेने सद्दाम राजवट संपवली. अनेकांचा अंदाज होता या कारवाईत बराच वेळ जाईल त्या ऐवजी ती कारवाई थोडक्यात आटोपली. सर्वांनी सुस्कारा टाकला कारण आता तरी गोष्टी मार्गाला लागतील अशी सर्वांना आशा वाटली. त्याऐवजी काही विपरितच घडत आहे. सद्दामच्या पाठीराख्यांनी पराभवानंतरही घातपाताच्या कारवाया चालू ठेवल्या आहेत आणि अमेरिका आणि ब्रिटन यांच्या सैनिकांचे बळी जात आहेत. त्यामुळे त्या देशातले लोकमत बिथरले आहे. त्यात भर म्हणून बगदादमधल्या युरोपच्या कार्यालयावरही हल्ला झाला आणि जीवहानी झाली. त्यामुळे युनोमध्येही

चलबिचल आहे. अशा वेळी अमेरिकेला इराकमध्ये लोकांच्या सुरक्षिततेसाठी जगातल्या इतर देशांचे शांती सैनिक हवे आहेत आणि पोलंडने त्याची तयारी दाखवली आहे. तुर्कस्थान, बांगलादेश असे काही देशही सैनिक पाठविण्याचा विचार करीत आहेत. अर्थात यामध्ये अमेरिकेची पैशाची लालूच महत्त्वाची आहे. मुख्य म्हणजे इराकच्या पुनर्वसनासाठी किती पैसे लागतील याचे अंदाज करण्यात येत आहेत. यातला कमीतकती आकडा १०० अब्ज डॉलर (शंभर बिलियन डॉलर) असून वरचा आकडा सुमारे ५०० अब्ज डॉलर (४०० ते ५०० बिलियन डॉलर) असा आहे. जगामध्ये श्रीमंत देश गरीब देशांना जास्तीतजास्त फक्त वर्षाला ५० अब्ज डॉलर (५० बिलियन डॉलर) देतात. म्हणजे फक्त एका इराकवर किती अवाढव्य खर्च करावा लागेल हे कळते. याशिवाय अफगाणिस्थानही अशाच मोठया मदतीच्या आशेवर ताटकळत बसला आहे. अशा प्रमाणावर एखाददुसऱ्या देशाला आर्थिक मदत देण्यासाठी अमेरिकेसारखी महासत्ताही पुरेशी पडणार नाही आणि त्यासाठी इतर पाश्चिमात्य देशांनी याचा वाटा उचलावा अशी अमेरिकेची इच्छा आहे. त्यामुळे त्यांना आता युनोची आठवण झाली आहे. सध्या तरी अमेरिका आणि ब्रिटनच्या मदतीला कोणी धावून जाईल अशी परिस्थिती दिसत नाही. म्हणजे इराकच्या पुनर्वसनाचाही मोठा बोजा अमेरिकेला सोसावा लागेल.

अमेरिकेने नेहमीच आपली एक सुप्त शक्ती जगाला दाखविलेली आहे. त्यांच्यावर जेव्हा मोठी दडपणे असतात आणि अडचणी असतात तेव्हा तो देश कोणताही कठीण निर्णय घेऊन सगळी परिस्थिती बदलू शकतो. यापूर्वी मागच्या शतकात आणि तिशीच्या दशकात अध्यक्ष रुझवेल्ट यांनी काही शक्तीमान संस्था उभ्या केल्या आणि त्यांना मोठे अधिकार दिले. त्यामुळे मागच्या साठ वर्षात मोठमोठ्या कंपन्यांची विश्वासार्हता कायम राहिली आणि त्यांच्या व्यवस्थापनांवर लोकांचा विश्वास राहिला. आता गेल्या काही वर्षात लोकांच्या आणि गुंतवणुकदारांच्या विश्वासाला मोठा धक्का बसला आहे आणि त्याची सुरुवात एन्रॉनच्या घोटाळयापासून सुरु झाली. या कंपनीच्या उच्चपदस्थांनी कंपनीच्या भागधारकांना आणि सर्व वित्त संस्थांना इतके यशस्वीपणे फसवले की त्यांच्या शेअरची किंमत ८० डॉलरवरून काही सेंट्सवर घसरली. यासर्व गैर व्यवहारात या उच्च पदस्थांचे बुश आणि त्यांच्या प्रशासनातील उपाध्यक्ष चेनी आणि इतर यांच्याशी स्नेहाचे संबंध होते असे उघडकीला आले. त्यानंतर त्याहीपेक्षा मोठया प्रमाणावर वर्ल्डकॉम संस्थेने लोकांची फसवणूक केली. विशेष म्हणजे या सर्व गैरव्यवहारात या संस्थांचे हिशेब तपासनीस हेही सामील होते. त्यामुळे ऑर्थर ॲन्डरसन ही जगातली पाचव्या कमांकाची संस्था बुडाली आणि त्यांचे ८५०००कर्मचारी बेरोजगार झाले. यासर्व घटनांचा अमेरिकेच्या जनमानसावर मोठा परिणाम झाला आणि अमेरिकेतल्या काँग्रेसने अशा घटना पुन्हा

घडू नयेत म्हणून अतिशय कडक कायदे मंजूर केले. यामध्ये बुश प्रशासनाचा विरोध असूनही शिक्षेच्या अनेक कडक तरतुदी करण्यात आलेल्या आहेत. ही खरी अमेरिकेची शक्ती आहे.

मागच्या तीन वर्षात अशा अनेक अवघड प्रसंगांना आणि संकटांना अमेरिकेतले लोकमत सामोरे जात आहे. साहजिकच या अस्वस्थतेचे शेअरबाजारात प्रतिबिंब उमटत आहे. त्याचा परिणाम म्हणून गुंतवणुकदारही निरुत्साही आहेत आणि अर्थव्यवस्थेत एक मंदीची लाट पसरली आहे. सर्व बाजूंनी अशा अडचणींनी घेरल्यामुळे बुश यांचे प्रशासन दडपणाखाली वावरत आहे. त्यामुळे पोलाद उद्योग आणि कृषीक्षेत्र यांना अधिक संरक्षण देण्याचे प्रयत्न होत आहेत. वास्तविक पाहता डब्ल्यूटीओच्या नियमनाखाली श्रीमंत देशांना जगातला व्यापार खुला करून हवा आहे आणि मुक्त स्पर्धेला उत्तेजन देण्याचा प्रयत्न होत आहे. अशा उच्च तात्त्विक भूमिका एका पातळीवर मांडायच्या आणि दुसरीकडे आपल्या देशाचे आणि त्यातल्या हितसंबंधी गटांचे स्वार्थ पोसत रहायचे असे हे दुटप्पीपणाचे राजकारण आहे. आश्चर्य म्हणजे अमेरिकेला युरोपातील देशांनी आपल्या शेतकऱ्यांना संरक्षण आणि अनुदाने देऊ नयेत आणि कृषीमालाच्या व्यापाराला उत्तेजन द्यावे असे वाटते. तसे झाले तर अमेरिकेला अधिक धान्याची निर्यात करता येईल. असा आग्रह धरत असतानाच अमेरिका मात्र आपल्या शेतकऱ्यांना मोठी अनुदाने देण्याचे कायदे करत आहे. म्हणजे अमेरिकेसारखा देश अशा मतलबी भूमिका घेतो आणि त्याच्या जोडीला जपानची अर्थव्यवस्था मागची १३ वर्षे मंदीतून बाहेर पडू शकत नाही आणि युरोपमध्ये अजूनही आर्थिक वाढ गती पकडत नाही. अशा अनिश्चित वातावरणात जागतिक अर्थव्यवस्था घुटमळत आहे. अशा परिस्थितीत भारतावरही याचा परिणाम होईल आणि निर्यात आणि परदेशी गुंतवणूक यात घट होईल.

अमेरिकेपासून आपण बरेच शिकण्यासारखे आहे. व्यवस्थेमध्ये सुधारणा, नेतृत्व, उदारीकरण आणि स्पर्धेची मूल्ये आणि त्यावरची कार्यवाही या सगळ्यात आपण कमी पडत आहोत. न्यायव्यवस्थाही ढिसाळ आहे आणि गुन्हेगारांना शिक्षा होत नाही. निर्गुंतवणुकीची प्रक्रियाही रखडली आहे आणि कायद्याचे राज्य संपले आहे. देशाला हे परवडणार नाही.

■

विभाग ३ : सामाजिक वास्तव

Social Reality

३.१ अमेरिकेतली विषमता आणि समृध्दी

अमेरिकेमध्ये आर्थिक विषमतेचे प्रमाण मोठे आहे. एका टोकाला अमेरिकन काँग्रेसमधल्या न्यूयॉर्क शहर मतदार संघात दरडोई वार्षिक उत्पन्न ४११५१ डॉलर आहे. दुसऱ्या टोकाला सर्वात गरीब मतदार संघ लॉस अेन्जलिस मधील निग्रो आणि स्थलांतरित लोकांचा आहे आणि येथे दरडोई उत्पन्न फक्त ६९९७ डॉलर आहे. सन १९७३ मध्ये अमेरिकेतल्या सर्वात गरीब २० टक्के कुटुंबांचे वर्षाचे सरासरी उत्पन्न १३२४० डॉलर (आजच्या डॉलर मूल्यात) होते. सन २०००मध्ये सर्वात गरीब २० टक्के कुटुंबांचे उत्पन्न १३३२० डॉलर होते. या तुलने १९९३ मध्ये सर्वात श्रीमंत ५ टक्के कुटुंबांचे सरासरी वार्षिक उत्पन्न १,४९,१५० डॉलर होते आणि २००० सालात ते सरासरी २,५४,८४० डॉलर झाले. ही आर्थिक विषमतेतील वाढ लक्षणीय आहे कारण श्रीमंतांना आपल्या उत्पन्नात दोन तृतीयांश वाढ करता आली आणि सर्वात गरीब कुटुंबांच्या उत्पन्नात जवळपास काहीच वाढ झाली नाही. मधल्या उत्पन्नगटात फक्त १० टक्क्यांनी वाढ झाली.

जगाच्या दृष्टीने ही विषमता एक विशेष बाब आहे, कारण अमेरिकेतल्या फार थोड्या लोकांना यात काही विपरीत आहे असे वाटते. अर्थशास्त्राच्या साध्या सोप्या समजुतीनुसार ज्या समाजात कुटुंबाच्या उत्पन्नात फार विषमता आहे तो समाज जेथे आर्थिक समानता आहे त्यापेक्षा खालच्या पातळीवरचा मानला जातो. जर लक्षाधीश कुटुंबाच्या उत्पन्नात वर्षाला दहा हजार डॉलर वाढले तर त्याच्या सुखात फारसा काही फरक पडत नाही. परंतु एखाद्या मध्यमवर्गीय अगर गरीब कुटुंबात दहा हजार डॉलर कमी मिळाले तर त्यांच्या जीवनशैलीत अडचणी निर्माण होतात.

जेम्स बुकॅनन या नोबेल पारितोषिक विजेत्याने एक उपयुक्ततावादाचा सिद्धान्त मांडला आहे. त्याच्या मते ज्या समाजात अधिक समानता आहे तेथे सामाजिक आणि आर्थिक व्यवस्था अधिक अनुकुल असते. कारण अशा समाजात गरीब आणि श्रीमंत माणसाला समान संधी मिळते. या आधारावर एखाद्या समाजात समाज कल्याणाला किती वाव आहे याचे मूल्यमापन करता येते. यावरून एक सिद्धान्त मांडता येईल. जोपर्यंत कराच्या पुनर्वाटप पद्धतीतून आर्थिक विकासाची गती मंदावत नाही आणि

जेव्हा आर्थिक विषमतेमध्ये वाढ होते त्यावेळी सरकारने श्रीमंत कुटुंबांवर कर बसवून ते उत्पन्न गरीबांना वाटले पाहिजे. यामुळे वाढत्या विषमतेला तोंड देता येईल.

असे असूनही अमेरिकेमध्ये जे मध्यममार्गी राजकारण आहे त्यामध्ये श्रीमंतांनी अधिक प्राप्तीकर द्यायची तयारी दाखवावी आणि सरकारी खर्चातला वाटा उचलावा अशी कोणीही मागणी केली नाही. त्यातल्यात्यात ज्यांची प्रागतिक विचारसरणी आहे त्यांनी श्रीमंतांनी आपल्यापरीने सरकारी खर्चाचा योग्य वाटा उचलावा इतके सुचवले आहे. थोडक्यात म्हणजे आपल्या अर्थव्यवस्थेमध्ये गरीब आणि श्रीमंत यांच्यातल्या विषमतेची दरी वाढत आहे हा कोणाला महत्त्वाचा मुद्दा वाटत आहे असे दिसत नाही.

मागच्या सिनेटच्या निवडणुकीत अरस्कीन बॉवेल्स यांनी उत्तर कॅरोलिनामधून निवडणूक लढविली आणि ते हरले. त्यांनी श्रीमंतांवर लावलेल्या प्राप्तीकरावर कपात करावी अशी मागणी केली नाही तर शिफारस केलेल्या औषधांवर सरकारनी अनुदान द्यावे अशी भूमिका घेतली. परंतु मतदारांना ते रुचले नाही असेच निवडणूक निकालावरून म्हणावे लागले.

अमेरिकेमध्ये स्थावर मालमत्तेवर सध्या जो कर बसवला आहे तो काढून टाकू नये असे कोणीच राजकारणी म्हणत नाही. पूर्वी क्लिंटन प्रशासनात या करात दुरुस्ती करण्याचा प्रयत्न झाला तेव्हा कॉंग्रेसच्या प्रतिनिधींची समजूत काढण्याचा प्रयत्न झाला. त्यांना असे सांगण्यात आले की हा कर काढून टाकला तर सरकारचे अनेक कोट्यावधी (बिलियन डॉलर)चे नुकसान होईल आणि तुलने फारच थोड्या म्हणजे काही हजार कुटुंबांचा फायदा होईल. म्हणजे त्याचा एकूण मतदार संघावर फारसा नकारात्मक परिणाम होईल अशी काळजी करण्याचे कारण नाही. यावर लोकप्रतिनिधींचे उत्तर होते की नेमकी हीच कुटुंबे मला निवडणूक निधी देण्यासाठी पुढे आली होती त्यामुळे ही दुरुस्ती परवडणारी नाही.

वास्तविक पाहता आर्थिक विषमतेमध्ये वाढ झाली आणि त्यामुळे विकासाची गती वाढली असे कोणी म्हणत नाही. सन १९७३ ते १९९५ या काळातच विषमतेमध्ये वाढ झाली आणि नेमके याच काळात मागच्या तिशीच्या दशकामध्ये जी मोठी मंदी आली होती तेव्हापासून अमेरिकेमध्ये आर्थिक विकास सगळ्यात कमी गतीने झाला. तसेच ही विषमता वाढत असताना मध्यम वर्गाचा काही विशेष फायदा झाला असाही पुरावा नाही. म्हणजे सर्वसाधारण मतदार या गरीब आणि श्रीमंत यातल्या वाढत्या दरीविषयी का उदासीन आहेत याचा अर्थ लावणे कठीण आहे.

प्रत्यक्षात आज जे घडत आहे त्याचे नेमके किती अमेरिकन लोकांना भान आहे असाही एक प्रश्न आहे. मागच्या दशकात ज्या अनेक आर्थिक घडामोडी घडल्या त्यांचा एकत्रित अर्थ लावणे अजून अनेकांना जमलेले नाही. अमेरिकेचा इतिहास आणि संस्कृती यांच्याशी काही समजुती आणि आशा निगडित आहेत. अमेरिकेमधल्या

कोणत्याही साधारण माणसाला एक विश्वास वाटत असतो की आजच्यापेक्षा उद्याचा दिवस हा अधिक आशेचा आहे. आपण आपल्या कष्टाने आणि हातांनी काहीही मिळवू शकतो आणि त्यासाठी व्यक्तीने शासनावर अवलंबून न राहता स्वत:च्या पायावर उभे राहिले पाहिजे असा अमेरिकन माणसाचा ध्येयवाद असतो. अशारीतीने स्वत:वर भरवसा असला तर कोणतेही अडचणीचे डोंगर पार करता येतात आणि त्यासाठी नशीबाचा हवाला देण्याची गरज नाही आणि कोणाला लाचही देण्याची गरज नाही असे हे तत्त्वज्ञान आहे. एका अर्थाने सगळया समाजात असा व्यक्तिनिष्ठ दुर्दम्य आशावाद असला तर विषमता का वाढते आहे याची कोणाला फारशी चिंता वाटत नाही हे उघड आहे.

१९३३च्या तीव्र मंदीच्या अनुभवानंतर काही काळ अमेरिकेमध्ये युरोपप्रमाणेच सामाजिक लोकशाहीच्या बाजूने वारे वहात होते. त्यानंतर रुझवेल्ट यांच्या प्रशासनात न्यू डीलचा प्रयोग सुरू झाला आणि अमेरिकेमध्ये अनेक बदल झाले. त्यावेळेपासूनच विषमता आणि उत्पन्नातील दरी याविषयी त्या समाजात कोणाला फारशी उत्सुकता राहिली नाही. त्यानंतर अमेरिकेची अनेक अंगांनी आर्थिक प्रगती आणि भरभराट होत राहिली आणि त्याचबरोबर आर्थिक विषमताही वाढत राहिली. परंतु तेथे कोणालाच त्याचे वैषम्य वाटत नाही किंवा हा काही विशेष काळजी करण्याचा विषय आहे असे दिसत नाही.

■

३.२ सामाजिक बदल

जेव्हा जागतिकीकरण सुरू झाले तेव्हा त्याचा आग्रह धरणाऱ्यात औद्योगिक देश पुढे होते. विशेषत: अमेरिका. श्रीमंत औद्योगिक देशांनी विकसनशील देशांसाठी ज्या आंतरराष्ट्रीय संस्था उभ्या केल्या होत्या त्यांचाही आग्रह नेहमी उदारीकरण, मुक्त बाजारपेठा आणि खुला व्यापार याचाच होता. आता अमेरिकेमध्ये नवेनवे विचार चालू झाले आहेत. तेथे आपल्या समाजामध्ये जे आर्थिक वर्ग (क्लासेस) आहेत त्याविषयी चिंता सुरू झाली आहे. समाजातल्या वेगवेगळ्या वर्गांमध्ये विषमता वाढत आहे आणि त्याचबरोबर समाजातल्या विविध वर्गातील चलनशीलताही (मोबिलिटी) कमी झालेली आहे. अमेरिकन समाजाला ही चलनशीलता आपले खास वैशिष्ट्य आहे याचा नेहमी अभिमान वाटतो. ती आता धोक्यात आली आहे. आश्चर्य म्हणजे हे सगळे दुष्परिणाम घडत आहेत याचे कारण म्हणजे जागतिकीकरण असा तेथल्या विचारवंतांनी शोध लावला आहे.

जागतिकीकरणामुळे अमेरिकेसारख्या बलाढ्य देशात जर विषमता वाढत असेल तर भारताने काय करावे? भारताने हा मार्ग सोडून द्यावा का? येथे तर मुळातच दारिद्र्य खोलवर रुजलेले आहे आणि दीर्घकाळाच्या जातीव्यवस्थेच्या रचनेमुळे समाजातल्या खालच्या वर्गात असंतोषही आहे. म्हणजे आर्थिक आणि सामाजिक दृष्ट्या येथे समानतेचा आदर्श फारच दूर आहे.

भारताचा आजपर्यंतचा इतिहास विषमतेचा आहे म्हणून त्याने जागतिकीकरणापासून फारकत घेण्याची गरज नाही. किंबहुना अमेरिकेतल्या विविध सामाजिक वर्गांमध्ये जे असंतुलन वाढत आहे नेमक्या त्याच कारणांसाठी भारतामध्ये दारिद्र्य कमी होत आहे आणि दुर्बळ घटकांना विकासाची अधिक संधी मिळत आहे. त्यामुळे अमेरिकेतल्या घडामोडी भारताच्या हिताच्याच आहेत.

मागच्या १९७९ ते २००१ या काळात अमेरिकेतल्या सगळ्यात वरच्या एक टक्क्यांचा उत्पन्न गटाचे उत्पन्न १३९ टक्क्यांनी वाढले. प्रत्यक्षात हे वाढलेले उत्पन्न सात लाख डॉलर होते. यामध्ये कर भरल्यानंतरचे उत्पन्न लक्षात घेण्यात आलेले आहे आणि त्यामध्ये चलनवाढीचा परिणामही वजा करण्यात आलेला आहे.

न्यूयॉर्क टाईम्स या प्रतिष्ठित वर्तमानपत्राने काँग्रेसच्या अर्थसंकल्पीय कार्यालयाने केलेल्या अभ्यासानुसार हा निष्कर्ष काढलेला आहे. या तुलनेने मधल्या पाचव्या वीस टक्के उत्पन्न गटाचे उत्पन्न वर्षाला ४३,७०० डॉलर झाले आणि ही वाढ फक्त १७ टक्क्यांची होती. तसेच सगळ्यात गरीब असलेल्या खालच्या वीस टक्के उत्पन्न गटाचे उत्पन्न फक्त ९ टक्क्यांनी वाढले. याचबरोबर विषमताही वाढली. ऐंशीच्या दशकापासून नव्वदीच्या दशकात ज्या कुटुंबांनी आपले वार्षिक उत्पन्न वाढवले आणि वरच्या गटात प्रवेश मिळवला त्यांचे प्रमाणही घटले.

एका बाजूने जरी सगळ्या समाजाची आर्थिक वाढ झाली आणि त्यातून तुलनेने विषमता वाढली तरीही दुसऱ्या बाजूने एक ठळक सकारात्मक गोष्ट घडली. पन्नास वर्षांपूर्वी जे वरचे फक्त पाच टक्के लोक ज्या समृद्धीत रहात होते त्याचा अनुभव आता वरच्या निम्म्या उत्पन्न गटातले लोक घेत आहेत. पूर्वी श्रीमंतांच्या जीवनशैलीत आणि दिसण्यात ज्या गोष्टी ऐश्वर्याच्या समजल्या जात होत्या त्या आता अनेक सामान्यजनांना सहजपणे परवडू लागल्या आहेत. ही सगळी क्रांती केवळ उत्पादनव्यवस्थेच्या जागतिकीकरणातूनच झालेली आहे. त्याचाच भाग म्हणून चीन, भारत आणि इतर गरीब विकसनशील देशात या ग्राहकोपयोगी मालाच्या उत्पादन व्यवस्था निर्माण झाल्या आहेत आणि त्याचे फायदे सगळ्यांना मिळत आहेत. शिवाय या प्रक्रियेतून अर्थव्यवस्थेमधले निर्बंध आणि हस्तक्षेप कमी होत आहेत आणि त्यामुळे मुक्त बाजारपेठा विकसित होत आहेत. त्यातूनच या ग्राहकोपयोगी वस्तूंच्या किंमती झपाट्याने खाली येत आहेत. अगदी हवाई वाहतुकीपासून दूरसंचारसारख्या सगळ्या क्षेत्रांमध्ये हे क्रांतीकारी बदल झालेले आहेत आणि त्याचा फायदा जगातल्या सगळ्या सामान्यजनांना मिळत आहे.

जे जागतिकीकरणाचे टीकाकार आहेत त्यांचा एक प्रश्न असतो. जर अमेरिकेसारख्या देशात या प्रक्रियेमुळे आर्थिक विषमतेचे भूत वाढत असेल तर मग भारतासारख्या गरीब देशात अधिकच महाग पडणार नाही का? याचे उत्तर सोपे आहे.

विकसनशील देशात या प्रक्रियेमुळे जसे आर्थिक वाढीला प्रोत्साहन मिळते त्याच्या नेमकी उलटी गोष्ट अमेरिकेत घडते आणि त्यामुळे तेथे आर्थिक वर्गांमध्ये असमतोल वाढत आहे. अमेरिकेमध्ये मागच्या साठीच्या दशकात आणि थोड्या प्रमाणात सत्तरीच्या दशकातही तरुण वर्गाने फक्त उच्च माध्यमिक शाळेचे शिक्षण पुरे केले तरीही त्यांना रोजगार मिळत होता आणि त्यांचा समावेश मध्यम वर्गामध्ये होऊ शकत होता. बहुतेक वेळा या तरुणांना तेथल्या मोठ्या कारखान्यांमध्ये सहजपणे रोजगार मिळू शकत होता.

जेव्हा जगातला व्यापार वाढला आणि सगळ्या देशांचे परस्परावलंबन वाढले त्यातून औद्योगिक रोजगाराच्या संधी विकसनशील देशात उपलब्ध होऊ लागल्या. विशेषत: सुरवातीला पूर्व आशियातील देशांनी यामध्ये आघाडी घेतली. या सगळ्या

घटनाक्रमातून विकसनशील देशामधील राहणीमान वाढले, जीवनशैली बदलली आणि मुख्य म्हणजे समाजातील दारिद्र्य कमी झाले. हे सगळे बदल होणे शक्य झाले कारण एकदा औद्योगिक उत्पादनाचे आणि यांत्रिक मालाचे उत्पादन वाढल्यावर ग्रामीण भागातला कृषीवरचा बोजा कमी झाला. गरीब देश जे फक्त कृषी उत्पादनावर अवलंबून होते त्यांना औद्योगिक उत्पादन व्यवस्था विकसित करण्याची संधी मिळाली.

जगातल्या अनेक अविकसित देशात जेव्हा मागच्या पन्नास वर्षात विकासाची प्रक्रिया मार्गी लागली त्याचा एक दृश्य परिणाम म्हणजे अमेरिकेतल्या कामगाराची रोजगाराची संधी कमी झाली. विशेष म्हणजे जसजसा औद्योगिक मालातला व्यापार वाढला आणि स्पर्धा वाढली तसतशी औद्योगिक देशातल्या मध्यमवर्गीय कामगारवर्गाची सौदा करण्याची शक्ती कमी होत गेली. त्यामुळे हा जो विशिष्ट कामगार वर्ग होता त्याची वरच्या उत्पन्नगटात प्रगती होण्याची संधीही कमी झाली.

याबरोबर ज्या कामगारांमध्ये काही कौशल्य होते त्यांना आपली प्रगती करून घेता आली. याचा अर्थ ज्यांना महाविद्यालयातले शिक्षण घेता येत होते त्यांना सेवा क्षेत्रामध्ये आपले मोल वाढवता आले. जसजसे जग एकत्र येऊ लागले त्याबरोबर अनेक खास सेवा क्षेत्रे औद्योगिक देशात निर्माण झाली आणि तेथे अगदी विकसनशील देशामधील कामे करण्याची क्षमता निर्माण झाली. हे अधिक करून अमेरिकेमध्ये घडले. याचे उदाहरण म्हणजे विकसनशील देशात कारखाने आणि विमानतळ हे निर्माण करायचे असले तर त्याची संकल्पचित्रे करण्याचे काम विकसित देशात बनू लागले. तसेच दुग्धव्यवसायात दुग्ध प्रक्रिया करण्याचे कारखाने हेही काम या देशांकडे आले. अशा अनेक मार्गांनी विकसित देशामध्ये सेवाक्षेत्रामध्ये ज्यांच्याजवळ अधिक शिक्षण आणि कौशल्ये होती त्यांच्या रोजगाराच्या संधी वाढल्या आणि त्यातूनच त्यांची भरभराट झाली. म्हणजे या कामाचे जे उद्योजक होते त्यांचाच फक्त फायदा झाला असे नसून या उच्च प्रशिक्षित कामगारांनीही आपली प्रगती करून घेतली. त्यापूर्वीच्या औद्योगिक जगामध्ये असे घडत नव्हते.

या सगळ्या गोष्टी अमेरिकेमध्ये फार ठळकपणे घडलेल्या दिसून येतात. वित्त क्षेत्रामध्ये ज्या अनेक प्रकारच्या सेवा निर्माण झाल्या त्यातून तेथे उद्योजकता फार मोठ्या प्रमाणावर वाढली. तसेच ज्यांना त्यात यश मिळाले त्यांनी खरोखरीच आपल्या प्रगतीचे शिखर गाठले. हे सगळे यश लक्षणीय असले तरीही अमेरिकेमध्ये जो मध्यमवर्गीय कामगारवर्ग होता तो आणि हा जो नवीन उच्च प्रशिक्षित कामगारांचा आणि उद्योजकांचा वर्ग निर्माण झाला त्यांच्यामधली आर्थिक दरीही वाढली. जवळपास सगळ्याच विकसित देशांमध्ये असे घडून आल्याचे दिसते.

याचबरोबर आणखी एक गोष्ट घडली. जसजशी औद्योगिक उत्पादनव्यवस्था विकसनशील देशात नेण्यात येऊ लागली त्याचा परिणाम म्हणून श्रीमंत आणि गरीब देशामधली आर्थिक दरी कमी झाली. मागच्या १९९०-२००२ या काळात उच्च

उत्पन्न गटाच्या देशांचा जो एकत्रित जीडीपी होता त्याचे आणि जे गरीब आणि मध्यम उत्पन्न गटातले देश होते त्यांच्या जीडीपीचे नाते बदलले. हे प्रमाण २२.६ टक्क्यांवरून २४ टक्के इतके झाले. अर्थात कोणीही म्हणेल ही काही फार मोठी वाढ नाही. हे खरे आहे. त्याचे कारण म्हणजे सगळ्याच विकसनशील देशाने काही जागतिकीकरणाचा पूर्णपणे स्वीकार केला नाही.

जे पूर्व आशिया आणि पॅसिफिक खंडात देश आहेत त्यांच्या अर्थव्यवस्थेचा आकार उच्च उत्पन्न गटातल्या देशांच्या तुलनेने जवळपास दुप्पट झाला. हे प्रमाण ३.८ टक्क्यांवरून ७ टक्के झाले. या देशांनी अगदी धडाडीने जागतिकीकरण अंमलात आणले आणि आपल्या कठीण प्रश्नांवर मात केली. या देशात १९८१ मध्ये त्यांच्या लोकसंख्येच्या ५५.६ टक्के इतके दारिद्र्याचे प्रमाण होते ते २००१ सालात १५.६ टक्के इतके खाली आले. म्हणजे २० वर्षात या देशांनी आपले दारिद्र्याचे प्रमाण ४० टक्क्यांनी कमी केले.

या उलट आफ्रिकेतल्या सब-सहारा क्षेत्रातील देशांमध्ये या काळात दारिद्र्याचे प्रमाण वाढले. जागतिक बँकेच्या आकडेवारीनुसार सगळ्या विकसनशील देशांचा एकत्रित विचार केला तर दारिद्र्याचे प्रमाण ३९.५ टक्क्यांवरून २१.३ टक्के झाले. म्हणजे काही देशांमध्ये पीछेहाट झाली तरीही एकूणात दारिद्र्य बऱ्यापैकी कमी झाले. याचे श्रेय जागतिकीकरणाला द्यावे लागेल.

येत्या काळातही जागतिकीकरण वेग धरणार आहे. म्हणजे अमेरिकेमध्ये जी आर्थिक वर्गांमध्ये विषमता आहे ती अधिक वाढणार आहे. परंतु त्याचबरोबर भारत, चीन आणि इतर गरीब देशांमध्ये राहणीमानाची पातळी उंचावणार आहे. यातून एक निष्कर्ष निघतो. जागतिकीकरणाला विरोध करण्याचे अजिबात कारण नाही. औद्योगिक देशात त्याच्या ज्या प्रतिक्रिया उमटल्या आहेत त्याचा इतिहास आणि आशय वेगळे आहेत. त्या देशातले राजकारण साहजिकच अशा सर्वसामान्य जनतेच्या असमाधानाला आणि रोषाला साथ देत प्रवास करणार आहे. विकसनशील देशात जागतिकीकरणातूनच समाजाचे आधुनिकीकरण आणि औद्योगिकीकरण होणार आहे. म्हणून विरोध करण्यापेक्षा सुधारणा कार्यक्रमातून लोकांना अधिक शक्ती कशी मिळेल याचा पाठपुरावा करता येईल. लोकांना शिक्षण मिळाले तर त्यातून ज्ञान आणि कौशल्य मिळणार आहे. तसेच त्यांना आरोग्य सुविधा आणि पिण्याचे पाणी भरवशाने हवे आहे. जर बाजारपेठा विनाअडचण काम करू लागल्या तर त्यांना उत्पन्न आणि रोजगार मिळणार आहे. आणखीन एक महत्त्वाची बाब म्हणजे शासन व्यवस्था आणि संस्था यांचा कारभार चोख आणि पारदर्शी असण्याची गरज आहे. सर्वसामान्य जनतेला भ्रष्ट सरकारी यंत्रणेचा उबग आलेला आहे. जागतिकीकरणातून या सगळ्या अडचणींवर मार्ग काढता येईल.

■

३.३ अमेरिकेतले तुफान

अमेरिकेमध्ये २९ ऑगस्ट २००५ मध्ये मोठे तुफान आले आणि खूप मोठा विध्वंस झाला. न्यू ऑर्लिन्सच्या पूर्वेला कॅटरिना नावाचे तुफान कॅटेगरी ४ दर्जाचे होते. वाऱ्याचा वेग ताशी १४० मैलाचा होता आणि २० फूट उंचीच्या समुद्राच्या लाटा उसळत होत्या. जेव्हा या तुफानाच्या धोक्याचा इशारा मिळाला तेव्हा न्यू ऑर्लिन्स हे शहर या संकटाला तोंड देऊ शकणार नाही आणि ते वाहून जाईल असाच सगळ्या तज्ज्ञांनी अंदाज केलेला होता. जे प्रचंड नुकसान झाले ते अंदाजे सुमारे १२५ अब्ज डॉलर (१२५ बिलियन डॉलर) इतके होते. शिवाय विमा कंपन्यांना सुमारे ४० ते ६० (बिलियन डॉलरचे) दावे निकालात काढावे लागतील आणि हे नुकसान सहन करावे लागेल. जे तुफान आले ती नैसर्गिक आपत्ती होती परंतु त्यानंतर जे घडले ती सगळ्या माणसांचीच जबाबदारी होती. अमेरिकेतल्या भिन्न भिन्न विचारांच्या सगळ्याच व्यक्तींना या घटनेमुळे राग आला. अमेरिकेतल्या सगळ्याच जनतेला आपले अध्यक्ष बुश यांच्यविषयी विलक्षण संताप निर्माण झाला. वास्तविक पाहता ही एक निसर्गाने निर्माण केलेली आपत्ती होती. या तुलनेने अध्यक्ष बुश यांनी इराकमध्ये स्वत:च्या हाताने एक आपत्ती निर्माण केली आणि तरीही लोकांना त्याचा तितका राग आला नाही.

अमेरिकेतले जनमत क्षुब्ध झाले आहे त्याला अनेक कारणे आहेत. कॅटरिना तुफान आले त्यापूर्वी अनेक गोष्टी अगोदरच माहीत होत्या. आर्मी कॉर्प ऑफ इंजिनिअर्स आणि फेडरल इमर्जन्सी मॅनेजमेंट ॲडमिनिस्ट्रेशन (फेमा) अशा सगळ्या तज्ज्ञ संस्थांना न्यू ऑर्लिन्स शहराला किती मोठा धोका आहे हे माहीत होते. या शहराला पुराचा नेहमीच धोका होता. कोणतेही तुफान आले तर हे शहर बचाव करू शकणार नाही हे सगळ्यांनाच माहीत होते. अनेकदा शास्त्रज्ञ लुझियाना राज्याचे राजकारणी आणि प्रशासक आणि पत्रकार यांनी अशा धोक्याच्या सूचना दिलेल्या होत्या. न्यू ऑर्लिन्स या शहराचा सुमारे ७० टक्के भाग हा समुद्र पातळीच्या खाली आहे आणि कोणतेही तुफान जे कॅटेगरी तीनपेक्षा वरचे आहे त्याला हे शहर तोंड देऊ शकणार नाही यावर सगळ्यांचेच एकमत होते. परंतु अशा संकटाला तोंड

देण्यासाठी जी पूर नियंत्रणाच्या दृष्टीने बांधबंदिस्ती करण्यासाठी जो भरपूर निधी लागला असता त्याची पुरेशी तरतूद करण्यात आली नाही.

एकदा तुफान आल्यावर जी आणीबाणीची परिस्थिती निर्माण झाली त्याला शासन पुरे पडले नाही. स्थानिक, राज्य आणि केंद्रीय पातळीवर सगळ्याच यंत्रणांचा प्रतिसाद अगदी संथ होता. शिवाय या संस्था कुचकामी होत्या हेही या प्रसंगात सिद्ध झाले. समाजातल्या सुस्थितीत असलेल्या ज्या लोकांकडे मोटरगाड्या आणि पैसा होता त्यांनी वेळेच्या आत शहर सोडले आणि आपला बचाव केला. जे गरीब आणि वृद्ध लोक होते त्यांना मात्र बघणारे कोणीच नव्हते. दुर्दैव म्हणजे यातले बहुतांशी लोक हे कृष्ण वर्णाच्या समुदायातले होते. त्यांनी शक्य होईल त्या सार्वजनिक जागांमध्ये प्रवेश मिळवण्याचा प्रयत्न केला. त्यासाठी फुटबॉल खेळाची मैदानेही उपयोगी पडली. या सगळ्याची तपशीलवार जाहिरात दूरचित्रवाणीवरून झाली आणि जगभर अमेरिकेतल्या गरिबांना कसे वाऱ्यावर सोडण्यात आले आहे याचे चित्रण झाले.

या सगळ्या अनावस्थेमुळे बुश प्रशासनावर मोठी टीका झाली. बुश यांचे मित्र माईक ब्राऊन जे लुझियाना राज्यातील फेमाच्या यंत्रणेचे प्रमुख होते. बुश यांनी त्यांच्यावर उघडपणे टीका केली. शेवटी ब्राऊन यांनी राजीनामा दिला. आता स्वत: अध्यक्ष बुश हे आठवड्यातला किमान एक दिवस न्यू ऑर्लिन्समध्ये घालवत आहेत आणि सगळ्या पुनर्वसनाच्या कामाला चालना देत आहेत. जेव्हा कॅटरिना नावाचे तुफान आले आणि विध्वंस झाला तेव्हा अध्यक्ष बुश हे शेजारच्या टेक्सास राज्यात विश्रांती घेण्यात रमले होते असा एक समज जनमानसात पसरलेला होता. आता बुश आपली तळमळ दाखवत आहेत.

खरे म्हणजे येत्या काळात बुश प्रशासन आणखीनच उघडे पडणार आहे आणि जनतेला आपला अध्यक्ष काय आहे हे उमजणार आहे. जगात कोणतीही संकटे आली तरीही बुश त्यातून लाभ उठवतात असे ठोस पुरावे जगापुढे येत आहेत. राजकीय संकटांवर मात करताना त्यातून फायदा मिळवावा अशी बुश प्रशासनाची ख्याती झालेली आहे. अमेरिकेच्या हवाई दलाने अफगाणिस्तानमध्ये बॉंब वर्षाव करून रस्ते आणि पूल नष्ट केले तसेच इराकमध्ये तेलाच्या विहिरी आणि तेल वाहिन्या नष्ट केल्या आणि आता या पायाभूत सुविधांची बांधणी करण्यासाठी मोठी गुंतवणूक करण्यात येत आहे आणि त्याची मोठी कंत्राटे अमेरिकेतल्या खाजगी कंपन्यांना देण्यात येत आहे. तीच गोष्ट आता कॅटरिना या तुफानानंतर जे पुनर्वसन करण्यात येणार आहे त्याबाबत घडणार आहे. ज्या कंपन्यांचे बुश प्रशासनाबरोबर लागेबांधे आहेत त्यांनाच ही सगळी कंत्राटे मिळणार आहेत. यामध्ये ज्यांची नावे घेतली जातात ती म्हणजे फेमाचे पूर्वीचे प्रमुख आणि हॅलीबर्टन सारख्या कंपन्या. हे

तुफान येऊन गेल्यावर जे पुनर्वसन आणि बांधणी होणार आहे त्यामध्ये या कंपन्या प्रमुख भूमिका बजावणार आहेत.

यामध्ये ज्यो अलबाग यांचे नाव पुढे आहे. अध्यक्ष बुश यांचे ते पूर्वीचे निवडणूक संघटन करणारे होते. तसेच त्यांनी फेमा या संस्थेचे प्रमुख म्हणूनही काम केलेले आहे. त्यांनी गल्फ कोस्टमध्ये जे पुनर्वसनाचे काम करायचे आहे त्याची अगोदरच सुरुवात केलेली आहे. बुश जेव्हा १९९४ मध्ये टेक्सास प्रांताच्या गव्हर्नर पदासाठी निवडणूक लढवत होते त्यावेळी ते निवडणूक मोहिमेचे प्रमुख होते. नंतर ते गव्हर्नर बुश यांचे कार्यालयीन प्रमुख होते. त्यानंतर बुश यांनी २००० सालात अध्यक्ष पदासाठी जी निवडणूक लढवली त्याचेही प्रमुख पद त्यांनी सांभाळले. त्यांनी बुश प्रशासनाच्या पहिल्या दोन वर्षात फेमाचे प्रमुख म्हणून काम केले आणि नंतर त्यांनी राजीनामा देऊन ते अनेक खाजगी कंपन्यांचे दलाल म्हणून अधिकृतपणे काम करू लागले. थोडक्यात म्हणजे हे गृहस्थ दीर्घकाळ अध्यक्ष बुश यांच्या सर्वात जवळचे आणि विश्वासातले आहेत. शिवाय ते आता उघडपणे खाजगी कंपन्यांना सरकारी कंत्राटे मिळवून देण्याचे दलालीचे काम करत आहेत. अमेरिकेच्या व्यवस्थेमध्ये हे सगळे कायदेशीर समजले जाते.

ज्यो अलबाग यांनी ज्या कंपन्यांना सरकारी कंत्राटे मिळवून दिली आहेत त्यात शॉ ग्रुप हे नाव आहे. दुसरे नाव म्हणजे केलॉग ब्राऊन अँड रुट (केबीआर). ही हॉलीबर्टन कंपनीची एक उपकंपनी आहे. हॉलीबर्टन कंपनीचे डिक चेनी हे अनेक वर्ष अध्यक्ष होते नंतर तेथूनच ते अमेरिकेचे उपाध्यक्ष बनले. या कंपनीतून अजूनही चेनी यांना उत्पन्न मिळत आहे. चेनी यांनी कराच्या उत्पन्नाचा तपशील एप्रिल २००५ मध्ये जाहीर केला होता त्यामध्ये हॉलीबर्टन कंपनीकडून त्यांना १,९४,८५२ डॉलरचे उत्पन्न मिळाले होते. याशिवाय बेक्टेल नॅशनल या सॅन फ्रान्सिस्कोमधल्या बेक्टेल कॉर्पोरेशनच्या उपकंपनीलाही फेमाने निवडलेले आहे. तुफानामुळे ज्यांची घरे उध्वस्त झाली आहेत त्यांना अल्प काळातला निवारा मिळावा यासाठी हे कंत्राट आहे. बेक्टेल कंपनी ही रिपब्लिकन पक्षाला अगदी जवळची आहे. अध्यक्ष बुश यांनी बेक्टेलच्या मुख्य कार्यकारी संचालकाला देशाच्या निर्यात यंत्रणेवर नेमले होते. तसेच बेक्टेल एनर्जीचे दुसरे निवृत्त प्रमुख यांना ओव्हर्सीज प्रायव्हेट इन्व्हेस्टमेंट कॉर्पोरेशनच्या मुख्य पदावर नेमले आहे.

अमेरिकेच्या नौदलाने हॉलीबर्टन कंपनीला कॅटरिना तुफानामुळे आपल्या ज्या नाविक सुविधा मोडून पडल्या आहेत त्या दुरुस्त करण्याचे कंत्राट दिलेले आहे. या कामासाठी लक्षावधी डॉलरचा व्यवहार होईल. ही नाविक सुविधांच्या दुरुस्तीची कामे लुझियाना आणि मिसीसिपी या दोन राज्यात व्हायची आहे. इतके असूनही न्यू ऑर्लिन्स शहराला पुरापासून वाचविण्यासाठी जी बांधबंदिस्ती करायची आहे ते काम

या करारात नाही. खरे म्हणजे हे बांध फुटले त्यामुळेच पुढे त्यातून नैसर्गिक आणि मानवनिर्मित मोडतोड झाली. चालू २००५ सालाच्या सुरुवातीला नौदलाने केबीआर आणि इतर तीन कंपन्यांना ३५ कोटी डॉलर (३५० मिलियन डॉलर)चे कंत्राट दिलेले आहे.

यापूर्वी इव्हान या नावाच्या तुफानाने सप्टेंबर २००४ सालात फ्लॉरिडा येथील नौसेनेच्या सुविधांचे नुकसान केले होते आणि त्याच्या दुरुस्तीचे हे कंत्राट आहे. अलबाग यांचे दुसरे एक मोठे अशील म्हणजे बॅटन रूझ ही कंपनी. ही शॉ ग्रुपच्या अंतर्गतच येते. या कंपनीला फेमाने १० कोटी डॉलर (१०० मिलियन डॉलर)चे काम दिलेले आहे आणि त्यातून निवासस्थाने उभारण्यात येणार आहेत. याच शॉ कंपनीलाही अमेरिकेच्या आर्मी कॉर्प्स ऑफ इंजिनिअर्स कडून आणखी १० कोटी (शंभर मिलियन डॉलर)चे कंत्राट देण्यात आलेले आहे.

अमेरिकेच्या काँग्रसने तातडीची मदत म्हणून अगोदरच ६० अब्ज डॉलर (६० बिलियन डॉलर)चा निधी मंजूर केलेला आहे. ही फक्त सुरुवात आहे. एकूणात सगळ्या पुनर्वसनाचा खर्च सुमारे १०० अब्ज डॉलर (शंभर बिलियन डॉलर) होईल असा पहिला अंदाज आहे. बहुधा हा आकडा नंतर वाढेलच. इतक्या प्रचंड प्रमाणावर पुनर्वसनासाठी जो खर्च करावा लागणार आहे त्यामध्ये खाजगी क्षेत्राला अनेक कंत्राटे देण्यात येणार आहेत. तेव्हा हे कंत्राटदार कसे निवडायचे याची काळजी घेण्यात येत आहे का? असे अध्यक्ष बुश यांना विचारण्यात आले होते. बुश यांचे उत्तर ऐकण्यासारखे आहे. नेहमीच्या सरकारी पद्धतीप्रमाणे एक आरएफपी (रिक्वेस्ट फॉर प्रपोजल्स) अशी कंत्राटदार निवडण्याची पद्धत असते. बुश यांनी सांगितलेकी हा आरएफपीचा नेहमीचा रिवाज सध्याच्या आणीबाणीच्या प्रसंगाला उपयोगाचा नाही.

एका अर्थाने सगळ्या संकटाची तीव्रता लक्षात घेता हे पटण्यासारखे आहे. परंतु बुश यांनी याच पद्धतीचे समर्थन जेव्हा इराकमध्ये युद्ध झाले तेव्हा तेथे कंत्राटाची कामे देताना वापरले. अर्थातच ही सगळी कंत्राटे हॉलीबर्टन, बेक्टेल अशा बुश आणि चेनी यांच्या मर्जीतल्या कंपन्यांना मिळाली. म्हणजे कोणतीही संकटे आली तरीही त्यासाठी शासन जे मोठ्या प्रमाणावर निधी उपलब्ध करून देते त्याचाही फायदा काही ठराविक आणि मोजक्या खाजगी कंपन्यांनी उठवावा, अशी ही एक खास अमेरिकेच्या सरकारी प्रशासनाची सवय दिसते. अमेरिकेतला सर्वसाधारण नागरिक हे कसे समजून घेतो आणि सहन करतो याचे नक्की उत्तर आत्ताच देता येणार नाही. परंतु अध्यक्ष बुश हे मात्र मोठा धोका पत्करत आहेत हे नक्की.

■

३.४ ज्युडिथ मिलरची गोष्ट

अमेरिकन समाजाची अनेक वैशिष्ठ्ये आहेत. त्यामुळेच जगामध्ये नेहमी अमेरिकेविषयी चर्चा होते. अनेकदा या देशाविषयीच्या प्रतिक्रिया टोकाच्या असतात. अनेकांना अमेरिकेविषयी तीव्र आकर्षण आणि कौतुक वाटते आणि अनेकांना तीव्र तिरस्कार आणि दु:स्वास वाटतो. काही असले तरी या देशाकडे दुर्लक्ष करणे मात्र कोणालाच परवडत नाही. सगळेच देश आपापल्या हिताला धरून अनेक प्रकारची कूटनीती राबवत असतात आणि सत्ताधारी या सत्तेच्या खेळात कोणताही विधिनिषेध मानत नाहीत. बहुतेकवेळा सर्वसाधारण जनतेला यातल्या कोणत्याच गोष्टी कळत नाहीत. अमेरिकेमध्ये जी समाजव्यवस्था आहे त्यामध्ये लोकशाहीची प्रक्रिया अनेक उलटसुलट मार्गांनी प्रवास करत असते. त्याचाच भाग म्हणून वेगवेगळे घटक, व्यक्ती आणि संस्था एकमेकावर कुरघोडी करत असतात. त्यातूनच सत्तेच्या वापरातले अनेक दुराचार उघडकीला येतात. ज्युडिथ मिलरची गोष्ट यासाठीच उद्‌बोधक आहे.

ज्युडिथ मिलर ही दि न्यूयॉर्क टाईम या प्रतिष्ठित वृत्तपत्र समुहाची बातमीदार आहे ती प्रथम प्रसिद्धीच्या झोतात २००२ साली आली कारण आपल्याला मिळालेल्या विश्वसनीय माहिती सूत्रांकडून इराकच्या सद्दाम हुसेनकडे नरसंहाराची अस्त्रे आहेत अशा ती बातम्या देत होती. नंतर मिलरला ही सगळी गुप्त माहिती अहमद चलाबी हा इराकमधून पळून आलेला निर्वासित राजकारणी देत होता असे उघड झाले. हा चलाबी इराकमधल्या सद्दामच्या राजवटीविषयी अनेक पाश्चिमात्य बातमीदारांना खरी आणि खोटी माहिती पुरवत होता. विशेष म्हणजे अमेरिकन सरकारला या चलाबी विषयी खास प्रेम होते. अमेरिकेच्या जनरल अकाऊंटिंग ऑफीस या यंत्रणेने चलाबीला सरकारच्या स्टेट डिपार्टमेंटकडून मार्च २००० ते सप्टेंबर २००३ या काळात ३ कोटी ३० लाख डॉलर (३३ मिलियन डॉलर) देण्यात आले होते असे अधिकृतपणे नमूद केले आहे. चलाबीने इराकी नॅशनल काँग्रेस सपोर्ट फाऊंडेशन अशी संस्था काढली होती आणि त्यासाठी ही देणगी होती. म्हणजे चलाबीचे महात्म्य किती मोठे होते याचा अंदाज येतो. तसेच सद्दामच्या विरोधात अमेरिका किती टोकापर्यंत जायला तयार होती याचाही पुरावा मिळतो.

या मिलरने सद्दामकडे असलेल्या नरसंहाराच्या अस्त्रांविषयी ज्या बातम्या प्रसृत केल्या होत्या त्यांचा उपाध्यक्ष डिक चेनी हे आपल्या अनेक संभाषणात वारंवार उल्लेख करत होते. नंतर या सगळ्याच बातम्या बिनबुडाच्या होत्या असे उघडकीला आले. परंतु कोंडालिसा राईस यांनी याच आधारावर एक विधान केले होते आणि आपल्या इराकबाबतच्या धोरणाचे समर्थन केले होते. बुश प्रशासनाने सद्दामच्या पाडावानंतर अनेक प्रयत्न केले आणि शेवटी त्यांना आपले अपयश मान्य करावे लागले. इराकमध्ये कोठेच नरसंहाराची अस्त्रे अगर अण्वस्त्रे आणि रासायनिक अस्त्रे सापडली नाहीत. कळस म्हणजे शेवटी ज्युडिथ मिलरनेही आपल्या या अस्त्राविषयीच्या बातम्या बिनबुडाच्या होत्या हे कबूल केले.

२००५ सालच्या काही महिन्यात ही मिलर परत प्रकाशाच्या झोतात आली. केंद्र सरकारच्या एका खास न्यायाधीशाकडून सीआयए या गुप्तहेर संस्थेसाठी जी एक व्यक्ती अनामिक म्हणून काम करत होती, तिची माहिती लोकांना कशी उघड झाली याची चौकशी चालू होती. ही सीआयएसाठी गुप्तपणे काम करणारी व्यक्ती जोसेफ विल्सन या एका मुत्सद्याची पत्नी आहे आणि तिचे नाव उघड झाल्यामुळे ती धोक्यात आली होती. या विल्सन मुत्सद्याने बुश प्रशासनाला इराकच्या विषयात विरोध केला होता. बुश प्रशासनाने सद्दाम हा नायजर या आफ्रिकेतल्या देशाकडून आपल्या अण्वस्त्रांसाठी युरेनियम मिळवत आहे, असा आपला समज करून घेतला होता. विल्सन यांनी या म्हणण्यात काही तथ्य नाही असा एक चौकशी करून अहवाल दिला होता. यामुळे बुश प्रशासनाचा जोसेफ विल्सन यांच्यावर राग होता. बहुधा त्यांच्यापैकीच कोणीतरी एकाने विल्सन यांची पत्नी सीआयएचे गुप्तकाम करते अशी माहिती बातमीदारांना दिली असावी असा सगळ्यांना संशय आहे. अमेरिकेमध्ये कोणत्याही गुप्तहेर संस्थेसाठी जी व्यक्ती अनामिकपणे काम करत असते तिची माहिती बाहेर लोकांना होणे हा एक गंभीर गुन्हा समजला जातो. त्यामुळे विल्सन यांच्या पत्नीचे नाव सार्वजनिक कसे झाले याचा शोध घेण्यासाठी बुश प्रशासनावर फार मोठा दबाव आला होता. त्यामुळे नाईलाजाने बुश यांनी या सगळ्या प्रकरणाची उच्च पातळीवर चौकशी सुरू केली.

मिलर बाईने आपल्याला ही सगळी माहिती कोणाकडून मिळाली हे उघड करण्याचे नाकारले. त्याऐवजी तिने तुरुंगात ८५ दिवस काढण्याचे पत्करले. या मधल्या काळात तिच्या वकिलांनी तिला ज्या सूत्रांकडून ही नाजूक माहिती मिळाली होती ती चौकशी समितीपुढे उघड करण्यास आपली हरकत नाही, अशी संमत्ती मिळवली. या तुरुंगवासाच्या काळात मिलर ही व्यक्ती सगळ्या देशाच्या कौतुकाचा विषय बनली. न्यूयॉर्क टाईम्समध्ये मिलरचे गुणगान करणारी अनेक पत्रे छापण्यात आली. जनतेला माहितीचा अधिकार आहे या तत्त्वासाठी मिलरने किती मोठा व्यक्तीगत

त्याग केला असा सगळ्यांच्या स्तुतीचा रोख होता.

जेव्हा मिलर तुरुंगातून बाहेर आली तेव्हा अनेकांचा भ्रमनिरास झाला. टाईम्समधल्या एका स्तंभलेखकाने तर मिलर या पत्रकारितेवर एक डाग आहे असे म्हटले. शिवाय ही स्त्री म्हणजेच नरसंहार आहे असे तिचे वर्णन केले. मिलर बाई ज्या व्यक्तीचे नाव लपवत होती ती व्यक्ती लुईस लिबी आहे असे तिने उघड केले. हे लिबी अमेरिकेचे उपाध्यक्ष डिक चेनी यांचे कार्यालय प्रमुख आहे. सीआयएचे गुप्त काम करणारी अनामिक व्यक्ती कोण होती हिचे नाव आपल्याला कोणी दिले, ते आता आठवत नाही असा मिलर हिचा दावा आहे. अर्थातच तिला बहुधा सत्य सांगायचे नाही. किंवा ती जितकी हुशार आहे असा जो समज आहे तो चुकीचा आहे. कारण जर तिला ही नेमकी मोक्याची गोष्ट आठवत नसली तर हा दावा तिला चार महिन्यांपूर्वी प्रथमच करता आला असता. तसे तिने केले असते तर तुरुंगवासही टळला असता.

मागच्या चार वर्षात मिलर यांचे नाव अनेक बातम्यांमध्ये गाजलेले आहे. विशेषत: इराकबरोबर जे युद्ध झाले त्याच्याशी निगडित ज्या बातम्या वृत्तपत्रात आल्या त्यात मिलर हे नाव प्रकाशात होते. तिने जैविक अस्त्रांवर पुस्तके लिहिली. तसेच न्यूयॉर्क टाईम्समध्ये नरसंहाराच्या अस्त्रांवरही बरेच लिखाण केले. नंतर जेव्हा इराकवर हल्ला झाला तेव्हा सैनिकांचे एक खास पथक सद्दामकडच्या छुप्या नरसंहाराच्या अस्त्रांचा शोध घेत होते आणि त्याचा भाग म्हणून मिलर वृत्तपत्रांना बातम्या देत होती.

म्हणजे इराकमधल्या सगळ्या लष्करी हस्तक्षेपामध्ये मिलरचे योगदान सगळ्यांच्या नजरेत भरेल इतके ठळक होते. मिलर बाईला एका पत्रातून ॲन्थ्रॅक्स या रासायनिक भुकटीचा वापर करून धमकावण्यात आले होते याची प्रसिद्धी झाली. नंतर या पांढऱ्या भुकटीतून कसलाच धोका नव्हता असे सिद्ध झाले. विशेष म्हणजे मिलर बाईला ॲन्थ्रॅक्सच्या धोक्याचे पत्र मिळाल्याचे जेव्हा जाहीर झाले, त्यातून तिच्या पुस्तकाची विक्री जोमाने झाली असाही एक प्रवाद आहे. इतके सगळे रामायण झाल्यावर मिलरने सद्दामच्या नरसंहाराच्या अस्त्रांबाबत आपला समज आणि माहिती सगळी चुकीची होती अशी कबुली दिली आहे. परंतु या विषयावर तिने जी पुस्तके लिहिलेली आहेत ती मात्र मागे घेतलेली नाहीत. त्यांची जोमाने विक्री होत आहे आणि त्याचा ती फायदा घेत आहे.

या सगळ्या प्रकरणात न्यूयॉर्क टाईम्सचा वृत्तसमूह सगळ्यांच्या टीकेचा विषय झाला आहे. अनेक पत्रकार, स्तंभलेखक आणि वाचक यांनी न्यूयॉर्क टाईम्ससारख्या नामवंत पत्राने ज्या पद्धतीने इराक बरोबरच्या युद्धाचे वृत्त दिले आणि मिलर यांचे महात्म्य वाढवले त्यावर क्षोभ व्यक्त केला आहे. ऑक्टोबर २००५ मध्ये शेवटी या वृत्तपत्राने पहिल्या पानावर एक दीर्घ लेख प्रसिद्ध केला आणि त्यामध्ये मिलर यांनी चौकशी आयोगापुढे जी भूमिका मांडली त्यावर प्रकाश टाकला आहे. या सगळ्यातूनच

मिलर आणि न्यूयॉर्क टाईम्स यांनी पत्रकारितेचे किती विडंबन केले याचा पुरावा समाजापुढे आला आहे. विशेष म्हणजे अशा पद्धतीने आपल्या चुका विनासंकोच कबूल केल्यामुळे आपण अडचणीत येऊ हे पुरेसे माहीत असूनही संपादकांनी आपली कैफियत पहिल्या पानावर मांडली. या मिलर बाईंना २००२ सालात पत्रकारितेमधला सगळ्याच प्रतिष्ठित पुलित्झर किताब देण्यात आला होता आणि या व्यक्तीने आपल्या स्वत:च्या कर्तृत्वाने ही सगळी प्रतिष्ठा आणि विश्‍वासार्हता घालवली.

न्यूयॉर्क टाईम्सच्या प्रशासकीय संपादकांनी या सगळ्या मिलर प्रकरणात आपल्याकडून ज्या घोर चुका झाल्या त्याची क्षमा मागितलेली आहे. या सगळ्यातून आणखीन एक प्रतिक्रिया उमटू शकेल. कदाचित येत्या काळात कधीतरी अमेरिकेतली जनता आपल्या सरकारने इराकबरोबर का युद्ध केले हा प्रश्‍न विचारू लागेल. तसेच अमेरिकेतल्या वृत्तपत्र जगात इतरही अनेक व्यक्ती आहेत ज्यांनी मिलर प्रमाणे असत्याचा वापर केला आणि आपल्या व्यावसायिकतेवर कलंक लावला. या दृष्टीने हे सगळे मिलर प्रकरण समाजाच्या प्रबोधनाचे एक चांगले उदाहरण म्हणून समजले जाईल.

■

विभाग ४ : वित्तपरिस्थिती

Financial System

४.१ अमेरिकेची अर्थव्यवस्था आणि अनिश्चिततेची लाट

अमेरिकेची अर्थव्यवस्था आता सुधारणार याची अनेकांना आशा वाटत आहे. यामागे जे प्रश्न होते त्याची उत्तरे मिळाली आहेत असे नाही. मंदी आता संपणार का, तसेच खरोखरीच मंदी होती का असे अनेक कूट प्रश्न आहेत ज्यांची उत्तरे अर्थतज्ज्ञ शोधत राहतील. त्यामुळे आत्ताच मंदीवर भाष्य न करता अर्थव्यवस्था सुधारत आहे इतकी माफक अपेक्षा बाजारात आहे. नेमके याच वेळी गेल्या दोन महिन्यात अमेरिकेतल्या गुंतवणुकदाराला अनेक मानसिक धक्के बसत आहेत आणि त्यामुळे हे सुधारणेचे मंद सुखद वारे एकदम गायब झाले आहेत. तशात आता अमेरिकेचा डॉलर प्रथमच दुबळा झाला आहे. या सर्वांचा एकत्रित परिणाम म्हणून वातावरण कुंद झाले आहे आणि गोंधळात भर पडली आहे.

अमेरिकेत फेडरल रिझर्व्ह बोर्ड आपल्यापरीने त्रयस्थाची भूमिका घेत आहे. त्यांनी मूळ व्याजदर कमीही केले नाहीत आणि वाढवलेही नाहीत. तसेच शेअरबाजारातही मोठ्या प्रमाणावर उलटसुलट हालचाली होत आहेत आणि त्यातूनही गुंतवणुकदाराच्या मनातला गोंधळ व्यक्त होत आहे. गेल्या काही महिन्यात अर्थव्यवस्था हळूहळू का होईना सुधारण्याची चिन्हे दाखवत होती आणि नेमके अमेरिकेतल्या अनेक प्रतिष्ठित कंपन्यांच्या हिशोबात लबाडी आहे आणि त्यामागे उच्चपदस्थ अधिकारी आणि संचालक मंडळी यांचा प्रचंड प्रमाणावर भ्रष्टाचार आहे याच्या सुरस कहाण्या लोकांपुढे येऊ लागल्या.

खरे तर बरेच अगोदर सहा महिन्यापूर्वी एन्रॉनची दिवाळखोरी जाहीर झाली तेव्हापासूनच या दुर्लौकिकाला सुरुवात झाली. त्यामध्ये ऑर्थर अॅन्डरसन या जगप्रसिध्द लेखापरीक्षक कंपनीने संगनमताने प्रमुख भूमिका बजावली हे उघड झाले. तेथूनच अमेरिकेच्या सिनेट प्रतिनिधीगृहाने याच्या अनेक चौकशा सुरू केल्या आणि सार्वजनिक चर्चेची सुरुवात झाली. या सर्व घोटाळ्यात बुश प्रशासनच गुंतलेले आहेत असा एक समज पसरला आणि प्रत्यक्षात चौकशा सुरू राहिल्या परंतु कारवाई काही झालीच नाही. नुकतेच दोन महिन्यापूर्वी

वर्ल्डकॉम या दुसऱ्या कंपनीने दिवाळखोरी जाहीर केली आणि त्यातून सर्वच चर्चा हाताबाहेर गेला. आता बुश प्रशासनाने कंपनीच्या मुख्य प्रशासकाला दीर्घ कारावासाची सजा मिळेल अशी कायद्यात सुधारणा केली आहे. या सर्व घडामोडीतून शेअर बाजारातला भांडवलदार हबकला आहे.

अमेरिकेच्या अर्थव्यवस्थेच्या प्रकृतीचे निदान करणे अनेक दृष्टीने अडचणीचे आहे. याचे एक कारण म्हणजे ही सर्व चर्चा अमेरिकेमध्ये मंदी कधी सुरू झाली आणि म्हणून ती आता कधी संपणार या एकच प्रश्नाभोवती घोटाळत राहते. मंदी म्हणजे काय हा प्रश्न जीडीपीमध्ये वाढ झाली की घट झाली याच्याशीच बऱ्याचदा निगडित असतो. वास्तविक पाहता अर्थव्यवस्थेची क्षमता किती आहे आणि प्रत्यक्षात उत्पादन काय आहे यात किती तफावत आहे हा खरा चर्चेचा विषय असला पाहिजे.

सद्य:स्थितीत अमेरिकन अर्थव्यवस्था आहे त्याच अनिश्चित आणि दोलायमान अवस्थेत आणखीन काही काळ राहील असे अनुमान काढायला हरकत नाही. म्हणजे तिच्या उत्पादकतेमध्ये जी वाढ होईल त्यावरून येत्या काळात वाढीची क्षमता सुमारे ३.५ ते ४.० टक्के या दरम्यान असेल असा एक अंदाज आहे. अमेरिकेत १०००० अब्ज डॉलर (१० ट्रिलियन डॉलर)चे उत्पादन होते . आता फक्त ०.५ टक्क्यांनी वाढ झाली म्हणजे अपेक्षेपेक्षा ही वाढ ३ टक्क्यांनी कमी झाली तर त्या व्यवस्थेत ३०० अब्ज डॉलर (३०० बिलियन डॉलर)च्या उत्पादनाचे नुकसान होईल. कोणत्याही तुलनेत हा फार मोठा तोटा आहे. याचा एक परिणाम म्हणजे बेकारी मोठ्या प्रमाणावर वाढेल. सध्या जी सुधारणा होत आहे ती याच गतीने उरलेल्या २००२ मध्ये चालू राहिली तरीही ही वाढ अपेक्षेपेक्षा आणि क्षमतेपेक्षा बरीच कमी असणार आहे. मुख्य म्हणजे या काळातही बेरोजगारी आणखी वाढण्याची शक्यता आहे. गेली काही वर्षे अमेरिकन अर्थव्यवस्थेत काय घडत आहे हे सोप्या शब्दात सांगता येईल. सन २००१ सालात जी मंदी आली त्यामध्ये वस्तूसूची (इनव्हेंटरी) कमी झाली. तशीच गुंतवणुकही कमी झाली. आता यातली पहिली बाब संपत आली परंतु अतिरिक्त भांडवल गुंतवणुकीबाबत तसे म्हणता येणार नाही. ही जादा गुंतवणूक उच्च तंत्रज्ञान, आणि दूरसंचार या क्षेत्रात झालेली होती आणि ही दोन्हीही क्षेत्रे नव्वदीच्या दशकात जी भरभराट झाली तिच्या अग्रस्थानी होती. यामुळे आता ही जादा निर्माण झालेली भरपूर क्षमता प्रत्यक्षात संपायला थोडासा अधिक काळ जाईल अशी चिन्हे दिसत आहेत.

याचे एक उदाहरण म्हणजे फायबर ऑप्टिक उद्योगात घातलेले जाळे. यांचा प्रत्यक्ष वापर होत नाही तोपर्यंत ही गुंतवणूक कामी येणार नाही. केवळ

व्याजदर कमी केले म्हणून गुंतवणुकदार यात अधिक भांडवल गुंतवणार नाहीत. परंतु याचा एक परिणाम होणार आहे. तो चांगला का वाईट म्हणायचे हा प्रश्नच आहे. उच्च तंत्रज्ञान आणि दूरसंचार या क्षेत्रात ज्या सुधारणा घडत आहेत त्यांचा वेग प्रचंड आहे. त्यामुळे जी गुंतवणूक यापूर्वी झाली आहे ती क्षमता बहुधा वायाच जाईल. मधल्या काळात नवे तंत्रज्ञान इतके वेगाने बदलत आहे की परत नवीच गुंतवणूक करावी लागेल. म्हणजे या क्षेत्रातली पूर्वी निर्माण झालेली क्षमता कधी वापरात येईल याची वाट बघत बसायला नको.

मधल्या काळात अमेरिकेची निर्यात वाढण्याची शक्यता नाही कारण जगात इतरत्र सगळीकडेच मंदी आहे. तसेच ग्राहकांच्या वाढत्या मागणीमुळे अर्थव्यवस्था उत्तेजित होईल ही शक्यताही कमी आहे. कारण मुळातच भांडवल गुंतवणूक थांबली तरीही अर्थव्यवस्था ग्राहकाच्या मागणीला पुरे पडली आहे. त्यामुळे आता नव्याने काही घडेल असे नाही.

हा सगळा एकत्रित विचार केला तर येत्या काळात काही धोके आहेत याचे भान ठेवावे लागेल. अमेरिकेमधला बचतीचा दर अगदी कमी पातळीवर स्थिरावला आहे. मागच्या वर्षी मोटार गाड्यांची खरेदी आणि गृहकर्ज यामुळे तो दर टिकून राहिला. त्याचबरोबर अमेरिकेतला ग्राहक मोठ्या प्रमाणावर कर्जात गुंतलेला आहे. अमेरिकन सरकारची वित्तव्यवस्था घसरलेली आहे त्यामुळे नजीकच्या काळातले व्याजदर अगदी कमी असले तरी दीर्घ काळातले व्याजदर हे फारसे कमी झालेले नाहीत. यापुढे जर मोठ्या प्रमाणावर संरक्षण खर्च वाढला तरच अर्थव्यवस्था वाढण्याची शक्यता आहे. संरक्षण क्षमता वाढविण्यासाठी सरकारी खर्च वाढला की बऱ्याचदा अर्थव्यवस्थेला गती मिळते हे जरी खरे असले तरी लांबचा विचार करता त्यातून शक्ती आणि स्पर्धेची क्षमता वाढते असे म्हणता येणार नाही.

युरोपची अर्थव्यवस्था ही भरभक्कम आहे आणि अमेरिकेतल्या मंदीचा तिच्यावर परिणाम होणार नाही असा एक समज होता. प्रत्यक्षात तसा अनुभव आला नाही. आता युरोपचेही अमेरिकेची अर्थव्यवस्था कधी सुधारेल याकडे डोळे लागलेले आहेत. वास्तविक पाहता युरोपने आपल्या हिताच्या दृष्टीने धोरणे आखून त्यावर पक्की कारवाई करण्याची गरज आहे. आज चलनवाढ हा धोका नसून बेरोजगारी हा खरा प्रश्न आहे. जेव्हा आर्थिक सुरक्षा नसते आणि बेरोजगारी वाढते त्यावेळी अतिरेकी विचारसरणी वाढीला लागते असा इतिहासाचा दाखला आहे.

सध्या युरोपमध्ये सेंट्रल बँकेचे नियमन असल्यामुळे तेथे मर्यादा आल्या आहेत. युरोपियन युनियनने सेंट्रल बँक निर्माण केल्यावर त्यांनी चलन वाढीवर

रोख ठेवला आहे आणि एक स्थिरतेचा करार (स्टॅबिलिटी पॅक्ट) केलेला आहे. त्यामध्ये तुटीचा अर्थसंकल्प करून खर्च वाढवायचा आणि अर्थव्यवस्थेला चालना द्यायची यावर मर्यादा घालण्यात आलेली आहे. आता अशा अडचणीतून आर्थिक धोरण कसे मार्गी लावायचे हे एक आव्हान आहे. युरोपमध्ये आर्थिक वाढ आणि सामाजिक न्याय यांची संगत कशी घालायची यावर सर्व अवलंबून आहे. जागतिक बाजार पेठेत गेल्या काही महिन्यात युरोची प्रतिष्ठा आणि मूल्य वाढलेले आहे याचा अर्थ युरोपमधल्या आर्थिक शक्तीची बेरीज होत आहे हा समज पसरत आहे. या नव्या संदर्भात युरोपातील राजकीय नेत्यांना किती दूरदर्शी दृष्टी आणि विवेक आणि शहाणपण आहे याची ही कसोटी आहे.

विकसनशील देशांच्या दृष्टीने युरोपपेक्षाही अमेरिकेची आर्थिक सुधारणा महत्त्वाची आहे. काही वर्षापूर्वी आशियातल्या वाघांची आर्थिक आणिबाणी निर्माण झाली त्यानंतरच्या काळात अमेरिकेच्या व्यापारातील तुटीतूनच या देशांना दिलासा मिळाला. या काही वर्षात अमेरिकेच्या व्यापारात सतत वर्षाला १५० ते २०० अब्ज डॉलर (१५० ते २०० बिलियन डॉलर)ची तूट होती. म्हणजे इतक्या मोठया प्रमाणात अमेरिकेची आयात निर्यातीपेक्षा अधिक होती आणि विकसनशील देशांना त्या आयातीतून जीवदान मिळाले. भारताच्या दृष्टीने भारतीय तंत्रज्ञानाची अमेरिका आणि युरोपला होणारी निर्यात ही तर सर्वात महत्त्वाची आहे. या दृष्टीने अमेरिकेची अर्थव्यवस्था सुधारणार की नाही आणि कोणत्या वेगाने सुधारणार याचे भान ठेवणे आवश्यक आहे.

■

४.२ वित्तीय तुटीचे दुष्परिणाम

अर्थशास्त्राच्या अभ्यासकांना एक गोष्ट चांगली माहीत आहे. जेव्हा एखाद्या अर्थव्यवस्थेमध्ये वित्तीय असंतुलन दीर्घकाळपर्यंत राहते तेव्हा तेथे नक्कीच गंभीर परिणाम होतात. ही संकटे म्हणजे वेगाची चलनवाढ, खोलवर पसरलेली मंदी आणि शेवटी आर्थिक पेचप्रसंग आणीबाणी. सध्या अध्यक्ष बुश यांच्या प्रशासनाची आर्थिक नीती पाहिली म्हणजे या तिन्हीही संकटांची नांदी मिळते. अध्यक्ष बुश नोव्हेंबर २००४ मध्ये दुसऱ्यांदा मोठ्या बहुमताने निवडून आले आणि त्यांना आपले सगळे राजकीय भांडवल देशातल्या सामाजिक सुरक्षेच्या क्षेत्रात जो पेचप्रसंग निर्माण झाला आहे तो सोडवण्यासाठी खर्च करायचे आहे. अमेरिकेच्या एकूण वित्त क्षेत्रातल्या प्रश्नांमध्ये या विषयाचा तिसरा क्रमांक आहे. नेमक्या यावेळी अमेरिकेच्या वित्तीय तुटीमुळे सगळ्या जगातले आर्थिक स्थैर्य धोक्यात आलेले आहे.

अमेरिकेचा सगळ्यात बिकट वित्तीय प्रश्न म्हणजे त्या देशाच्या करमहसूलात आणि खर्चामध्ये जी नजीकच्या आणि मध्यम काळात तूट आहे तो आहे. मुळात ही सगळी तूट अध्यक्ष बुश यांचे कर्तृत्व आहे. त्यांनी पहिल्यांदा निवडून आल्यावर करांमध्ये कपाती जाहीर केल्या आणि आपल्या जाहीरनाम्यातील घोषणा अंमलात आणली. बुश यांना आता याच कपाती वाढवून द्यायच्या आहेत. एका अर्थाने या करांमध्ये ज्या सवलती देण्यात आल्या त्या कपाती अजिबात नाहीत कारण यातून जो प्रश्न निर्माण झाला आहे त्यासाठी वित्तीय व्यवस्था सु:स्थितीत आणण्याचे सगळे ओझे पुढच्या पिढीवर सोपवण्यात आले आहे.

दुसरी एक लांबच्या काळात अनुभवावी लागेल अशी बाब आहे. अमेरिकेतल्या आरोग्याच्या सुविधांसाठी जो खर्च येणार आहे तो प्रचंड आहे. याचेही श्रेय बुश यांनाच द्यावे लागेल. त्यांनी त्यांच्या पहिल्या चार वर्षाच्या प्रशासनात आरोग्याच्या सुरक्षिततेसाठी जी पावले उचलायची होती त्यातले काहीच केले नाही. या कार्यक्रमात खर्च कसा कमी होईल आणि त्याची कार्यक्षमता कशी वाढवता येईल याकडे लक्ष देण्याची गरज होती. बुश यांना याकडे लक्ष द्यायला सवड झाली नाही. शिवाय

त्यांच्यावर एक टीका झाली की औषधोपचारांचा फायदा मिळावा म्हणून जो कायदा करण्यात आला त्यातून खर्च प्रचंड होणार आहे आणि मिळणारा फायदा अगदी थोडा आहे.

साधारणपणे जे जबाबदार आणि जागरून लोकनियुक्त नेतृत्व आहे त्याला या सगळ्याच प्रश्नांची पूर्ण जाणीव असणार आणि ते दक्ष असणार असे गृहीत धरता येईल. अमेरिकेचे सध्याचे जे नेतृत्व आहे त्याभोवती जगभरात जरी अनेक वाद असले तरीही अमेरिकेच्या जनतेने मात्र त्यांना मोठ्या बहुमताने निवडून दिलेले आहे. त्यामुळे हे बुश यांचे प्रशासनही समोरच्या प्रश्नांविषयी गंभीर असेल असे मानावे लागेल. हे प्रशासन अशा बिकट प्रश्नांना कसे सामोरे जाणार आहे?

तुलनेने जे नजीकच्या आणि मध्यम काळातले तुटीचे प्रश्न आहेत त्यावर उत्तरे मिळू शकतात. अमेरिकेचे जे संघीय शासन आहे त्याचा स्वत:चा खर्चाचा वाटा एकूण जीडीपीमध्ये किती असावा हे प्रथम ठरवता येईल. एकदा हे निश्चित झाल्यावर सरकारचा खर्च या पातळीवर सीमित करता येईल आणि त्याप्रमाणे करपद्धतीतून महसूल मिळवता येईल. यातून अर्थसंकल्पात संतुलन साधता येईल अगर निदान कर्ज आणि जीडीपी याचे जे गुणोत्तर आहे ते आटोक्यात ठेवता येईल. ही सगळी प्रक्रिया एकूण व्यापार चक्राच्या (ट्रेड सायकल) कालावधीला धरून आखता येईल. या पद्धतीने मध्यम काळात जे संघराज्य आहे त्याने आपल्यावर किती खर्च करायचा हे ठरवता येईल. हे प्रमाण जीडीपीच्या १६ टक्के अगर २० टक्के अगर २४ टक्के असे एखाद्या आकड्याभोवती स्थिर करता येईल.

जो खरा बिकट प्रश्न आहे तो म्हणजे आरोग्य व्यवस्थेचा खर्च कसा आटोक्यात आणायचा? हा खर्च गगनाला भिडला आहे आणि त्यावर सोपे उत्तर नाही. एका दृष्टीने आरोग्य व्यवस्थेसाठी होणारा खर्च आणि त्यासाठी जी मदत द्यावी लागते हाच मुख्य प्रश्न आहे असे समजणे बरोबर नाही. अमेरिकेमध्ये आणि इतर विकसित देशात वैद्यकीय व्यावसायिक, औषध विक्रेते, मानवीय रोगांचे संशोधन करणारे असे अनेक घटक आपली बुद्धी आणि निष्ठा पणाला लावून प्रयत्नांची पराकाष्ठा करीत आहेत. शिवाय त्यामध्ये आधुनिक तंत्रज्ञानाचे योगदान भरीव आहे.

नेमके यामुळेच आजारांचे निदान आणि त्यावरची औषधे महाग होत आहेत. मानवीय जीवनाचा दर्जा सुधारावा, माणसाचे आयुर्मान वाढावे आणि त्याच्या स्वास्थ्यात सुधारणा व्हावी यादिशेनेच ही सगळी पावले पडत आहेत. विशेषत: जनुकशास्त्राच्या मूलभूत संशोधनामुळे माणसाच्या जीवशास्त्राविषयी मौलिक ज्ञान उपलब्ध होत आहे आणि त्यावर नवे संशोधन बेतलेले आहे. त्यामुळे अमेरिकेच्या केंद्र सरकारचा आरोग्य व्यवस्थेवरचा खर्च सतत वाढणारच आहे हे नक्की. शिवाय त्यातूनच लोकांचे

जीवनमान सुधारणार आहे. अशा परिस्थितीत आरोग्यावरचा खर्च हा एक बोजा आहे किंवा ही एक आपत्ती आहे असा विचार करता येणार नाही.

असे म्हणणे तर्काला धरून असले तरीही ही संधी म्हणून कशी समजायची ही पण सोपी गोष्ट नाही. याचे एक कारण म्हणजे हा आरोग्यावरचा खर्च ज्यांचे आयुष्य धोक्यात आले आहे त्यांच्या दृष्टीने अती महत्त्वाचा आहे आणि ज्याचे आरोग्य सु:स्थितीत आहे त्याला त्याची तातडी नाही. त्यामुळे या विषयात विम्याची व्यवस्था गरजेची आहे. या विषयात ज्या कंपन्या व्यवसाय करतात त्यांना एका अडचणीला तोंड द्यावे लागते. विमा व्यवसायात जो विमा उतरवतो त्याला अधिक माहिती असले आणि जो विमा विकतो त्याला कमी माहीत असले तर विम्याचा व्यवसाय नीट चालू शकत नाही. त्यामुळे आरोग्याच्या विषयात जेव्हा व्यक्तीविषयी आरोग्याची माहिती असते ती खरोखरी खाजगी आणि गोपनीय असणे याला फार महत्त्व आहे.

यामुळेच आरोग्याची सेवा पुरवणाऱ्या संस्था सार्वजनिक क्षेत्रात निर्माण झाल्या. परंतु त्याबरोबर खाजगी विमा व्यवसायाच्या जागी सार्वजनिक विमा व्यवसाय आणणे तितके सोपे नाही. त्यात बऱ्याच अडचणी आहेत. ब्रिटनमध्ये नॅशनल हेल्थ सिस्टिम काम करत आहे आणि तो एक अखंड टीकेचा विषय बनलेला आहे. वर्षानुवर्षे राजकीय नेत्यांनी आणि पक्षांनी आरोग्यसेवेच्या विषयात फारसे लक्ष घातलेले नाही आणि त्यामुळे त्यात पुरेशी गुंतवणूक झालेली नाही. आज जी परिस्थिती आहे त्यामध्ये सार्वजनिक आरोग्यसेवा जरी नीट चालली नाही तरीही तुलनेने गरिबांपेक्षा श्रीमंतांना आरोग्याच्या सेवा अधिक मिळवता येतात.

येत्या काळात देशांपुढे एक बिकट प्रश्न उभा राहील. जर कोणत्याही मुक्त समाजात जे गरीब आहेत त्यांच्याकडे दुर्लक्ष होणार असले आणि जे श्रीमंत आहेत त्यांना चांगले आरोग्य लाभणार असले आणि चांगली आरोग्य सेवा मिळणार असली तर अशी सामाजिक व्यवस्था खरोखरी किती काळ टिकून राहील हा एक प्रश्नच आहे. जेव्हा कोणाचाही जीव धोक्यात आलेला असेल तेव्हा त्याच्या कुटुंबाच्या संपत्तीकडे बघून औषधोपचार करायचा असेल तर सगळ्या समाजाच्या जाणीवा शून्य झाल्या आहेत असे म्हणायची वेळ येईल.

येत्या निदान दोन पिढ्यांच्या काळात सगळ्याच विकसित देशांच्या सरकारांना आरोग्यसेवांचा वाढता खर्च या प्रश्नाला सामोरे जावे लागेल. देशांपुढच्या सगळ्या प्रश्नांचा विचार केला तरीही आरोग्य सेवेशी निगडित जो खर्च आहे त्याला सगळ्यात प्रथम प्राधान्य द्यावे लागेल. कोणत्याही लोकनियुक्त लोकशाही व्यवस्थेमध्ये हे टाळता येणार नाही. सध्या बुश यांचे प्रशासन आणि त्याचबरोबर इतर पाश्चिमात्य श्रीमंत देश हे सगळेच हा आरोग्यसेवेचा खर्च म्हणजे एक बिकट प्रश्न आहे असा

विचार करतात. त्यापेक्षा आरोग्याच्या विषयात जे नवेनवे संशोधन होत आहे आणि जे नवीन पर्याय पुढे येत आहेत त्यातून माणसाच्या जीवनाचा दर्जा कल्पनेच्या पलीकडे सुधारणार आहे. त्यामुळे या सरकारांनी या आरोग्याच्या विषयात जे नवीन तंत्रज्ञान विकसित होत आहे त्यासाठी वाढीव निधी कसा उपलब्ध करून द्यायचा असा सकारात्मक दृष्टीकोन स्वीकारला पाहिजे. माणसाच्या जीवनाचा दर्जा वाढवण्यासाठी जो आरोग्याचा विचार करावा लागेल तो एक खर्च समजण्यापेक्षा गुंतवणूक समजणे विवेकाला धरून होईल.

■

४.३ वित्त परिस्थिती गोंधळाची

जगामध्ये अमेरिका ही एकमेव महासत्ता असल्यामुळे तिच्यावर सगळ्यांचेच लक्ष गुंतलेले असते. या व्यवस्थेमध्ये आता अनेक असंतुलने नांदत आहेत आणि त्यामुळे अपवाद कशाला म्हणायचा आणि सर्वसामान्य परिस्थिती कशाला म्हणायची यावरच पंडितांच्यात वाद सुरू आहेत. खरे म्हणजे नवे एकविसावे शतक २००१ सालात सुरू झाले तेव्हापासूनच जगाचे राजकारण आणि अर्थकारण पूर्णपणे बदलून गेलेले आहे. अमेरिकेचे अध्यक्ष जॉर्ज बुश यांची अध्यक्ष म्हणून पहिली निवडणूक झाल्याबरोबर या सगळ्या इतिहास बदलणाऱ्या घटना घडू लागल्या. अनेक कारणांसाठी अभ्यासकांचा या अध्यक्ष बुश यांच्या नेतृत्वावर आणि धोरणांवर रोष आहे. त्यांच्या अगोदर जे अध्यक्ष बिल क्लिंटन होते त्यांनी जी ऐतिहासिक कामगिरी केली त्यात अमेरिकन सरकारचे कर्ज शून्यावर आणले याचा समावेश होतो.

मात्र बुश यांनी आपल्या पहिल्या आणि दुसऱ्या अध्यक्षपदाच्या कारकिर्दीमध्ये सगळ्यात अधिक व्यापारातली तूट दाखवली आहे आणि सरकारचे कर्जही तितकेच भरमसाठ आहे. मधल्या काळात २००३ सालापासून अगोदरची सर्वदूर जी मंदी होती ती हटली आणि जगभरात आर्थिक वाढीची भरभराट लोकांना अनुभवता येत आहे. सगळे मिळून ही एक मोठी गोंधळाची परिस्थिती आहे. म्हणजे सगळ्यांच्या आर्थिक भरभराटीसाठी अमेरिकेचे व्यापारातले असंतुलन इतरांना फायद्याचे आहे कारण त्यातून त्यांच्या आर्थिक वाढीला चैतन्य मिळते. परंतु अमेरिकेची वित्तीय तूट कायमची चालू राहणार ही काही सर्वसामान्य परिस्थिती समजता येणार नाही. म्हणजे यातून काय निवडायचे हा प्रश्न कठीणच आहे.

अध्यक्ष बुश यंनी इराकमध्ये जी लढाई केली त्यातून प्रश्न मिटण्याऐवजी नवीननवीन प्रश्न उभे राहत आहेत. अमेरिकेच्या अध्यक्षाविषयी लोकमानसात काय भावना आहे यावर नित्यनियमितपणे लोकमताची चाचणी केली जाते. २००५ साल संपताना आणि २००६ सालाच्या सुरुवातीला या अध्यक्षांची लोकप्रियता सतत घसरणीला लागलेली होती. त्याचबरोबर त्यांच्या धोरणांचा पाठपुरावा करणारे अभ्यासकही आता वेळोवेळी आपली नाराजी उघडपणे व्यक्त करत होते. पेगी नूनान या मागचे

अध्यक्ष रिगन आणि थोरले बुश यांच्या काळात त्यांची भाषणे तयार करणाऱ्या होत्या. त्यांनी वॉल स्ट्रीट जर्नलमध्ये आताचे अध्यक्ष बुश यांच्या विरोधात मत मांडले आहे. त्यांनी पूर्वीचे रिपब्लिकन पक्षाचे रॉकफेलर यांच्याबरोबर अध्यक्ष बुश यांची तुलना केली आहे. जर हे अध्यक्ष असा भरमसाठ सरकारी खर्च करणार असे जर मला कळले असते तर मी त्यांना माझे मत दिले नसते असे नूनान यांनी म्हटले होते. त्यांच्या मते बुश यांनी आपली ओळख एक पुराणमतवादी आणि नेमस्त म्हणून करून दिली होती. आणि अशा नेत्याच्या धोरणात वाढता सरकारी खर्च आणि वाढते कर यांना अजिबात स्थान नव्हते. नूनान या बुश यांच्याविषयी पूर्णपणे हताश झालेल्या होत्या. खरे म्हणजे बुश यांना त्यांची ही मुदत संपल्यावर परत काही निवडणूक लढवायची वेळ येणार नाही. त्यामुळे त्यांनी निदान एक तत्त्व म्हणून सरकारी खर्च कमी करण्याविषयी काही पावले उचलणे शक्य होते. परंतु बुश यातले काहीच करणार नाहीत असे दिसते.

काहींच्या मते नूनान यांचा समज फारसा बरोबर नाही. जॉर्ज बुश यांनी आपली ओळख आपण एक सर्वसाधारण पुराणमतवादी आहोत अशी करून दिलेली नव्हती. ते स्वत:ला अनुकंपा असलेले पुराणमतवादी (कंपॅशनेट कॉन्झरवेटिव्ह) असे म्हणत असत. हे वर्णन थोडेसे धूसर होते. त्यांच्या समर्थकांपैकी काहींनी यातल्या पुराणमतवादावर भर दिला. त्यामुळे त्यांनी बुश प्रशासनामध्ये वित्तीय धोरणातून सरकारी खर्चावर बंधने आणली जातील आणि ज्या करामध्ये सवलती दिल्या जातील त्याला अनुसरून काही पूर्वीचे सरकारी कार्यक्रम बंद करण्यात येतील अशी अपेक्षा ठेवली होती.

बुश यांच्या दुसऱ्या अनुयायी गटाने त्यांच्या अनुकंपा आणि कृपाळू भावनेवर जास्त भर दिला. त्यामुळे बुश निवडून आल्यानंतर करामध्ये सवलती देणार नाहीत आणि बराचसा डेमोक्रॅटिक पक्षाचा उदारपणे सामाजिक बाबींवर खर्च करण्याचा कार्यक्रम अंमलात आणतील असा त्यांचा कयास होता. यामध्ये अधिक प्रमाणात संघराज्य शिक्षणाला मदत देईल आणि आजारी माणसाला आवश्यक असलेल्या औषधांचा फायदा मिळेल या बाबी प्रमुख होत्या. या मार्गाने डेमोक्रॅटिक पक्ष नेहमी ज्या सार्वजनिक हिताच्या आणि समाज कल्याण कार्यक्रमांचा आग्रह धरतो ती धोरणे रिपब्लिकन पक्षाचा अध्यक्ष कमी खर्चात अधिक परिणामकारक पद्धतीने राबवू शकतो असे बुश यांच्या पाठीराख्यांना वाटत होते.

या सहृदय सामाजिक धोरणांचा आणखीन एक अर्थ लावण्यात आला. अँड्रु सलिवन या टीकाकाराच्या मते अशा लोकांना लोभावणाऱ्या धोरणांचा एक फायदा असतो. ती राबवताना ज्या काही थोड्या कटू गोष्टी करायच्या असतात त्या लोकांच्या गळी उतरवणे सोपे जाते. अशी एक गोष्ट म्हणजे सरकारच्या हातातली सत्ता कमी

करणे. आजच्या आधुनिक जगात शासन यंत्रणा अखंडपणे लोकांना नवीनवी आश्वासने देत असते आणि त्यांना झुलवत ठेवते. त्यातून सरकारच्या हातात अधिकाधिक सत्ता गोळा होत राहते आणि त्यासाठी अधिकाधिक साधनसामुग्री शासन गोळा करून ती खर्ची टाकत असते. या सगळया न थांबणाऱ्या प्रक्रियेला काही बंधने घालण्याची गरज आहे असे काही अभ्यासकांना वाटते. त्यामुळे जरी बुश यांनी निवडून आल्याबरोबर करामध्ये अनेक सवलती दिल्या तरीही एकदा तूट दिसू लागली म्हणजे जे समाज कल्याणाचे कार्यक्रम आहेत ते आटोक्यात आणले जातील, असा अनेकांचा समज होता.

अशा सगळ्या अनेक तर्कवितर्कातून २००० आणि २००१ सालात बुश प्रशासनाच्या धोरणाची दिशा कोणती आहे याचा कोणालाच थांग लागत नव्हता. हे धोरण पारंपरिक पुराणमतवादी वित्त व्यवस्थेचा पुरस्कार करते का? जे मुळात डेमोक्रॅटिक पक्षाच्या अध्यक्षांनी केले असते ते आता रिपब्लिकन पक्षाचा अध्यक्ष अधिक सक्षमपणे करून दाखवणार आहे का? की सरकारी खर्च वाढवत राहायचा आणि त्यातून सरकारच्या डोक्यावरचा कर्जाचा बोजा वाढवायचा म्हणजे आपोआपच समाज कल्याणाच्या कार्यक्रमांना कात्री लावावी लागेल?असे सगळे प्रश्न आणि शक्यता बुश यांचे समर्थक आणि टीकाकार एकमेकांना विचारत होते.

यापैकी जे पहिले दोन पर्याय आहेत ते कोणत्याही सरकारने स्वीकारावे आणि त्या दिशेने प्रयत्न करावा असे आहेत. तिसरा पर्याय मात्र धोक्याचा आहे आणि कोणत्याही सरकारला शोभा देणारा नाही. राजकीय पक्षांमधली स्पर्धा जीवघेणी झाली आणि त्यांना कोणताच आदर्शवाद नकोसा झाला म्हणजे राजकारण कोणत्या पातळीपर्यंत घसरेल याचे काही अंदाज बांधता येत नाहीत.

अमेरिकेमध्ये बुश यांच्या दुसऱ्या कार्यकालाची दोन वर्षे संपत आली आहेत आणि जेमतेम दोन वर्षे उरली आहेत. रिपब्लिकन पक्षाला पुढचा अध्यक्ष पदाचा उमेदवार कोण याचे प्रश्न पडू लागले आहेत त्याचे व्यक्तिमत्त्व आणि धोरणे यांची जुळणी करताना पक्षाला अनेक गोष्टींची उत्तरे द्यावी लागणार आहेत आणि अनेक शक्यतांचे भान ठेवावे लागणार आहे. बुश हे अध्यक्ष म्हणून प्रथम निवडून आले तेव्हापासून त्यांनी दहशतवादाविरुद्ध युद्ध पुकारलेले आहे आणि अमेरिकेच्या सुरक्षिततेसाठीच आपण याला सर्वोच्च प्राधान्यक्रम देत आहोत असे समर्थन केले आहे. या काळात त्यांनी अफगाणिस्तान आणि इराक यांच्यावर लष्करी हल्ले केले आणि त्यातून बाहेर कसे पडायचे याचा मार्ग मिळत नसल्यामुळे त्यांची आणि त्यांच्या पक्षाची कोंडी झाली आहे.

मधल्या काळात सद्दाम हुसेनच्या जुलमी राजवटीत इराकमध्ये नरसंहाराची अस्त्रे आहेत आणि म्हणून सद्दामला धडा शिकवला पाहिजे या धोरणाचे पूर्ण वाभाडे

निघाले. अध्यक्ष बुश यांनी आपल्याला मिळालेली गुप्तहेरांची माहिती पूर्णपणे चुकीची आणि खोटी होती हे लोकांपुढे कबूल केले. जरी हे खरे असले तरीही आपण सद्दामच्या राजवटीचा जो पाडाव केला तो संपूर्णपणे समर्थनीय आहे असा बुश यांचा दावा आहे. यातूनच मध्यपूर्वेमध्ये आणि नंतर जगात लोकशाही प्रक्रियेची वाढ होणार आहे असे एक नवे समर्थन बुश यांनी शोधून काढले आहे.

मुळात जो पारंपरिक अमेरिकन समाज आहे त्याला बुश यांच्या समर्थनाचे फारसे आकर्षण नाही. जगामध्ये काय घडते याविषयी सर्वसाधारण अमेरिकन नागरिकाला फारसा रस नसतो. आता बुश यांच्या अतिउत्साही आणि साहसी विदेश नीतिमुळे अमेरिकेचे सैन्य इराकमध्ये गुंतून पडले आहे आणि नेमक्या या अवाढव्य संरक्षण खर्चामुळे सरकारचे कर्ज आणि व्यापारातील तूट हाताबाहेर गेली आहे. त्यातूनच डॉलर दुबळा झाला आहे आणि अर्थव्यवस्था कायमची लंगडी झाली आहे. यामुळेच या सगळ्याला असंतुलन असे म्हणण्यात येत आहे.

अध्यक्ष बुश यांनी वर उल्लेखिलेल्या तीन पर्यायांपैकी कशाचीच दखल घेतली नाही. त्यांनी हे सगळे बाजूला ठेवून आपलाच एक खास कार्यक्रम राबवला. त्यांनी करामध्ये सवलती दिल्या आणि सुरुवात केली हे खरे. परंतु या सवलतींचे स्वरुप दोषास्पद होते. ग्राहकाची मागणी वाढण्याचे समर्थन बरोबर होते कारण अर्थव्यवस्थेला मंदीतून बाहेर काढण्यासाठी सरकारच्या प्रोत्साहनाचा फायदा जरुर झाला असता. परंतु ज्या कर सवलती दिल्या त्यांची संरचना चांगली नव्हती. तसेच डेमोक्रॅटिक पक्ष ज्या सामाजिक कार्यक्रमांचा पुरस्कार करत होते त्याचा पाठपुरावा बुश यांनी केला परंतु त्यातही अंमलबजावणीत त्रुटी राहिल्याच.

शिवाय बुश यांनी आपल्या धोरणात राजकारणही जोडून घेतले. त्यामुळे काँग्रेसमधून लोकप्रतिनिधी ज्या शिफारशी करत होते त्यांनी अध्यक्ष म्हणून ठामपणे विरोध केला नाही. या सगळ्या उपद्व्यापात महत्त्वाची एक दोन वर्षे वाया गेली. परिणामत: प्रत्यक्षात बुश यांनी जी कामगिरी करून दाखवली त्याला पारंपरिक पुराणमतवादी वित्तव्यवस्थेचा आधार नव्हता आणि डेमोक्रॅटिक पक्षाला अभिप्रेत असलेले समाज कल्याणाचे कार्यक्रमही नव्हते. शिवाय तूट निर्माण झाल्यावर जे आपोआप कल्याण कार्यक्रम थांबवावे लागले असते तसेही काही झाले नाही. थोडक्यात म्हणजे जे घडले त्याला काही नावच देता येणार नाही.

अमेरिकेच्या राजकारणात एक अजब गमतीदार परिस्थिती निर्माण झाली आहे. रिपब्लिकन पक्ष काय आणि त्यातले पुराणमतवादी काय यांना कोणालाच बुश यांचे प्रशासन जी धोरणे राबवत आहेत ती काही चुकीची आहेत असे वाटत नाही. त्यांची खरी अडचण म्हणजे बुश यांच्या धोरणात कोणता अर्थ आहे अगर त्यात काही तर्कसंगत पद्धत आहे असे अजिबात वाटत नाही. त्यामुळे बुश यांचे जे आग्रही

समर्थक होते त्यांनाही आता पश्चात्ताप करायची वेळ आली आहे.

बुश यांनी दहशतवादाच्या विरोधात जे राजकारण सुरू केले ते कोठे थांबणार हे कळत नाही. अफगाणिस्तानमधला लष्करी हस्तक्षेप थोडक्यात मिटला. परंतु तेथेही आता चार वर्षानंतर मुळचे दहशतवादी तालीबान अधिकच प्रबळ झाले आहेत. तेथले आदिवासी समुदाय आणि टोळ्या अधिक स्वायत्त झाल्या आहेत. तेथे अफूची लागवड भरपूर वाढली आहे आणि त्यातून काबूलमध्ये अध्यक्षांची सत्ता मर्यादित झालेली आहे. त्याच भर म्हणजे ओसामा बिन लादेन आणि मुल्लाह उमर दहशतवादी नेते अजून मुक्तच आहेत. नंतर इराकमध्ये युद्ध संपले आहे परंतु यादवी युद्ध भडकले आहे. शिवाय कशाबशा निवडणुका झाल्या तरीही जे प्रमुख धार्मिक गट आहेत त्यांच्यात सहमती होत नसल्यामुळे पंतप्रधान बनू शकत नाही आणि सरकारही बनलेले नाही. अशा परिस्थितीत अमेरिका, ब्रिटन आणि इतर मित्र देशांना आपले सैन्य कधी बाहेर काढून घेता येईल याची आंच लागलेली आहे. याबरोबरच आता इराणचा प्रश्न उभा राहिला आहे आणि बुश प्रशासन इराणला धडा शिकविण्याच्या मन:स्थितीत आहे.

थोडक्यात म्हणजे मागच्या काही वर्षांप्रमाणेच येत्या काळातही बुश यांचे प्रशासन आपले जगातले दादागिरीचे राजकारण संपवेल अशी अजिबात शक्यता नाही. या सगळ्या घटनांच्या संगतीमुळे तेलाचे अर्थकारणही फरपटत चालले आहे. खनिज तेलाची बॅरलमागे किंमत सत्तर डॉलरच्या पलिकडे पोहोचली आहे आणि त्यातून मागच्या तीन वर्षात जगभरात जी आर्थिक भरभराट आली आहे ती संकटात सापडणार आहे. अशी ही सगळी अध्यक्ष बुश साहेबांची करामत आहे आणि त्यामुळे अमेरिकन सरकारचे कर्ज व्यापारातील तूट याचा अर्थ काय लावायचा आणि त्यावर कोणती उपाय योजना शक्य आहे हे सगळे प्रश्न अनुत्तरित राहणार आहेत.

■

४.४ अमेरिकेत वित्तीय तूट परत आली

अमेरिकेच्या अर्थव्यवस्थेत परत एकदा वित्तीय तुटीचे पुनरागमन झाले आहे आणि यावेळी ती अधिकच आहे. मागच्यावेळी जेव्हा वित्तीय तूट होती ती जवळपास वर्षाला शंभर अब्ज (शंभर बिलियन) डॉलर होती. यावर नेहमी सरसकट टीका होत असे. सरकार आपले खर्च उत्पन्नाच्या मर्यादेत ठेऊ शकत नाही असे टीकाकारांचे म्हणणे होते.

या साऱ्या दहा वर्षांपूर्वीच्या गोष्टी होत्या. मधल्या काळात सरकारने कंबर कसून खर्चावर नियंत्रण आणले. त्याबरोबर नव्वदीच्या दशकात अर्थव्यवस्था भरभराटीच्या लाटेवर होती. यातून कर संकलन वाढले. बघताबघता ऐंशीच्या दशकात जी तूट होती ती नव्वदीच्या दशकात शिलकी बनली.

चांगल्या गोष्टींचा शेवट लवकर येतो अशी जगरहाटी आहे. त्याप्रमाणेच अमेरिकेतली वित्तीय शिल्लक आता संपुष्टात आली आहे. व्हाईट हाऊसचे बजेट संचालक मिचल डॅनिअल्स यांनी हे आकडे जाहीर केले आहेत. त्यांच्या अंदाजानुसार अमेरिकेच्या केंद्रीय अंदाज पत्रकातील तूट यावर्षी सुमारे २०० ते ३०० अब्ज (२०० ते ३०० बिलियन डॉलर)च्या दरम्यान असेल. पुढच्या वर्षीही याच पातळीवर ही तूट राहील. म्हणजे ऐंशीच्या अखेरीस आणि नव्वदीच्या सुरुवातीला जी तूट होती त्यापेक्षा या तुटीचे प्रमाण दुपटीने अगर तिपटीने अधिक असेल.

आज हे आकडेही बहुधा सावधपणे मांडलेले दिसतात. यामध्ये अध्यक्ष बुश हे इराकवर चढाई करणार नाहीत असे गृहीत धरले आहे. परंतु तशी लक्षणे दिसत नाहीत. हे इराक बरोबरचे युद्ध किती दिवस चालते यावर बऱ्याच गोष्टी अवलंबून आहेत परंतु अमेरिकेचा संरक्षण खर्च आणखी सुमारे ५० ते १०० अब्ज डॉलर (५० ते १०० बिलियन डॉलर)ने वाढेल असे समजायला हरकत नाही. म्हणजे एकविसाव्या शतकात वित्तीय तुटीचे प्रमाण मोठे असणार आणि त्याच बरोबर या तुटी दीर्घकाळ चालू राहणार अशी लक्षणे दिसत आहेत.

अमेरिकेच्या सार्वजनिक जीवनात नेहमी काही समजुती ठामपणे प्रसृत असतात. त्यातली एक म्हणजे डेमोक्रेटिक पक्षाच्या राजवटीत नेहमी वित्तीय तुटी निर्माण

होतात कारण त्यांना समाज कल्याणाच्या बाबींवर मोठा सरकारी खर्च करायला आवडतो. या उलट रिपब्लिकन पक्षाच्या राजवटीत नेहमी वित्तीय शिल्लक निर्माण होते कारण सरकारी खर्चात कपात होते. मागच्या दोन दशकात नेमके याच्या उलट घडले आहे. ऐंशीच्या दशकात रोनाल्ड रीगन आणि थोरले बुश यांच्या रिपब्लिकन प्रशासनात वित्तीय तुटीचे प्रमाण वाढले. त्यानंतर नव्वदीच्या आठ वर्षात क्लिंटन यांच्या डेमोक्रेटिक पक्षाच्या प्रशासनात ही तूट संपुष्टात आली आणि त्याजागी शिल्लक निर्माण झाली. आता परत रिपब्लिकन पक्षाबरोबर सरकारमध्ये तुटीचे आगमन झाले.

वरकरणी ही वित्तीय तूट कशी अचानक निर्माण झाली हे एक कोडे दिसते. दोन वर्षाच्या थोड्या काळात शिलकीचे रूपांतर वित्तीय तूटीत कसे होणे शक्य आहे असा कोणालाही प्रश्न पडेल. नवे अध्यक्ष बुश यांनी अर्थव्यवस्थेला चालना देण्यासाठी काही पावले उचलली. टीकाकारांचे म्हणणे आहे की बुश यांनी सरकारी तिजोरी खाली केली आणि त्यातून श्रीमंतांना थोडे अधिक श्रीमंत केले आणि गरिबांना अधिक गरीब केले. ही तूट निर्माण झाली त्यातला काही दोष अध्यक्ष बुश यांच्यावर येतोच. बुश यांच्या आर्थिक निर्णयांमुळे सुमारे ६७४ अब्ज (६७४ बिलियन) डॉलरने खर्च वाढला आणि त्यातून सुमारे २० अब्ज (२० बिलियन) डॉलरची तूट यावर्षी वाढली आणि ही तूट पुढच्या वर्षी सुमारे १०० अब्ज (१०० बिलियन) डॉलर असेल.

याचबरोबर आणखी काही महत्त्वाच्या घटनांची नोंद घ्यावी लागेल. एक म्हणजे अर्थव्यवस्था मंदीच्या लाटेत सापडली आहे आणि शेअर बाजारात मरगळ आली आहे. अर्थव्यवस्थेत वृध्दी आणि मंदी असेल त्याप्रमाणे सरकारच्या महसुलात वाढ आणि घट होत असते. नव्वदीच्या दशकात अर्थव्यवस्थेत भरभराट होती त्यामुळे वित्तीय महसुलात जी तूट होती तिचे रूपांतर शिलकीत झाले. आता मंदी आहे त्यामुळे महसुलात घट आली आहे आणि त्यामुळे तूट वाढली आहे. एकूणातच सरकारचा या चढउतारांवर फारसा प्रभाव आहे असे दिसत नाही. बहुतेक लोकशाही व्यवस्थांमध्ये सरकारांचे खर्चावर फारसे नियंत्रण नसते. याला अमेरिका अपवाद नाही. फक्त बुश यांचे प्रशासन थोडे अधिकच या विषयी बेफिकीर आहे असे म्हणता येईल. याचे उदाहरण म्हणजे मागच्या आठवडयात वित्तीय तुटीचे जे अंदाज सांगण्यात आले ते सहा महिन्याच्या पूर्वीच्या अंदाजांपेक्षा दुप्पट होते. वित्तीय तुटीचा आकार वाढत असला तरी अध्यक्ष बुश यांनी आर्थिक चालना देण्यासाठी करामध्ये सवलती जाहीर केल्या.

तसे म्हटले तर तूट आली म्हणून काय बिघडते असे म्हणता येईल. बुश प्रशासनाच्या मते त्यामुळे काहीच बिघडत नाही. वॉशिंग्टनमध्येच आंतरराष्ट्रीय नाणे

निधी आणि जागतिक बँक यांची कार्यालये आहेत आणि त्यांचा असा दृष्टीकोन असणार नाही. बुश यांच्या सहकाऱ्यांना असे वाटते की अमेरिकेच्या अर्थव्यवस्थेचा आकार १०,००० अब्ज (दहा ट्रिलियन डॉलर) आहे आणि त्यात २०० ते ३०० अब्ज (२०० ते ३०० बिलियन) डॉलरची तूट असा काय मोठा आकडा आहे. यावर अनेक मतभेद असू शकतात.

दुसऱ्या महायुद्धापूर्वी केन्स यांनी नवा सिध्दांत मांडला. त्याप्रमाणे जर अर्थव्यवस्थेत मंदी असेल तर तूट असणे चांगलेच. परंतु अशी तूट तात्पुरत्या स्वरुपाची असावी. सध्याच्या बुश यांच्या राजवटीत जी तूट नांदत आहे ती बहुदा कायमचीच चालू राहील असा अंदाज दिसतो. तेथले सरकार म्हणते ज्या कर सवलती दिल्या आहेत त्या कायमच्याच आहेत. वित्तीय तूट वरच्या पातळीवर राहणार असली तर त्याचा अर्थ असा की बाजारामध्ये जो निधी उपलब्ध आहे तो मिळविण्यासाठी सरकार खाजगी क्षेत्राबरोबर स्पर्धा करणार. यामुळे निधी कमी होणार आणि व्याजदर वाढणार आणि परिणामी भांडवल गुंतवणूक आटणार. म्हणजे अर्थव्यवस्था मंदीत असताना सरकारच्या हस्तक्षेपामुळे मंदीची तीव्रता अधिकच वाढणार. बहुधा यामुळेच अभ्यासक सांगत असतात की मंदीच्या काळात मुद्रा धोरण हे वित्तीय धोरणापेक्षा अधिक परिणामकारक असते. थोडक्यात म्हणजे केन्सच्या वेळेपेक्षा सध्याची परिस्थिती अनेक दृष्टीने वेगळी आहे.

सध्या ज्या प्रमाणात अमेरिकेमध्ये वित्तीय तूट वाढत आहे ते पाहता बुश यांच्या राजवटीत समाज कल्याणासाठी निधी उपलबध होईल अशी शक्यता दिसत नाही. नव्वदीच्या दशकात उत्पादकता वाढली कारण वित्तीय शिल्लक होती आणि चलनवाढीचा वेग फार कमी होता. याचा फायदा घेत तेव्हाच्या केंद्र सरकारने मुद्रा धोरण सैल केले आणि त्यातून विकासाची गती वाढायला मदत झाली. या तर्काप्रमाणे आता तूट वाढणार असली तर यापेक्षा उलटे घडेल अशी शक्यता आहे.

■

४.५ व्याजदराचा अन्वयार्थ

जगामध्ये अमेरिका ही एक आर्थिक महासत्ता असल्यामुळे सगळ्यांनाच त्याची दखल घ्यावी लागते आणि आपल्या आर्थिक धोरणांचे मोजमापन करावे लागते. ही बलाढ्य अर्थव्यवस्था भांडवलशाहीतल्या एका मुक्त बाजारपेठेचे प्रतिमान समजले जाते. त्यामध्ये सगळ्यात केंद्रीय स्थान शासनाला नसून त्या देशाची जी केंद्रीय बँक आहे तिला आहे. या फेडरल रिझर्व्ह बँकेचे ॲलन ग्रीनस्पॅन हे अठरा वर्षे चेअरमन होते आणि त्याचे देशाच्या मुद्राधोरणाच्या मांडणीमध्ये मोठे योगदान होते. त्यासाठीच त्यांचे नाममहात्म्य होते. त्यांनी २००६च्या सुरुवातीला निवृत्ती स्वीकारली आणि त्याच्या नंतर बर्नानके या अर्थतज्ज्ञाची नेमणूक झाली. साहजिकच ग्रीनस्पॅन यांच्या उच्च परंपरा टिकवून ठेवण्याची त्यांच्यावर एक जोखीम आली आहे. ग्रीनस्पॅन यांनी दीर्घकाळ मूळ व्याजदरात दर तीन महिन्यांनी पाव टक्क्यांची वाढ केली आणि त्यातून तेथे असलेला चलनवाढीचा धोका आटोक्यात ठेवण्याचे प्रयत्न केले. त्यामुळे अमेरिका आणि जगातले इतर देश या सगळ्यांनाच अमेरिकेतल्या व्याजदरात काय आणि किती बदल केले याचा अभ्यास करण्याची गरज वाटते.

अर्थशास्त्राच्या पाठ्यपुस्तकात व्याजदर हे ठराविक कालावधिशी निगडित असतात कारण वेळेचे मूल्य असते. यालाच यील्ड कर्व्ह हायपोथेसिस म्हणतात. साधारणपणे दहा वर्षांच्या रोख्यांवर जो परतावा मिळतो तो यिल्ड रेट म्हणून चर्चेमध्ये वापरला जातो. अमेरिकेच्या बाबतीत मात्र सेंट्रल बँकेचा जो मूळ दर असतो आणि जे इतर व्याजदर असतात त्यांचे नाते वेगळे आहे. अभ्यासक यातून येत्या काळात कोणत्या गोष्टी घडू शकतील याचा ठाव घेण्याचा प्रयत्न करतात. अमेरिकेत काय घडेल याचा उरलेल्या जगालाही विचार करावा लागत असल्यामुळे हा विषय सगळ्यांनाच जवळचा वाटतो.

एका अभ्यासात वेगवेगळ्या देशातले व्याजदर, जीडीपीतली वाढ आणि चलनवाढीचा दर या तीन परिमाणांचा एकत्रित विचार करून त्यांचा काही परस्पर संबंध आहे का याचा शोध घेतला आहे. यासाठी जुलै २००६ अखेरीची माहिती घेतलेली आहे. यातल्या आकडेवारीनुसार व्याजदर आणि प्रचलित असलेला चलनवाढीचा

दर यांचे सानिध्य दिसते. अमेरिकेमध्ये सेंट्रल बँकेचा मूळ दर ५.२५ टक्के आहे आणि चलनवाढीचा दर ४.३ टक्के आहे. युरो झोनमध्ये बँकेचा दर २.७५ टक्के आणि चलनवाढीचा दर २.५ टक्के आहे. भारतात बँकेचा दर ६ टक्के आहे आणि चलनवाढ ५.५ टक्क्यांची आहे. जपानमध्ये मूळ व्याजदर ०.२५ टक्के आहे आणि चलनवाढीचा दर एक टक्का आहे. फक्त ब्रिटनमध्ये या आकड्यात थोडा फरक आहे. येथे व्याजदर ४.५ टक्के आणि चलनवाढीचा दर २.५ टक्के आहे. चलनवाढीचा दर आणि सेंट्रल बँकेचा दर हे वाढवण्यात आले आहेत आणि त्यातून खऱ्या व्याजदरातला फरक कमी करण्यात आला आहे.

जेव्हा चलन फुगवट्याची चिन्हे दिसू लागतात त्यामागे वाढीची प्रक्रिया उंचावत असताना दिसते. एका अर्थाने जेव्हा अर्थव्यवस्था तापू लागते त्यातून हे संकेत मिळू लागतात. जीडीपीमध्ये वाढ होण्यामागे पतपुरवठा सुलभ झालेला असतो हे एक कारण असते. त्यातही गहाण ठेवून कर्ज काढणे आणि ग्राहकोपयोगी वस्तूंच्या खरेदीसाठी कर्ज काढणे याचे प्रमाण ठळक असते. यासाठी क्रेडिट कार्डांचा वापर वाढलेला असतो. अमेरिकेमध्ये आणि जपानमध्ये जेव्हा अर्थव्यवस्था तापू लागते तेव्हा तेथल्या सेंट्रल बँका मूळ व्याजदर वाढवण्याचे तंत्र अवलंबतात.

जपानमध्ये थोडे वेगळे घडत आहे. तेथे नव्वदीच्या दशकापासून दीर्घकाळ चलनसंकोच होत होता आणि सेंट्रल बँकेचा व्याजदर शून्यावर ठेवण्यात आला होता. आता प्रथमच मागच्या दोनतीन वर्षात अर्थव्यवस्था आपले चैतन्य दाखवत आहे आणि त्यामुळे तेथल्या आर्थिक वाढीविषयी सगळ्यांनाच मोठी उत्सुकता आणि आशा लागून राहिली आहे. जपानमधला जीडीपीतला वाढीचा दर ३.८ टक्के आहे. अमेरिकेनंतर औद्योगिक शक्तीमध्ये जपानचा दुसरा नंबर लागतो आणि साहिजिकच जेव्हा येथल्या अर्थव्यवस्थेमध्ये सुचिन्हे दिसू लागतात तेव्हा त्याचा इतर देशांना जरूर फायदा होणार आहे. एक महत्त्वाचा निष्कर्ष म्हणजे जगातल्या सगळ्याच सेंट्रल बँकांनी व्याजदर वाढवलेले आहेत आणि त्यांच्या डोळ्यापुढे मागच्या तीन वर्षात जी आर्थिक वाढ दमदारपणे होत आहे आणि त्यातून जे चलनवाढीचे संकेत मिळत आहेत याचे चित्र आहे. अमेरिकेचा वाढीचा दर ३.५ टक्के, ब्रिटनचा २.६ टक्के आणि युरोझोनचा १.९ टक्के आहे. भारताचा दर आठ टक्क्यांच्या पातळीवर आहे. या आकड्यांमधले वैशिष्ट्य म्हणजे अमेरिकेच्या तुलनेने युरोझोनचा वार्षिक वाढीचा दर फक्त १.९ टक्के आहे आणि युरोची विकासाची कमी क्षमता याचाच फायदा अमेरिकेच्या डॉलरला मिळत आहे. जगामध्ये डॉलर दुबळा आहे आणि अमेरिकेच्या वित्तीय तुटीला काही उत्तर दिसत नाही अशी परिस्थिती असूनही जगातले सगळे देश आपल्या परदेशी चलनाचा साठा अमेरिकेच्या डॉलरमध्ये का ठेवतात याचे हे उत्तर आहे.

आणखीन एक तुलनेची बाब म्हणजे सेंट्रल बँकेचा दर आणि दहा वर्षाच्या रोख्यांवरचा परतावा यांची तुलना. एक अमेरिकेचा अपवाद सोडला तर उरलेल्या सगळ्या देशात जो दहा वर्षाच्या रोख्यांवरचा परतावा आहे तो अधिक आहे. या परताव्यालाच यिल्ड रेट म्हणतात. ब्रिटन, युरोझोन, जपान आणि भारत या देशात यिल्ड रेट हा सेंट्रल बँकेच्या मूळ दरापेक्षा अधिक आहे. भारतात बँकेचा दर सहा टक्के आहे आणि यिल्ड रेट ८.११ टक्के आहे. अमेरिकेच्या बाबत मात्र बँक दर ५.२५ टक्के आणि यिल्ड रेट ४.९६ टक्के आहे. मागच्या काही महिन्यात अमेरिकेत हा फरक दिसत आहे.

यातून तीन शक्यता दिसतात. बाजारपेठेमध्ये सेंट्रल बँकेचे व्याजदर बहुदा येत्या काळात कमी केले जातील अशी अपेक्षा असावी आणि त्यामुळे लांबच्या काळाच्या रोख्यांवर परतावा अधिक राहण्याची शक्यता आहे. आता मागच्या दीर्घ काळात फेडरल बँकेने दर तीन महिन्यांनी सतत पाव टक्क्याने व्याजदर वाढवले आहेत आणि सध्याची ५.२५ टक्क्यांची पातळी गाठलेली आहे. या प्रयोगातून चलन फुगवट्याची शक्यता आटोक्यात आलेली आहे आणि तापलेली अर्थव्यवस्थाही अगदी हळूहळू थंड होत आहे. कोणत्याही कार्यक्षम बाजारपेठांच्या कामकाजामध्ये येत्या काळात कोणत्या गोष्टी घडू शकतील याचे योग्य अंदाज बांधता येणे हे चांगले चिन्ह समजले पाहिजे.

दुसरी बाब म्हणजे जर दीर्घकाळातील परतावा हा नजीकच्या काळाच्या परताव्यापेक्षा कमी असला तर त्यातून येत्या काळात अर्थव्यवस्था रेंगाळण्याची अगर मंद होण्याची शक्यता दिसू लागते. याला इन्व्हर्टेड यील्ड कर्व्ह असे म्हणतात. अशा शक्यतेची चर्चा होत आहे कारण फेडने अर्थव्यवस्था थंड करण्यासाठी जी पावले टाकली आहेत त्यातून अंदाज चुकू शकतो आणि मंदीचे वारे वाहू शकतात. अमेरिकेमध्ये वाढीचा दर भक्कम ३.५ टक्के होता आणि त्यातून अर्थव्यवस्था तापू लागली होती. यावरचा उपाय म्हणूनच अर्थव्यवस्था थंड करण्याची आवश्यकता दिसू लागली. परंतु मुद्रा धोरणामध्ये एक उपाय योजना करताना त्यातून जे यश मिळते त्यातूनच पुढे दुसऱ्या धोक्याचीही लगेचच दखल घ्यावी लागते. अमेरिकेमध्ये जे घडत आहे त्याचे हे चांगले उदाहरण आहे.

काहींच्या मते अमेरिकेत फेडने जो मूळ व्याजदर ५.२५ टक्क्यांवर नेऊन ठेवला आहे हे एक त्या व्यवस्थेमध्ये जे असंतुलन आहे त्याचेच प्रतिबिंब आहे. तेथे सध्या चालू खात्यात मोठी तूट आहे आणि ती जीडीपीच्या सुमारे सात टक्के आहे. प्रत्यक्षात ती सुमारे ८०० अब्ज डॉलर (आठशे बिलियन डॉलर)च्या जवळपास आहे. यामध्ये जी ३.६ टक्के वित्तीय तूट आहे त्याची भर घातली तर अर्थव्यवस्थेमध्ये एकूण तूट सुमारे १००० अब्ज डॉलर (एक ट्रिलियन डॉलर)पेक्षा अधिक आहे. ही

जी इतकी मोठी प्रचंड तूट आहे त्याचा दुष्परिणाम कमी व्हावा म्हणून परदेशातल्या चलनाच्या साठ्यांची काही गुंतवणूक अमेरिकेच्या डॉलरमध्ये केली जात आहे. त्यासाठी व्याजदर वाढवणे हा पर्याय अमेरिकेने स्वीकारला आहे असा टीकेचा मुद्दा आहे. असे असले तरीही दीर्घ काळामध्ये व्याजदर कमी आहेत असे यील्ड कर्व्ह वरून दिसत आहे.

आशिया खंडातल्या ज्या सगळ्यात मोठ्या दहा अर्थव्यवस्था आहेत त्यांच्या परदेशी चलनाच्या साठ्यांमध्ये सुमारे ३५० अब्ज डॉलर (३५० बिलियन डॉलर)ची भर पडलेली आहे. हा आकडा मोठा आहे आणि त्यातूनही विशेष म्हणजे यातला मोठा भाग अमेरिकेतल्या सरकारी रोख्यांमध्ये (फेडरल बॉन्डस्) गुंतवण्यात आलेला आहे. याचा अर्थ अशा रोख्यांसाठी जर अशी भरीव मागणी असली तर या रोख्यांच्या किंमती चढ्या राहतील. याचा दुसरा अर्थ म्हणजे यावर जो परतावा मिळण्याची अपेक्षा आहे तीही खालच्या पातळीवर असेल. अमेरिकेतले फेडचे चेअरमन यांनी मागच्या अनेक तिमाहींमध्ये सतत सतरा वेळा दरवेळी पाव टक्क्याने मूळ व्याजदरात वाढ केलेली आहे. हा मुळात व्याजदर एक टक्का होता आणि तो आता ५.२५ टक्के या पातळीवर आणला आहे. परंतु अशा नाजूक पद्धतीने फेडने समायोजन करताना आपल्या डोळ्यापुढे एक अगदी सीमित लक्ष्य ठेवले होते. ते म्हणजे चलनवाढ आटोक्यात ठेवणे. आणि त्यामध्ये इतर दुसरे कोणतेच परिमाण विचारात घेण्यात आले नव्हते. हे जे दुसरे परिमाण आहे ते म्हणजे एका मध्यम ते दीर्घकाळात अमेरिकेला आपल्या वित्तीय तूटीवर उत्तर शोधावेच लागेल. भले ही फेडची जबाबदारी नसली तरीही अमेरिकेतले सरकार त्यातून सुटका करून घेऊ शकत नाही. काही प्रमाणात फेडलाही या सरकारच्या जबाबदारीत आपला वाटा उभारावा लागेल.

■

४.६ अमेरिकेत चलनवाढीचे भूत

सध्या अमेरिकेतल्या सेंट्रल बँकेच्या प्रमुखांवर बरेच लक्ष केंद्रित झाले आहे. एकतर फेडरल रिझर्व्हचे प्रमुख ॲलन ग्रीनस्पॅन यांची पाचव्यांदा फेरनेमणूक करण्यात आली. फेडच्या इतिहासातला हा अपवाद आहे. मागच्या अनेक वर्षात जे राष्ट्राध्यक्ष झाले त्यांच्याहीपेक्षा ग्रीनस्पॅन यांचे महात्म्य अधिक आहे. अनेक मोक्याच्या प्रसंगी त्यांच्या शब्दाला अधिक वजन होते कारण अमेरिका या जगातल्या एकमेव महासत्तेची सगळी आर्थिक व्यवस्था त्यांच्या शब्दप्रयोगावर लक्ष ठेवून होते. त्यामुळे अनेकदा कोणत्याही अवघड आर्थिक प्रसंगाला तोंड द्यायचे असले तर ग्रीनस्पॅन यांचे नाव पुढे येते. जणूकाही ते कोणताही चमत्कार घडवून आणू शकतात.

अमेरिकेमध्ये जे आर्थिक परंपरावादी आहेत त्यांना एका काळजीने घेरले आहे. त्यांना असे वाटते की फेडरल रिझर्व्हने प्रयत्न करून थोड्यातरी प्रमाणात चलनवाढीला उत्तेजन द्यावे. परंतु खरोखरी अडचण अशी आहे की फेडच्या मर्यादा संपल्या आहेत आणि त्यांच्या हातात फारसे काही नाही. सध्या फेडने अल्पकाळाचे चालू व्याजदर एक टक्क्यांवरच ठेवण्याचे ठरवले आहे. त्यामागे मर्यादित प्रमाणात चलनवाढ होऊ द्यावी असा फेडचा कल आहे. वर्षापूर्वी अमेरिकेमध्ये चलनसंकोचाचा म्हणजे डिफ्लेशनचा धोका होता आणि आता तो सर्व विसरले आहेत. परंतु हे लक्षात ठेवून फेडला अगदी थोड्या प्रमाणात चलनवाढ झाली तर चालणार आहे. किंबहुना ती हवी आहे. परंतु फेडचा प्रश्न वेगळाच आहे. असे खरोखरी झाले तर नंतरच्या काळात चलनवाढीतून कसे बाहेर पडायचे याचे उत्तर फेडकडे नाही हा खरा धोका आहे.

आत्ता जेव्हा अमेरिकेची अर्थव्यवस्था मंदीच्या सावटातून बाहेर येत आहे तेव्हा फेडला आपल्या सोयीसाठी थोडी चलनवाढ हवी आहे. याचे कारण म्हणजे २००१ - ०२ मध्ये जी मंदी होती त्यावेळी तेव्हा चलनवाढीचा दर जवळपास शून्यावर आला होता. त्यावेळी काही शंका निर्माण झाल्या होत्या. त्यापैकी एक म्हणजे जेव्हा अल्पकाळातले व्याजदर आणि चलनवाढ हे दोन्ही शून्यापर्यंत कमी होतात तेव्हा खरोखरी कोणतेही मुद्राधोरण उपयोगी पडते का असा प्रश्न उभा होता. फेडच्या

अध्यक्ष ग्रीनस्पॅन यांना जपानचा अनुभव नेहमी भेडसावत असतो. नव्वदीच्या दशकात जपानची अर्थव्यवस्था चलनसंकोचाच्या फेऱ्यात सापडली आणि त्यावेळी बँक ऑफ जपानवर त्यांनी काही याबाबत केले नाही म्हणून मोठी टीका केली. त्यामुळे बहुधा आता फेड आपल्यापरीने थोडा सोयीस्कर चलनफुगवटा होऊ देत आहे. त्यामुळे पुढे आपल्यावर निदान काहीच केले नाही अशी टीका होणार नाही अशी फेडची अपेक्षा असावी.

एका परीने फेडला मुद्राधोरण हे परिणामकारक ठरू शकते याची प्रचीति सर्वांना आणून द्यायची आहे. निवासी घरे आणि कंपन्यांचे समभाग यांच्या ज्या किंमती वाढल्या आहेत त्याचे फेडने स्वागत केले आहे. मुद्राधोरणाचा पारंपरिक विचार करणारे अभ्यासक अशा मत्तांच्या किंमती वाढल्या म्हणजे त्यातून पुढे कधीतरी संकट येणार याचा धसका घेतात. जगातल्या काही देशांच्या सेंट्रल बँकातील प्रमुखांचे या फेडच्या दृष्टीकोनाविषयी बरेच मतभेद आहेत. अर्थात आता जगात अर्थव्यवस्था सुधारत असल्यामुळे ग्रीनस्पॅन आणि फेड यांचा दबदबा वाढलेला आहे आणि त्यांच्यावर कोणी उघड टीका करण्याच्या मन:स्थितीत नाही.

अशा पार्श्वभूमीवर फेडने अल्पकाळातले व्याजदर एक टक्क्यांवरच स्थिर ठेवले आहेत परंतु जीडीपीतला खरा वाढीचा दर सुमारे चार टक्क्यांवर सुधारला आहे आणि काही प्रमाणात चलनवाढीचीही चिन्हे दिसत आहेत. फेड आजही अधिकृतपणे काही कबूल करणार नाही की या चलनवाढीकडे ते सोयीस्करपणे दुर्लक्ष करत आहेत. परंतु या विषयात फेड काहीच पावले उचलत नाही आणि तोच एका परीने फेडच्या मनात काय आहे याचा पुरावा आहे. यापूर्वी इतक्या महत्त्वाच्या देशाच्या सेंट्रल बँकेने नाममात्र जीडीपी आणि नाममात्र अल्पकाळातील व्याजदर यांच्यात इतकी मोठी तफावत असतानाही काहीच कारवाई केली नाही असे घडलेले नाही. बहुदा फेडला चलनवाढीतून अन्न आणि ऊर्जा या दोन बाबी वगळता सुमारे दोन टक्क्यांचा दर हवा आहे. तसे झाले तर पुढच्या चक्राकार घटनाक्रमात खऱ्या व्याजदरांच्या बाबत फेडला काही करण्याची संधी मिळेल.

सध्याच्या अर्थव्यवहारात अमेरिकेच्या फेडची जी प्रतिक्रिया आहे तशी अभ्यासकांना अपेक्षा नव्हती. ते नेहमीच्या पारंपरिक पद्धतीने विश्लेषण करत आहेत आणि त्यांच्या अपेक्षेनुसार चलनवाढ प्रत्यक्षात अनुभवाला येण्यापूर्वी फेडने व्याजदर वाढवले पाहिजेत. यापूर्वी नव्वदीमध्ये येणाऱ्या चलनवाढीला तोंड देण्यापूर्वीच सेंट्रल बँका आपणहून व्याजदर वाढवत होत्या. त्यात मुद्राधोरण प्रत्यक्षात परिणामकारक होण्यापूर्वी थोडा वेळ जाऊ द्यावा लागतो आणि ग्राहकांच्या माध्यमातून चलनवाढ अनुभवाला येते असा विचार होता. याउलट आता फेड शांतपणे बसून आहे आणि ग्राहकांची मागणी अधिकाधिक कशी बळकट होईल याची वाट बघत आहे. किंबहुना त्याचा

पुरावा जेव्हा ग्राहकांच्या किंमतीवर होईल तेव्हाच आपण काहीतरी करायचे असा फेडचा होरा दिसतो.

सध्यातरी फेडच्या अशा समजुतदार मुद्रा धोरणामुळे अर्थव्यवस्था जोमाने पुढे जात आहे आणि चलनफुगवटा अगदी हलक्या पावलाने आपले अस्तित्व दाखवत आहे. खरे म्हणजे फेडला अशा व्यापारचक्रातून नंतरच्या काळात कसे बाहेर पडायचे असा प्रश्न पडू शकतो. अर्थव्यवस्था मागच्या काळात जे अगदी अल्प व्याजदर आहेत त्याला प्रतिसाद देऊन आर्थिक वाढीची चिन्हे दाखवत आहे परंतु त्यामध्ये कर्जाची पातळी वाढलेली आहे हे एक प्रमुख लक्षण आहे. त्यामुळे यापुढेही अर्थव्यवस्था व्याजदर अगदी हलके असतील याच आधारावर आपली वाढ टिकवून धरणार आहे. मागच्या मंदीच्या काळातली ही जी मुद्राधोरणे होती त्याची अर्थव्यवस्थेला एका अर्थाने चटक लागली आहे आणि फेड कदाचित पुढे कधीतरी व्याजदर वाढवण्याची शक्यता आहे या नुसत्या वदंतेमुळेही वित्तक्षेत्रात एक बेचैनी आली होती. काही अभ्यासक ग्राहक असे व्याजदर नेहमीच कमी राहतील असे गृहीत धरून वागत आहेत या विषयीही काळजी करत आहेत. तसेच वित्त बाजारात अधिक तरलता असल्यामुळे एकूणच सट्टेबाजी वाढली आहे. अशा परिस्थितीत अनेक धोके संभवतात. फेड आपल्यापरीने ठरवून शांत बसून आहे परंतु अर्थशास्त्राच्या तर्काप्रमाणे जेव्हा जीडीपीतली नाममात्र वाढ सहा टक्क्यांची असते तेव्हा नाममात्र अल्पकाळातले व्याजदर फक्त एक टक्का फार काळ राहू शकत नाही.

साधारणपणे जेव्हा मुद्राधोरण असे जवळपास ठरवूनच लवचिक ठेवण्यात येते त्यातून त्याची एक स्वाभाविक परिणती म्हणजे चलनफुगवटा. बहुधा फेडला काही प्रमाणात हे हवेच आहे. परंतु एकदा चलनफुगवट्याने वेग पकडला तर नंतर तो आटोक्यात ठेवता येईल का हा खरा प्रश्न आहे. एकूणच चलन फुगवट्याची मानसिकता खूप गुंतागुंतीची असते आणि अशा परिस्थितीत कशी आणि किती चलनवाढ होईल या विषयीच्या समजुती आणि अंदाज हे नेहमीच कोणाच्याही हातात नसतात. आजपर्यंतचा हा इतिहास आहे आणि चलनवाढ कोणत्याही एका विशिष्ट पातळीवर स्थिर ठेवता येईल असे कोणाला जमलेले नाही. एकदा भाववाढ होणार आहे अशा कल्पनांचा मुक्त संचार सुरू झाला तर कोणत्या देशात त्याची सुरुवात होईल हेही सांगता येत नाही. आत्ता अमेरिकेमध्ये अशा अपेक्षांचे ढग जमू लागले आहेत. आश्चर्य म्हणजे वर्षापूर्वी चलनसंकोचाच्या धोक्याची चर्चा सुरू झाली होती. त्यात जपान आणि अमेरिका यांचा उल्लेख होता. शिवाय चीनमध्येही काही अभ्यासकांना ही शक्यता दिसत होती. परंतु आता चीनमध्ये चलनवाढीचेच वातावरण आहे आणि त्याचे एक कारण म्हणजे तेथे मुद्राधोरण गंभीरपणे विचारात घेण्यात आलेले नाही.

अर्थात आणखीन एक शंकेखोर अभ्यासकांचा वर्ग आहे. त्यांच्या मते सध्याच्या

मुद्रा आणि वित्त धोरणातील प्रोत्साहनाच्या बाबी मागे पडल्या म्हणजे यावर्षीच्या मध्यानंतर आत्ताची आर्थिकवाढ बऱ्यापैकी एकदम मंदावेल. मुख्य म्हणजे अल्पकाळातले व्याजदर आणि आर्थिक वाढीचा दर यामध्ये जी तफावत आहे ती अशीच फार काळ चालू राहणार नाही. काय घडू शकेल याच्या दोनच शक्यता आहेत. एक म्हणजे व्याजदर हलके आहेत आणि आर्थिक वाढ त्यानुसार होईल. याचे कारण म्हणजे अमेरिकेच्या अर्थव्यवस्थेमध्ये काही मुळापासून प्रश्न आहेत. अन्यथा जसा चलनवाढीचा दर वाढेल त्या प्रमाणात नाममात्र (नॉमिनल) जीडीपी वाढेल.

येत्या काळात फेडने अगदी मोक्याच्यावेळी अल्पकाळातले व्याजदर योग्य प्रमाणात वाढवले आणि चलनवाढीवर ताबा मिळवला तर ते एक बँकेचे मोठे नेत्रदीपक यशच म्हणावे लागेल. अर्थात जर अपयश आले तर फार मोठी किंमत चुकती करावी लागेल. फेडने चलनवाढीवर काबू मिळवण्याऐवजी त्यात तिने भर घातली असे म्हणण्यात येईल. जर असे काही झाले तर सध्याची कर्जात बुडालेली अर्थव्यवस्था अधिकच अस्थिर होईल आणि फेडला व्याजदर मोठ्या प्रमाणात नाईलाजाने वाढवावे लागतील. हा मर्यादित आणि सोयीस्कर चलनवाढीचा प्रयोग एकूणच येत्या काळात परीक्षेला तोंड देणार आहे. त्यात जर यश मिळाले तर आजपर्यंतच्या मुद्रा धोरणाविषयीच्या समजुती बदलाव्या लागतील. आणि जर अपयश आले तर पारंपरिक विचारच बरोबर आहे असे म्हणावे लागेल. त्यानुसार चलनवाढीच्या विषयात कोणी खेळ करू नये असे समजण्यात येते. आता फेड जो प्रयोग अमेरिकेत करत आहे त्यावर जगातले अभ्यासक लक्ष ठेवतील.

■

४.७ अमेरिकेतल्या रोखे बाजारातल्या गडबडी

जगामध्ये अमेरिकेच्या अर्थव्यवस्थेमध्ये ज्या घडामोडी होतात त्याचे प्रतिसाद उमटत असतात. हा अमेरिकेच्या शक्तीचा पुरावा आहे कारण जगाच्या जीडीपीमध्ये तिचा वाटा एक चतुर्थांश आहे. आता २००७च्या मध्याला जगातल्या इक्विटीच्या बाजारपेठेत एक माफक दुरुस्ती (करेक्शन) होऊ लागली आहे आणि त्यामागे अमेरिकेमधल्या गृहकर्जाच्या गहाण व्यवहारात झालेल्या गडबडी कारणीभूत आहेत असे सांगण्यात येत आहे. यालाच सगळ्यांच्या चर्चेमध्ये सबप्राईम मॉर्टगेज् डिबॅकल् असे म्हणतात. अर्थात जेव्हा शेअर बाजारात तेजी नांदत असते तेव्हा वेळोवेळी आणि अधूनमधून बाजारात उतार येणे हे गुंतवणुकदाराच्या हिताचेच असते. दलालांच्या भाषेत याला मार्केट करेक्शन म्हणजे बाजारातली दुरुस्ती असे म्हणतात. त्यामुळे मागच्या काही वर्षातील आर्थिक वाढीची लाट आणि शेअर बाजारातील भरभराट लक्षात घेता अशा दुरुस्तीची वेळ आलीच होती. त्याला या सबप्राईम मधल्या गडबडींनी फक्त एक निमित्त मिळाले. त्यामुळे सबप्राईम मॉर्टगेज् डिबॅकल् हा नेमका काय प्रकार आहे आणि त्याचा आपल्या देशाच्या इक्विटीच्या बाजारावर कोणता परिणाम होणार आहे या विषयी अनेकांना कुतुहल आहे.

अमेरिकेत बँका आणि गृहवित्त कंपन्या घरासाठी गहाण कर्जे देतात. या संस्थांना नियमन करणाऱ्या प्राधिकरणाने त्यांचे किती किमान भांडवल (कॅपिटल ॲडिक्वसी) असले पाहिजे याचे दंडक घालून दिलेले आहेत. या संस्था गृह निर्माणासाठी कर्जे देतात आणि त्यामध्ये धोका पत्करतात आणि त्यापासून संरक्षण मिळावे म्हणून त्यांचे स्वत:चे काही किमान पुरेसे भांडवल असावे यासाठी हा नियम लावण्यात आलेला आहे. याचा अर्थ या संस्थांकडे किती प्रमाणात भांडवल उपलब्ध आहे यावरच त्या गृहनिर्माणाच्या गहाण कर्जांमध्ये किती वाढ करू शकतात हे अवलंबून आहे. यातच त्यांनी वाटप न केलेल्या नफ्याचाही समावेश होतो. याचा अर्थ जर एखाद्या वित्त संस्थेला गृहकर्जाच्या वाटपामध्ये मोठी वाढ करायची असली तर तिला वेळोवेळी बाजारात जाऊन त्यासाठी भांडवल उभारावे लागते. म्हणजे अशी कंपनी शेअर बाजारात अधिक उतरली तर गुंतवणुकदाराच्या दृष्टीने तिच्या

विषयीचे आकर्षण कमी हाते. एका अर्थाने खुल्या बाजारपेठेच्या कार्यप्रणालीनुसार बँका आणि वित्तसंस्था कशा आणि किती गृह निर्माणाच्या कर्जाचे वाटप करतात हे एका पारदर्शी पद्धतीने ठरत असते. त्यातूनच अशा कर्ज वाटपामध्ये घेण्यात येणाऱ्या जोखीमेलाही मर्यादा आपोआप लागू होत असतात. अशी एक स्वयंचलित शिस्त गृहकर्जांच्या व्यवहारात वावरत असते.

अशा पद्धतीमध्ये साहजिकच काही मर्यादा होत्या आणि त्या योग्य बाजार व्यवहारांसाठी आवश्यक होत्या. परंतु हे अडथळे समजून त्यांना डावलण्यासाठी काही वित्त संस्थांनी एक मार्ग शोधला. त्यांनी आपली अशी कर्जे दुसऱ्यांना विकण्याचा उद्योग सुरू केला. हे करणे शक्य झाले कारण अशा कर्जांच्या मागे सेक्युरिटायझेशन अशी एक प्रक्रिया असते. या पद्धतीमध्ये वेगवेगळ्या गृहकर्जाच्या प्रकारात वेगळी जोखीम असते आणि वेगळा परतावा असतो. त्यामुळे नव्या गुंतवणुकदारांना अशी वेगळी गृहकर्जे विकणे शक्य होते. जसे कर्जरोख्यांच्या बाजारात (डेट मार्केट) रोख्यांची खरेदी विक्री होते त्याच प्रमाणे या गृहकर्जांच्या खरेदीविक्रीच्या व्यवहारांची तुलना करता येईल.

गृहनिर्माणाची कर्जे अशा पद्धतीने विकण्याजोगी व्हावीत यासाठी काही नवीन बाबी त्यात जोडून घेण्यात आल्या. त्यापैकी एक म्हणजे या व्यवहारात एक सूट देण्याची सोय करण्यात आली. ती म्हणजे अशा कर्जाच्या परतफेडीत जी पहिले पाच टक्के रक्कम असते तिचा बोजा कर्ज विकरणारा आपल्या डोक्यावर घेतो. अगर अशा व्यवहारांमध्ये एक तिसरा पक्ष घेण्यात येतो आणि तो अशा कर्जाला विम्याचे संरक्षण देतो. अशा पद्धतीने होणाऱ्या व्यवहारांना कोलॅटरलाइज्ड डेट ऑब्लिगेशन्स (सीडीओ) असे म्हणतात. अशा कर्ज व्यवहारांचे मूल्यांकन करणाऱ्या संस्था मूल्यमापन करतात आणि त्या या व्यवहारात पूर्वी कशी परतफेड झाली आहे याचा आढावा घेतात. तसेच या मूल्यांकनात जी घरे बांधली जातात त्यांचे बाजारातले मोल किती आहे याचा आढावा घेतला जातो कारण ही घरे गहाण ठेवून त्यावर कर्जे उभारलेली असतात.

या गहाण कर्ज देणाऱ्या कंपन्या कर्ज देतात आणि त्यातल्या गहाण मालमत्ता इतर संस्थांना विकतात. या व्यवहारात त्या नफा मिळवतात. ही गहाण कर्जे विकत घेणारे गुंतवणुकदार कोण असतात? साधारणपणे म्युच्युअल फंडस्, विमा कंपन्या आणि हेज फंडस् या वित्त संस्था या व्यवहारातून आपल्या इक्विटीवर वाढीव परतावा मिळवत असतात. याचा फायदा म्हणजे मग या कंपन्यांना आपल्या भांडवलात वाढ करण्यासाठी सतत शेअर बाजारात उतरावे लागत नाही. अशा सीडीओची किंमत साधारणपणे व्यक्तिगत कर्जदाराने गहाण ठेवलेल्या कर्जाच्या परताव्यापेक्षा थोडी कमी असते. यातून त्यांना नफा मिळतो. तो वर उल्लेखिलेल्या दोन परताव्याच्या

रोख रकमेची जी चालू नक्त किंमत असते त्यातल्या फरकाइतका असतो.

या अशा गुंतागुंतीच्या व्यवहाराचे काय समर्थन आहे? अभ्यासकांच्या मते या पद्धतीने कामाची नीट वाटणी होते आणि त्यातून एका बाजूला गहाण कर्ज देणाऱ्या कंपन्या या योग्य ते विश्वास ठेवण्यासारखे कर्जदार निवडण्याच्या कामात आपले लक्ष केंद्रित करतात. दुसऱ्या बाजूला मोठे गुंतवणुकदार आपला निधी ज्या मत्तांवर समाधानकारक परतावा मिळेल यात गुंतवतात. साधारणपणे बाजारात ओळखल्या जाणाऱ्या सीडीओंची वेगवेगळ्या गटात विभागणी केली जाते आणि त्यांना एक मूल्यांकनाचा दर्जा दिला जातो. यामध्ये ज्यांनी गहाण कर्जे घेतली आहेत त्यांचा मागचा कर्जाचा इतिहास तपासला जातो आणि अशा कर्जापोटी गहाण ठेवण्यात आलेल्या मत्ता किती मोलाच्या आहेत हे लक्षात घेतले जाते. शिवाय अशा भरवशाच्या गुंतवणुकीपेक्षा कमी दर्जा असलेली गहाण कर्जेही अलग केली जातात. यालाच सब प्राईम सीडीओज असे म्हणतात. अशी कर्जेसुद्धा गुंतवणुकदारांना विकली जातात आणि त्यावर मिळणारा परतावा खूप बदलता असतो. म्हणजे ज्या गुंतवणुकदारांना अधिक जोखीम घ्यायची आहे ते या पूर्ण माहितीनिशी असा व्यवहार करतात. अशा व्यवहारात गहाण ठेवलेल्या मत्तांच्या किंमतीमधून परतावा मिळणार नाही असे अभिप्रेत नसते, तर यातली जोखीम कर्ज देणारा आणि ते विकत घेणारा यांनी वाटून घेतलेली असते. त्यासाठीच अशा व्यवहारात विम्याची संकल्पना आलेली आहे.

मग अमेरिकेत या २००७ सालाच्या मध्याला सबप्राईम व्यवहारातून सगळ्या बाजारपेठेला धक्के बसावेत अशी वेळ का आली? याचे कारण म्हणजे अशा गृहनिर्माणाच्या गहाण कर्जांमध्ये नेहमी जे जोखीम आणि परतावा यात संतुलन असते ते बिघडल्यामुळे अशी गंभीर परिस्थिती निर्माण झाली आहे. अमेरिकेतल्या धाडसी व्यवहार करणाऱ्या बँका अशी गृहकर्जे सबप्राईम व्यवहार करणाऱ्या गुंतवणुकदारांना विकत होत्या. त्यांच्या या अशा धोकादायक व्यवहारामागे सध्या स्थावर मालमत्तेच्या बाजारात असलेली तेजी यापुढेही चालूच राहील अशी आशा होती. एकदा स्थावर मालमत्तेच्या बाजारात असा तेजीचा उत्साह चालू राहिला म्हणजे मग मत्तांच्या किंमती वाढतात आणि गृहकर्जांमध्ये गहाण ठेवण्यात आलेल्या मत्तांपासून धोकाही कमी होतो. बऱ्याचदा अर्थव्यवस्थेमध्ये बेरोजगारी वाढली अगर व्याजदर वाढले आणि आर्थिक वाढ मंदावली अगर मंदीची चिन्हे दिसू लागली तर गृहकर्जांच्या परतफेडीमध्ये हयगय सुरू होते आणि कर्जे बुडण्याचे प्रमाणही वाढू लागते. परंतु मागच्या चार वर्षात अमेरिकेमध्ये आर्थिक वाढीने बळ मिळवल्यामुळे गृहनिर्माणाच्या कर्जांमध्येही वाढ झाली आणि म्हणून तेथल्या बँकांनी असे धोके पत्करणे सुरू केले. त्यामुळे आता सबप्राईम मधल्या गोंधळामागे येत्या काळात अमेरिकेमध्ये मंदी येणार आहे याचे काही संकेत मिळत आहेत का अशी चर्चा सुरू झाली आहे. काहींच्या मते

तेथल्या सबप्राईम बाजारातला गोंधळ हा काही फक्त गृहनिर्माणाची गहाण कर्जे आणि त्यातले दुराचरण याच्यापुरता मर्यादित नाही.

अमेरिकेतल्या बँकांनी गृहनिर्माणातल्या सीडीओंची थोडा फायदा घेऊन विक्री करता येईल अशा लोभापोटी काही व्यवहार केले. हे करताना त्यांनी नेहमी अशा कर्ज वाटपामध्ये जी दक्षता आणि सावधगिरी बाळगायची त्याकडे दुर्लक्ष केले. याचे कारण म्हणजे स्थावर मालमत्तेच्या बाजारात तेजी सळसळत होती आणि त्यामुळे असा धोका पत्करणारे गुंतवणुकदार आणि विमा कंपन्या यांनी या परिस्थितीमधल्या धोक्याची नीट दखल घेतली नाही. असे गुंतवणुकदार आणि विमा कंपन्या याचबरोबर हलके व्याजदर यातून एक युती निर्माण झाली. आणि मग बँकांनी आपली नेहमीची जागरूकता बाजूला ठेवली.

मग हा पेचप्रसंग का निर्माण झाला? याची सुरुवात झाली ती म्हणजे स्थावर मालमत्तेच्या बाजारात किंमती खाली येऊ लागल्या आणि व्याजदर वरच्या पातळीवर स्थिरावू लागला. असे झाल्याबरोबर ज्यांनी गृहनिर्माणाची कर्जे विकत घेतली होती त्यांच्याकडे असलेल्या गहाण मत्तांच्या किंमती बाजारापेक्षा कमी दिसू लागल्या आणि त्या व्यवहारातला तोटा उघड होऊ लागला. त्याचबरोबर यातले गुंतवणुकदार आणि अशा व्यवहारांना सुरक्षा देणाऱ्या विमा कंपन्याही येत्या काळात आपल्याला तोटा स्वीकारावा लागेल यासाठी आपल्या मनाची तयारी करू लागले. एकदा बाजारातली तेजीची आणि उत्साहाची मानसिकता ढासळली म्हणजे एका मागोमाग एक गोष्टी बिघडू लागतात. त्यामुळे गृहनिर्माण कर्जांमध्ये ज्या मत्ता गहाण ठेवण्यात आल्या होत्या त्या भराभरा आपल्या ताब्यात घेऊन त्यांची बाजारात विक्री सुरू झाली तेव्हा हे बाजार अगोदरच कोसळलेले होते आणि त्यामुळे अशा व्यवहारातून अधिकच नुकसान झाले. म्हणजे या मत्तांच्या किंमती एरवी थोड्या प्रमाणात खाली आल्या असत्या परंतु गुंतवणुदारांनी मत्तांच्या विक्री करण्याची घाई केल्यामुळे हा बाजार आणखीनच झपाट्याने खाली आला. थोडक्यात म्हणजे सीडीओच्या व्यवहारात ज्या मत्ता गहाण ठेवण्यात आल्या होत्या त्यांचे मोल गुंतवणुकदारांनी आपल्या अविचारामुळे अधिकच कमी झाले. सबप्राईम बाजारात गोंधळ झाल्यामुळे किती नुकसान होईल याचे काही अंदाज बांधण्यात आले आहेत.

या सबप्राईम मधल्या गडबडींमुळे होणारे परिणाम किती गंभीर आहेत? मागे म्हटल्याप्रमाणे गृहनिर्माणाच्या कर्जामध्ये सिक्युरिटायझेशनची सोय असल्यामुळे मुळात या प्रश्नाची सुरुवात झाली. या कर्जांमध्ये मत्ता गहाण असल्यामुळे ती विकता येऊ लागली आणि ती विकत घेऊन गुंतवणूक करणारा आणि अधिक जोखीम घेणारा वर्ग पुढे आला. साहजिकच एकदा या विषयात धोका निर्माण झाला म्हणजे तो इतर क्षेत्रांमध्येही पसरणार हे उघड आहे. यात अनेक नामवंत मंडळी आणि मान्यवर

संस्था यांनी आपले हात पोळून घेतले आहेत. उदाहरण म्हणजे हॉवर्ड विद्यापीठासारख्या प्रतिष्ठित संस्थेने आपले ३५ कोटी डॉलर (३५० मिलियन डॉलर) हेज फंडात गुंतवले आणि घालवले. अमेरिकेन होम मॉर्टगेज ही अमेरिकेतली गहाण कर्जे देणारी सगळ्यात प्रतिष्ठित आणि दहाव्या क्रमांकावर असलेली संस्था आहे. तिच्यात ७४०० कर्मचारी काम करतात आणि २००६ सालात त्यांनी ६० अब्ज डॉलर (६० बिलियन डॉलर) इतकी गहाण कर्जे वाटली. या संस्थेने ६ ऑगस्ट २००७मध्ये दिवाळखोरी जाहीर करण्यासाठी त्याअंतर्गत कलम अकरा नुसार दिवाळखोरी जाहीर करण्याची परवानगी मिळावी म्हणून अर्ज केला होता.

दुसरा एक अंदाज म्हणजे २००७च्या दुसऱ्या मध्यात आणि २००८ या वर्षभरात अमेरिकेत सुमारे १५ लाख (दीड मिलियन) घरांचे कर्जदार आपली कर्जे बुडवतील अशी दाट शक्यता आहे. असे झाले तर सुमारे २२० अब्ज डॉलर (२२० बिलियन डॉलर) इतक्या किंमतीची कर्जे बुडित खाती दाखवावी लागतील. अमेरिकेमध्ये एकूण सबप्राईम गहाण कर्जाचे जे वाटप झाले आहे त्यापैकी २२० अब्ज डॉलर (२२० बिलियन डॉलर) हा आकडा एक चतुर्थांशापेक्षा अधिक आहे. बेअर स्टर्न्स या हेज फंडाचे सबप्राईमधले दोन निधी हे पूर्णपणे बुडालेले आहेत. मॅकक्वायरी बँकेचे असेच दोन उच्च परतावा देणारे निधी अडचणीत आले आहेत कारण त्यांचे सुमारे पंचवीस टक्के मालमत्तेचे मूल्य कमी झालेले आहे. थोडक्यात म्हणजे सबप्राईममधल्या गृहकर्जाच्या व्यवहारांमधून जे गोंधळ अगोदरच झालेले आहेत त्यांचा परिणाम आता वेगवेगळ्या वित्त संस्थांवर दिसू लागला आहे.

हा सबप्राईममधला गोंधळ किती काळा चालू राहील? मुळात जगभरातल्या वाढीच्या प्रक्रियेविषयी काही संशय आणि काही अनिश्चितता अगोदरच पसरू लागलेली आहे. नेहमीप्रमाणे या संशयाची कारण परंपरा अमेरिकेपासूनच सुरू झाली आहे. त्यादेशाचे कर्ज फार मोठे आहे आणि व्यापारातली तूटही प्रचंड आहे. त्यातून त्या देशाच्या डॉलर या चलनाचे मूल्य खूपच ढासळलेले आहे. दुसऱ्या बाजूला विकसनशील देशांनी आपल्याकडे परदेश चलनाचे प्रचंड मोठे साठे गोळा केले आहेत आणि त्यातला मोठा भाग अमेरिकेच्या डॉलरमध्ये आणि त्या देशाच्या ट्रेझरी बिलामध्ये गुंतवलेला आहे. म्हणजे हा सगळाच एकूणात गुंतागुंतीचा आणि घाट्याचा व्यवहार आहे. शिवाय अनेक देशांच्या सेंट्रल बँकांनी चलनवाढीचा दबाव आटोक्यात ठेवण्यासाठी व्याजदर वाढवलेले आहेत त्यामुळे कर्जाचे वाटप काय, शेअर बाजार काय आणि चलनांचा बाजार काय या सगळ्यातच एक अनिश्चितता आणि तणाव पसरू लागला आहे.

अर्थातच यातून इक्विटीचे बाजार दबावाखाली येतील कारण अशा परिस्थितीत भांडवल गुंतवणूक करणारे आपली जोखीम मर्यादित करण्याचा प्रयत्न करतील. याचे

विकसनशील देशांवर अनेक उलटसुलट परिणाम होतील आणि त्यातून आहे त्या अनिश्चिततेमध्ये भर पडेल. उदाहरणार्थ जगाच्या बाजारात असे गोंधळ सुरू झाले म्हणजे भारतामध्ये मोठ्या प्रमाणावर गुंतवणुकनिधीची आवक होते असा सरसकट अंदाज आहे. जुलै २००७ या केवळ एका महिन्यात भारतात ५.९ अब्ज डॉलर (५.९ बिलियन डॉलर)ची आयात झाली होती. यापूर्वी दर महिन्यात होणाऱ्या अशा निधीच्या आयातीमध्ये हा सगळ्यात मोठा आकडा होता. याचा शेअर बाजारावर अर्थातच मोठा परिणाम झाला होता. मुंबई शेअर बाजाराचा सेन्सेक्स हा निर्देशांक १५००० बिंदूवरून १८००० बिंदूवर उसळला होता. यात एका आठवड्यातच हजार बिंदूंनी निर्देशांक वर जाण्याचा प्रसंगही आपण पाहिला आहे. थोडक्यात म्हणजे शेअर बाजारातल्या या अशा घडामोडी धोक्याच्या आहेत आणि बाजाराच्या आणि अर्थव्यवस्थेच्या स्वास्थ्याच्या दृष्टीने ही एक काळजीची बाब आहे. शेअर बाजार अशा पद्धतीने भरकटला म्हणजे तो कधीतरी अचानकपणे एकदम कोसळणार हे बाजाराचे न चुकणारे नियमन आहे. असे झाले म्हणजे सर्वसाधारण गुंतवणुकदार आपले पैसे घालवतो आणि त्याहीपेक्षा त्यातून एक मोठा मानसिक धक्का गुंतवणुकदारांना अनुभवावा लागतो. यामुळे अमेरिकेतल्या सबप्राईममधल्या गोंधळाचे किती दूरवर परिणाम होऊ शकतात याचा अंदाज येतो.

■

४.८ शेअरबाजार आणि अर्थव्यवस्था

नुकताच फॉरच्युन साप्ताहिकात वॉरन बुफे यांचा लेख आला आहे. त्यांनी अमेरिकन शेअर बाजारातील भावांचे चढउतार आणि अर्थव्यवस्थेतील विकासाची दिशा यातले संबंध अभ्यासले आहेत. अनेक दृष्टींनी या अभ्यासातले निष्कर्ष विचार करण्यासारखे आहेत.

या अभ्यासात शेअर बाजारावर कोणते परिणाम होतात याचा शोध घेतला आहे. त्यासाठी त्यांनी गेल्या चार दशकातली अमेरिकेच्या अर्थव्यवस्थेतली वाढ तपासली आहे. ही अर्थव्यवस्था १९६४ ते १९८१ या काळात मोठ्या वेगाने वाढली. अमेरिकेच्या जीएनपीमध्ये या काळात ३७३ टक्क्यांनी वाढ झाली. डाऊ जोन्स औद्योगिक सरासरी निर्देशांक अमेरिकेतल्या उद्योगाचा प्रतिनिधीत्व करतो असे समजतात. या काळात या निर्देशांकात फक्त ०.१ टक्का वाढ झाली. तो ३१डिसेंबर १९६४ रोजी ८७४.१२ होता आणि डिसेंबर ३१, १९८१ रोजी तो ८७५ बिंदू होता. त्यानंतरच्या पुढच्या १७ वर्षात अमेरिकेचा जीएनपी फक्त १७७ टक्क्यांनी वाढला पण डाऊ जोन्स औद्योगिक सरासरी निर्देशांक ९१८१ बिंदू इतका वाढला (३१ डिसेंबर १९९८). सतरा वर्षांपूर्वी तो फक्त ८७५ बिंदू इतकाच होता.

थोडक्यात म्हणजे शेअर बाजारात होणारी चढउतार यांचा देशाच्या अर्थव्यवस्थेत होणाऱ्या घडामोडींशी फारसा संबंध नव्हता. हा निष्कर्ष अनेक दृष्टीने आश्चर्यकारक आहे.

वरकरणी हे शेअर बाजारातील चढउतार जरी अगम्य दिसत असले तरी त्यामध्ये काही तर्कसंगती शोधता येते. शेअर बाजारातील चढउतार हे दोन महत्त्वाच्या आर्थिक परिमाणांच्या बदलाशी निगडीत आहेत आणि त्याबरोबर एक मानसिक प्रतिक्रिया जोडलेली आहे.

प्रथम गुंतवणूक म्हणजे काय याची व्याख्या समजून घेतली पाहिजे. बऱ्याचदा ती विसरली जाते. गुंतवणूक म्हणजे आज साठवलेले पैसे उद्या वाढले पाहिजेत. अर्थव्यवहारातील ही अपेक्षा प्रमुख मानली तर शेअर बाजारातील

भावात कशाचा परिणाम होतो हे कळते. हे अवलंबून आहे व्याजदरावर. जसे भौतिक जगात चुंबकीय तत्त्व केंद्रिभूत आहे तसेच अर्थ शास्त्रात व्याजदराचे स्थान आहे. जगात सर्वत्र सर्व बाजारात आणि सर्व काळात व्याजदरात थोडासाही बदल झाला तर प्रत्येक आर्थिक मत्तेचे (ॲसेट) मूल्य बदलते. याचे सर्वात चांगले उदाहरण म्हणजे बाँडसच्या किंमतीत होणारे सततचे चढउतार. याच बरोबर हाच नियम शेत जमीन, खनिज तेलाचे साठे, शेअर बाजारातील भाव आणि इतर कोणतीही वित्तीय मत्ता यांना लागू होतो. या सर्वांचा परिणाम मत्तेच्या मूल्यांवर मोठ्या प्रमाणावर होत असतो. समजा जर व्याजदर ४ टक्क्याऐवजी १३ टक्के असता तर भविष्यात गुंतवणुकीवर मिळणारा डॉलरचा आजचा दर हा तुलने अधिक असणार नाही.

अमेरिकेत ३४ वर्षाच्या काळात व्याजदर कसे होते हे बघण्यासारखे आहे. पहिल्या अर्ध्या काळात (१९६४ ते ८१) हे व्याजदर बरेच वर गेले. हे गुंतवणुकदाराच्या दृष्टीने फायद्याचे नव्हते. त्या नंतरच्या उरलेल्या काळात (१९८१ ते ९८) हे दर उतरते होते. हे गुंतवणुकदाराच्या दृष्टीने फायद्याचे होते.

व्याजदर आणि दीर्घ मुदतीचे अमेरिकन सरकारी बॉन्डस

डिसेंबर ३१, १९६४ : ४.२० टक्के

डिसेंबर ३१, १९८१ : १३.६५ टक्के

डिसेंबर ३१, १९९८ : ५.०९ टक्के

थोडक्यात म्हणजे जीएनपीमध्ये कशी वाढ झाली यापेक्षा दीर्घकाळातले व्याजदर कसे बदलत होते हे शेअर बाजारातल्या चढउताराचे अधिक प्रातिनिधीक होते.

दीर्घकाळात व्याजदर कमी राहिले तर सध्याच्या मत्तांचे मूल्य नक्की वाढेल. सध्याच्या बॉन्डस मार्केटमध्ये हे दिसते. याचबरोबर जमीन, मालमत्ता आणि सोने यांच्यावरही दीर्घकाळात परिणाम होणे अपरिहार्य आहे. याचा अर्थ असा की व्याजदर जसे कमी होतील तशी मालमत्तेची किंमत आणि त्यावर मिळणारे स्थिर भाडे याचे मूल्य वाढेल. त्याचपमाणे व्याजदर कमी पातळीवर राहिले तर कंपन्यांच्या उत्पन्नाचे मूल्य वाढेल.

अमेरिकेमध्ये गेल्या दहा वर्षात व्याजदर कमी झाले आहेत. या वर्षाभरातच फेडरल रिझर्व्ह बँके मंदीवर मात करण्यासाठी दहा वेळा मूळ व्याजदरात कपात केली आहे. तेथल्या शेअर मार्केटने याची दखल घेऊन त्याप्रमाणे प्रतिसाद दिलेला आहे. आपल्या देशात दीर्घकाळात व्याजदर कमी होण्याची प्रक्रिया अगदी नवीन आहे. आणि देशातल्या शेअर मार्केटने अजून या बदलाची

पुरेशी प्रतिक्रिया दाखवलेली नाही.

देशात आता व्याजदर कमी होत आहेत आणि त्याचा परिणाम संपूर्ण औद्योगिक क्षेत्रातल्या कंपन्यांच्या बाजार मूल्यांवर होणार आहे. याचा एक दृष्य परिणाम म्हणजे पीई (प्राईस अर्निंग) गुणोत्तर प्रमाण हे वाढेल. जसजसे व्याजदर कमी होतील त्यापमाणे ज्या कंपन्यांचे ईपीएस स्थिर आहेत त्यांचे बाजारातले मूल्य वाढेल. हे मूल्य पीई गुणोत्तर प्रमाण दर्शविले जाते. अशा कंपन्यांच्या फायदा कुंठीत असला किंवा मंद वेगाने वाढत असला तरीही हे मूल्य वाढेल. थोडक्यात म्हणजे सध्या ज्यांना जुन्या व्यवस्थेतील प्रतिष्ठित कंपन्या (ब्ल्यू चिप्स) असे संबोधले जाते त्यांचे मूल्य भविष्यात वाढेल. आज या कंपन्यांची फायद्याची पातळी स्थिर आहे आणि त्यांची वाढ मंद गतीने होताना दिसते. असे असूनही त्यांचे बाजारातले स्थान सुधारेल अशी शक्यता अधिक आहे.

■

विभाग ५ : डॉलरचे स्थान

५.१ अडचणीत आलेला डॉलर

अमेरिकेच्या अर्थव्यवस्थेत अनेक वादळ उठत आहेत. गेला दोन वर्षे अमेरिकेची अर्थव्यवस्था तीव्र मंदीच्या लाटेखाली होती आणि त्याचबरोबर जागतिक अर्थव्यवस्था या गर्तेत सापडली होती. गेल्या काही महिन्यात ही मंदी संपण्याची चिन्हे दिसत होती आणि हळूहळू वाढीच्या दिशेने व्यवस्था पावले टाकत होती. ही सुरुवातीची पावले अडखळत होती आणि जरी वाढीला सुरुवात झाली तरी तिचा वेग मंद असेल असेच सर्व अभ्यासक बजावत होते. नेमके या नाजूक वेळी अमेरिकेच्या खाजगी क्षेत्रात प्रचंड प्रमाणावर भष्टाचार होत आहे हे लोकांपुढे येऊ लागले आणि त्याचा न्यूयॉर्कच्या शेअर बाजारावर अतिशय नकारात्मक परिणाम झाला.

याची सुरुवात एन्रॉन कंपनीच्या दिवाळखोरीपासून सुरू झाली आणि त्यात त्यांची लेखापरीक्षा करणारी जगातली सर्वात मोठी कंपनी अर्थर ॲन्डरसन ही दोषी ठरवण्यात आली. त्यानंतर आता वर्ल्डकॉम आणि आणखी इतर काही जगभर व्यवहार करणाऱ्या मोठ्या कंपन्या यांच्या प्रमुखांनी प्रचंड प्रमाणावर आर्थिक गैरव्यवहार आणि भ्रष्टाचार केले आणि भागधारकांना फसवले याची प्रकरणे जाहीर होऊ लागली आहेत. या सर्वांचा अमेरिकन सरकारच्या लोकप्रतिनिधींच्या अनेक समित्या तपास करीत आहेत आणि आता हा सार्वजनिक चर्चेचा मुख्य विषय बनला आहे. त्याचबरोबर अमेरिकेचे राष्ट्राध्यक्ष बुश यांचे प्रशासनही या चर्चेच्या भोवऱ्यात सापडले आहे. थोडक्यात म्हणजे अर्थव्यवस्था सुधारत असताना जे धक्के बसायला नकोत नेमके त्यांची रांग लागली आहे.

अमेरिकेच्या सरकारने यापुढे कंपनीच्या प्रमुख व्यवस्थापकाला दीर्घ मुदतीची सक्त मजुरीची शिक्षा देण्याचा कायदा केला आहे. येत्या १५ ऑगस्ट पासून कंपनीच्या प्रमुखाला कंपनीच्या संपूर्ण आर्थिक माहितीची शपथ घेऊन जबाबदारी घ्यावी लागेल. यामुळे आता अनेक कंपन्यांना आपल्या आर्थिक व्यवहाराच्या माहितीत काय गडबडी केल्या जातात हे उघड करावे लागेल आणि त्याच्या परिणामांना सामोरे जावे लागेल. या सर्व उलथापालथींमुळे शेअर बाजारात यापुढेही काही काळ तीव्र प्रतिक्रिया उमटणार हे अपेक्षित आहे. आत्ताच शेअर बाजारातल्या कंपन्यांच्या समभागाचे

मूल्य खालावलेले आहे आणि बाजारातल्या घबराटीमुळे विक्रीचा दबाव असाच चालू राहील अशी चिन्हे दिसत आहेत. याचबरोबर व्याजदरही अगदी न्यूनतम पातळीवर आहेत. थोडक्यात म्हणजे अमेरिकेचा डॉलर संकटात आहे.

गेल्या काही दिवसात डॉलर दुबळा होत आहे हे काहींच्या मते सुसंगत आहे कारण ते वस्तुस्थितीला धरून आहे. अमेरिकेच्या आर्थिक जगात जे प्रश्न उभे राहिले आहेत त्याचेच हे प्रतिबिंब आहे. वास्तविक पाहता गेल्या दोन वर्षात मंदीची लाट असताना डॉलर हा बऱ्यापैकी बलवान झाला होता आणि तीच एक विसंगती होती आणि आश्चर्य होते. परंतु याचे कारण दुसरेच होते. सगळ्या युरोपचा मिळून जो युरो असे नवे चलन बाजारात आले त्यामध्ये बरीच अनिश्चितता होती. या युरोमध्ये ब्रिटनचा पौंड विलीन झालेली नाही ही एक मर्यादा होती. तसेच युरोपमधले औद्योगिक आणि विकसित देश एकत्र झाले तरी ती सर्व राजकीय आणि आर्थिक तसेच सामाजिक प्रक्रिया अनेक अडचणींना तोंड देत वाटचाल करीत आहेत. त्यामुळे आंतरराष्ट्रीय बाजारात युरोला स्वत:ची शक्ती आणि बळ आणि प्रतिष्ठा मिळायला वेळ लागला.

याच बरोबर हे चलन डॉलरच्या तुलनेने हळूहळू बळ मिळवत आहे. इतके वर्षे जपानची अर्थव्यवस्था दहा वर्षाहून अधिक काळ मंदीत होती आणि त्यात अलिकडेच थोडी सुधारणा होऊ लागली आहे. येन बळकट होतोय याची जपानच्या सरकारला काळजी पडली आहे कारण जपान मोठ्या प्रमाणावर निर्यात व्यापारावर अवलंबून आहे आणि त्यांना त्यांचे चलन महाग झालेले आवडत नाही. थोडक्यात म्हणजे डॉलर, युरो आणि येन या तीन प्रमुख चलनांच्या मूल्यामध्ये एकमेकाच्या संबंधात बदल झालेले आहेत. या मर्यादित संदर्भात डॉलर दुबळा होणे ही नवलाईची बाब झाली आहे. वास्तविक पाहता आता खऱ्या अर्थाने वस्तुस्थिती प्रतिबिंबित झाली आहे.

आता जो डॉलर हलका झाला आहे त्याचे एक कारण जरी अमेरिकेतल्या शेअर बाजारातल्या घडामोडी असल्या तरी हे झाले हे ठीक झाले असे अनेकांना वाटते. एक तर आता अमेरिकेची निर्यात वाढेल आणि इतर अनेक देशांना आपल्या वित्तीय धोरणात दुरुस्त्या करणे शक्य होईल. अमेरिकेतही फेडरल रिझर्व्हच्या प्रमुखांनी डॉलरच्या विनिमय मूल्याची फारशी कधी दखल घेतलेली नाही. एप्रिल १९९५च्या सुमारास डॉलरचे मूल्य सर्वाधिक म्हणजे ४० टक्क्यांनी वाढले होते आणि त्यातून नव्वदीच्या उत्तरार्धात अमेरिकेची भरभराट झाली. त्याचप्रमाणे आता डॉलरचे मूल्य हळूहळू खालावले तर परत अर्थव्यवस्था बळकट होऊ शकेल. अशा चलनाच्या मूल्यातल्या चढउतारात एकच अडचण असते. त्यामध्ये ही मूल्ये समपातळीवर स्थिरावतात अशी गोष्ट नसते. बऱ्याचदा प्रतिक्रिया म्हणून उलट्या टोकाला मूल्ये

स्थिरावतात आणि अमेरिकेतले धोरण ठरवणारे याची फिकीर करणार नाहीत ही खरी काळजीची बाब आहे.

सध्या जी डॉलरची घसरण म्हणजेच मंदीवाल्यांची सद्दी चालू आहे. तसे यापूर्वी अनेक प्रसंग येऊन गेले आहेत. युरोच्या संदर्भात ही घसरण सुमारे मागचे २१ महिने आहे आणि येन संदर्भात सुमारे ३० महिने आहे. त्यामानाने डॉलरमध्ये ही लाट फक्त सहा महिनेच दिसत आहे. यापूर्वी अनेकदा डॉलरचे जे योग्य मूल्य मानले जात होते त्यापेक्षा बऱ्याचदा प्रत्यक्षात मूल्य खालच्या पातळीवर पाहोचले होते.

एका अर्थाने डॉलरच्या मूल्यात घट झाली म्हणून तेथल्या शेअर बाजारावर परिणाम झाला आहे असा अनुभव नाही. एकतर परदेशातून येणाऱ्या भांडवलावर तेथला शेअर बाजार अवलंबून नाही. सन १९९५ मध्ये परदेशी भांडवलात ४१ अब्ज डॉलरची (४१ बिलियन डॉलर)ची तूट होती तो आकडा २००० सालात अतिरिक्त १३० अब्ज डॉलर (१३० बिलियन डॉलर झाला. मागच्या वर्षात कॉर्पोरेट बॉन्डस्ची अमेरिकेत नक्त आयात २०० अब्ज डॉलर (२०० बिलीयन डॉलर) झाली आणि ती १९९५ मध्ये फक्त ५८ अब्ज (५८ बिलियन डॉलर) होती. या सर्वांचा एकत्रित परिणाम म्हणून आज गेल्या दहा वर्षात अमेरिका जगामध्ये सर्वात अधिक कर्जबाजारी देश आहे आणि आजच्या बाजार मूल्यात अमेरिकेचे नक्त परदेशी कर्ज आणि देणी यांचे प्रमाण जीडीपीच्या २२ टक्के आहे. साहजिकच अमेरिका सोडून उरलेल्या जगाच्या दृष्टीने ही काळजीचीच बाब आहे.

जोपर्यंत अमेरिकन अर्थव्यवस्था भरभराटीच्या मार्गावर होती तोपर्यंत याच गोष्टीचा अर्थ उलटा होता. उरलेल्या जगाचा अमेरिकेच्या आर्थिक शक्तीवर विश्वास असल्याचा तो पुरावा होता. सध्या करंट अकाऊंट डेफिसिट हे आठवड्याला १० अब्ज डॉलर (१० बिलियन डॉलर) इतकी आहे आणि अमेरिकेमध्ये येणाऱ्या भांडवलाच्या आयातीचे ते निदर्शक होते. आता ही परिस्थिती राहिलेली नाही. अनेक छोटेमोठे देश आपल्या चलनाचे मूल्य खाली जाऊ नयेत म्हणून आपले व्याजदर वाढविण्याचा प्रयत्न करतील. या उलट अमेरिकेने आपले मुद्रा धोरण शिथिल करून अल्पावधीचे व्याजदर फक्त १.७५ टक्के ठेवले आहेत आणि खऱ्या जीडीपीची वाढ ३.५ टक्के होईल असे मानले आहे.

थोडक्यात म्हणजे परदेशी विनिमय बाजारात जे उलटसुलट बदल होत असतात त्यात अनेकदा समपातळीपेक्षा टोकाच्या प्रतिक्रिया असतात. आजही डॉलरच्या मूल्यात घट होत असली तरी धोक्याची परिस्थिती आलेली दिसत नाही. जपान, चीन, हाँगकाँग आणि तैवान या देशांकडे सुमारे ८५० अब्ज डॉलर (८५० बिलियन डॉलर) आहेत. त्याचप्रमाणे युरोपातल्या सेंट्रल बँकांकडे सुमारे २०० अब्ज (२००

बिलियन डॉलर) अतिरिक्त आहेत. अमेरिकेमधले आजचे बुश प्रशासन यांना डॉलरचे मूल्य कमी होणे आपल्या देशाच्या फायद्याचे आहे असे वाटत असावे. परंतु जपानला हे सोयीचे नाही. या आणि अशा अनेक उलटसुलट गोष्टींमुळे परदेशी चलनाच्या बाजारात अनेक घडामोडी घडणे शक्य आहे त्या सर्वांचाच प्रत्यक्ष वस्तुस्थितीशी संबंध असेल याची खात्री देता येणार नाही. यामुळेच अमेरिकेमध्ये शेअर बाजारात जे वादळ आणि जी अनिश्चितता निर्माण झाली आहे त्यात कोणाचाच फायदा नाही. सगळ्यांचा मिळून मात्र तोटा होऊ शकेल.

■

५.२ डॉलरचे कठीण दिवस

एकेकाळी अमेरिकेच्या चालू खात्यातील तूट (करंट अकाऊंट डेफिसिट) नेहमी माफक असायची. म्हणजे जीडीपीच्या जेमतेम एक टक्का. मग १९९७ नंतर हे चित्र बदलले. त्यानंतर हे गुणोत्तर वाढतच आहे. ही तूट जीडीपीच्या १९९९ मध्ये २.७ टक्के झाली. नंतर २००१ मध्ये ३.५ टक्के आणि आता चालू वर्षी ४.७ टक्के असा अंदाज आहे. २००४ सालातही हीच प्रक्रिया चालू होती आणि हे गुणोत्तर जीडीपीच्या ५.१ टक्के इतके अपेक्षित आहे. विशेष म्हणजे या काळात अमेरिकेची अर्थव्यवस्था इतर श्रीमंत देशांपेक्षा अधिक वेगाने वाढणार आहे असे अंदाज असूनही तुटीचे प्रमाण वाढणार आहे. यातून दोन प्रश्न उपस्थित होतात. उरलेल्या जगाने अमेरिकेची विदेशी तूट किती काळ आपल्या डोक्यावर वाहायची? दुसरा प्रश्न म्हणजे जेव्हा हे ओझे डोक्यावरून उतरेल तेव्हा जगात काय घडेल?

अमेरिकेच्या चालू खात्यातील तूट ही सद्य:परिस्थितीत पेलली जाणारी बाब नाही. मागचे अध्यक्ष निक्सन यांचे आर्थिक सल्लागार स्टेन यांचे एक मत प्रसिद्ध होते. ते म्हणत असत की जी गोष्ट पेलणारी नाही ती कधीतरी मोडून पडणारच आहे. हा विचार केला तर जेव्हा उरलेले जग नाही म्हणेल तेव्हा अमेरिकेच्या चालू खात्यातील तूट थांबेल असे म्हणता येईल. परंतु या उरलेल्या जगातली दुसरी आर्थिक महासत्ता म्हणजे जपान आणि ही अर्थव्यवस्था एक दशकापेक्षा अधिक काळ कुंठित झालेली आहे. अशा जपानची परत विकासाची वाटचाल सुरू व्हावी लागेल. तसेच याबरोबर पश्चिम युरोपमधल्या इतर औद्योगिक देशांच्या अर्थव्यवस्थेची पुनर्मांडणी व्हावी लागेल. युरोपमध्ये एकूण मागणीची पातळी बऱ्यापैकी वाढण्याची गरज आहे आणि अधिक महत्त्वाचे म्हणजे तेथे जी सध्याची बेरोजगारीची बिकट अवस्था आहे तिच्यात भरीव सुधारणा झाली पाहिजे. परंतु मागच्या काही वर्षात या उरलेल्या जगातील जपान आणि युरोप यांची वेगाने वाढ होईल ही अपेक्षा फारशी व्यवहारात आलेली नाही. जर असे काही सकारात्मक घडले तर अमेरिकेच्या निर्यातीसाठी अधिक मागणी निर्माण होईल आणि अमेरिकेच्या तुटीवर नियंत्रण येईल अशी आशा करता येईल. परंतु हा सगळा कल्पनाविलासच आहे असे आज म्हणावे लागत आहे.

अमेरिकेच्या चालू खात्यातील तूट संपवण्याचा दुसरा मार्ग म्हणजे आज अमेरिकेमध्ये जी भांडवलाची भरभक्कम आयात होत आहे ती थांबणे. विशेष म्हणजे आर्थिक सल्लागारांना नेहमी अर्थव्यवस्थेमधली मुख्य परिमाणे किती भक्कम आहेत याचे महत्त्व वाटत असते. परंतु प्रत्यक्षात पेलत नसतानाही भांडवलाची आयात एखाद्या देशात दीर्घकाळ चालूच रहाते. असे काही जे व्यवहारात घडते ते अभ्यासकांच्या अपेक्षेपलीकडचे असते. आश्चर्य म्हणजे अशा देशात जेव्हा भांडवलाची आयात चालूच रहाते तेव्हा अशा भांडवलाचा पुरवठा करणारे गुंतवणुकदार आपल्या समजुतीला धरून काहीतरी तर्क लढवत असतात. एक समजुत अशी असते की अशा भांडवल आयातीतूनच अर्थव्यवस्थेची प्रमुख परिमाणे आज जरी दुबळी असली तरी ती उद्या शक्तीमान होणार आहेत. हा एक गुंतवणुकदारांनी आपल्या सोयीचा भ्रम निर्माण केलेला असतो आणि त्यामुळे समर्थन नसले तरीही भांडवलाची आयात चालूच रहाते. परंतु ही गोष्ट येथे संपत नाही. जेव्हा कधी शेवट येतो त्यावेळी भांडवलाची आवक एकदम थांबते. हा वेग इतका असतो की कोणीच अशा शेवटाची अपेक्षा केलेली नसते.

यापुढे जेव्हा कधी अमेरिकेत येणाऱ्या भांडवलाची आवक अचानकपणे थांबेल त्यावेळी डॉलरचे मूल्य किमान पंचवीस ते पन्नास टक्क्यांनी एकदम खाली येईल. अर्थात हा ऱ्हास किती प्रमाणात होईल ते अनेक बाबींवर अवलंबून राहील. अमेरिकेतला ग्राहक सध्या आयात केलेल्या मालावर जो खर्च करतो तो वळवून देशांतर्गत झालेल्या उत्पादनाकडे किती लवकर वळतो हे पाहावे लागेल. तसेच डॉलरच्या हुंडणावळीचे मूल्य कधी सुधारेल याचा अंदाज बांधून गुंतवणुकदार अमेरिकेतल्या मत्ता आपल्या ताब्यात ठेवण्याचा निर्णय घेतील.

पूर्वी मेक्सिकोमध्ये १९९५ मध्ये पूर्व आशियात १९९७ - ९८ मध्ये आणि अर्जेंटिना २००२ मध्ये गंभीर पेचप्रसंग निर्माण झाले होते. तेथे चलनाच्या मूल्यात अचानक वेगाने घट झाल्यामुळे चलन बाजार कोसळला. परिणामत: जी कर्जे स्थानिक चलनात होती आणि ज्यांचे मूल्य डॉलरशी निगडित होते त्याचा बोजा प्रमाणाबाहेर वाढला. त्यातून सगळा देशच दिवाळखोर म्हणून जाहीर करायची वेळ आली. त्यापाठोपाठ खोलवर पसरलेली बंदी, उच्च खरे व्याजदर आणि आर्थिक व्यवस्थेमधली अनागोंदी यांचा सर्वांना अनुभव आला. अर्थात अशा पेचप्रसंगाच्या वेळी अमेरिकेचे वित्त सचिव रॉबर्ट रुबिन, आयएमएफचे प्रमुख मायकेल कॅम्‌देसस आणि स्टॅनले फिशर तसेच मेक्सिको आणि पूर्व आशियातील सेंट्रल बँकांचे प्रमुख या सर्वांनी एकत्रित प्रयत्न करून या आर्थिक पेचप्रसंगांची तीव्रता बरीच कमी केली. जर असे घडले नसते तर या देशातील लोकांना फार मोठी किंमत द्यावी लागली असती.

आता प्रश्न खरोखरी असा आहे की जर डॉलरचे मूल्य अचानकपणे कोसळले तर अमेरिका यापेक्षा काय वेगळे करू शकेल? मेक्सिको, पूर्व आशिया आणि अर्जेंटिना यांच्या प्रमाणेच डॉलर हेच अमेरिकेचे चलन आहे. जर डॉलरच्या खऱ्या मूल्यात घट झाली तर अमेरिकेचे जे आंतरराष्ट्रीय बाजारात कर्ज आहे त्याचेही मूल्य आपोआपच कमी होते. म्हणजे इतर देशांपेक्षा अमेरिकेची स्वत:ची परिस्थिती याबाबत वेगळी आहे.

जेव्हा डॉलरचे मूल्य कमी होते तेव्हा अमेरिकेतल्या सर्वसाधारण जनतेचे राहणीमान खालावते. परंतु इतर देशांमध्ये असे काही घडल्यावर जेवढा गोंधळ होतो आणि संकटे निर्माण होतात तसे काहीही अमेरिकेच्या आर्थिक जगात घडत नाही. त्यामुळे मेक्सिको, पूर्व आशिया आणि अर्जेंटिना यांच्या अर्थव्यवस्थेमध्ये जसे नादारीचे प्रश्न निर्माण झाले तसा प्रसंग अमेरिकेमध्ये भांडवलाची आयात थांबली म्हणून काही येणार नाही. जेव्हा या देशांमध्ये चलनाचा पेचप्रसंग निर्माण झाला त्यावेळी कामगारांचा रोजगार बुडाला आणि ते भिकेला लागले. शिवाय या देशातील चलने डॉलर्सशी निगडित असल्यामुळे त्यांच्या कर्जाचे मोल एकदम वाढले आणि परदेशातील जे गुंतवणुकदार होते त्यांना बुडालेल्या देणेदारांबरोबर वाटाघाटी करण्याची वेळ आली. जर डॉलरच्या मूल्यात अचानक घट झाली तर मात्र वेगळी परिस्थिती निर्माण होईल. अशा प्रसंगात ज्या मालाची निर्यात अमेरिकेला होते त्या देशातील कामगार गरीब होतील आणि परदेशातील ज्या गुंतवणुकदारांनी डॉलरमध्ये आपल्या मत्ता विकत घेतल्या असतील त्यांच्या मूल्यात मोठी घट होईल. असे घडल्यानंतर जेव्हा कधी डॉलरचे अवमूल्यन होईल त्यावेळी मात्र जे अमेरिकन ग्राहक आयात केलेल्या वस्तू वापरतात त्यांच्यावर परिणाम होईल. तसेच ज्या उद्योगात आयात केलेल्या वस्तूंचे ग्राहकांना वाटप केले जाते त्यांच्यावरही बराच नकारात्मक परिणाम होईल.

थोडक्यात म्हणजे पतदारांविषयी खात्री नसतानाही अमेरिकेमध्ये भांडवलाची निर्यात का होते हा प्रश्न शिल्लक राहतो. येत्या काळात कधीतरी परदेशातल्या गुंतवणुकदारांचा विश्वास कमी होईल हे खरे. परंतु आज कोणताच अभ्यासक ही वेळ नेमकी कधी येईल याचे भविष्य सांगू शकणार नाही.

■

५.३ अमेरिकेचा डॉलर

जगाच्या चलन बाजारात अमेरिकेचा डॉलर अनेक प्रमुख देशांच्या चलनांच्या नात्यात दुबळा आहे यात काही नावीन्य राहिले नाही. याचा अर्थ अमेरिकेची व्यवस्था अस्थिर होत आहे आणि कोलमडून पडणार आहे असा अजिबात नाही. परंतु शीतयुद्धाचा शेवट झाल्यानंतर नव्वदीच्या दशकात अमेरिका ही एकच महासत्ता उरली आणि ती तेव्हापासून बेबंदपणे वागत आहे. त्यामुळे जगातले संतुलन बिघडले आहे आणि अनेक देशांना अशा बलाढ्य आर्थिक शक्तीच्या एकमेव देशापुढे कसे टिकून राहायचे याची भ्रांत पडली आहे. अशी कोणत्याही एका देशाची दादागिरी नेहमीच चिंतेचा विषय बनते कारण मग नेहमीच्या राजकीय आणि मुत्सद्देगिरीच्या विचार विनिमयाला वाव रहात नाही. काही वेळा अशा असंतुलित परिस्थितीतून टोकाच्या प्रतिक्रिया उमटतात आणि सगळे जगच धोक्यात येते. नव्वदीच्या सुरूवातीपासून मागच्या पंधरा वर्षात अमेरिकेने असे एक वातावरण निर्माण केले आहे.

या बरोबरच आपल्या अर्थव्यवस्थेत अमेरिका कर्जाचे डोंगर उभे करत आहे आणि आपल्या अधिदान शेषात (बॅलन्स ऑफ पेमेंट्स) वाढती तूट निर्माण करत आहे. त्याची फक्त अमेरिकाच नाही परंतु उरलेल्या जगालाही किंमत चुकवावी लागत आहे. त्यामुळे अमेरिकेच्या आर्थिक धोरणांची सगळ्यांना दखल घ्यावी लागते आणि चिंतेचे ओझे वहावे लागते.

विशेष म्हणजे डॉलर हलका होत आहे हे बघून अमेरिकेतला वित्तबाजार खुशीत आहे आणि अध्यक्ष बुश यांचे प्रशासनही स्वत:वर खुष आहे. नोव्हेंबर २००४ महिन्यात अध्यक्षपदाची निवडणूक संपल्यावर वॉल स्ट्रीटवरच्या शेअर बाजारात चैतन्य आले आणि इतर देशातले शेअर बाजारही उसळले. आश्चर्य म्हणजे जर डॉलर हलका आहे आणि अधिक हलका होणार आहे तर अमेरिकेतल्या समभागातील आणि रोख्यातील गुंतवणूक कमी व्हायला पाहिजे होती. तसे काही झाले नाही. कदाचित याचा एक अर्थ म्हणजे गुंतवणुकदारांना डॉलर हलका होत आहे हे अमेरिकेच्या हिताचेच आहे असे बहुधा वाटत असावे. त्यातूनच तेथे आर्थिक वाढ होणार आहे असा हा समज दिसतो.

अर्थशास्त्राच्या दृष्टीने हे सगळेच अजब आहे. अमेरिकेच्या चालू खात्यात ५०० अब्ज डॉलर (५०० बिलियन डॉलर)पेक्षा अधिक तूट आहे आणि याचे जीडीपीबरोबर गुणोत्तर जवळपास सहा टक्के आहे. खरे तर अमेरिकेच्या सत्ताधाऱ्यांना याची काळजी वाटायला हवी. परंतु इतर देशातले राज्यकर्तेच या चलनबाजारातल्या गोंधळाविषयी काळजी दाखवत आहेत. त्याचे कारण म्हणजे डॉलरच्या या अधोगतीमुळे अनेक देशांच्या चलनांवर त्यांचे अधिमूल्यन (ॲप्रिसिअेशन) करावे याचे दडपण येणार आहे आणि त्या देशांना ते नको आहे.

अमेरिकेतल्या धोरणकर्त्यांनी भांडवली खात्यातून चालू खाते सक्रिय होते असा बहुदा अपारंपरिक दृष्टीकोन स्विकारलेला दिसतो. वॉशिंग्टनमधल्या प्रशासनाचा असा एक समज दिसतो की अमेरिकेत फारच भांडवलाची आयात होत आहे आणि त्याचे कारण म्हणजे जगात इतर ठिकाणी भांडवल गुंतवण्यासाठी चांगल्या संधी नाहीत. अमेरिकेच्या चालू खात्यात तूट आहे कारण युरोप आणि जपानमधून करण्यात येणारी अमेरिकेच्या मालाची आयात दुबळी आहे. हे सगळेच अजब तर्कशास्त्र आहे.

अमेरिकेतल्या वित्तबाजारांचा डॉलर हलका होण्याबाबत जो प्रतिसाद आहे त्यामुळे बुश यांच्या प्रशासनाचा कलही तसाच आहे. यातून चालू खात्यातील तूट दुरुस्त करता येईल असा त्यांनी समज करून घेतला आहे. अमेरिकेची अर्थव्यवस्था आणि त्याबरोबरच जगाची अर्थव्यवस्था यांना उत्साहित करण्यासाठी डॉलर हलका करण्याचे धोरण चांगले आहे कारण त्यातून इतर देश आपले व्याजदर कमी करतील आणि आपल्या देशांतर्गत मागणीला चेतना देतील अशी अमेरिकेची अपेक्षा दिसते. अशावेळी चलनबाजारात स्पर्धा होईल आणि अमेरिकेच्या डॉलरची त्याला साथ मिळेल.

पारंपरिक विचारानुसार चालू खात्यात जेव्हा मोठी तूट असते तेव्हा काही पर्यायांची जुळणी केली जाते. त्यात चलनाचे अधोमूल्यन (डेप्रिसिअेशन), उपभोग आणि मागणीत घट आणि वाढीव व्याजदर यांचा समावेश होतो. अमेरिकेतले राज्यकर्ते फेडरल रिझर्व्हचे अध्यक्ष ॲलन ग्रीनस्पॅन यांच्या सल्ल्यानुसार नेमकी उलटी धोरणे अंमलात आणत आहेत. ग्रीनस्पॅन यांनी अमेरिकेच्या डॉलरविषयी काही भाष्य केले होते. त्यामध्ये त्यांनी डॉलर तुलनेने हलका झाला तर चालू खात्यातील तूट कमी करणे शक्य होईल असे काही संकेत दिले होते.

लगेचच बाजारातल्या निरीक्षकांनी या शब्दातून एक निष्कर्ष काढला. त्यांच्या मते ग्रीनस्पॅन यांना डॉलर हलका झालेला हवा आहे आणि हा चीनच्या राज्यकर्त्यांना इशारा आहे. डॉलर यापुढे हलकाच रहाणार आहे आणि चीनने हे वास्तव आता मान्य करावे आणि आपल्या चलनाचे पुनर्मूल्यन करण्याची मानसिक तयारी करावी. साधारणपणे चीनच्या चलनाचे अधिमूल्यन होणे सगळ्यांनाच अपेक्षित आहे आणि

त्यामागची कारणमीमांसा हा काही फारसा वादाचा विषय नाही. परंतु या सर्व टीकाकारात ग्रीनस्पॅन यांनी सामील होऊन डॉलर हलका होणार आहे याचे संकेत देणे हा खरा आश्चर्याचा भाग आहे.

कोणी कशाची इच्छा करावी असे असले तर ग्रीनस्पॅन यांनी अधिक सावध राहाण्याची गरज आहे. ते जेव्हा फेडचे प्रथम अध्यक्ष झाले त्यावेळी ऑक्टोबर १९, १९८७ या दिवशी अमेरिकेतल्या शेअर बाजारात एक दिवसातली सर्वात मोठी घसरण झाली होती. दुसऱ्या युद्धानंतरच्या काळातली शेअर बाजारातील ही खळबळजनक घटना होती. हा बाजार इतक्या प्रमाणात कोसळला कारण डॉलरचे मूल्य घसरणीला लागले होते आणि गुंतवणुकदार भांडवल काढून घेत होते. त्याचे कारण म्हणजे अमेरिकेच्या चालू खात्यात आणि अर्थसंकल्पात तूट होती. अमेरिकेतले दीर्घ मुदतीचे व्याजदर १९८७च्या उन्हाळ्यात वाढू लागले होते आणि शेवटी ऑक्टोबर १९,१९८७चा काळा सोमवार सगळ्यात धक्कादायक ठरला.

यावेळी २००४ साल संपायच्या सुमारास अमेरिकेतले दीर्घकाळाचे व्याजदर जेमतेम हालले आहेत. मागच्या १९८७ मधली आणि आताची परिस्थिती यातला मुख्य फरक म्हणजे चलनवाढीचा अजिबात दबाव नाही. त्यावेळी चलनवाढ टप्प्याटप्प्याने सतत होत होती आणि फेडही हतबल आहे असा समज पसरला होता. त्यामुळे अमेरिकेतल्या मत्तांवरचा विश्वास ढळू लागला होता. आजच्या परिस्थितीत ज्या काही चलनवाढीच्या खुणा दिसत आहेत त्या अगदी माफक आहेत.

दुसरा विचार केला तर मागच्या १९८७च्या तुलनेने आज अमेरिकेच्या अर्थव्यवस्थेमधली प्रमुख परिमाणे अगदी असमाधानकारक आहेत. अर्थसंकल्पीय तूट आणि अधिशेषातील तूट हाताबाहेर गेली आहे आणि आर्थिक वाढही धिमीच आहे. अशा परिस्थितीत डॉलरचे ढासळणारे मूल्य हे एक न टळणारे वास्तव सगळ्यांच्या पुढे उभे आहे आणि त्याला सामोरे कसे जायचे हा प्रश्न आहे. अशा प्रसंगात एखादी अकल्पित घटना अचानक घडते आणि सगळे चित्रच बदलते. अमेरिका अशा काठावर उभी आहे.

मागच्या इतिहासाची काही दखल घ्यायची असली तर सध्याचा प्रसंग त्याला अगदी योग्य आहे. मागच्या ३० वर्षात डॉलरचे मूल्य भरीव प्रमाणात म्हणजे व्यापाराशी निगडित विनिमय दर २० टक्क्यांनी घटले असे दोन प्रसंग आहेत. प्रथम १९७६ ते १९७८ नंतर १९८५ ते १९८७ या काळात डॉलरचे मूल्य २० टक्क्यांहून घटले आणि त्याबरोबर चलनाच्या बाजारात अशांतता पसरली. त्याचा एक परिणाम म्हणून अमेरिकेतल्या मत्तांचे मूल्यही कमी झाले. सध्याही २००२ सालात व्यापाराशी निगडित चलनाचे जे सर्वाधिक मूल्य होते त्या मानाने डॉलर २५ टक्क्यांनी हलका झालेला आहे.

चलन बाजारात साहजिकच सट्टेबाज गुंतवणुकदार गोंधळाची संधी शोधत आहेत. आता बघताबघता परिस्थिती हाताबाहेर जाऊ शकेल. अजून काही झळ पोचली नाही म्हणून अमेरिकेतले धोरणकर्ते फक्त डॉलरच्या मूल्याविषयी बोलण्याचे काम करून वेळ मारून नेत आहेत. याने काही पुरेसा परिणाम होणार नाही हे त्यांनी समजून घेतले पाहिजे. बाजारात कोणत्याही गोष्टींवरचा विश्वास बघताबघता हवेत उडून जाऊ शकतो आणि तसे नेमके मागे १९८७ मध्ये एकदा घडलेले आहे.

अर्थात आशियातल्या देशांनी आपल्या चलनांच्या पुनर्मूल्यांकनात पुढाकार घेतला पाहिजे हे खरे आहे. त्यात चीनचा क्रमांक पहिला आहे. परंतु जगातल्या सगळ्याच चलनांच्या नव्या मांडणीत ते घडणार आहे. या मधल्या काळात अमेरिकेने आपल्या डॉलरचे मूल्य कसे टिकून राहील याचा अग्रक्रमाने विचार केला पाहिजे. सध्या फक्त अधूनमधून बोलण्याचेच काम ती करत आहे. येणारा प्रसंग अधिक बाका आहे.

■

५.४ डॉलरचे मोल

अमेरिकेचे करंट अकौटंट डेफिसिट सारखे वाढत आहे आणि त्यामुळे त्यांचे जगातले परकीय कर्ज सर्वात मोठे आहे. अशी वाढती तूट असूनही डॉलरचे मूल्य वाढतच आहे.

दोन गोष्टींमुळे डॉलरचे मूल्य ढासळू शकते. एक म्हणजे अमेरिकेच्या वित्त मंत्र्यांनीच वेडेवाकडे बोलणे किंवा जगाच्या तुलने अमेरिकेची अर्थव्यवस्था अडचणीत येणे. यावर्षी जगाने या दोन्ही शक्यतांचा अनुभव घेतला आहे. डॉलरच्या मूल्यात चढउतार झाले परंतु त्यामुळे काही आणखी पडझड झाली नाही आणि यापुढेही डॉलर स्थिर राहील अशी आशा करायला हरकत नाही.

वित्त मंत्र्यांचे दोन प्रकार असतात. एक म्हणजे रॉबर्ट रुबीन यांच्यासारखे. यांना डॉलर बळकट असला की व्याजदर कमी असतात आणि त्यामुळे दीर्घकाळात भक्कम पायावर आर्थिक विकास होतो हे कळते. दुसरा प्रकार म्हणजे सध्याचे मंत्री पॉल ओनील. हे तीव्र स्पर्धा कशी राहील एवढाच विचार करतात. यांना भांडवली बाजाराविषयी फारसे काही कळत नाही. मागचे अध्यक्ष जिमी कार्टर होते त्यावेळी बाजारात हस्तक्षेप, औद्योगिक कार्टेल अशांमुळे आर्थिक व्यवस्थापन दुबळे झाले होते.

आत्ताचे ट्रेझरी सेक्रेटरी ओनील हे औद्योगिक उत्पादनाच्या क्षेत्रामधून पुढे आलेले आहेत. अशा मंडळींना डॉलर दुबळा असला की औद्योगिक मालाची निर्यात सुकर होते असे वाटत असते. डॉलर महाग असला तर विक्रीवर परिणाम होतो आणि उद्योजकांचा बाजारातला वाटा कमी होतो. त्यामुळे डॉलर बळकट होऊ लागला की त्यांची चिंता वाढते. सचिव ओनील हे प्रथमपासूनच डॉलर विषयी द्विधा मन:स्थितीत आहेत. रॉबर्ट रुबीन म्हणतो त्याप्रमाणे डॉलर भक्कम असला की अमेरिकेचे हित साधते असे त्यांनी स्पष्टपणे म्हणावयास हवे होते. त्याऐवजी ते अडखळले आणि लगेचच डॉलरचे मोल दोलायमान झाले.

हे घडले आणि अध्यक्ष बुश यांना हस्तक्षेप करावा लागला. त्यांना बहुधा फेडरल रिझर्व्हचे अध्यक्ष ॲलन गीनस्पॅन यांनी भरवसा दिला असावा. त्यांनी असे

म्हटले की बाजारभाव ठरवेल ते डॉलरचे मूल्य अमेरिकेला मान्य आहे. थोडक्यात म्हणजे त्यांनी डॉलरचे मोल कमी करण्यासाठी बाजारात हस्तक्षेप करण्याची शक्यता पार फेटाळून लावली. यामुळे गीनस्पॅन यांना फेडचे व्याजदर अजूनही कमी करण्याची मुभा मिळाली. त्यातूनच आर्थिक मंदीवर तोडगा मिळेल आणि परत एकदा वाढीची प्रक्रिया सुरू होईल अशी अपेक्षा आहे. यातूनच अमेरिकेतल्या औद्योगिक उत्पादनाच्या क्षेत्राला उत्तेजन मिळण्याची शक्यता जास्त आहे. डॉलरचे अवमूल्यन करून अमेरिकेच्या औद्योगिक मालाला मागणी वाढणार नाही.

दुसरी शक्यता आजही खरी होऊ शकते. ती म्हणजे जगाच्या तुलनेने अमेरिकेची अर्थव्यवस्था अधिक बिघडणे. बऱ्याच अभ्यासकांना हा धोका आता वाटत नाही. अर्थव्यवस्था अगदी तळाच्या पातळीवर रखडली आहे हे खरे. परंतु वैयक्तिक करांमध्ये बरीच सूट देण्यात आलेली आहे आणि व्याजदरही बरेच खाली आलेले आहेत. थोड्याफार प्रमाणात ग्राहकांची मागणी अधिक खालच्या पातळीवर न जाता स्थिरावली आहे.

अशा पार्श्वभूमीवर जपान आणि युरोपातील देश यांच्याकडून काही अपेक्षा करता येतील का असा प्रश्न आहे. जपानच्या बाबत आजतरी काहीच आशेला जागा नाही. युरोपच्या बाबतही फार वाव नाही. थोडक्यात म्हणजे येत्या काळात डॉलर हा भक्कम राहील अशीच चिन्हे दिसत आहेत.

काही प्रमाणात अर्जेंटिनाचे कर्जाचे प्रश्न गंभीर होऊ शकतील आणि त्यामुळे कदाचित डॉलर कमजोर होऊ शकेल. तसेच तुर्कस्थानच्या अडचणींमुळे युरो अस्थिर होऊ शकेल. परंतु या दोन्ही शक्यता मर्यादित आहेत. काही दिवसांपूर्वी नव्याने निर्माण झालेली युरो हा डॉलरला चांगली स्पर्धा देईल असा अनेकांचा कयास होता. परंतु युरोची किंमत खाली गेली आणि अनेकांचे भाकित खोटे ठरले.

असे असले तरी युरोची संकल्पना ही मूळात चांगली आहे. त्याचे आर्थिक फायदे नजीकच्या भविष्य काळात युरोपला मिळतीलच. जशी धोरणे ठरतात त्याप्रमाणे विदेशी चलनाचे मूल्य बाजारात ठरते हे लक्षात ठेवणे आवश्यक आहे. आज युरोपातल्या देशांमध्येच पुरेशी एक वाक्यता नाही आणि परिणामी युरोपचे बाजारातले स्थान दोलायमान आहे. युरोपच्या एकीकरणाची प्रक्रिया ही दीर्घकाळ चालणारी आहे आणि त्यामुळे युरोचे भविष्यही सावकाशीनेच ठरणार आहे. त्यामानाने अमेरिकन अर्थव्यवस्था बलवान आहे आणि त्याचे प्रतिबिंब म्हणून डॉलरही नेहमीच स्थिर आणि बळकट राहणार आहे. एका परीने बाजारभाव ठरण्याची ही नैसर्गिक प्रक्रिया आहे.

हे खरे की अमेरिका परदेशातून नेहमीच कर्ज उभारू शकणार नाही आणि कधीतरी आजचा करंट अकौंटंट डेफिसिट शून्यावर येईल. त्यावेळी डॉलरचे मूल्यही

बदलेल. परंतु या शक्यता नजीकच्या काळात घडून येणार आहेत असे नाही. मधल्या काळात इंटरनेटच्या क्षेत्रात जो अतिरेक झाला त्याची दुरुस्ती आज करण्यात येत आहे. परंतु रोजगार वाढविण्याच्या दृष्टीने आणि त्यासाठी आवश्यक असलेल्या आर्थिक सुधारणांमुळे अमेरिकेमध्ये नजीकच्या काळात विकासाची क्षमता वाढलेली आहे.

मागच्या दशकात जी दीर्घकाळ अमेरिकन अर्थव्यवस्थेमध्ये वाढ झाली त्यावर अनेकांनी टीका केली आहे. काही असले तरी आज मंदीच्या परिस्थितीतही अमेरिकेत वरच्या पातळीवर रोजगार आहे आणि अर्थव्यवस्था स्थिर आहे. आजही परदेशातून अमेरिकेमध्ये भांडवल येत राहील कारण तेथे नफा मिळविण्याच्या शक्यता सर्वाधिक आहेत. आजही अमेरिका जगामध्ये पहिल्या नंबरची अर्थव्यवस्था म्हणून सर्वांना मान्य आहे. यामुळे डॉलरला दुसरा काही पर्याय निर्माण होईल अशी नजीकच्या काळात तरी शक्यता दिसत नाही.

■

५.५ जगात डॉलरचे स्थान

जागतिक व्यवस्थेमध्ये आज एक विरोधाभास आहे. मागच्या दशकाहून अधिक काळ अमेरिका ही एकच महासत्ता उरलेली आहे. अकरा सप्टेंबरच्या हल्ल्यानंतर आणि नुकताच इराकमध्ये हस्तक्षेप केल्यावर अमेरिकेचे नेतृत्त्व आणि आर्थिक शक्ती जागतिक राजकारणातल्या एक प्रमुख चर्चेचा आणि काळजीचा विषय बनला आहे. याच वेळी आर्थिक व्यवस्थेमध्ये अमेरिकेचे चलन दुबळे होत आहे. राजकीय सत्तेचे महात्म्य वाढत असताना नेमके त्याचवेळी एका महासत्तेचे आर्थिक स्थान दुबळे होत आहे हा एक मोठा आंतर्विरोध आहे. यातला परस्पर संबंध हाच एक मोठा विषय आहे. परंतु या लेखात अमेरिकेचा डॉलर जगातल्या सर्व चलनांच्या तुलनेत का दुबळा होत आहे याची चर्चा केली आहे. अर्थात याबाबत अभ्यासकांचे अनेक दृष्टीकोन आहेत त्यांचा हा आढावा आहे.

मागच्या तीन वर्षात अमेरिकेच्या अर्थव्यवस्थेची वाढ रखडली होती. विशेष म्हणजे त्या अगोदरच्या आठ वर्षात अमेरिकेमध्ये कधीही पूर्वी आली नव्हती अशी एक भरभराटीची लाट अनुभवास आली. अमेरिकेत काय घडते यावर उरलेल्या जगाचे स्वास्थ्य अवलंबून असल्यामुळे या विषयात सगळ्यांचेच जीव गुंतलेले आहेत. आता मंदी संपत आली आहे आणि शेअर बाजारात सुधारणा होत आहे. अर्थात ही परतीची वाटचाल अडखळत आहे परंतु या वर्षाच्या उरलेल्या सहा महिन्यात मंदीवर मात होईल अशी सुचिन्हे दिसत आहेत. त्यामुळे सगळ्यांचेच चेहरे उजळले आहेत.

जेव्हा एखादा देश मंदीच्या सावटातून बाहेर येत असतो तेव्हा ती एक नाजूक बाब असते. मुख्य म्हणजे उत्पादनाचे आणि भांडवलाचे महत्त्वाचे निर्णय घेणारे उद्योजक यांची कोणत्याही धोक्याला तोंड देण्याची क्षमता अगदी कमी झालेली असते. इराकमधले युद्ध थोडक्यात आटोपले आणि सगळ्यांनी श्वास टाकला. परंतु इराकच्या पुनर्निर्माणाच्या कामात अडचणी आणि घातपात वाढले आहेत आणि आता तर बगदादमधले युनोचे कार्यालयच उध्वस्त करण्यात आलेले आहे. म्हणजे दरवेळी नव्यानव्या संकटांना सामोरे जावे लागत आहे. मध्यंतरी आशियामध्ये सार्स

रोगाचा प्रादुर्भाव झाला आणि त्यातून परत अर्थव्यवस्थेला हादरा बसला. थोडक्यात म्हणजे मंदीचा शेवट डोळ्यापुढे आहे पण हा परतीचा प्रवास सरळमार्गी दिसत नाही.

अमेरिकेतले मुद्रा धोरण अधिकाधिक लवचिक बनत आहे आणि फेडरल रिझर्व्हचे अध्यक्ष ग्रीनस्पॅन यांना किमती स्थिर राखण्याच्या प्रयत्नात चलनसंकोचाच्या धोक्याचा विचार करावा लागत आहे. फेडरल रिझर्व्हची ओपन मार्केट कमिटी आहे आणि त्यांनी एक विधान केलेले आहे. त्यांच्यामते आता चलन फुगवट्याचा धोका अगदीच दुर्लक्ष करण्याइतपत आहे आणि या वाढत्या किंमतीत अचानक आणि भरीव उतार होण्याचीच शक्यता आहे. अर्थात ही शक्यता चिल्लर आहे आणि त्याचे स्वागतही करता येणार नाही.

वर्षानुवर्षे अमेरिकेच्या परदेश व्यापारात तूट आहे आणि त्यांच्या अर्थसंकल्पातही सतत तूटच आहे. फक्त मागच्या दशकातल्या आठ वर्षाच्या भरभराटीमध्ये अमेरिकेच्या इतिहासात प्रथमच वित्तीय तूट संपली आणि अर्थसंकल्पात शिल्लक दाखविण्यात आली. परंतु आता बुश यांच्या राजवटीत ती परिस्थिती परत येणार नाही. अशा संदर्भात यापुढेही डॉलर दुबळा राहील अशीच चिन्हे दिसत आहेत. अमेरिकेची जितकी क्षमता आहे त्यापेक्षा आर्थिक उलाढाल कमी होत आहे. फेडरल रिझर्व्हच्या कॅरोलिन फुएन्ड अर्थशास्त्रज्ञ आहेत त्यांच्या अपेक्षेनुसार जेव्हा करंट अकाऊंट डेफिसिट हे जीडीपीच्या पाच टक्क्यांवर पोहोचते तेव्हा करंट अकाऊंटमध्ये उलटे बदल होऊ लागतात. सध्या करंट अकाऊंट डेफिसिट पाच टक्के आहे आणि त्यामुळे यापुढेही डॉलरचे मूल्य ढासळत राहणार असे दिसते. लांबचा विचार केला तरीही जेव्हा अमेरिकेच्या विदेशी व्यवहारात दुरुस्ती केली जाईल तेव्हाही डॉलरचे मूल्य कमीच होईल अशी अपेक्षा आहे. यामध्ये व्यापाराच्या आधारावर जे खरे मूल्य ठरेल ते लक्षात घेतले आहे.

आता मध्यंतरीच्या काळात यावर्षी अमेरिकेची अर्थव्यवस्था जसजशी सुदृढ होईल त्याप्रमाणात युरोपियन युनियन आणि जपान यांच्यातल्या वाढीच्या दरात फरक राहील. त्यामुळे युरो आणि येन हे मागेच राहतील. तसेच अशा परिस्थितीत अमेरिकेत भांडवलाची आयात वाढेल आणि त्याप्रमाणात डॉलरला थोडा काळ का होईना शक्ती मिळेल. याचे एक कारण म्हणजे आजही अमेरिकेच्या अर्थव्यवस्थेमध्ये चिंतेच्या बाबी असल्या तरीही तेथे जपान आणि युरोपियन युनियनपेक्षा उत्पादकतेची पातळी वरची आहे. याउलट युरोपियन युनियन आणि जपानमध्ये त्यांच्या बाजार व्यवस्थेमध्ये जो ताठरपणा आहे त्याची किंमत द्यावी लागत आहे. विशेषत: वर्षानुवर्षे राबविलेल्या कल्याणकारी योजना आणि सरकारी कर्मचारी आणि मजूरवर्ग यांच्या दबावामुळे जुन्या धोरणात अनेक सुधारणा होऊ शकत नाहीत. त्याचा एकत्रित परिणाम म्हणून त्यांची उत्पादकता वाढू शकत नाही. तसेच आर्थिक भरभराटीतून

नागरिकांचे जीवनमान वाढले आहे आणि आयुष्यमानही वाढले आहे. परिणामत: या देशातल्या निवृत्तिवेतनाचा बोजा शासन पेलू शकत नाही. लोकसंख्या वाढीत मूलभूत बदल होत असल्यामुळे उपलब्ध मनुष्यबळाचेही अनेक प्रश्न निर्माण झालेले आहेत.

यात भर म्हणून युरोपमधला सगळ्यात मोठा देश जर्मनी चलनसंकोचाला तोंड देत आहे. त्याचबरोबर जपानमध्येही गेली तीन वर्षे चलनसंकोच रुळला आहे. थोडक्यात म्हणजे तुलनेने विचार केला तर युरोपियन युनियन आणि जपानपेक्षा जेव्हा अमेरिकेमध्ये तिच्या क्षमतेइतकी आर्थिक उलाढाल वाढेल तसतसे मध्यंतरीच्या काळासाठी २००४च्या सुरुवातीला डॉलरचे मूल्य थोडे का होईना वाढले.

डॉलरचे आणि रुपयाचे नाते कसे असेल त्याचा अंदाज घेता येईल. मागच्या जून २००२ पासून रुपयाचे मूल्य वाढत आहे. जून २००२ मध्ये रु. ४९.०४ बरोबर एक डॉलर ही पातळी होती. आज रुपयाची शक्ती वाढून ही पातळी रु. ४६ बरोबर एक डॉलर पेक्षा कमी आहे. अर्थात याचे कारण म्हणजे डॉलर दुबळा आहे जून २००२मध्ये युरो आणि डॉलर याचे मूल्य ०.९३ होते ते सध्या १.०९ आहे. त्याचबरोबर देशाचा परदेशी चलनाचा साठा ८५ अब्ज डॉलर (८५ बिलियन डॉलर)च्या वर गेला आहे आणि तो सतत वाढत आहे.

भारताच्या परदेशी चलनाच्या साठ्यात सतत भक्कम वाढ होत आहे याचे कारण म्हणजे अधिदान शेषात (बॅलन्स ऑफ पेमेंट्स) मूलभूत बदल होत आहेत. त्यातला सर्वात लक्षणीय बदल म्हणजे देशाची वर्षानुवर्षे करंट अकाऊंटमध्ये तूट येत होती. वित्त वर्ष २००२ मध्ये मागच्या चोवीस वर्षात परत प्रथमच करंट अकाऊंटमध्ये अतिरिक्त शिल्लक जमा झाली. यापुढेही व्यापारातली तूट कमी होण्याची शक्यता फारशी नाही कारण आपला खनिज तेलाच्या आयातीवर खूप खर्च होतो. परंतु अप्रत्यक्ष आयातीतून येणारे उत्पन्न यापुढेही भरपूर प्रमाणात येत राहील याची निश्चिती दिसते. माहिती तंत्रज्ञानाच्या निर्यातीत वेगाने वाढ होत आहे. ती वित्त वर्ष ०२ मध्ये ६.१ अब्ज डॉलर (६.१ बिलियन डॉलर) होती आणि त्यात चालू वर्षात किमान २० टक्क्याहून अधिक वाढ अपेक्षित आहे. बीपीओच्या (बिझनेस प्रोसेस आऊटसोर्सिंग) मार्गाने २००२ मध्ये १.६ अब्ज डॉलर (१.६ बिलियन डॉलर) मिळाले.

माहिती तंत्रज्ञानाच्या सेवांव्यतिरिक्त परदेशातून परत पाठविण्यात आलेले उत्पन्न हाही एक पर्याय आपले योगदान देत आहेत. मागच्या अकरा सप्टेंबरच्या घातपातानंतर पूर्वी जसे अनधिकृतपणे पैसे देशात येत होते तो मार्ग आता पूर्णपणे थांबलेला आहे. सध्या जीडीपीतली वाढ सुमारे ५.५ टक्के ते ६.० या दरम्यान अपेक्षित आहे आणि यंत्रनिर्मित मालाच्या उत्पादनात बऱ्यापैकी वाढ होईल असा अंदाज आहे. असे असले तरी मागच्या काही वर्षाच्या अनुभवावरून आयातीमध्ये अचानक फार मोठी

वाढ होईल अशी शक्यता दिसत नाही. या सर्व बाबींचा विचार करता अप्रत्यक्ष आयातीच्या मार्गाने उत्पन्नात वाढ होईल आणि देशाच्या करंट अकाऊंटमध्ये सतत शिल्लक जमा होईल अशीच चिन्हे दिसत आहेत.

येत्या सप्टेंबर अखेरीला स्टेट बँकेला रिसर्जंट इंडिया बॉन्डस् आरआयबीची परतफेड करायची आहे आणि त्यात सुमारे चार अब्ज डॉलर (चार बिलियन डॉलर) खर्ची पडतील. चालू वित्त वर्ष ०४ मध्ये अधिदान शेषात नक्त १२ अब्ज डॉलर (बारा बिलियन डॉलर)ची भर पडेल असा अंदाज आहे. अशा परिस्थितीत रिझर्व्ह बँक आपल्या मागच्या धोरणानुसार चलन व्यवस्थेवर बारीक लक्ष ठेवेल परंतु तरीही बाजारामध्ये व्याजदर हलके राहतील असे गृहीत धरायला हरकत नाही. तसा एकूण जगामध्येच अनुभव असल्यामुळे व्याजदर कमी होण्याकडेच कल राहील. या सर्वांची गोळा बेरीज म्हणून रुपयाच्या मूल्यात थोड्याफार प्रमाणात वाढ होईल आणि डॉलरच्या मूल्यात घट होईल असा नजीकच्या काळातला घटनाक्रम व्यवहाराला धरून दिसतो.

■

५.६ जगावर डॉलरचे राज्य

गेल्या काही महिन्यात अमेरिकेचा डॉलर अडचणीत आला आहे. विशेष म्हणजे आत्तासुध्दा ज्या पातळीवर तो टिकून आहे त्यासाठी अमेरिकेची निर्यात अधिक होत आहे हे कारण नाही. उलट अमेरिकेच्या अर्थव्यवस्थेत मोठ्या प्रमाणावर भांडवलाची आयात होत आहे हे त्याचे कारण आहे. अमेरिकेमध्ये मुळातच भांडवलाचा साठा मोठा आहे. यावर्षी करंट अकाऊंट डेफिसीट ५०० अब्ज डॉलर (५०० बिलियन डॉलर) होईल म्हणजे दर कामाच्या दिवशी सुमारे नक्त दोन अब्ज (दोन बिलियन) डॉलर भांडवलाची आयात होईल असे हे प्रमाण आहे.

अनेक अभ्यासकांच्या मते इतक्या प्रमाणावर तूट असणे म्हणजे जगातल्या एकूण बचतीवर हा निष्कारण दबाव आहे. ही भांडवलाची आयात कोणत्याही कारणामुळे अचानक थांबली तर डॉलरचे मूल्य एकदम किमान २५ टक्क्यांनी घटेल. आश्चर्य म्हणजे अमेरिकेचे कोषागार सचिव पॉल ओनिल अगदी निश्चिंत आहेत. त्यांच्यामते करंट अकाऊंट डेफिसिट ही एक निरर्थक संकल्पना आहे आणि इतरांच्या आग्रहामुळे यावर त्यांना भाष्य करावे लागते.

एका अर्थाने डॉलर हा काही फक्त अमेरिकेचा विषय नाही कारण ते काही फक्त अमेरिकेचे चलन नाही. एकूण बाजारात असलेल्या डॉलर बिलांपैकी निम्म्यापेक्षा अधिक अमेरिकेच्या बाहेर वापरात आहेत. तसेच अनेक परदेशातल्या सेंट्रल बँकांनी अमेरिकेच्या ट्रेझरी बॉन्डस्‌मध्ये गुंतवणूक करून साठा म्हणून ठेवले आहेत. हा आकडा ट्रेझरी बॉन्डसच्या निम्म्यापेक्षा अधिक आहे. युरोपात युरोपियन युनियनने युरो हे नवे चलन वापरात आणले असले तरी त्याने अजून डॉलरची जागा घेतलेली नाही. आंतरराष्ट्रीय वित्त पुरवठा करणारे व्यापारी डॉलरमध्येच उधारी करतात आणि कर्ज देतात. अशा व्यवहारात अमेरिकन नसले तरी डॉलरचा वापर होतो.

सगळ्या इतिहासात सोन्याला जी प्रतिष्ठा होती ती आता डॉलरला आहे. याचे कारण म्हणजे सर्वात मोठ्या प्रमाणावर डॉलर हा विनिमयाचे माध्यम

म्हणून आणि मूल्याचा साठा म्हणून स्वीकारला गेला आहे. युनिव्हर्सिटी ऑफ टेस्सीचे पॉल डेव्हिडसन आणि स्टॅनफर्ड विद्यापिठाचे रोनाल्ड मॅकिनॉन यांच्या मते जसे जगामध्ये एकोणिसाव्या शतकात सोने हे एक मानक म्हणून सर्वमान्य होते तसे आता विसाव्या शतकात डॉलरच्याबाबत म्हणता येईल.

साधारणपणे एक शतकभर म्हणजे १९१४ पर्यंत जगातील प्रमुख देशांची चलन व्यवस्था सोने हे मानक धरून उभी होती. सुमारे एक औंस सोने चार पौंड किंवा वीस डॉलरला विकत घेता येत होते. तत्त्वत: आता जगातल्या सर्व देशांच्या चलनांचे मूल्य एकमेकाशी निगडित असते आणि ते सहजपणे बदलावे असे अपेक्षित आहे. परंतु प्रत्यक्ष व्यवहारात फारच थोड्या चलनांचे मूल्य अगदी मुक्तपणे बदलते. प्रत्येक देशाला जागतिक बाजारात आपल्या स्पर्धेची क्षमता कमी होईल याची साधार भीती असते. जर डॉलरच्या तुलनेने आपल्या चलनाचे मूल्य वाढले तर निर्यातीवर दुष्परिणाम होईल आणि जर हे मूल्य फार कमी झाले तर चलन फुगवटा होईल हा धोका असतो. जोपर्यंत अमेरिकेतल्या वस्तूंच्या किंमती स्थिर असतात तेव्हा डॉलर भक्कम आणि स्थिर असतो आणि जगातल्या सगळया चलनांना त्यातून एक निश्चित स्थैर्य आणि आधार मिळतो. असे झाले नसते तर जगातला चलन बाजार पूर्णपणे निर्नायकी झाला असता.

जेव्हा जगात गोल्ड स्टँडर्ड होते तेव्हा देशात जितके सोने उपलब्ध होते त्याप्रमाणात मुद्रा आणि पत पुरवठा व्यवहारात होत होता. अभ्यासकांना ही एक प्रकारची सोन्याची अडचण वाटत होती. कारण जर सोने भरपूर असले तर अर्थव्यवस्था वाढत होती आणि कमी असले तर आकुंचन पावत होती. यामानाने डॉलर स्टँडर्ड ही कितीतरी अधिक सुटसुटीत आणि मुक्त व्यवस्था आहे. मुख्य म्हणजे देशातल्या सेंट्रल बँकेला जशी अर्थव्यवस्था वाढेल त्याप्रमाणे पत पुरवठा करण्याचे पूर्ण स्वातंत्र्य आहे.

याचा एक परिणाम म्हणजे जशी जागतिक अर्थव्यवस्था वाढते त्या प्रमाणात डॉलरच्या मत्तांना (ॲसेटस) वाढती मागणी राहते. विविध देशांच्या सेंट्रल बँका जसजशा अधिक पैसा छापून बाजारात आणतात तसतशा त्यांना डॉलरचा साठा करावा असे वाटते. यामुळे त्यांनी व्यवहारात आणलेली पैसा याचे मूल्य अबाधित राहते. जसा आंतरराष्ट्रीय व्यापार वाढतो तशी डॉलरचा पुरवठा करणारी व्यापारी मंडळी यांची अधिक गरज भासते. म्हणजे आता डॉलर हेच एक नवीन प्रकारचे सोने आहे असे म्हणता येईल. थोडक्यात म्हणजे अमेरिकेच्या फेडरल रिझर्व्हचे चेअरमन ॲलन गीनस्पॅन हे सगळ्या जगाचेच एक जादूगार आहेत कारण त्यांच्यामुळेच जगातला व्यापार अडचणीशिवाय वाढू शकतो आणि सर्वांची भरभराट होते.

याचा दुसरा एक अर्थ आहे अमेरिकेने परकियांना मोठ्या प्रमाणावर डॉलरच्या मत्ता खरेदी करू दिल्या तरच अमेरिका ही भूमिका बजावू शकते. म्हणजे उरलेल्या जगाची मागणी जर अधिक असेल आणि अमेरिकेची उरलेल्या जगाकडून कमी मागणी असेल तर एक काळजीची परिस्थिती निर्माण होईल असे काही अभ्यासकांना वाटते. त्यांच्यामते डॉलरचे देयक हे एक अमेरिकेचे दायित्व आहे कारण सरतेशेवटी अमेरिकन सरकारचे कोषागार त्याची रक्कम चुकती करील असे त्यात आश्वासन आहे. हे जर सार्वभौम सत्य आहे तर मग अमेरिका परकीयांना अखंडपणे असे आश्वासन कसे देऊ शकते.

डेव्हिडसन या अर्थशास्त्रज्ञाच्या मते अमेरिकेची आर्थिक वाढ थांबणे उरलेल्या जगाच्या हिताचे नाही आणि हे परवडणारही नाही. अमेरिकेची परकीय तूट वाढणे याचा अर्थ दरवर्षी ५०० अब्ज (पाचशे बिलियन) डॉलर अधिक बाजारात येणे. म्हणजे आता अमेरिकेने आपल्या करंट अकाऊंटमध्ये तूट कमी करण्यासाठी प्रयत्न केले तर आंतरराष्ट्रीय व्यापारात रोकड सुलभता कमी होईल म्हणजे लिक्विडिटी क्रंच निर्माण होईल. पूर्वी गोल्ड स्टँडर्डचा अंमल होता तेव्हा बाजारात वेळोवेळी अशीच परिस्थिती निर्माण होत होती. म्हणजे अमेरिकेची करंट अकाऊंट डेफिसिट ही अजिबात निरर्थक संकल्पना नाही तसेच त्यामुळे अमेरिकेच्या व्यतिरिक्त उरलेल्या जगात जी बचत होते त्यावरही तो एक बोजा आहे हे खरे नाही. जगाच्या व्यापारात त्यामुळे मोठी रोकड सुलभता म्हणजे लिक्विडिटी निर्माण होते ही वस्तुस्थिती आहे.

हे खरे आहे पण प्रश्न आहे अशी तूट परवडेल का? अमेरिकेचे जगभरात जे धनको आहेत त्यांना डॉलर स्टँडर्ड टिकविण्यात रस आहे. युरोपचे युरो चलन आकर्षक असले तरी ते डॉलरची जागा घेणार नाही. मुख्यत: अमेरिकेच्या रोकड सुलभ मत्तांपैकी (लिक्विड ॲसेटस) मोठा भाग हा परदेशातल्या सेंट्रल बँकांनी, विशेषत: आशियातल्या आपल्या साठ्यात ठेवला आहे. या बँका आपल्याकडच्या डॉलरचा साठा बाजारात आणणार नाही कारण त्यामुळे त्यांच्या देशाच्या स्वत:च्या चलनाचे स्पर्धामूल्य कमी होईल आणि परदेशी व्यापारात नुकसानच होईल. मॅकिनॉन या अभ्यासकाने असे म्हटले आहे की ही जी परदेशी सरकारे आहेत त्यांना इच्छा असो वा नसो अमेरिकेचे धनको ही भूमिका बजावावीच लागेल. नुकतेच चायनाने जूनमध्ये आपल्या परदेशी चलनाच्या साठ्यात ६० अब्ज डॉलर (साठ बिलियन डॉलर)ची भर घातली. चीनची अमेरिकेबरोबर व्यापारात जी शिल्लक होती ती या मार्गाने अमेरिकेच्या मत्ता खरेदीकरण्यासाठी वापरण्यात आली.

खरे तर अमेरिकेच्या परकीय तुटीविषयी पूर्वीही काहीवेळा काळजीचे

पडसाद जगात उमटलेले आहेत. सन १९६६ पूर्वी युद्धानंतर अमेरिकेच्या व्यापारात शिल्लक होती ती नंतर कमी कमी होऊ लागली. लंडनच्या इकॉनॉमिस्ट या नियतकालिकाने यावर एक लेख लिहिला होता. त्यात एक असा दृष्टीकोन मांडला होता की परकीयांनी अधिक डॉलर घेतले आणि साठा केला तर ती नेहमीच्या अर्थाने तूट समजण्याचे कारण नाही आणि लगेचच ही तुटीची परिस्थिती बदलण्याचे प्रयत्न करण्याची गरज नाही. त्यापेक्षा असे म्हणता येईल की अमेरिकेचा भांडवली बाजार हा जागतिक अर्थव्यवस्थेमध्ये एक वित्तीय संस्थेची भूमिका बजावत आहे. यामुळे परदेशातली सरकारे आणि उद्योग यांना उपयोगी आणि आवश्यक असणारी वित्तीय सुलभता (लिक्विडिटी) यांना भरवशाच्या आधारावर उपलब्ध होते. आज डेव्हिडसन आणि मॅकिनॉन अशाच प्रकारची मते मांडत आहेत. आता अमेरिकेच्या करंट अकाऊंट डेफिसिटची समस्या समजून त्यावर उपाय योजना करण्याचे धोरण अंमलात आले तर जगात अधिकच प्रश्न निर्माण होतील. ज्या संस्था आणि देशांकडे अमेरिकेच्या डॉलरमध्ये मत्ता आहेत त्या या प्रयत्नात सामील होतील ही शक्यता नाही.

■

५.७ अनेक धक्के आणि अनेक निराशा

सप्टेंबर ११ला न्यूयॉर्कच्या वर्ल्ड ट्रेड सेंटरवर सकाळी हल्ला झाला आणि त्यातून अनेक समजुती नष्ट झाल्या. येत्या दिवसात त्याबरोबरच अनेक आशा आणि भ्रम यांचाही शेवट होईल अशी चिन्हे दिसत आहेत. यापैकीच एक म्हणजे अमेरिकेचा डॉलर हा अपराजित आहे. आश्चर्य म्हणजे थोडे दिवस अगोदर अमेरिकेचे नवीन ट्रेझरी सेक्रेटरी पॉल ओनील यांनी बळकट डॉलरचा उल्लेख केला नाही, तेव्हाही एकदा डॉलर डळमळला होता.

नव्वदीच्या दशकात डॉलरचे मूल्य भक्कम ठेवणे हे अमेरिकेच्या आर्थिक धोरणाचे केंद्रस्थान होते. यामुळेच अमेरिकेतल्या ग्राहक वर्गाची मागणी सारखी वाढती होती आणि शेअर बाजारात सतत तेजी होती. यामुळे भाववाढ आटोक्यात होती आणि ३० वर्षाच्या कालखंडात बेरोजगारी सर्वात कमी होती. त्याचबरोबर आर्थिक वाढीचा दर सुमारे ४ ते ५ टक्क्यांने होता. हे भरभराटीचे पर्व चालू असतानाच आश्चर्य म्हणजे करंट अकाऊंट डेफिसिट हा सुमारे जीडीपीच्या चार ते साडेचार टक्के इतका वरच्या पातळीवर होता. हा संदर्भ नसता तर ही मोठी टीकेची बाब झाली असती.

ही तूट प्रथम २००० सालात जीडीपीच्या ४.४ टक्के झाली तेव्हा आता डॉलरचे मूल्य खाली येणार असा समज होता. तसेच अर्थव्यवस्था गतिरोधकांना तोंड देईल अशी अपेक्षा होती. यातले काहीच झाले नाही. करंट अकौऊंट डेफीसिटची पातळी ४४९ अब्ज डॉलर (४४९ बिलियन डॉलर)वर पोचली आणि तरीही डॉलरचे आकर्षण वाढतच होते. अर्थशास्त्राच्या सगळ्या मूळ सिध्दान्ताना बाजूला टाकून डॉलरचे बळ वाढत होते. याचा अर्थ साधा होता. उरलेले जग आणि विशेषत: युरोप आणि जपान हे देश आपले प्रचंड खाजगी भांडवल अमेरिकेमध्ये गुंतवायला उत्सुक होते आणि जगाने केलेल्या या बचतीवर अमेरिकेतला ग्राहक भरभराटीच्या लाटेवर स्वार झाला होता. जगातले अर्थशास्त्रज्ञ हिरीरीने वाद घालत होते की अशा प्रकारे अमेरिकेचे करंट अकौऊंट डेफीसिट चालू राहणे म्हणजे अर्थशास्त्राच्या मूळ सिध्दांतामध्येच काहीतरी त्रुटी

होती कारण कोणत्याही देशातला ग्राहक हा आपल्या देशाच्या बचतीवर आणि साधनांवरच जगू शकतो आणि हे असेच चालू राहिले तर एक दिवस अचानकपणे परदेशातले भांडवल हे अमेरिकेतून बाहेर पडेल. याचा परिणाम म्हणून अमेरिकेच्या डॉलरचे मोल एकदम कोलमडून पडेल.

आश्चर्य म्हणजे असे कोणतेच भविष्य व्यवहारात उतरले नाही. या उलट डॉलरची शक्ती दिवसेंदिवस वाढतच राहिली. अधूनमधून यात थोडे चढउतार झाले. कधी ओनील यांची वक्तव्ये आणि डॉटकॉम उद्योगात झालेली घसरण ही त्याची उदाहरणे. अनेक अमेरिकन कंपन्यांनी फारसा नफा होणार नाही असे संदेश दिलेले आहेत. अनेक कंपन्यांनी आपल्या कर्मचाऱ्यांना काढलेले आहे आणि निव्वळ नफ्यात फारशी वाढ होणार नाही याची कबुली दिलेली आहे. असे असूनही डॉलरवर त्याचा काही परिणाम झालेली दिसत नाही. जेव्हा कधी एखादे पाऊल मागे पडले तेव्हा लगेचच थोड्यावेळात दुरुस्ती झाली आणि परत डॉलरचे मूल्य स्थिरावले. अशा वेळी निरीक्षकांना वाटत होते की आता मोठ्या प्रमाणावर भांडवल अमेरिकेतून बाहेर जाईल आणि डॉलरचे मूल्य एकदम घसरेल आणि मग सर्व जगातच कोलाहल माजेल. यातले काहीच झाले नाही.

सप्टेंबरच्या सुरुवातीला डॉलरचे खरे मूल्य (भाववाढ लक्षात घेऊन ट्रेड वेटेड व्हॅल्यू) गेल्या सोळा वर्षात सर्वात अधिक होते. या सुमारास अमेरिकेमध्ये नक्की मंदी पसरत आहे ही चिन्हे स्पष्ट झाली होती. रुढ अर्थशास्त्राच्या सिध्दान्तानुसार याचा अर्थ लावता येत नव्हता. फक्त एकच स्पष्टीकरण उघड होते. ते म्हणजे जगाच्या तुलनेने अमेरिकेच्या अर्थव्यवस्थेवर भांडवल गुंतवणूक करणाऱ्यांचा सर्वात अधिक भरवसा होता.

आता मात्र ११ सप्टेंबर नंतर या सगळया समजुती उध्वस्त झाल्या. नुसता अमेरिकन डॉलरच नाही परंतु मूळ अमेरिकाच आता अजिंक्य राहिली नाही. यापुढे अमेरिकेचे अध्यक्ष कोणती भूमिका घेतात यावर सर्व काही अवलंबून आहे. आज तरी अमेरिके दहशतवादाच्या विरोधात युद्ध पुकारले आहे आणि हळूहळू जगातल्या सर्वच राष्ट्रांचा पाठिंबा मिळवला आहे. ही सहमती निर्माण करण्याची प्रक्रिया निर्धाराने चालू आहे. घातपातानंतर अमेरिका लगेचच काही राष्ट्रांवर लष्करी हल्ले करेल आणि प्रत्यक्ष युद्धाची परिस्थिती निर्माण करेल असा अनेकांचा समज आणि दावा होता. यापूर्वी अमेरिकेचे वर्तनही या समजाला पाठिंबा देणारे होते. आश्चर्य म्हणजे अमेरिकेने प्रत्यक्षात यातले काहीच केले नाही. फक्त आपण युद्धाला सामोरे जाऊ असे वातावरण निर्माण केले आहे आणि एका परीने हे युद्ध नवीन पध्दतीने खेळले जाईल

असे संकेत दिले आहेत.

आता डॉलरचे अवमूल्यन झाले तर अमेरिकेची निर्यात वाढण्यासाठी ते अनुकूल आहे. अमेरिकेतले उत्पादक नाहीतरी आजपर्यंत तशी तक्रार करीतच होते. या उलट अमेरिकेची आयात कमी झाली तर जगातल्या अनेक देशांना त्याची मोठी झळ पोहोचेल. विशेषत: पूर्व आशियातील अनेक देश गेल्या काही वर्षातील आर्थिक पेचप्रसंगातून नुकतेच बाहेर पडत होते आणि त्यांच्या दृष्टीने त्यांची अमेरिकेतील निर्यात फार महत्त्वाची होती. तसेच जपानमध्ये १९८७ पासून मंदी पसरलेली आहे आणि जपानच्या दृष्टीने अमेरिकेला निर्यात करता येणे अत्यंत महत्त्वाचे आहे. भारताच्या दृष्टीनेही अमेरिकेला वाढती निर्यात करता येणे आवश्यक आहे. येत्या दिवसात जगातल्या खाजगी भांडवल गुंतवणुकदारांचा पूर्वी प्रमाणेच अमेरिकेवर गाढ विश्वास आहे की आता ते युरोप आणि जपानकडे वळतील या प्रश्नाचे उत्तर मिळेल.

■

५.८ डॉलरचे मूल्य आणि जगातल्या अडचणी

अमेरिकेचे अध्यक्ष जॉर्ज बुश हे गोंधळलेले आहेत की भारी मुत्सद्दी आहेत हे ठरविणे सोपे नाही. नोव्हेंबर २००४च्या मध्याला चिली देशात आशिया पॅसिफिक क्षेत्रीय संघटनेची बैठक भरली होती त्यावेळी या महाशयांनी अगदी उत्साहाने आपल्याला डॉलर शक्तिमान ठेवायचा आहे असे सांगितले. त्याचबरोबर त्यांनी चीनच्या अध्यक्ष हू जिआन्तावो यांच्यावर दबाव आणला होता. चीनने आपल्या युआन या चलनाचे मूल्य बाजारात वाढू द्यावे असा त्यांचा आग्रह आहे. म्हणजे युआन बलवान झाला तर पर्यायाने डॉलर आणखीनच हलका होईल. असे हे मतलबी धोरण आहे.

या तुलनेने फेडरल रिझर्व्हचे अध्यक्ष ॲलन ग्रीनस्पॅन हे अधिक सावध आहेत. नोव्हेंबर २००४ मध्येच युरोपची बँकिंग काँग्रेस फ्रँकफर्टमध्ये भरली होती त्यावेळी ग्रीनस्पॅन यांनी एक वक्तव्य केले. त्यांच्यामते चलनाचे मूल्य बदलल्यावर काय घडेल हे सांगणे अवघड आहे. त्याची तुलना त्यांनी नाणेफेकीशी केली. एकदा नाणे हवेत उडवले म्हणजे ते जमिनीवर पडताना कोणती बाजू वर असेल हे सांगणे मुळातच अशक्य आहे. अभ्यासक मात्र प्रश्न विचारत आहेत की हे खरोखरीच अशक्य आहे का? नाणे हवेत उडवले तर ते जमिनीवर पडणारच आहे. तसेच डॉलरचे मूल्यही खाली येणार आहे याची अनेकांना खात्री वाटते. ज्यामुळे त्याचे मूल्य खाली येईल किंवा नाही हा खरोखरी प्रश्नच नाही. ते किती खाली येईल, किती जलद गतीने येईल आणि हे खाली आलेले मूल्य किती काळ तसेच टिकून राहील हे खरे प्रश्न आहेत. त्याचबरोबर त्याचा उरलेल्या जगाच्या अर्थव्यवस्थेवर काय परिणाम होईल हा आणखीन एक प्रश्न आहे.

या अनेक प्रश्नांमध्ये डॉलरचे मूल्य कधी आणि किती खाली येईल याचा अंदाज येणे अवघड आहे. डॉलरचे मूल्य घटल्यावर उरलेल्या जगावर काय परिणाम होईल याचीच सगळ्यांना काळजी आहे. डॉलर हलका झाला तर अमेरिकेला उरलेल्या जगाशी स्पर्धा करणे सोपे जाईल. याचा एक परिणाम म्हणजे अमेरिका उरलेल्या जगातून आयात कमी करेल. तसेच तिची निर्यात वाढेल. यातूनच अमेरिकेच्या

व्यापारातील तूट कमी होईल तसेच तिच्या चालू खात्यातील तूटही भरून निघेल.

या तर्कसंगतीला दुसरी बाजू आहे. डॉलर हलका झाला तर उरलेले जग कमी स्पर्धायुक्त होईल. युरोपियन युनियन आणि जपान यांनी हा अनुभव अगोदरच घेतला आहे. डॉलर बलवान झाला तर त्याचे आपल्या अर्थव्यवस्थेवर काय परिणाम होतात हे त्यांनी बघितले आहे. मागली अनेक वर्षे जपानमध्ये मंदीने ठाण मांडलेले आहे त्याचबरोबर युरोपमधली आर्थिक वाढही फार उत्साहाची नाही. या तुलनेने अमेरिकेची आर्थिक वाढ जोमाची आहे.

हे सर्व विचारात घेऊन नाणेनिधीच्या व्यवस्थापकीय संचालकांनी एकूण जगात किती आर्थिक वाढ होईल याचे अंदाज नरम केले आहेत. जेव्हा आर्थिक वाढ मंदावेल तेव्हा ज्या देशांच्या चलनाचा दर लवचिक आहे ते या अडचणीला चांगले सामारे जातील. याचे उदाहरण म्हणजे चीनची निर्यात स्पर्धेला चांगले तोंड देते. त्याचे कारण म्हणजे त्यांचे चलन युआन डॉलरला एका स्थिर मूल्याला मागची दहा वर्षे जोडलेली आहेत. चीनमध्ये सगळ्यात उच्च पातळीवर युआनच्या मूल्याची चर्चा चालू आहे आणि त्यात काही प्रमाणात लवचिकता येऊ द्यायला तिथल्या सरकारची तयारी होत आहे. अर्थात ही लवचिकता जर सगळ्या आर्थिक बाबी स्थिर असतील तरच स्वीकारण्याची त्यामागे अट आहे. निदान अशा प्रकारच्या बातम्या वृत्तपत्रातून येऊ लागल्या आहेत.

डॉलर हे काही फक्त अमेरिकेचे चलन नाही. ते इतर देशांच्या व्यापाराचे मुख्य माध्यम आहे आणि या देशांच्या साठ्यांचे साधन आहे. जर दुसऱ्या कोणत्याही देशात चालू खात्यात इतकी प्रचंड तूट दीर्घ काळ आली असेल तर त्या देशात वित्तीय पेचप्रसंगच निर्माण झाला असता. अमेरिकेचे भाग्य म्हणजे इतर देश त्यांचे परदेशी साठे डॉलरमध्ये ठेवतात. म्हणजे जेव्हा अमेरिकेच्या चलनाचे अवमूल्यन होते तेव्हा जर्मनी, चिनी, जपानी आणि भारतीय परदेशी साठ्यांचेही मूल्य कमी होते.

जगातल्या सगळ्या चलनांचे मूल्य एकत्रितपणे लक्षात घेतले तर त्याविरुद्ध डॉलरचे मूल्य २००२ सालापासून मागच्या दोन वर्षात पंधरा टक्क्यांनी कमी झालेले आहे. याचा दुसरा अर्थ म्हणजे ज्या इतर देशांनी आपल्या परदेशी विनिमयाचा साठा डॉलरमध्ये ठेवला आहे त्याचेही मूल्य पंधरा टक्क्यांनी कमी झालेले आहे. आता यापुढे काही अभ्यासकांच्या मते डॉलरचे मूल्य आणखी सुमारे वीस टक्क्यांनी कमी होईल आणि त्याचप्रमाणात जगातल्या उरलेल्या देशांच्या परदेशी साठ्यांचेही मूल्य कमी होईल. याचा अर्थ स्वच्छ आहे. अमेरिकेचे सरकार आणि नागरिक यांच्या बेजबाबदार वागण्याची किंमत उरलेले जग चुकती करत आहे. थोडक्यात म्हणजे डॉलरचे मूल्य कमी होणे ही एक कसूरच आहे.

अमेरिकेचे २.६ हजार अब्ज डॉलर इतके परदेशी कर्ज आहे. त्या देशाच्या

राष्ट्रीय उत्पन्नाशी याचे गुणोत्तर २३ टक्के आहे. या देशाची चालू खात्यातील तूट ६०० अब्ज (६०० बिलियन डॉलर) आहे. गोल्डमन साक या प्रतिष्ठित संस्थेने अमेरिकेच्या नक्त परदेशी कर्जाचे दायित्व आणि जीडीपी याचे गुणोत्तर येत्या पंधरा वर्षात सुमारे साठ टक्क्यांपर्यंत पोहोचेल असा अंदाज व्यक्त केला आहे. यामध्ये चालू खात्यातील तूट सध्या जी पाच टक्क्यांच्या दरम्यान आहे तशीच चालू राहील असे गृहीत धरले आहे. उरलेल्या जगाला हे सगळे ओझे पेलता येईल का खरा प्रश्न आहे. याचे उत्तर कोणाजवळ नाही. पॉल वोल्कर हे अमेरिकेच्या फेडचे पूर्वीचे अध्यक्ष होते. त्यांच्या मते पुढच्या पाच वर्षातच अमेरिकेमध्ये चलनाचा पेचप्रसंग निर्माण होण्याची ७५ टक्के शक्यता आहे.

जगातल्या सगळ्याच सेंट्रल बँकांच्या अध्यक्षांच्या मनात याविषयी राग आहे. अमेरिका आपल्या चालू खात्यातील तूट भरून काढण्यासाठी चलन बाजाराचा उपयोग करून घेत आहे याविषयी त्यांना रोष आहे. त्यापेक्षा अमेरिकेने आपली वित्तीय तूट कशी कमी करता येईल याकडे अधिक लक्ष देण्याची गरज आहे. तसेच आपल्या नागरिकांनी अधिक बचत करावी अशाही धोरणांचा पुरस्कार अमेरिकेने केला पाहिजे. सध्या अमेरिकेच्या चालू खात्यात जी प्रचंड तूट आहे ती पर्यायाने आशियातले देश पेलत आहे. त्याचे कारण म्हणजे या देशांनी आपले परदेशी साठे डॉलरमध्ये गुंतवलेले आहेत. आशियातल्या या देशांच्या चालू खात्यात अतिरिक्त शिल्लक आहे अणि या देशांच्या बचतीचा मोठा भाग अमेरिकेच्या अर्थव्यवस्थेला आधार देत आहे. हा सगळा उरफाटा न्याय आहे.

या सगळ्याच देशांनी जर आपले साठे डॉलरमधून काढून घेतले तर काय होईल? व्याजदर तरी वाढतील किंवा डॉलरचे अवमूल्यन होईल. डॉलरचे अवमूल्यन झाले तर उरलेल्या जगातल्या देशांवर काय परिणाम होईल? असा धक्का सहन करता येईल का? जर हे झाले नाही तर सध्या जी जगात वित्तव्यवस्था आहे ती मोडून पडायची वेळ येईल का? जगातल्या सेंट्रल बँकांचे अध्यक्ष या अशा अनेक प्रश्नांवर चिंताग्रस्त आहेत. या उलट अमेरिकेतले सरकार या सगळ्याच प्रश्नांविषयी बेफिकीर आहेत. त्यात भर म्हणजे त्यांच्या काँग्रेसने सरकारची कर्ज काढण्याची मर्यादा आणखी ८०० अब्ज डॉलर (आठशे बिलियन डॉलर)ने वाढवून दिली आहे. म्हणजे तेथल्या सरकारवर लोकप्रतिनिधींचाही दबाव नाही.

■

५.९ डॉलर सुरक्षित का ?

अमेरिकेच्या अर्थव्यवस्थेमधल्या त्रुटींवर अनेक टीका झालेल्या आहेत आणि अनेक अभ्यासकांना तो काळजीचा विषय वाटतो. त्याचे एक कारण म्हणजे हा विषय फक्त अमेरिकेपुरता मर्यादित नाही तर सगळ्या जगालाच त्यात रस आहे. सगळ्या वित्त बाजारात अमेरिकन सरकारच्या कर्जाचा मुख्य विचार होतो. या कर्जामध्ये ट्रेझरी बिल्स, चलनी नोटा आणि रोखे यांचा विचार करण्यात येतो आणि त्यातूनच एक सुरक्षिततेचे प्रमाण वित्त बाजारात मानले जाते. असे मानांकन करणारी स्टँडर्ड ॲन्ड पुअर रेटिंग सर्व्हिसेस अशी एक जगतमान्य संस्था आहे. ही संस्था तपशिलवार मूल्यांकन करून कोणत्याही देशाला लांबच्या काळासाठी एएए म्हणजे ट्रिपल ए असे प्रमाणपत्र देते. त्याचप्रमाणे अल्पकाळातल्या सार्वभौम कर्जासाठी ए एक अधिक असे प्रमाणपत्र देते. अमेरिकन सरकारला या संस्थेने मे १६, २००५ला असे प्रकारचे प्रमाणपत्र दिले.

अमेरिकन सरकारचे अर्थकारण बघता त्या सरकारला ट्रिपल ए असे प्रमाणपत्र कसे मिळते असा कोणत्याही अभ्यासकाला प्रश्न पडू शकतो. स्टँडर्ड ॲन्ड पुअर ही संस्था जेव्हा असे मूल्यांकन करते तेव्हा त्याला एक जगभरात मान्यता असते आणि ही संस्था अशा मूल्यांकनात खालील बाबींचा तपशीलात विचार करते आणि नंतरच अमेरिकेला असे शिफारस पत्र मिळू शकते. अमेरिकेची शक्ती खालील बाबतीत आहे.

१. ही अर्थव्यवस्था जगामध्ये सगळ्यात मोठी आहे आणि तिचे चलन जे डॉलर आहे त्यातून सगळ्या जगातला व्यापार आणि वित्त बाजार चालतो.
२. ही अर्थव्यवस्था अतिशय गतीमान आहे आणि ती सतत आपली उत्पादकता वाढवत असते.
३. येथे राजकीय स्थैर्य आहे. संस्था बळकट आहेत आणि आर्थिक निर्णयांमध्ये पारदर्शकता आहे.
४. या देशाच्या अर्थव्यवस्थेमध्ये मुद्रा धोरणे योग्य आहेत कारण त्यातून आर्थिक वाढीला प्रोत्साहन मिळालेले आहे आणि त्याबरोबरच चलनवाढही आटोक्यात

ठेवण्यात आलेली आहे.

५. या देशाचे वित्तीय क्षेत्र अत्यंत गतीशील आहे आणि नफ्यात आहे.

या तुलनेने अमेरिकेच्या अर्थव्यवस्थेचे मूल्यमापन करताना काही नकारात्मक मुद्देही लक्षात घ्यावे लागतात.

१. देशाच्या चालू खात्यात अगदी वरच्या पातळीवर तूट आहे आणि त्यामुळे परदेशातल्या कर्जाचे ओझे फार मोठे आहे.

२. अर्थसंकल्पात मोठी तूट आहे कारण निवृत्तिवेतनाचा खर्च सतत वाढत आहे आणि आरोग्यसेवा पुरविण्यासाठीही सरकारचा मोठा खर्च होत आहे. यामुळे मध्यम काळात जी वित्त व्यवहारात लवचिकता हवी ती राहिलेली नाही.

३. कुटुंबाच्या बचतीचे प्रमाण अगदी कमी पातळीवर आहे.

या सगळ्या जमेच्या आणि खर्चाच्या बाजूंचा एकत्रित विचार केला तर याची गोळाबेरीज अधिकच होते. अमेरिकच्या अर्थव्यवस्थेला जे ट्रिपल ए असे मूल्यांकन मिळते कारण तेथल्या समाजात संपत्ती आणि भरभराट आहे. शिवाय अर्थव्यवस्था भक्कमपणे प्रगतीपथावर आहे आणि तेथल्या सरकारचा सगळा इतिहास देशहिताची आर्थिक धोरणे राबविण्याचा आहे. शिवाय अमेरिकेला आणखीन एक फायद्याची बाब आहे. अमेरिकेचे डॉलर हे जे चलन आहे त्याचा उपयोग चलनाचा साठा करण्यासाठी अनेक देश करत असतात. या सगळ्या गोष्टींमधून जी शक्ती मिळते ती लक्षात घेता ज्या आर्थिकदृष्ट्या अडचणीच्या बाबी आहेत त्यांना कमी वजन देण्यात येते. या अडचणीच्या गोष्टी म्हणजे सतत चालू असलेली वित्तीय तूट आणि अमेरिकन कुटुंबाने केलेली अगदी माफक प्रमाणावर बचत. या सगळ्यामुळे अमेरिका जगातल्या अनेक देशांचे मोठ्या प्रमाणावर देणे लागते.

अमेरिकेच्या अर्थकारणात अनेक समस्या असल्या तरीही ती अर्थव्यवस्था सारखी पुढे जात असते आणि नेहमी अपेक्षेपेक्षा अधिक करून दाखवते. मागच्या २००४ सालात आर्थिक वाढीचा दर खऱ्या अर्थाने ४.४ टक्के होता. यामध्ये ग्राहकांनी अधिक खरेदी करून आपले योगदान दिले. शिवाय उद्योगातील स्थिर गुंतवणूक आणि घरबांधणीतील गुंतवणूक यांचाही वाटा होता. याबरोबर वस्तुसूचीत (इनव्हेंटरी) वाढ झाली आणि सरकारनेही अधिक खर्च केला. विशेष म्हणजे खनिज तेलाच्या किंमती वाढत होत्या. फेडने व्याजदर वाढवले होते आणि ग्राहकाची मागणी वाढावी म्हणून जे सरकारी प्रयत्न होते त्यांचा परिणाम कमी होऊ लागला होता. असे असूनही अर्थव्यवस्थेने दमदारपणे वाढ केली.

अमेरिकेची अर्थव्यवस्था आपली आर्थिक शक्ती आणि क्षमता टिकविण्यात यशस्वी होत असली तरीही सगळ्यांच्या मनात काळजी आहेच. त्याचे कारण म्हणजे राजकोषीय तूट वाढत आहे आणि चालू खात्यातली तूटही वाढत आहे. यामुळे जे

परदेशातले धनको आहेत त्यांचा अमेरिकेवर किती विश्वास आहे यावर सगळे अवलंबून आहे. विशेषत: परदेशातल्या ज्या सेंट्रल बँका आहेत त्यांचे महत्त्व फारच वाढले आहे. जगातले अनेक देश मागची अनेक वर्षे आपल्या परदेशी चलनाचा काही साठा डॉलरमध्ये गुंतवून ठेवत आहे आणि या परिस्थितीत यापुढे काहीही फरक पडू शकतो. जर या परदेशी सेंट्रल बँकांनी आपल्या चलनाचा साठा डॉलर सोडून इतर मत्तांमध्ये गुंतवायचे ठरवले तर त्याचे काही गंभीर परिणाम होणार आहेत. एकदा त्यांनी डॉलरचा नाद सोडला तर ते युरोकडे वळू शकतात. तसे झाले तर अमेरिकेतले व्याजदर वाढतील आणि आर्थिक वाढीचा दर मंदावेल. फक्त अशा परिस्थितीत चालू खात्यातील तूट ही कमी होईल.

यामध्ये आणखीन एका बाबीचा विचार करावा लागेल. अमेरिकन सरकारची राजकोषीय भूमिका काय आहे यावर काही प्रमाणात गुंतवणुकदारांचा आत्मविश्वास अवलंबून राहील. स्टँडर्ड अँड पुअर संस्थेने जी एक शक्यता वर्तवली आहे त्यामध्ये सरकारची तूट जीडीपीच्या तीन टक्क्यांपेक्षा चालू २००५ सालात कमी होईल असे म्हटले आहे. यामध्ये सरकारच्या खर्चावर मर्यादा येतील आणि सरकारचा महसूल वाढेल असे गृहीत धरण्यात आलेले आहे. परंतु असे घडण्यामध्ये काही ठोस अडचणी आहेत. मुख्य म्हणजे आरोग्यसेवा पुरवण्याचा खर्च आणि सामाजिक सुरक्षा देण्याचा खर्च आटोक्यात आणणे अवघड जात आहे. सध्या नवीन औषधे देताना जो फायदा देण्याचे कबूल करण्यात आले त्याचा प्रत्यक्ष परिणाम २००७ सालामध्ये होणार आहे. तसेच इराकमधल्या गुंतागुंतीमुळे संरक्षणावरचा खर्चही लगेचच कमी करता येईल याची अजिबात शक्यता नाही.

सध्या अमेरिकेचे नक्त परदेशी कर्ज आणि त्याचे चालू खात्यातील महसुली उत्पन्न याच्याशी असलेले गुणोत्तर हे २००५ सालाच्या अखेरीपर्यंत २७५ टक्क्यांपर्यंत वाढेल असा अंदाज व्यक्त करण्यात आलेला होता. यातल्या चालू खात्यातील महसूलाचा विचार करताना माल आणि सेवा यांची निर्यात आणि जे परदेशात गेलेले नागरिक आहेत त्यांचे उत्पन्न आणि त्यांनी पाठवलेले पैसे हे लक्षात घेण्यात आलेले आहे. अशा परिस्थितीत अमेरिकेचे दोन्हीही तुटीचे प्रमाण सहजासहजी कमी होणार नाही आणि जर झाले तर त्याचे काही गंभीर परिणामही दिसू लागतील.

स्टँडर्ड अँड पुअर यांनी मात्र अमेरिकेची अर्थव्यवस्था पूर्वीप्रमाणेच आपल्या उत्पादकतेमध्ये सतत भर घालत राहील यावर भर दिलेला आहे. असे झाले तर परदेशाच्या तुलनेने गुंतवणुकीवर अमेरिकेतच अधिक परतावा मिळेल आणि मग गुंतवणुकदारांचा विश्वासही वाढेल असे मानण्यात आलेले आहे. या शक्यतेबरोबर अमेरिकेच्या डॉलरमध्ये इतर देश आपले चलनाचे साठे ठेवतात याचाही काही फायदा अमेरिकेला मिळू शकतो. त्याचबरोबर अमेरिकेचा डॉलर हा अनेक आंतरराष्ट्रीय

व्यापाराच्या उलाढालीत आणि चलनाच्या बाजारात मोठ्या प्रमाणावर वापरला जातो. अमेरिकेचा स्वत:चा बँकिंग आणि भांडवली बाजारही खूप शक्तीमान आहे आणि हेही अमेरिकेच्या फायद्याचे आहे.

थोडक्यात म्हणजे अर्थव्यवस्थेमध्ये अनेक शक्यता आणि अनिश्चितता असूनही स्टँडर्ड अँड पुअर संस्था तिला स्थैर्य आहे अशी शिफारस देते कारण अमेरिकेतल्या राजकीय आणि आर्थिक संस्था विश्वासार्ह आहेत. तसेच मजूर आणि भांडवल यांची चलनशीलता लक्षात घेतली आणि उत्पादकतेमधली होणारी वाढ गृहीत धरली तर येत्या काळात आर्थिक स्थैर्याचा निष्कर्ष काढणे समर्थनीय म्हणता येईल. मागच्या नव्वदीच्या मध्यापासून याचा पुरावा मिळालेला आहे आणि अमेरिकेने मागची अनेक वर्षे अगदी वाजवी मुद्राधोरण अवलंबलेले आहे याचीही या स्थैर्यासाठी दखल घ्यावी लागेल. अनेकदा आंतरराष्ट्रीय व्यवहारात ज्या घटना घडत असतात त्या अपेक्षेच्या पलीकडच्या असतात आणि त्याचे काही अकल्पित फायदे मिळत असतात.

उदाहरणार्थ मागच्या अनेक वर्षात डॉलरच्या तुलनेने युरो चलनाचे महत्त्व, मूल्य आणि प्रतिष्ठा वाढत होती. त्यामुळे साठा करण्यासाठी परदेशातले अनेक देश आणि विशेषत: खनिज तेल उत्पादन करणारे अरब देश आपले परदेशी चलनाचे साठ युरोमध्ये ठेवतील ही शक्यता वाढत होती. परंतु अचानक जून २००५ मध्ये फ्रान्स आणि डेन्मार्क या दोन देशातल्या जनतेने अनपेक्षितपणे युरोपियन युनियनच्या नव्या घटनेचा स्वीकार करण्याचे नाकारले. त्यामुळे आता सगळ्या युरोचेच भवितव्य संशयाच्या धुक्यामध्ये हरवलेले आहे. याचा अनपेक्षित फायदा अमेरिकेच्या डॉलरला मिळत आहे. म्हणजे जगात अशा अनेक घटना कधीही घडू शकतात आणि त्यातून अनेक नवी समीकरणे उभी राहू शकतात. आश्चर्य म्हणजे अमेरिकेला याचाही फायदा मिळू शकतो. स्टँडर्ड अँड पुअर अर्थातच अशा कोणत्याच घटनांचे भवितव्य सांगू शकणार नाहीत.

■

५.१० जगात डॉलरची धडपड

जगातल्या चलन बाजारात डॉलरचे मूल्य सतत खालावणे ही काही विशेष बातमी राहिलेली नाही. नवे शतक सुरू झाले आणि नंतरच्या मागच्या तीन वर्षात डॉलरच्या मूल्यात सतत घसरण झालेली आहे आणि आता डॉलर हा खंगतच जाणार असा समज पसरला आहे. आश्चर्य म्हणजे नेमके मागच्या चार वर्षात जगामध्ये अमेरिका ही एकच राजकीय महासत्ता म्हणून समजली जाते. असे असूनही तिला स्वत:ला आपण सर्वात असुरक्षित आहोत असे मनापासून वाटते. त्यासाठी त्यांनी अफगाणिस्तानवर हल्ला केला आणि त्यानंतर इराकवर हल्ला करून सद्दाम हुसेनच्या हुकुमशाही राजवटीचा शेवट केला. अध्यक्ष बुश नोव्हेंबर २००४ सालात दुसऱ्यांदा निवडून आले आणि त्यांनी सगळ्या जगात स्वातंत्र्य आणि लोकशाही यांचे युग आणायचे असे आपले ध्येय जाहीर केले. म्हणजे अमेरिका ही एकमेव महासत्ता राजकीय क्षेत्रात असली तरीही तिच्या डॉलरची फरफट बघितली तर ती एक अडचणीतली आर्थिक शक्ती आहे असे म्हणावे लागेल. जगाच्या अर्थकारणात हा एक विरोधाभास आहे.

जगातल्या चलन बाजाराची एक वेगळीच रीत असते. तेथे कोणतीच गोष्ट अपेक्षेप्रमाणे घडत नाही. किंबहुना जेव्हा जेव्हा काही एक विशिष्ट गोष्ट घडणार अशी सहमती असते तेव्हा नेमके वेगळेच घडते बाजाराच्या दीर्घ इतिहासात असे अनेकदा घडले आहे. परत एकदा चलन बाजारात असेच काही अनपेक्षित घडेल अशी शक्यता दिसते.

डॉलरने जगातल्या प्रमुख चलनांच्या नात्यात २००४ सालात हळूहळू मूल्य कमी केलेले आहे. हे प्रमाण जवळपास पाच टक्क्यांपर्यंत आहे. तसेच फेडरल रिझर्व्हचे अध्यक्ष ग्रीनस्पॅन यांनी अमेरिकेच्या चालू खात्यातील तुटीविषयी आपली भूमिका बदलत असल्याचे संकेत दिलेले आहेत. वास्तविक पाहता याच ग्रीनस्पॅन यांनी नोव्हेंबर २००४ मध्ये अमेरिकेच्या चालू खात्यात जी तूट वाढत आहे त्या विषयी काळजी व्यक्त केली होती. मात्र लगेचच त्यांनी चालू खात्यातील तूट कमी होण्यासाठी ज्या गोष्टी पाहिजेत त्या आता हजर आहेत असे मत व्यक्त केले. त्यांच्या

मते जेव्हा डॉलरचे मूल्य खालावत होते तेव्हा जी तूट होती ती एक प्रकारची होती. त्यावेळी अमेरिकेला जे निर्यात करत होते ते किंमती न वाढवता कमी फायद्यावर ती करत होते. या निर्यातदारांनी आपला अमेरिकेतल्या बाजारातला वाटा टिकवून धरण्यासाठी कमी नफाही पत्करला.

आता मात्र हे निर्यातदार आणखी काही काळ अडचण सोसून आपला माल अमेरिकेत विकतील अशी शक्यता दिसत नाही. त्याचबरोबर अमेरिकेची इतर देशांना होणारी निर्यातही अधिक स्पर्धायुक्त बनलेली आहे. थोडक्यात म्हणजे जे आजपर्यंत डॉलरचे मूल्य कमी होत होते त्याची योग्य पातळी आलेली आहे आणि त्यामुळे चालू खात्यातील तूट थांबवण्याची वेळ आलेली आहे.

ही योग्य वेळ म्हणजे काय याची ग्रीनस्पॅन यांची समज बघण्यासारखी आहे. त्यांच्या मते ही चालू खात्यातील वाढणारी तूट हिचे नाते अमेरिकेतल्या गहाण ठेवलेल्या कर्जाशी आहे. अमेरिकेतले ग्राहक गहाण कर्जातून पुनर्वित्त व्यवस्था करत आहेत आणि ती रक्कम आयातीवर खर्च करत आहेत. तसेच आपली घरे विकून ते शेअर बाजारातल्या समभागात गुंतवणूक करत आहेत.

ग्रीनस्पॅन यांच्या मते अमेरिकेमध्ये जी व्याजाची पातळी वाढत आहे त्यावर काही आक्षेप घेण्यासारखे नाही. इतर देशांमध्ये असे काही घडत नाही कारण त्यांच्याकडे अशा पद्धतीने गहाण कर्जाच्या पर्यायातून पुनर्वित्त व्यवस्था करण्याची सोय नाही. समाजामध्ये कर्ज काढणे चांगलेच आहे असा मानणाऱ्यांचा एक वर्ग वाढत आहे आणि ग्रीनस्पॅन यांना त्यांच्याविषयी सहानुभूती आहे असे दिसते.

फेडच्या अध्यक्षांनी अमेरिकेचे अध्यक्ष बुश आता नोव्हेंबर २००४च्या निवडणुकीत दुसऱ्यांदा निवडून आल्यावर जी भूमिका घेतली आहे त्याचा उल्लेख केला आहे. आता बुश प्रशासन चालू खात्यातील तूट कमी करण्याला बांधील आहे. हे करताना ग्रीनस्पॅन यांनी फेडच्या एका अभ्यासाचा उल्लेख केला. त्यानुसार जेव्हा अर्थसंकल्पातील तूट कमी करण्याचा प्रयत्न होतो तेव्हा त्याच्या जेमतेम एक पंचमांश पटीने चालू खात्यातील तूट कमी होते. एका परीने बुश प्रशासनावर ही एक टिप्पणीच आहे. परंतु एकूणात त्यांनी अमेरिकेतील चालू खात्यातील तूट का कमी होईल याची अनेक कारणे दिलेली आहेत.

ग्रीनस्पॅन हे अनेकदा गूढ भाषेत बोलतात. त्यामुळे त्यांचे भाषण होऊन गेल्यानंतर बराच काळ त्यांच्या भाषणाचे वेगवेगळे अर्थ लावण्यात येतो. ते इंग्रजी भाषाही हवी तशी वाकवतात आणि शब्दांनाही नवे नवे अर्थ देतात. त्यांनी बुश यांच्या नव्या भूमिकेविषयी असेच काही गूढ शब्द वापरले आहेत. त्यांच्या मते अमेरिकेत आता ही तूट कमी होण्याची शक्यता आहे कारण या तुटीला तोंड देण्याची देशाची क्षमता वाढलेली आहे. अशा गुंतागुंतीच्या शब्द प्रयोगातून कोणताही

नेमका अर्थ काढणे खरोखरीच एक तारेवरची कसरत आहे.

जगातल्या अनेक अभ्यासकांनी मागच्या काही वर्षात अमेरिकेच्या चालू खात्यात जी तूट दिसत आहे त्यावर बरीच टीका केलेली आहे आणि त्या सरकारला दुषणे दिलेली आहेत. त्यामुळे चलन बाजारात फारशी काही नकारात्मक प्रतिक्रिया उमटली नाही. ग्रुप ऑफ सेव्हन हा जो श्रीमंत देशांचा गट आहे त्यांच्या वित्त मंत्र्यांचीही फेब्रुवारी २००५च्या सुरवातील लंडनमध्ये बैठक झाली आणि तेथेही यावर काही मोठे वादंग झाले नाही. जरी उघड वाद झाले नाहीत तरीही अमेरिका सोडून इतर सगळ्याच देशांना या विषयावर सगळ्यात अधिक काळजी वाटत आहे यात काही दुमत नाही. विशेषत: युरोझोन मधल्या युरोपियन युनियनची तर अवस्था सगळ्यात अवघड आहे. त्यांच्या निर्यातीवर गंभीर परिणाम झाला आहे आणि युरोपियन देशांच्या आर्थिक वाढीवरही त्याचे सावट आलेले आहे. या पुढे डॉलरचे मूल्य कमी होण्याचे थांबेल हे समजण्याचे फक्त एकच कारण संभवते. ते म्हणजे डॉलरमध्ये अनेक देशांनी आपले साठे ठेवलेले आहेत आणि त्यामुळे डॉलरला जोपर्यंत पर्याय उपलब्ध होत नाही तोपर्यंत डॉलर ही रिझर्व्ह करन्सी म्हणून वापरातच राहणार. जर ही वस्तुस्थिती आहे तर साहजिकच डॉलरचे मूल्य किती कमी होऊ शकते याला मर्यादा आहे.

इतर देशांच्या सेंट्रल बँकांनी डॉलरचा साठवण्यासाठी चलन (रिझर्व्ह करन्सी) म्हणून वापर करण्याचे नाकारले तर इतर कोणत्या चलनांचा वापर होऊ शकतो? सोने हा पर्याय पूर्वीच नाकारलेला आहे. डॉलरच्या जागी मग युरोचा विचार करावा लागेल. सात श्रीमंत देशांच्या गटात अमेरिका वजा करूनही मोठी आर्थिक शक्ती आणि संपत्ती आहे. हे जरी खरे असले तरीही हे युरोपातले देश आणि जपान यांची मागच्या अनेक वर्षात दमछाक झालेली आहे. त्यांची उत्पादकता अमेरिकेपेक्षा खूप कमी आहे आणि त्यामुळे आर्थिक वाढीचा दरही कमकुवत आहे. तसेच जपानसारख्या व्यवस्था चलनसंकोचाच्या धोक्याला तोंड देत आहेत. आणखीन एक गुंतागुंत म्हणजे युरो आणि जपानचा येन यांचे नातेही स्पर्धेवर आधारलेले नाही. मुळात डॉलरच्या नात्यात येन दुबळा ठेवण्याचे जपानचे अनेक वर्षे प्रयत्न चालू आहेत. एक कारण म्हणजे सगळी जपानची अर्थव्यवस्थाच निर्यातीवर अवलंबून आहे आणि येन हलका ठेवण्याचे जपानला नेहमी हवे असते. या कृत्रिमतेमुळे युरो आणि येन यांचे सध्याचे नातेही स्वाभाविक मानता येत नाही.

अभ्यासकांची अनेक मते असली आणि त्यातली टीका बऱ्याचदा रास्त असली तरीही जी वस्तुस्थिती आहे ती तशीच मान्य करावी लागेल. अमेरिकेच्या अर्थव्यवस्थेत कितीही असंतुलन असले तरी मुळात तिची व्यापारचक्राच्या भरभराट आणि मंदीला तोंड देण्याची क्षमता विलक्षण आहे. मागच्या पंधरा वर्षात अनेक गोष्टी घडल्या

तरीही आजही बऱ्याच प्रमाणात उरलेले जग अमेरिकेच्या आर्थिक स्वास्थ्यावर अवलंबून आहे. अनेकांना याचेच आश्चर्य वाटते. त्यामुळे डॉलर बुडायची वेळ आली आहे असे भाकीत केले तरीही प्रत्यक्षात तसे काही घडत नाही हेही जगाने पाहिले आहे. अनेक अभ्यासकांचा एक होरा आहे त्यांच्या मते उरलेले जग अमेरिकेच्या चालू खात्यातील तूट फार काळ सहन करणार नाही. परंतु चीन, रशिया आणि आशियातले सगळेच देश अमेरिकन सरकारच्या सरकारी रोख्यात (ट्रेझरी बिल्स) गुंतवणूक करत आहेत आणि पर्यायाने त्या सरकारच्या कर्जाचा बोजा विनासंकोच आपल्या डोक्यावर घेत आहेत.

या इतर देशांपैकी चीन असे का करत आहे? काहींच्या मते चीनमधले बँकिंग क्षेत्र हे थकित कर्जाच्या ओझ्याखाली दबलेले आहे आणि त्यावर एक उपाय म्हणून चीन अमेरिकेच्या सरकारी रोख्यात भरमसाठ गुंतवणूक करत आहे. त्यावर भले फक्त जेमतेम दोन टक्के परतावा मिळाला तरीही चीनच्या बँकांना ही एक हमी दिल्यासारखी आहे.

चलन बाजारात भाग घेणारे अनेकजण डॉलर विकत आहेत कारण त्यांना त्याचे मूल्य आणखी खाली जाणार आहे असे वाटते. मागच्या २००४ सालच्या अखेरीस ही समजूत कडेला पोचली होती. थोड्या प्रमाणात २००५ सालाच्या सुरवातीला हे तप्त वातावरण थंड झाले होते. तरीही ज्यांना सट्टा खेळायचा असतो ते शांत बसत नाहीत आणि योग्य वेळेची वाट बघत असतात. काही प्रमाणात ग्रीनस्पॅन यांनी अमेरिकेच्या चालू खात्यातील तूट यापुढे फार वेळ दुर्लक्षित राहणार नाही असे शब्द वापरल्यामुळे सटोडिये शांत आहेत. त्याचा एक परिणाम म्हणजे कदाचित थोड्याकाळासाठी डॉलरचे मूल्य वाढेलही. परंतु हे काही कोणत्या सुधारणेचे लक्षण नाही. अमेरिकेच्या अर्थव्यवस्थेचे प्रश्न सहजासहजी सुटणारे नाहीत. ग्रीनस्पॅन असो अगर आणखी कोणी असो शब्दांची चलाखी करून हा गुंता सुटणार नाही. ■

५.११ डॉलरचे पुनरागमन

जगामध्ये परदेशी चलनांच्या बाजारात जे घडत असते त्याचे कोणालाही भाकित करणे जमत नाही. जेव्हा दोन आर्थिक अस्थिर परिमाणे एकत्र येतात आणि त्यात काय घडेल हे सांगता येते तेव्हा ते नाते टिकणारे नाही असे समजावे. परदेशी चलन बाजारात हे नेहमी घडत असते. मागच्या काही काळात अमेरिकेच्या चालू खात्यातील तुटीमध्ये प्रचंड वाढ होत असल्यामुळे डॉलरचे मूल्य सतत खाली जाणार असेच सगळे सांगत होते. अर्थशास्त्राच्या तर्कसंगतीला ते धरून होते. परंतु २००५ सालात याच्या नेमके उलटे घडले होते.

सध्या सगळ्या जगात अमेरिकेच्या डॉलर डॉलरचे वर्तन सगळ्यात चांगले आहे. विशेष म्हणजे युरोच्या नात्यात डॉलरचे मूल्य १३ टक्क्यांनी वाढले आहे. अनेक अभ्यासक हे जे अपेक्षेपलीकडचे घडले त्याचा अर्थ लावण्याचे प्रयत्न करत आहेत. सध्या अमेरिकेच्या चालू खात्यातील तूट ही जीडीपीच्या सहा टक्के आहे. ही सगळ्यात अधिक आहे. मागच्या २००२ सालापासून डॉलरचे मूल्य ढासळत होते कारण त्या देशाच्या परदेश व्यवहारात फारच मोठे असंतुलन होते. आजही तीच परिस्थिती आहे आणि ती आणखी बिघडण्याची शक्यता आहे. त्यामुळेच डॉलरने आपली शक्ती परत कशी मिळवली हे नक्कीच तर्काला धरून नाही.

आता डॉलरने आपले बळ मिळवले आहे हे डोळ्यासमोर ठेवून काहीजण त्याचे समर्थ करत आहेत. त्यांच्या मते आता नव्या जगाच्या मांडणीत देशांच्या नावांना फार महत्त्व राहिले नाही. विशेष म्हणजे सध्या जगात बचत अधिक होत आहे. हे काही प्रमाणात खरे दिसते. कारण अमेरिकेशिवाय इतरही काही देश आहेत ज्यांच्या चालू खात्यात भरपूर तूट आहे आणि त्यांना आपल्या अधिदानशेषात (बीओपी) फार काही अडचणी आलेल्या दिसत नाहीत. ऑस्ट्रेलिया, न्यूझीलंड आणि टर्की हे असे काही दुसरे देश आहेत ज्यांच्या चालू खात्यातील तूट ही त्यांच्या जीडीपीपेक्षा पाच टक्क्यांहून अधिक आहे. ही पाच टक्क्यांची पातळी लक्षात घेतली जाते कारण पूर्वी ती ओलांडल्यावर देशांतर्गत मागणी आणि परदेशी चलनाचे मूल्य या नात्यात काही उलथापालथी घडलेल्या होत्या.

अमेरिकेची परदेशी तूट दोषास्पद नाही याचे समर्थन करणारे आणखीन एक कारण सांगतात. सध्या जगामध्ये जे असंतुलन आहे ते नक्कीच कमी व्हायला हवे परंतु त्याचा सगळा दोष अमेरिकेवर ठेवण्यात अर्थ नाही. जे विकसनशील देश आहेत तेथल्या राज्यकर्त्यांनी आपल्या देशांतर्गत मागणीला कसे प्रोत्साहन देता येईल यावर पुरेशी कारवाई केलेली नाही. तसेच विकसित देशांमध्ये खाजगी क्षेत्रात ज्या कंपन्या आहेत त्या विनाकारण जादा सावधगिरी बाळगत आहेत.

मागच्या काही काळात भांडवली खर्चामध्ये एकदा भरमसाठ वाढ आणि नंतर एकदम दुष्काळ अशा व्यापारचक्राचा कंपन्यांनी धसका घेतलेला आहे. त्यामुळे त्यात गुंतवणूक करण्यापेक्षा अधिक लक्ष बचत करण्याकडेच देत आहेत. जेपी मॉर्गन या विख्यात सल्लागार कंपनीने याचा अभ्यास केला आहे. त्यांच्या मते जी -६ या देशांच्या अर्थव्यवस्थांमध्ये २००० ते २००४ या काळात मोठ्या कंपन्यांनी बचतीमध्ये वाढ केली. प्रत्यक्षात या वाढीव बचतीचा आकडा १००० अब्ज डॉलर (एक ट्रिलियन डॉलर)पेक्षा अधिक होता. जगाच्या एकूण जीडीपीमध्ये ही वाढीव बचत २.७ टक्के होती. आजपर्यंत अभ्यासकांनी अमेरिकेतला ग्राहक आपल्या खर्चामध्ये काटकसर करत आहे यावर विनाकारण जास्त भर दिलेला आहे. त्यापेक्षा तेथल्या कंपन्यांनी जी अधिक बचत केली आहे त्याचा परिणाम जास्त आहे. जपान आणि युरोपमधल्या मोठ्या कंपन्यांनीही अमेरिकेतल्या कॉर्पोरेट जगताचे अनुकरण केलेले आहे. विशेष म्हणजे या देशांमध्ये ग्राहकांची मागणी अमेरिकेपेक्षाही अधिक खालावलेली आहे. याचा एकत्रित परिणाम म्हणून सगळ्याच औद्योगिक देशांमध्ये अतिरिक्त बचतीचे प्रमाण लक्षणीय आहे.

या बरोबर अनेक विकसनशील देशांमध्येही मागच्या काही वर्षात बचतीचा दर वाढत आहे. याचेही एक कारण म्हणजे सगळ्याच राज्यकर्त्यांना मागचा अनुभव लक्षात घेता आपल्या अडचणीच्या वेळी आपल्याकडे पुरेशा बचतीचा ठेवा असावा असे वाटत आहे. शिवाय या देशांना निर्यात वाढवायची असल्यामुळे आपल्या चलनाचे मूल्य प्रयत्नपूर्वक खाली ठेवावे असेही नेहमी वाटत असते.

या सगळ्या अकल्पित घडामोडीतून एक आश्‍चर्य पुढे आले आहे. जगामध्ये जी बचतीची लाट आली आहे त्याचा फायदा अमेरिकेच्या अर्थव्यवस्थेला आणि त्यांच्या डॉलरला मिळत आहे. एक कारण म्हणजे जेव्हा मागची मंदी हटली आणि आर्थिक वाढीला सुरुवात झाली या काळात विकसित देशांमध्ये अमेरिकेची कामगिरी सगळ्यात लक्षणीय आहे. याबरोबर तुलनेने जपान आणि युरोपियन युनियनमधल्या देशांची वाढ अगदी अशक्त आणि फारशी उत्साहजनक नसल्यामुळे अमेरिकेला अधिकच श्रेय मिळत आहे आणि कौतुक होत आहे. त्याचा एक ठोस परिणाम म्हणजे उरलेल्या जगातले देश आपल्या बचतीतला अधिकतर वाटा अमेरिकेच्या

डॉलरमध्ये गुंतवण्यात उत्साह दाखवत आहे.

काही अभ्यासक आहेत, ज्यामध्ये बेन बर्नान्के येतात, ज्यांच्या मते अमेरिका ही परदेशी गुंतवणुकीसाठी एक आकर्षक अर्थव्यवस्था आहे. तेथे जी वित्तव्यवस्था आहे त्यातून भांडवलाची मांडणी अधिक कार्यक्षमतेने होते आणि तेथे परतावाही चांगला मिळतो. या अर्थव्यवस्थेची विश्वासार्हताच वरच्या पातळीवरची आहे. येथे घोटाळे झाले तरीही ते व्यवस्थेला मारक ठरत नाहीत असा गुंतवणूकदारांना मोठा भरवसा वाटतो. या उलट उरलेल्या जगामध्ये जे सत्ताधारी आहेत ते फक्त व्यापारी फायद्याची धोरणे अवलंबतात असा काही टीकाकारांचा समज आहे. हे राज्यकर्ते त्यांच्या देशातील ग्राहकांची मागणी वाढवावी याला पुरेसे महत्त्व देत नाहीत आणि चालनाही देत नाहीत. शिवाय गुंतवणुकदारांनी त्यांच्या देशामध्येच गुंतवणूक वाढवावी यासाठी जो त्यांना विश्वास द्यावा लागतो तसेही या राज्यकर्त्यांचे वर्तन नाही. जर जिथे बचत वाढली त्या देशातच गुंतवणूक झाली तर हा निधी बाहेर नेण्याचा प्रश्नच उरणार नाही. काही प्रमाणात या टीकेमध्ये तथ्य आहे.

भारतामध्ये असेच चित्र आहे. येथे बचतीचा दर अधिक आहे आणि गुंतवणूकदर त्याच्या खाली आहे. तसेच देशाच्या परदेशी चलनाच्या साठ्यात जी भरमसाठ वाढ झाली आहे त्यातली सुमारे १३ अब्ज डॉलर (बारा बिलियन डॉलर)ची गुंतवणूक अमेरिकेच्या ट्रेझरी बिलात फक्त दोन टक्क्यांच्या परताव्यावर करण्यात आलेली आहे. याचा अर्थ भारतासारखा गरीब देश आपली गुंतवणूक न वाढवता जगातल्या सगळ्या श्रीमंत देशातल्या नागरिकाच्या भल्यासाठी तेथे गुंतवणूक करत आहे.

अर्थात अमेरिकेच्या चालू खात्यातील तूट हा खरोखरी फार मोठा प्रश्न नाही असे आत्ताच म्हणता येणार नाही. अनेकदा त्या त्या वेळी जे परिस्थितीला धरून समर्थन केले जाते ते नंतर तर्काच्या कसोटीवर उतरतेच असे नाही. परंतु येत्या काळात अमेरिकेचा डॉलर नक्की कोसळणार आहे अशी जी भाकिते केली जात होती त्यातले काही घडले नाही हे वस्तुस्थिती म्हणून मान्यच करावे लागेल. शिवाय डॉलरने कदाचित काही काळासाठी आपली शक्ती परत मिळवलेली दिसते.

जे चलनाच्या बाजारात भाग घेतात ते या नव्या अनुभवातून काही तरी शिकतीलच. एक गोष्ट म्हणजे चलन बाजारात वेगवेगळ्या चलनांमध्ये जी नाती असतात ती फारशी टिकणारी नसतात. मागच्या काही वर्षात चालू खात्यात शिल्लक आहे का तूट आहे या विषयाचे महत्त्व वाढलेले आहे. विशेषत: २००२ ते २००४ सालात डॉलरच्या ढासळणाऱ्या मूल्याच्या बाबतीत या मुद्याची बरीच चर्चा झाली. विशेष म्हणजे याच काळात काही देशांच्या चालू खात्यात तूट होती आणि तरीही त्या देशांच्या चलनाचे मूल्य वाढलेले होते.

चलन बाजारातील मूल्यांच्या हालचालीवर काही निश्चितपणे बोलणे हे सर्वात

धोक्याचे आहे. इतर कोणत्याही मत्तांच्या वर्गाप्रमाणेच चलन बाजारातही सद्य:स्थितीला कोणते प्रवाह वाहत आहेत आणि त्यातल्या कोणत्या बाबींमुळे बाजाराची मानसिकता बदलेल याकडे लक्ष द्यावे लागते. अमेरिकेच्या चालू खात्यात वाढती तूट आहे म्हणून डॉलरवर जी सतत टीका होत होती त्याचा बहुधा बाजाराला कंटाळा आला होता. आता बाजारपेठेमध्ये वेगवेगळ्या देशातल्या व्याजदरांमध्ये कोणता फरक आहे या विषयी अधिकाधिक कुतूहल वाढत आहे. ही संकल्पनाही काही नवी नाही कारण एकेकाळी त्याचेही महत्त्व होते नंतर मधल्या काळात त्यातला रस संपला आणि त्याकडे बाजाराने दुर्लक्ष केले. आता परत त्यात लोक रस घेत आहेत.

व्याजदरांमधला तुलनात्मक विचार केला तर बाजारपेठेत डॉलरची पसंती केली जाते असे दिसते. त्याचे कारण म्हणजे अमेरिकेची फेडरल रिझर्व्ह ही एकच केंद्रीय बँक आहे जी आजही व्याजदर वाढवत आहे. अर्थात त्यामुळे डॉलरचे मूल्य वाढत राहील या निष्कर्षावर उडी मारण्याचे कारण नाही. कदाचित व्याजदरातील फरकांचा फायदा घेण्याचे (इंटरेस्ट आर्‌बीट्राज) सध्याचे बाजारातले वेड बदलेलही चलनाच्या बाजारात काय टिकेल आणि कशाचे प्रस्थ संपेल याविषयी काहीच सांगता येत नाही. हेच त्याचे वैशिष्ट्य.

■

५.१२ डॉलरचे घटलेले मूल्य

आता २००७च्या दुसऱ्या मध्यात रुपया सतत महाग होत होता आणि डॉलर सतत स्वस्त होत होता. साहजिकच रुपयाचे मूल्य वाढतच राहणार म्हणून त्याचे अधिमूल्यन (अॅप्रिसिएशन) चलनबाजाराच्या बांधणीला धरून होऊ द्यावे असे सगळे आग्रह करत आहेत. या चर्चेमध्ये काही बारकावे आहेत आणि त्याचे भान ठेवले पाहिजे. मुळात डॉलर हा अनेक कारणांमुळे हलका आणि दुबळा होत आहे आणि तो येथे विषय नाही. त्यामुळे डॉलरच्या नात्यात रुपया जड होत आहे म्हणून काही अभ्यासक याचा एक मर्यादित विचार करत आहे. यापेक्षा थोडे व्यापक चित्र डोळ्यापुढे ठेवता येईल. अधिक संतुलित धोरण ठरवण्यासाठी अनेक गटांना त्याचा उपयोग होईल.

सध्या रुपयाच्या बाबत जे घडत आहे त्याचप्रमाणे आणखी अनेक देशांच्या चलनाचे मूल्य डॉलरच्या नात्यात वाढलेले आहे. याला अपवाद दोघांचा आहे. मलेशियाचे रिंगिट आणि इंडोनेशियाचा रुपया या चलनाचे मूल्य वाढलेले नाही. जगाच्या चलनबाजारात केंद्रस्थानी असलेला डॉलर आणि त्याचे सतत ढासळणारे मूल्य हे आजचे चित्र आहे. त्याचबरोबर जगातले गुंतवणुकदार अधिकाधिक जोखीम पत्करण्याच्या शर्यतीमध्ये गुंतलेले आहेत. याचा एक साहजिक परिणाम म्हणजे विकसनशील देशांच्या चलनांवर अधिमूल्यनाचा दबाव आलेला आहे. याशिवाय या देशांच्या जवळ परदेशी चलनाचे डोंगराइतके साठेही गोळा झाले आहेत. आश्चर्य म्हणजे अगदी काही वर्षांपूर्वीच एक दीर्घकाळ विकसनशील देशांना त्यांच्या कमकुवत आर्थिक क्षमतेमुळे आपल्या चलनाचे अवमूल्यन (डिव्हॅल्युएशन) करावे लागेल अशा भीतीला नेहमी तोंड द्यावे लागे. त्यांच्यावर दबाव आणण्यासाठी आणि अटी घालून मदत देण्यासाठी आंतरराष्ट्रीय नाणे निधी (आयएमएफ) आणि जागतिक बँक यांचा नेहमी पुढाकार असे. आता या नव्या शतकाच्या पहिल्या दशकातच सगळे चित्र बदलले आहे आणि विकसनशील देशांच्या चलनाचे मूल्य वाढवण्यासाठीच त्यांच्यावर दडपणे आली आहेत. असा हा काळाचा महिमा आहे.

याची सुरुवात झाली त्याचे निमित्त होते अमेरिकेचा फेडचा निर्णय. या फेडरल

रिझर्व्हने सप्टेंबर २००७ मध्ये एका दीर्घकाळानंतर आपला मूळ व्याजदर पन्नास बिंदूंनी कमी केला आणि तो ५.२५ टक्क्यांवरून ४.७५ टक्क्यांवर आणला. शिवाय येत्या काळात अशाच प्रकारे वेळोवेळी आपण व्याजदर आणखी कमी करू शकतो अशी एक शक्यता सांगून ठेवली. यातूनच डॉलरचे मूल्य इतर चलनांच्या तुलनेत भराभरा ढासळू लागले. नेमके त्याअगोदर जुलै २००७च्या सुमारास जगातले गुंतवणुकदार एकदम सावध झाले होते आणि आपला हात आखडता घेऊ लागले होते. त्यामुळे फेडच्या व्याजदर कमी करण्याच्या निर्णयाचा परिणाम म्हणून परत विकसनशील देशांमध्ये गुंतवणुकीचा निधी परत दमदार होऊ लागला. याचाच चलनबाजारावर दबाव आला. याचबरोबर विकसनशील देशांच्या कोणत्याच एका सेंट्रल बँकेने आपल्या व्याजदरात बदल करून गुंतवणुकदारांना निरुत्साही करण्याचा काही प्रयत्न केलेला नाही.

मलेशियाचा रिंगिट आणि इंडोनेशियाचा रुपया या चलनांचा अपवाद वगळता डॉलरच्या नात्यात इतर सगळ्याच चलनांचे मूल्य बऱ्यापैकी वाढलेले आहे. यातच भारताचा रुपया, थायलंडचा बाट आणि ब्राझीलचा रियाल यांचा समावेश होतो. यांच्या मूल्यात २००७ सालाच्या सुरुवातीपासून दहा महिन्यात सुमारे दहा टक्क्यांची वाढ झालेली होती. इतर चलनांमध्ये दक्षिण आफ्रिकेचा रँड, चीनचा युआन, कोरियाचा वॉन, स्वित्झर्लंडचा फ्रँक आणि सिंगापूरचा डॉलर यांच्या मूल्यात सुमारे तीन ते पाच टक्क्यांची वाढ झाली. भारताच्या रुपयाच्या मूल्यात एप्रिल २००७ पासून सहा महिन्यात बारा टक्क्यांची वाढ झाली. आपले चलन मागची सुमारे दहा वर्षे नेहमीच डॉलरमागे चाळीस रुपयांच्या पातळीवर सतत राहिले होते. यातली सर्वात वरची पातळी मागे ४९ रुपयांपर्यंत पोहोचली होती. आजही रिझर्व्ह बँक बाजारात हस्तक्षेप करत आहे आणि तरीही ही चाळीस रुपयांची मर्यादा टिकवून धरता आली नाही. एकदा आरबीआयने यातून बाहेर पडायचे ठरवले तर अभ्यासकांच्या मते प्रतीडॉलरमागे रुपयाचे मूल्य आणखी घटेल आणि ते पस्तीस रुपयापर्यंतही येऊ शकेल. येत्या मार्च २००८ पर्यंत आपल्या रुपयाचे मूल्य सुमारे ४० टक्क्यांनी वाढेल अशी बाजारात अपेक्षा आहे. थोडक्यात म्हणजे आपली अर्थव्यवस्था मागच्या दशकात जशी बळकट होऊ लागली आणि वाढीचा सरासरी दर सतत उंचावत राहिला त्याचेच प्रतिबिंब रुपया बळकट होण्यामध्ये दिसत आहे. आरबीआयची काही इच्छा असली तरी हे वास्तव बदलणार नाही.

याबरोबर मुंबई शेअरबाजाराचा सेन्सेक्स हा निर्देशांक सप्टेंबर २००७ पासून दर आठवडयाला नव्या नव्या शिखरांवर पोहोचत आहे. त्याचे कारण म्हणजे परदेशातील गुंतवणुकदार संस्थांकडून (एफआयआय) मोठ्या प्रमाणावर निधीची आवक होत आहे. अभ्यासकांच्या मते खरे म्हणजे जुलै २००७ पर्यंत जगामधले

गुंतवणुकदार अधिकाधिक जोखीम घेण्याच्या मागे पळत होते. नंतर मध्ये अमेरिकेतल्या गृहनिर्माणाच्या गहाण कर्जांच्या बाजारात अस्वस्थ करणाऱ्या गडबडी आणि गोंधळ दिसू लागले आणि गुंतवणुकदार थोडेसे हबकले होते. यालाच बाजारात सबप्राईमच्या गडबडी असे संबोधतात. परंतु फेडने लगबग करून व्याजदरात पन्नास बिंदूंची घट केली आणि सबप्राईमच्या घोटाळ्यावर तोडगा मिळाला आणि मात करण्यात आली असे एक सुखद वातावरण पसरले. ती अर्थातच बाजारात सगळ्यांनी आपल्या समाधानासाठी करून घेतलेली समजूत होती. परंतु परिणाम मात्र दिसू लागला. गुंतवणुकदार जणूकाही काही झालेच नाही अशा आविर्भावात परत विकसनशील बाजारपेठांमध्ये निधीच्या उलाढाली करू लागले. याचा पुरावा म्हणजे टर्की, ब्राझील आणि दक्षिण आफ्रिका या देशांमध्ये बाहेरून आणण्यात आलेल्या निधीचा महापूर दिसत आहे. येथल्या सेंट्रल बँकांना अशा प्रमाणावर झालेल्या निधीला कसे आटोक्यात ठेवायचे या काळजीने घेरलेले आहे. अशावेळी चलनबाजारात सेंट्रल बँकेने उतरून कितीही खरेदी केली तरीही उसळलेले वातावरण थंड होत नाही. उलट याचा दुसराच परिणाम होतो. अशा खरेदीमुळे स्थानिक बाजारात अधिकच चलन उपलब्ध होते आणि चलनवाढीचा धोका बघता बघता हाताबाहेर जातो. यापेक्षा या कठीण प्रसंगाला तोंड देण्यासाठी स्थानिक चलनाचे मूल्य वाढू देणे हाच व्यावहारिक पर्याय समजला पाहिजे. याला चलनाचे अधिमूल्यन म्हणजे ॲप्रिसिएशन म्हणतात.

दक्षिण पूर्व आशियातल्या देशांच्या चलनाची काय परिस्थिती आहे? यासाठी जानेवारी २००७ ते ऑक्टोबर २००७च्या मध्यापर्यंत सुमारे साडेदहा महिन्यातील आकडेवारी लक्षात घेतली आहे. मलेशियाचा रिंगिट या चलनाचे मूल्य फारसे वाढलेले नाही. किंबहुना ते सात टक्क्यांनी उणे आहे. याचे श्रेय येथल्या सेंट्रल बँकेला दिले पाहिजे कारण ती बाजारात परिणामकारकरीत्या हस्तक्षेप करू शकते असे दिसते. इंडोनेशियाच्या रुपय्याबाबत वेगळी परिस्थिती आहे. याचे मूल्य फक्त जेमतेम एक टक्क्याने कमी झालेले आहे. याचे मूल्य चढत नाही याचे कारण म्हणजे तेथून भांडवलाची निर्यात होत आहे. या देशाच्या अर्थव्यवस्थेचे उदाहरण बघण्यासारखे आहे. येथे सेंट्रल बँक अर्थव्यवस्थेच्या दोन्ही बाजूंनी काम करते. त्यामुळे येथे चलनवाढीचा दबाव फारसा जाणवत नाही आणि तो सहन करण्याजोगा असतो.

याशिवाय अशी काही चलने आहेत ज्यामध्ये इतर देश आपले पैसे गुंतवून ठेवतात. यात स्वित्झर्लंडचा फ्रँक (वाढ २.५ टक्क्यांची), दक्षिण आफ्रिकेचा रॅन्ड (वाढ ४ टक्क्यांची), टर्कीचा लिरा आणि ब्राझीलचा रियाल (वाढ १५.५ टक्क्यांची) यांचा समावेश होतो. सध्याच्या काळात गुंतवणुकदाराच्या उत्साह वाढवणाऱ्या उलाढाली आणि चलनबाजारातले असंतुलन लक्षात घेता अशा देशांच्या चलनामध्ये होणारी गुंतवणूक अधिक वाढू शकते आणि ही चलने एक वेगळी भूमिकाही बजावू शकतात.

आता डॉलरच्या स्थानाविषयी संभ्रम निर्माण झाल्यावर गुंतवणुकदार बहुधा अशा दुसऱ्या काही चलनांच्या मध्ये आपले निधी तात्पुरत्या काळासाठी गुंतवण्याचे पत्करतील अशी चिन्हे दिसत आहेत. तसेच अशी गुंतवणूक फक्त अल्पकाळाचा विचार करण्यापेक्षा थोडा दीर्घकाळही होऊ शकते. याचा अर्थ या देशांच्या चलनाचे मूल्य डॉलरच्या मूल्यापेक्षा नजीकच्या आणि मधल्या काळात अधिक भक्कम होऊ शकते.

जगाच्या चलनबाजारात चीनचा युआन हे एक असे चलन आहे ज्याच्याविषयी अनेकांना मोठा भरवसा वाटतो. मागच्या दहा महिन्यात युआनचे मूल्य ३.७ टक्क्यांनी वाढले आहे आणि येत्या मार्च २००८ पर्यंत हे मूल्य ७.४२ टक्क्यांनी वाढलेले असेल. खरे म्हणजे चीनला आपल्या चालू खात्यात गोळा होणारी मोठी शिल्लक ही कशी सांभाळायची हा एक प्रश्न बनला आहे. शिवाय तेथेही भांडवली निधीची आयात आणि त्यातही खास करून विदेशी प्रत्यक्ष गुंतवणूक (एफडीआय) सतत वाढतच आहे. मात्र तेथले वैशिष्ट्य म्हणजे तेथे व्याजदराचे व्यवस्थापन सेंट्रल बँक आपल्याला हवेतसे करत असल्यामुळे त्यांना चलनवाढीच्या अडचणी भेडसावत नाहीत. बाजाराच्या भाषेत याला स्टेरिलायझेशन म्हणतात आणि तेथे मुद्रा धोरण हवेतसे राबवता येते. अभ्यासकांच्या मते अमेरिकेच्या डॉलरच्या तुलनेने या अनेक देशांमध्ये त्यांच्या चलनाचे मूल्य वाढलेले आहे याचे एक मुख्य कारण म्हणजे परदेशी गुंतवणूकदारांनी येथे मोठ्या प्रमाणावर भांडवल निधीची आयात केलेली आहे. आशियातल्या बहुतेक देशांच्या अर्थव्यवस्था निर्यातीवर अवलंबून आहेत आणि या व्यवहारात डॉलर दुबळा झाला म्हणजे त्याचे निर्यातीवर नकारात्मक परिणाम होतात.

आजच्या जगाच्या अर्थकारणात अजूनही अमेरिकेचा डॉलर केंद्रस्थानी आहे कारण जगातल्या सगळ्याच देशांनी ते चलन स्वीकारलेले आहे. मागच्या शतकातल्या दुसऱ्या महायुद्धापासून हे नवीन वास्तव वावरत आहे. आता मागच्या काही दशकात युरोपियन युनियनच्या प्रगतीमुळे त्यांचे युरो हे चलनही तुलनेने आपले बळ वाढवत आहे. स्टँडर्ड ॲन्ड पुअर (एस ॲन्ड पी) या नामवंत संस्थेने चलनबाजाराचे मूल्यमापन केले आहे आणि त्यात युरोचे स्थान काही प्रमाणात महत्त्वाचे आहे हे मान्य केले आहे. असे असूनही आजही अमेरिकेचा डॉलर हाच चलनबाजारात केंद्रस्थानी आहे कारण सगळे चलनाचे व्यवहार हे नेहमी डॉलरच्या परिमाणात मोजले जातात.

याची सविस्तर आकडेवारी बँक फॉर इंटरनॅशनल सेटलमेंट (बीआयएस) यांच्याकडून उपलब्ध होते. परदेश चलनाच्या बाजारात एकूण होणाऱ्या व्यवहारात आजही प्रमुख व्यवहार डॉलरमध्ये होतात. याउलट युरोचा बाजारातला वाटा फक्त सदोतीस टक्के आहे. याशिवाय जपानचा येन आणि ब्रिटनचा पौंड स्टर्लिंग यांचा

बाजारातला वाटा प्रत्येकी दहा टक्के आहे. एस ॲन्ड पी संस्थेच्या मते आंतरराष्ट्रीय कर्ज रोख्यांच्या बाजारात तुलनेने युरोचा वाटा अधिक आहे. त्याचप्रमाणे ओव्हर दि काऊंटर डेरिव्हेटीव्हज्च्या बाजारात व्याजदरातल्या फरकांवर व्यवहार होतात आणि त्यातही युरोचा वापर अधिक होतो. परंतु व्याजदराचे पर्याय, चलनाचे पर्याय आणि इतर अनेक चलन व्यापारातल्या व्यवहारात अमेरिकेच्या डॉलरचाच मुख्यत: वापर होतो. आज जरी ही वस्तु:स्थिती असली तरी येत्या काळात डॉलरच्या स्थानाला काही धोके निर्माण होऊ शकतात कारण मुळात डॉलर सतत दुबळा होत आहे. त्याचप्रमाणे अमेरिकेच्या राजकारणामुळेही त्या देशाचे अर्थकारण पूर्णपणे असंतुलित झालेले आहे. जगाच्या अर्थव्यवस्थेमध्ये याचे कधीतरी पडसाद उमटतीलच.

आज २००७ सालात आढावा घेतला तर जगाच्या बाजारपेठेमध्ये डॉलर दुबळा आहे आणि यापुढेही तो तसाच राहणार अशी मानसिकता दिसत आहे. याचबरोबर डॉलरच्या नात्यात बहुतेक इतर चलनांचे मूल्य वाढलेले असले तरी त्यातला एक विशेष लक्षात घेतला पाहिजे. हे मूल्य नाममात्र स्वरूपात वाढलेले आहे. खऱ्या अर्थाने नाही. स्टँडर्ड चार्टर्ड बँकेने चलनबाजारावर एक अहवाल तयार केला आहे आणि त्यात एक अंदाज व्यक्त केला आहे. बँकेच्या मते नजीकच्या काळात फेड आपल्या मूळ व्याजदरात हळूहळू घट करेल आणि त्याचा परिणाम म्हणून काही चलनांना प्रोत्साहन मिळेल. यात इंडोनेशियाचा रुपय्या (आयडीआर), फिलिपाईन्सचा पेसो (पीएचपी), कोरियाचा वॉन (केआरडब्ल्यू) आणि भारताचा रुपया (आयएनआर) यांचा उल्लेख आहे. फेडच्या व्याजदर कमी करण्यामुळे या देशांमध्ये बाहेरून आलेला गुंतवणूक निधी अधिक प्रमाणात येऊ लागेल. बहुदा अशी निधीची आवक शेअर बाजारात होईल. थोडा लांबचा विचार केला तर बँकेच्या मते एक जपानचा अपवाद सोडला तर आशियातल्या बहुतेक देशांच्या चलनांच्या मूल्यात बळकटी दिसू लागेल. याचे एकमेव कारण म्हणजे या देशांच्या अर्थव्यवस्था आता मुळातच पायापासून भक्कम आधारावर उभ्या आहेत आणि त्यांना वाढती अंतर्गत शक्ती मिळत आहे. बाजारातल्या अंदाजानुसार ऑक्टोबर आणि डिसेंबर २००७मध्ये फेड व्याजदरात किमान २५ बिंदूंची घट करेल. हा बदल फेड फंडस् टार्गेट रेट (एफएफटीआर) यात होईल. मात्र सप्टेंबर २००७मध्ये ५० बिंदूंनी व्याजदरात घट केल्यावर जो नाट्यमय परिणाम दिसून आला तसाच आता ऑक्टोबर आणि डिसेंबर २००७मध्ये फेडच्या निर्णयामुळे घडून येईल अशी कोणाला अपेक्षा नव्हती.

मग येत्या काळात काय घडू शकेल? बहुदा विकसनशील देशांच्या सेंट्रल बँका आपल्या चलनाचे मूल्य वाढू देतील (ॲप्रिसिएशन) ही दाट शक्यता आहे. अर्थात हे परिणाम डॉलरच्या नात्यात आहेत आणि साहजिकच ही चलने महाग झाली

म्हणजे या देशांच्या निर्यातीच्या कामगिरीवर त्याचा जरूर प्रतिकूल परिणाम दिसेल. दुसरा एक पर्याय म्हणजे भांडवली निधीची आवक आणि जावक ही पूर्णपणे बंधनातून मुक्त करणे. हे पाऊल टाकण्याची बऱ्याच देशांची अजून मानसिकता बनलेली नाही. चीन आणि भारत ही त्याची उदाहरणे आहेत. अर्थात आशियातल्या देशांची ही जड झालेली चलने जर पूर्णपणे परिवर्तनीय झाली तर त्याचा लगेचच गुण दिसेल असे नाही. मात्र थोड्या लांबच्या काळात चलनाचे पूर्ण परिवर्तन करू देणे हे फायद्याचेच आहे.

येत्या नजीकच्या काळात हे पहिले दशक संपण्यापर्यंत चलन बाजारात काय घडेल यामागे डॉलरचे भवितव्य काय आहे याविषयीचे काही ठोस अंदाज आहेत. वर म्हटल्याप्रमाणे येत्या काळातही डॉलर असाच दुबळा राहील ही फक्त एक शक्यता आहे. आणि ती दाट आहे हेही मान्य करायला हवे. त्यावेळी इराक बाबत काही वेगळे धक्कादायक निर्णय घेतले गेले आणि अमेरिकेने त्या देशातून आपले पाऊल मागे घेतले तर अमेरिकेचा डॉलर दुबळा होण्याचे एक मुख्य कारण संपून जाईल. तसे झाले तर तेथल्या अर्थसंकल्पातला कर्जाचा बोजा आणि व्यापारातील तूट परत आटोक्यात येऊ शकेल. मागे बुश प्रशासनाच्या अगोदर क्लिंटन यांच्या नेतृत्वाखाली अमेरिकेने आपला कर्जाचा बोजा पूर्णपणे संपवलेला होता. याचा अर्थ जर अमेरिकेच्या पुढच्या अध्यक्षांनी वेगळी राजकीय धोरणे आखली तर आज अमेरिकेच्या अर्थव्यवस्थेमध्ये जे मुळापासून असंतुलन आहे त्यातून बाहेर पडता येईल. असे काही घडले तर परत अमेरिकेचा डॉलर आपल्या शक्तीवर उभा राहू शकतो आणि जगात प्रभाव टाकू शकतो. आज मात्र ही शक्यता चमत्कारासारखीच वाटणारी आहे.

■

विभाग ६ : कर्ज आणि बचत

Debits and Savings

६.१ कर्जाचा डोंगर आणि शून्य बचत

अमेरिकेचे अध्यक्ष जॉर्ज बुश यांनी आपले प्रशासन देशावर असलेल्या कर्जाचे ओझे कमी करेल असे लोकांना आश्वासन दिले आहे. त्यांच्या प्रशासनाच्या पहिल्या चार वर्षाच्या कारकिर्दीत त्यांनी जे अनेक राजकीय निर्णय घेतले त्यातून सरकारची तूट वाढली, कर्जाचे डोंगर उभे राहिले आणि डॉलर दुबळा झाला. ते परत निवडून आले आणि त्यांची आता जेमतेम दोन वर्षेच शिल्लक राहिली. ज्या अध्यक्षाचा अवधि उत्तरकाळापुरता उरला आहे त्याच्या घोषणा कोणी फारशा गंभीरपणे घेत नाही. कोणता अध्यक्ष अशा संधीकालात अवघड निर्णय घेईल आणि लोकांचा राग ओढून घेईल. प्रत्येक अध्यक्षाला आपले नाव इतिहासात नोंदले जावे असेच वाटत असते.

अमेरिकेमध्ये सरकारचे जे एकूण कर्ज आहे ते सगळ्या नागरिकात वाटले तर प्रत्येकावर १,४५,००० डॉलरचा बोजा आहे. आणि तो रोज वाढत आहे. बुश प्रशासनाने सगळ्या धनकोंना, निवृत्तांना, सैनिकांना आणि गरिबांना आपण सगळे कर्ज फेडू असे उदारपणे आश्वासन दिलेले आहे. विशेष म्हणजे यात क्रेडिटकार्डवरचे कर्ज, गृहकर्ज अशा व्यवहारांचा समावेश नाही. अमेरिकेतले नागरिक असे व्यक्तीगत कर्ज सरसकटपणे काढत असतात. मग सगळी मिळून बचत किती होते? सगळ्या अमेरिकेतल्या नागरिकांची सरासरी काढली तर प्रत्येक शंभर डॉलरचे उत्पन्न मिळवले तर त्यातून जेमतेम एक डॉलरची बचत केली जाते.

अमेरिकेत याची एक पाहणी झाली आहे. अमेरिकेच्या संघ राज्याची मोठी तूट कमी करायची असल्यास जेमतेम एक तृतीयांश नागरिक आपल्या खर्चात कपात करतील आणि त्याहीपेक्षा कमी नागरिक करवाढीला तयार होतील असा निष्कर्ष काढण्यात आला आहे. अर्थशास्त्रज्ञ, सरकारी अधिकारी आणि लोकप्रतिनिधी या सगळ्यांनीच अमेरिकेचे सरकार जे अखंडपणे कर्जे उभारत आहे त्याच्या विरोधात लोकांना जागे केले आहे. हे असेच सगळे चालू राहिले तर त्यातून एक मोठे संकट कोसळणार आहे आणि मग त्याचा परिणाम म्हणजे निवासी घरांच्या किंमती खाली येतील, व्याजदर भरपूर वाढतील, बेरोजगारी वाढेल, वेतन कुंठित राहील आणि

शासनाच्या अनेक सेवा कोलमडून पडतील. नागरिकांना आरोग्याची सुरक्षा मिळणार नाही आणि कायदा आणि सुव्यवस्थाही टिकवणे शक्य होणार नाही. अमेरिकेसारख्या जगातल्या एकमेव महासत्तेच्या नागरिकांचे असे प्रबोधन करणे आवश्यक आहे कारण एकूण अमेरिकन समाजात अशा लांबच्या परिणामांविषयी सरसकट बेफिकिरी आणि अनावस्था आहे.

फेडरल रिझर्व्ह बँकेचे अध्यक्ष ॲलन ग्रीनस्पॅन हे दीर्घकाळ कार्यरत राहिले आणि अमेरिकेत कोणत्याही अध्यक्षापेक्षा त्यांच्या शब्दाला नेहमी अधिक महत्त्व मिळत राहिलेले आहे. त्यांनी देशाचे मुद्राधोरण अत्यंत समर्थपणे राबविले असे सगळ्यांचे एकमत आहे. त्यांची कारकिर्द आता २००६ सालाच्या सुरुवातीला संपणार आहे आणि त्यांनी सगळ्या देशांना एक गंभीर इशारा दिलेला आहे. त्यांच्या मतानुसार अमेरिकन प्रशासनाच्या अर्थसंकल्पातील तुटीमुळे देशाची क्षमता मर्यादित होत आहे. विशेषत: देशाच्या व्यापारात तूट वाढत आहे आणि गृहकर्ज उभारण्याचे प्रमाणही वाढत आहे आणि अशा घडामोडींमुळे जे काही धक्के बसतील त्याला तोंड देण्याची अर्थव्यवस्थेची क्षमता कमकुवत झालेली आहे. देशाच्या बिकट वित्तीय प्रश्नांवर उत्तरे शोधायची असली तर अनेक अवघड पर्यायांना तोंड द्यावे लागेल आणि देशामध्ये नेतृत्व कमी पडत आहे असे त्यांनी म्हटले आहे.

खरे म्हणजे अमेरिकेचे नागरिक अगोदरच्या काळात बचत करत होते परंतु आता ते सगळे त्यांनी सोडून दिले आहे. मागे पन्नाशीच्या दशकात अमेरिकेची पिढी आपल्या उत्पन्नाच्या सुमारे आठ टक्के बचत करत असे. या पिढीने दुसरे महायुद्ध बघितले होते आणि त्या अगोदर अमेरिकेत जी मोठी मंदी आली होती त्याचीही आठवण कोणी विसरले नव्हते. नंतरच्या काळात पन्नाशीमध्ये हे बचतीचे प्रमाण अकरा टक्क्यांपर्यंत वाढले आणि मग हळूहळू ऐंशीच्या दशकात हे प्रमाण सात टक्क्यांपर्यंत खाली आले. या चाळीस वर्षात बरेच पाणी वाहून गेले होते आणि अमेरिकेमध्ये लोभ हाच चांगला (ग्रीड इज गुड) असे तत्त्वज्ञान लोकप्रिय झाले. आता एकविसाव्या शतकाच्या सुरुवातीला या सगळ्या गोष्टी इतिहासात जमा झाल्या. मागच्या २००४ सालात बचतीचा दर जेमतेम १.८ टक्के होता आणि २००५च्या सुरुवातीच्या काळात तो एक टक्क्यांवर घसरला. तसेच २००५ साल संपायच्या सुमाराला ही बचत शून्यावर पोहोचली होती असे सरकारच्या ब्युरो ऑफ इकॉनॉमिक ॲनालिसिस् या अधिकृत संस्थेने सांगितले आहे.

अमेरिकेतला समाज ही जी बचत करत नाही त्याचेच प्रतिबिंब म्हणजे सरकारने उभे केलेले कर्जाचे डोंगर. मागे २००० सालात कुटुंबांच्या एकूण हातात असलेल्या उत्पन्नापैकी त्यांच्या कर्जाचे प्रमाण १८ टक्के होते. हे त्यामागच्या वीस वर्षांच्या काळात सर्वात अधिक प्रमाण होते. म्हणजे अमेरिकेतले सर्वसाधारण कुटुंब आपल्या

जीवनशैलीपोटी जो खर्च करते आणि त्यात राहण्याच्या घरावरचा खर्चही अंतर्भूत आहे त्यावर जर सुमारे पाच डॉलर खर्च करत असेल तर त्यातला जवळपास एक डॉलरचा वाटा कर्जाचा असतो. अनेक अमेरिकन लोकांना आपल्या मालकीच्या घराची किंमत वाढत आहे या समाधानात असतात. त्यातूनच अनेक कुटुंबे गृहकर्ज काढणे, घर बांधणे आणि विकणे अशा अनेक उलाढालींमध्ये खूप रस घेतात. एकूणच त्या समाजामध्ये नवीन बांधकाम करण्याला सतत प्रोत्साहनाचे वातावरण असते.

घरांच्या किंमती वाढत असल्या तरीही तो एक समजुतीचा भाग आहे. कोणत्याही सर्वसाधारण कुटुंबाच्या उत्पन्नात सतत वाढत होत राहिली म्हणजे खाण्यापिण्यावरचा खर्च मर्यादित होत जातो आणि इतर खर्चाचे प्रमाण वाढत जाते. यातच राहण्याच्या घरावरचा खर्च आणि त्यासाठी करावी लागणारी गुंतवणूक याचा वाटा ठळक असतो. त्यासाठी बँका आणि इतर वित्तसंस्था याही उत्साहाने कर्ज पुरवठा करत असतात. येथपर्यंतचा घटनाक्रम हा खुल्या अर्थव्यवस्थेमधल्या बाजारपेठेच्या शिस्तीला धरून असतो. परंतु असे राहण्यासाठी बांधलेले घर ही संपत्ती बनते जेव्हा तिची विक्री होते. तोपर्यंत त्या मत्तेचे मूल्य काल्पनिकच असते.

त्यामुळे अमेरिकेमध्ये मागच्या काही काळात गृहनिर्माणावर जो भर देण्यात येत आहे त्याविषयी अनेक अभ्यासकांना आशंका आहे. काहींच्या मते हा एक बुडबुडा आहे आणि तो कधीतरी फुटणार आहे. एका परीने अमेरिकेतल्या नागरिकाची मानसिकता वेगळी आहे. त्याला दोन्ही बाजूने फक्त आपल्याला फायदे मिळावेत असे वाटते. त्याला करसवलतही हवी आणि त्याला सरकारकडून मिळणाऱ्या कमी खर्चाच्या सेवाही हव्यात. जोपर्यंत या दोन्ही गोष्टी कमी जास्त प्रमाणात त्याला मिळत राहतील तोपर्यंत तो उरलेल्या जगाची आणि परिणामांची फिकीर करत नाही. त्यामुळे सर्वसाधारण अमेरिकन माणसाला डॉलरचे काय होणार याचा काही अजिबात प्रश्न पडत नाही. त्या समाजात नेहमी देशापुढे असणाऱ्या प्रश्नांची गहन चर्चा होत असते परंतु ते सोडविण्यासाठी कोणती एखादी ठोस उपाय योजना करावी यावर त्यांचे कधीच एकमत होत नाही.

अमेरिकेतल्या नागरिकाला बचत तर करायची नाही परंतु जी भरभराट होत आहे ती मात्र हवी आहे. दुसऱ्या बाजूने अमेरिका ही एकच आर्थिक आणि राजकीय महासत्ता म्हणून जगामध्ये मागच्या शतकातल्या नव्वदीच्या दशकापासून म्हणजे आता पंधरा वर्षे वावरत आहे. त्यातूनही मागे ११ सप्टेंबर २००१मध्ये जो अमेरिकेवर दहशतवादी हल्ला झाला तेव्हापासून अमेरिकेची सगळी मानसिकता मुळापासून बदललेली आहे. अठराव्या शतकाच्या उत्तरार्धात अमेरिकेत स्वातंत्र्याची घोषणा झाली हा एक प्रसंग आणि त्यानंतर एकोणिसाव्या शतकात अब्राहम लिंकनने त्या

देशातील राज्यांची स्वायत्तता मर्यादित करून संघराज्याची स्थापना केली तो दुसरा प्रसंग. यानंतर या दोन ऐतिहासिक घटनांची तुलना करता येईल असा दहशतवादी हल्ला अमेरिकेने या शतकाच्या सुरुवातीला अनुभवला. काही प्रमाणात मागच्या विसाव्या शतकात अमेरिकेने अध्यक्ष रुझवेल्ट यांच्या नेतृत्त्वाखाली दुसऱ्या महायुद्धात पाश्चिमात्य दोस्त राष्ट्रांच्या बाजूने भाग घेण्याचा जो निर्णय घेतला त्याचाही या ऐतिहासिक घटनांमध्ये उल्लेख करता येईल.

जेव्हा अमेरिकेसारख्या एकमेव महासत्तेला जगामध्ये असुरक्षित वाटते तेव्हा एक अजब परिस्थिती निर्माण होते. अमेरिका आपल्याला स्वत:चे संरक्षण करण्याचा स्वयंसिद्ध हक्क आहे असे मानते आणि त्यासाठी जगातल्या कोणत्याही देशात हस्तक्षेप करण्याचा आपल्याला अधिकार आहे असे समर्थन करते. दुसऱ्या बाजूला नेमक्या याच कारणांसाठी असुरक्षित वाटते आणि त्यांना अमेरिकेपासून धोका आहे असे मनोमनी वाटते. अशा या असंतुलित जागतिक राजकारणातून अमेरिकेने प्रथम अफगाणिस्तानवर हल्ला केला आणि नंतर इराकवर हल्ला करून तेथली सद्दाम हुसेनची हुकुमशाही राजवट संपवली. परंतु हे सगळे करण्यासाठी अमेरिकेचा संरक्षणावरचा खर्च हाताबाहेर गेला आहे आणि त्यातूनच अर्थसंकल्पातील तूट आटोक्यात राहिलेली नाही. शिवाय इराकमधून कसे बाहेर पडायचे याचेही उत्तर त्यांच्याकडे नाही आणि त्यामुळे येत्या काळातही या खर्चावर काही तोडगा मिळेल अशी शक्यता नाही. याचा एक परिणाम म्हणजे डॉलर जगाच्या बाजारपेठेत हलका झालेला आहे. म्हणजे जगात राजकीयदृष्ट्या अमेरिका ही एकच महासत्ता आहे आणि त्याचबरोबर तिचा डॉलर दुबळा झालेला आहे.

या अनेक कारणांमुळे अमेरिकेची अर्थव्यवस्था हे एक मोठे कोडे बनलेले आहे. एका बाजूने अमेरिकेतल्या नागरिकाला बचत करायची नाही आणि सतत अधिक समृध्दी हवी आहे. दुसऱ्या बाजूने अमेरिकेचे सरकार आपली तूट आटोक्यात आणत नाही आणि कर्जाचे डोंगर तसेच वाढू देते. त्यातून त्यांचे चलन डॉलर दुबळे झाले तर त्यातही काही अडचण वाटत नाही. किंबहुना आपली निर्यात वाढण्यासाठी त्याचाही ते फायदा उठवत आहेत. या सगळ्या गोंधळात भर म्हणजे जे विकसनशील देश आहेत ते मोठ्या वेगाने आर्थिक वाढ करून दाखवत आहेत आणि त्यांच्याजवळ जे परदेशी चलनाचे प्रचंड साठे गोळा झाले आहेत त्याची मोठी गुंतवणूक ते डॉलरमध्ये करत आहेत. तसेच या अनेक देशांमध्ये त्यांच्या चालू खात्यात भरपूर शिल्लक दिसत आहे. यातल्या अनेक देशांनी अमेरिकेच्या ट्रेझरी बिलामध्ये आपली गुंतवणूक केलेली आहे ज्यावर त्यांना अगदी जेमतेम दोन टक्क्यांचाच परतावा मिळतो.

थोडक्यात म्हणजे जे गरीब आणि विकसनशील देश आहेत ते आपल्या

आर्थिक वाढीतून जी शिल्लक निर्माण करत आहेत त्याची गुंतवणूक अमेरिकेच्या डॉलरमध्ये करत आहे. म्हणजे एका बाजूला अमेरिकेचा ग्राहक बचत करत नाही आणि भरभराटीचा अनुभव घेतो आणि दुसऱ्या बाजूला जे विकसनशील देश आहेत ते आपण केलेली सगळी बचत आपल्याच देशात गुंतवणूक न करता त्याचा काही भाग अमेरिकेला उधार देत आहेत. सध्या जगात घडणाऱ्या या कोणत्याच गोष्टींचा उलगडा पारंपरिक अर्थशास्त्राच्या पाठ्यपुस्तकातून करता येत नाही.

■

६.२ अमेरिकेची जगाकडून उसनवारी

२००२ सालापासून अडीच वर्षात डॉलरचे युरो बरोबरचे मूल्य पन्नास टक्क्यांनी खालावले आहे. २००५ सालात अमेरिकेची मागणी कमी झाली आहे आणि हे सगळे असूनही व्यापारातली तूट मात्र वाढतच चालली आहे. २००४ सालात ही तूट सर्वात अधिक म्हणजे ६६६ अब्ज डॉलर (६६६ बिलियन डॉलर) झाली. याचा दुष्परिणाम अमेरिकेच्या आर्थिक वाढीवर झाला. सन २००४ सालात याचा परिणाम म्हणून जीडीपीमध्ये होणारी वाढ ०.६ टक्क्यांनी कमी झाली आणि २००५ च्या पहिल्या तिमाहीमध्ये हा जीडीपीचा वाढीचा दर १.५ टक्क्यांनी कमी झाला. जर खरोखरी व्यापारातली तूट आहे तितकीच स्थिर राहिली असती तर या पहिल्या तिमाहीमधला वाढीचा दर ४.६ टक्के इतका होऊ शकला असता.

ही अमेरिकेच्या व्यापारातली तूट याचा सगळ्यांनाच ताप आहे. मुख्य म्हणजे मागच्या दीड वर्षात जी जगभर आर्थिक वाढ पसरली आहे ती अडचणीत येणार आहे. अमेरिका आणि जे इतर श्रीमंत आद्योगिक देश आहेत त्यांना ही व्यापारातली तूट महाग पडणार आहे. तसेच जगभरात ज्या वित्त संस्था सेवा देतात त्यांच्यावरही परिणाम होणार आहे. खरे म्हणजे अमेरिकेचा डॉलर मागच्या दोन वर्षात हलका झालेला आहे आणि व्यापारातली तूट वाढत आहे या दोन गोष्टी अलग नाहीत आणि अनेकांना याचा नीट अर्थ लावणे जड जात आहे. डॉलरचे मूल्य मागच्या २००२ आणि २००३ सालात जवळपास सगळ्याच प्रमुख चलनांच्या नात्यात बऱ्यापैकी कमी झाले होते. नंतर २००४ सालात मात्र ते थोडेसे स्थिरावलेले आहे. डॉलरचे मूल्य जे घटले ते मुख्यत: युरोपातील देशांच्या चलनांच्या नात्यात आणि कॅनडाच्या डॉलर बरोबर होते. तुलनेने जपानच्या येन बरोबर डॉलरचा विनिमयाचा दर थोडा खालावलेला आहे आणि आशियातल्या इतर देशांच्या चलनांबरोबर तो २००२ सालापासून स्थिर राहिलेला आहे.

वास्तविक पाहता खुल्या बाजारापेठेत जे प्रवाह आहेत त्याचे काही हे प्रतिबिंब नाही. आशियातल्या सगळ्याच देशांच्या सेंट्रल बँकांनी या परदेश चलनाच्या बाजारात लपतछपत हस्तक्षेप करून आपापल्या देशांचे मूल्य वाढू दिलेले नाही. अशा रीतीने

वेगवेगळे देश आपल्या व्यापारातल्या हितासाठी आपल्या चलनांचे मूल्य हलके ठेवणार असले अगर किमान वाढू देणार नसले तर ही एक खरोखरी पूर्णपणे कृत्रिम परिस्थिती आहे. मग ती अशी किती काळ टिकू शकेल हाही प्रश्नच आहे.

अमेरिकेचा परदेश व्यापार कसा होतो हे बघण्यासारखे आहे. अमेरिका आशियामधून अधिक आयात करते आणि युरोप आणि कॅनडा यांना अधिक निर्यात करते. अमेरिकेच्या एकूण निर्यातीमध्ये युरोप आणि कॅनडाचा वाटा ४९ टक्के होता आणि पहिल्या दोन महिन्यातल्या २००५ सालात तेथून अमेरिकेने फक्त ३९ टक्के आयात केली. जपान वगळता उरलेल्या आशियातल्या देशांना अमेरिकेने १७ टक्के निर्यात केली आणि आयात मात्र २४ टक्के केली. खरी अडचण आहे ती म्हणजे युरोप आणि जपानला अमेरिका अधिक निर्यात करू शकत नाही. खरे म्हणजे त्यांचा डॉलर दुबळा आहे आणि तरीही त्याचा निर्यातीसाठी फायदा करून घेता येत नाही कारण युरोप आणि जपानच्या अर्थव्यवस्था फारशी वाढ दाखवत नाहीत. जपानच्या आर्थिक वाढीचा २००४ सालात दर २.६ टक्के होता. युरो झोन मधल्या युरोपातल्या देशांच्या जीडीपीमध्ये २००४ सालात १.८ टक्के वाढ झाली आणि चालू २००५ सालात ही वाढ जेमतेम १.३ टक्के असेल. अशा परिस्थितीत अमेरिका या देशांना अधिक निर्यात करू शकत नाही हे उघड आहे.

अमेरिकेच्या आणि युरोपमधल्या उत्पादन व्यवस्थांची तुलना केली तर अमेरिका अधिक उत्पादक आहे आणि त्यामुळे स्पर्धेला तोंड द्यायला अधिक समर्थ आहे. परंतु जर युरोपमध्ये ग्राहकाच्या मागणीमध्ये फारशी वाढ होत नसली तर अमेरिका अधिक निर्यात करू शकत नाही आणि अधिक विक्री करू शकत नाही. शिवाय जून २००५च्या सुरुवातीला फ्रान्स आणि हॉलंड या देशातील लोकांनी सार्वमत घेऊन आपण नव्या युरोपची घटना स्वीकारत नाही असा निर्णय दिला आहे. त्यामुळे युरोचे मूल्य प्रथमच घटले आहे. याचा एक परिणाम म्हणजे व्यापारातल्या तुटीला धरून जे चलनाच्या मूल्यात बदल व्हायला हवेत ती प्रक्रिया लांबणीवर पडली आहे. अधिक महत्त्वाचे म्हणजे गुंतवणूकदारांना युरोपपेक्षा अमेरिका ही गुंतवणुकीसाठी अधिक सुरक्षित जागा वाटते.

या पार्श्वभूमीवर आयातीचे चित्र वेगळे दिसते. अमेरिकेत ग्राहकाची मागणी अधिक असल्यामुळे आशियामधून मालाची आयात वाढतच आहे. शिवाय आशियातल्या बहुतेक चलनांच्या नात्यात डॉलरचे मूल्य फारसे बदललेले नाही. अमेरिकेची चीनबरोबरच्या व्यापारात भली मोठी तूट आहे. २००५ सालच्या पहिल्या दोन महिन्यात अमेरिकेच्या व्यापारात जी तूट होती त्यातली २८ टक्के तूट चीनशी निगडित होती. डॉलरला सगळ्यात अधिक पाठिंबा आशियातल्या प्रमुख देशांच्या सेंट्रल बँका देत आहेत आणि त्याचे माध्यम म्हणजे त्या चलन बाजारात सतत हस्तक्षेप करत आहेत.

मागच्या २००४ सालात अमेरिकेची जी चालू खात्यात एकूण तूट होती त्यातला ६० टक्के वाटा आशियातल्या सेंट्रल बँकांचा होता. शिवाय चालू २००५ सालात अमेरिकेच्या सरकारने जे कर्ज काढले आहे त्यातला ७५ टक्के वाटा आशियाचा आहे. या प्रचंड निधीच्या आयातीमुळे अमेरिकेतले व्याजदर हलके आहेत आणि गुंतवणूक बळकट आहे. एका दृष्टीने विचार केला तर अमेरिकेचे सरकार चालू काळात देशातली आर्थिक वाढ टिकावी म्हणून परदेशातल्या धनकोंकडून ऋण काढत आहे. म्हणजे एका परीने अमेरिकेतल्या मत्तांचीच ही थोडीथोडी विक्री आहे.

आशियातल्या सेंट्रल बँका चलनबाजारात हस्तक्षेप करत आहेत कारण त्यांना आपली चलने हलकी ठेवून अमेरिकेला अधिक निर्यात करण्याला प्रोत्साहन द्यायचे आहे. म्हणजे हे देश असा हस्तक्षेप मान्य करत आहेत कारण त्यांना निर्यातीतून पैसे मिळवायचे आहेत आणि ते पैसे अमेरिकेच्या व्यवस्थेमध्ये गुंतवायचे आहेत. याचे एक कारण म्हणजे अमेरिकेत कुटुंबाच्या पातळीवर बचतीचे प्रमाण अगदी माफक आहे आणि तेथले केंद्र सरकार मात्र आपल्या अर्थसंकल्पात मोठी राजकोषीय तूट दाखवत आहे. एकूणातच हे सगळे तर्कशास्त्र सर्वसाधारण माणसाच्या कल्पनेपलीकडचे आहे.

मग यावर उपाय काय? या आशियातल्या बँकांनी चलनाच्या बाजारपेठेत हस्तक्षेप करून डॉलरची खरेदी थांबवली पाहिजे. तसेच त्यांना जो व्यापारात अधिक निर्यातीतून फायदा मिळवायचा आहे त्याचा ध्यास सोडला पाहिजे. त्यांनी असे केले तरच पर्यायाने अमेरिका आपल्या व्यापारातील तूट संपवू शकेल. शिवाय अमेरिकेचे सरकार आपल्या देशांतर्गत नागरिकांनी अधिक बचत करावी याला प्रोत्साहन देऊ शकते. हे करण्याचा सगळ्यात सोपा मार्ग म्हणजे अर्थसंकल्पातील राजकोषीय तूट संपवणे.

या सगळ्या चित्रामध्ये परदेशात जो आर्थिक वाढीचा दर मंदावला आहे हा एका मोठ्या प्रश्नाचा भाग आहे. आजच्या जगात जी काही वाढ होत आहे त्याची प्रेरणा अमेरिका आणि जपान वगळून उरलेला आशिया ही आहे. त्याबरोबर जपान आणि युरोपातील देश यांच्यामुळे जगाच्या अर्थव्यवस्थेवर बंधने आली आहेत. जागतिक नाणेनिधीने एक परचेसिंग पॉवर पॅरिटी (पीपीपी) अशी एक संकल्पना पुढे आणली आहे. त्याचा अर्थ ग्राहकाची खरेदी करण्याची क्षमता. या संकल्पनेनुसार जे विकसित औद्योगिक देश आहेत त्यांचा जगाच्या एकूण जीडीपीतला वाटा ५४.६ टक्के आहे. या उलट विकसनशील देशांचा वाटा ४५.४ टक्के आहे. युरो झोन मधल्या विकसित देशांचा वाटा फक्त १५.३ टक्के आहे. आता चीन ही जगातली दुसऱ्या क्रमांकाची अर्थव्यवस्था आहे. तिचा जगाच्या एकूण जीडीपीतला वाटा १३.२ टक्के आहे. या तुलनेने जपानचा वाटा फक्त ७.१ टक्के आहे. भारताचा जगाच्या उत्पादनातला

वाटा ५.९ टक्के आहे आणि जपान नंतर भारताचा चौथा क्रमांक लागतो.

जे विकसनशील देश आहेत त्यांच्या आर्थिक वाढीचा दर उंचावलेला आहे. त्याची सरासरी मागच्या वर्षी २००४ सालात ७.२ टक्के होती. त्यात चीनच्या आर्थिक वाढीचा दर ९.५ टक्के होता. या तुलनेने प्रगत औद्योगिक देश फक्त ३.४ टक्क्यांनी वाढले. यातच अमेरिकेचा वाढीचा दर ४.४ टक्के होता म्हणजे उरलेल्या औद्योगिक देशांचा सरासरीपेक्षा बराच खाली होता. याचा परिणाम म्हणून मागच्या २००४ सालात एकूण जगात जी आर्थिक वाढ झाली त्यातला फक्त ३७ टक्के वाटा विकसित औद्योगिक देशांचा होता. जगाच्या वाढीमध्ये चीनचे योगदान सर्वात अधिक म्हणजे २४ टक्के होते आणि त्यानंतर अमेरिकेचा वाटा १८ टक्के होता.

तुलनात्मक विचार केला तर पूर्व युरोपमधले देश आणि भारत यांनी एकत्रितपणे युरो झोनमधल्या विकसित देशांपेक्षा जगाच्या आर्थिक वाढीमध्ये अधिक योगदान दिले. जसजशा चीन आणि भारत यांच्या अर्थव्यवस्था आकाराने वाढत आहेत तसे जगाच्या आर्थिक व्यवस्थेमधले संतुलन बदलत आहे. या दोन देशांच्या वाढत्या शक्तीमुळे यंत्रोत्पादनाच्या आणि औद्योगिक मालाच्या जागतिक व्यापारात महत्त्वाचे बदल होत आहेत. या सगळ्या नाट्यमय घडामोडींचा दिशा एकच संकेत देते. ती म्हणजे येत्या काळात जगाच्या अर्थव्यवस्थेचे भवितव्य आशियामध्ये घडणार आहे. युरोपमध्ये नाही.

■

विभाग ७ : भांडवल

Capital

७.१ चलन बाजारातील वादळे

श्रीमंत औद्योगिक देशांचा एक गट आहे तो ग्रुप ऑफ सेव्हन म्हणजे जी७ या टोपण नावाने ओळखला जातो. या देशांचे वित्त मंत्री आणि सेंट्रल बँकांचे प्रमुख वेळोवेळी भेटतात आणि बरीचशी गुळमुळीत शब्दातील निवेदने करतात. त्यामुळे एक तर सदस्य देशांना कोणत्याही मुद्यावर सहमती दाखवायला अडचण येत नाही कारण सोयीप्रमाणे नंतर त्याचा कसाही अर्थ लावता येतो. अधिक महत्त्वाचे म्हणजे अशा निवेदनांमुळे वित्त बाजारात काही गडबडी होत नाहीत. शेअर बाजार आणि चलन बाजार कोणत्याही बारक्यासारक्या निमित्ताची वाटच बघत असतात. या गटाने २० सप्टेंबर रोजी दुबईमध्ये एक निवेदन जाहीर केले. हे जागतिक बँक आणि आयएमएफ यांच्या दुबईमधल्या बैठकीपूर्वी झाले म्हणून त्याचे महत्त्व. या श्रीमंत देशांनी परदेशी चलन बाजारात अधिक लवचिकता असावी असे आव्हान केले. बाजारात सगळ्यांनाच आश्चर्य वाटले आणि परिणामी डॉलरचे मूल्य आणखी खाली गेले. श्रीमंत देशातील वित्त मंत्र्यांना नेमके काय म्हणायचे आहे यावर एक मत दिसत नाही हे उघड झाले.

अमेरिकेचे ट्रेझरी सेक्रेटरी जॉन स्नो यांनी जी ७ च्या निवेदनाला एक गुणात्मक फरक असे म्हटले. चलन बाजारात व्यवहार करणाऱ्या सगळ्यांनीच हे ऐकले आणि त्याचा सावधपणे योग्य तो अर्थ लावला. या निवेदनानुसार जपान आणि चीन यांनी आपल्या चलनाचे मूल्य खुल्या बाजारात वाढू द्यावे आणि परिणामत: डॉलरचे मूल्य कमी होऊ द्यावे असा हा संदेश होता. जपान आपल्या येन या चलनाचे मूल्य वाढू नये यासाठी चलन बाजारात सतत हस्तक्षेप करत आहे आणि डॉलरची खरेदी करत आहे. चीनचे नाणे युआॅन याचे डॉलर बरोबरचे मूल्य एका विशिष्ट किंमतीला ठरवून देण्यात आलेले आहे आणि त्यासाठी चीन सरकार भांडवलावर कडक नियंत्रण ठेवत आहे. आश्चर्य म्हणजे जपान आणि ब्रिटनच्या अधिकाऱ्यांनी धोरणात असा काही बदल झाला आहे हे पूर्णपणे नाकारले. या गोंधळात आणखी भर स्वत: स्नो यांनी दोन दिवसांनी एक नवे निवेदन करून घातली. त्यांच्या मते अमेरिकेला डॉलर मजबूत असलेलाच हवा आहे आणि या मूळ धोरणात तर काहीच

फरक झालेला नाही. अशा सर्व उलट सुलट गोंधळ वाढवणाऱ्या खुलाशानंतरही चलन बाजाराने आपला मूळचा निष्कर्ष बदलला नाही. सप्टेंबर २३च्या सुमारास डॉलरचे मूल्य अगदी खाली गेले होते. एका डॉलरला १११ येन लागत होते आणि मागच्या तीन वर्षात ही सर्वात खालची पातळी होती. एका आठवड्याभरात डॉलरने सुमारे पाच टक्क्यांनी आपले मूल्य घालवले. त्यानंतरही याच दिशेने डॉलर प्रवास करत आहे आणि आता एका डॉलरमागे १०८ येन येथपर्यंत पातळी खालावली आहे. एका वेळी ही पातळी १३५ येन इतकी होती. या बरोबरच मागच्या नजीकच्या काळात डॉलरने युरो बरोबर जे मूल्य मिळवले होते त्यातही घसरण आली आणि हा दर १.१५ डॉलर इतका झाला.

तसे म्हटले तर सन २००२ च्या सुरवातीपासूनच डॉलरचे मोल घसरणीला लागले आहे. मागच्या काही महिन्यात अमेरिकेमध्ये आर्थिक वाढ थोडी वेगाने होऊ लागली होती आणि मागच्या दोन-तीन वर्षातील मंदीचे सावट कमी होत होते. त्यामुळे डॉलरला थोडी शक्ती मिळाली परंतु त्यात स्थैर्य नव्हते. काही अभ्यासकांना आशा वाटत होती की डॉलर परत युरो बरोबर समपातळीवर येईल. परंतु चलन बाजाराचे लक्ष्य आता वाढीचे दर किती आहेत यापेक्षा अमेरिकेच्या चालू खात्यात (करंट अकाऊंट डेफिसिट) मध्ये जी प्रचंड तूट जमा होत आहे याकडे लागले आहे. म्हणजे अमेरिकेच्या साथीदारांपेक्षा अमेरिकेचे अर्थव्यवस्था अधिक वेगाने वाढली तर तिची विदेशी तूटही आणखी वेगाने वाढेल असा चलन बाजारात अर्थ लावण्यात येत आहे.

याचा परिणाम म्हणून चलन बाजारात डॉलरचे मूल्य सतत कमी होत आहे आणि त्यामुळे शेअर बाजारही अस्वस्थ झाला आहे. गुंतवणुकदारांच्या चिंता वाढल्या आहेत कारण जपान आणि युरोप यांना निर्यात बाजारात मिळणारा फायदा कमी होत आहे. जपानचा शेअर बाजार निक्के हा आठवड्यात पाच टक्क्यांनी खाली आला आणि जर्मनीचा शेअर बाजार डॅक्स सात टक्क्यांनी कमी झाला. विशेष म्हणजे अमेरिकेचा शेअर बाजार न्यूयॉर्कच्या वॉल्स स्ट्रीट मध्ये भरतो आणि तेथेही अस्वस्थता वाढली. खरे म्हणजे जर डॉलर हलका झाला तर अमेरिकेच्या कंपन्यांचा फायदा अधिक होणार आणि शेअर बाजाराला त्यात घाबरण्यासारखे काहीच नाही. परंतु गुंतवणुकदारांची चिंता वाढली कारण रोख्यावर मिळणारा परतावा वाढेल अशी शक्यता दिसू लागली. अर्थात जर आशियातल्या सेंट्रल बँकांनी बाजारात हस्तक्षेप करण्याचे थांबवले तर त्यात साहजिकच अमेरिकेच्या ट्रेझरीचे रोखे कमी विकत घेतील आणि त्यामुळे बॉन्ड वरचा परतावा वाढेल. या शक्यतेमुळे अमेरिकेतला शेअर बाजारही चिंताग्रस्त बनला.

हा सर्व घटनाक्रम येथे थांबत नाही. कारण दुबई येथे जी ७च्या गटाने जे

निवेदन दिले तो काही एक उपचार नव्हता. त्याचे महत्त्व होते. मागे १९८५ मध्ये जेव्हा डॉलरचे मूल्य प्रमाणाबाहेर वाढले तेव्हा जी ७च्या वित्त मंत्र्यांनी न्यूयॉर्क मध्ये ताबडतोब बैठक घेतली आणि डॉलरला वेसण घालण्यासाठी बाजारात हस्तक्षेप करण्याचे ठरवले. यावेळी या विषयावर सहमती तर नाहीच परंतु या सर्व श्रीमंत देशांनी खुल्या बाजारात जे परस्पर मूल्य ठरेल आणि जो आपापसात व्यवहार होईल तो होऊ द्यावा असे ठरवले. मॉगर्न स्टॅनले या वित्त संस्थेचे मुख्य अर्थशास्त्रज्ञ स्टिफन रोश यांच्या मते यावेळी जी ७ गटाच्या बैठकीतून एक पक्का संकेत देण्यात आलेला आहे. या गटाच्या मते सध्या जगामध्ये मोठे असंतुलन आहे आणि त्यामुळे डॉलर दुबळा असणे यातच जगाचे हित आहे. म्हणजे अमेरिकेमध्ये वाढीचा दर वाढला तर उरलेल्या जगात वाढील प्रोत्साहन मिळते अशी आजपर्यंतची विचारसरणी होती. त्या ऐवजी आता अमेरिकेतल्या ग्राहकाची मागणी कधी आणि कशी वाढेल याची काळजी न करता अमेरिकेची निर्यात कशी वाढेल यावर अधिक भर देण्यात येत आहे. जगातल्या इतर देशांमध्येही त्यातून विकासाची प्रक्रिया मार्गी लागेल असा तर्क गृहित धरलेला आहे. त्यामुळे अमेरिकेमधल्या कुटुंबांना आपली बचत वाढवता येईल आणि त्यामुळे अमेरिकेची करंट अकाऊंटमधली तूट भरून निघेल अशी अपेक्षा आहे. या तुलनेने युरोप आणि जपानमध्ये डॉलर दुबळा झाल्यामुळे त्यांच्या निर्यातीवर काही बंधने येतील. परंतु या देशांनी थोडी उदार मुद्रा आणि वित्त धोरणे आखली तर या देशांतर्गत ग्राहकांची मागणी वाढेल आणि त्यांना निर्यातीमध्ये जी घट होईल त्याला तोंड देता येईल असा आशावाद पुढे येत आहे.

मागच्या काही वर्षात डॉलर बरोबरच्या नात्यात युरोचे मूल्य सुमारे ३५ टक्क्यांनी वाढले आहे. या तुलनेने जपानचा येनही वाढलेला आहे परंतु ही वाढ माफक आहे. याचे कारण म्हणजे जपानची सेंट्रल बँक मोठ्या प्रमाणावर डॉलर खरेदी करून बाजारात हस्तक्षेप करत असते. मागच्या दहा वर्षाहून अधिक काळ जपानची अर्थव्यवस्था मंदीच्या लाटेत गुदमरलेली आहे आणि मागच्या दोन तीन वर्षात तर तेथे चलनसंकोच (डिफ्लेशन) होत आहे. अशा परिस्थितीत जपानला आपल्या स्वार्थाला धरून येनचे मूल्य वाढू द्यायचे नाही. किंबहुना येन हलका राहिला तर निर्यात बाजारात जपानला आपली आघाडी टिकवता येईल अशी तेथल्या राज्यकर्त्यांची धारणा आहे. हा सगळा घटनाक्रम बरोबर असला तरीही आता चलनबाजारात जपानने हस्तक्षेप करण्याचे कारण नाही. या वर्षीच्या दुसऱ्या तिमाहीत जपानच्या जीडीपीमध्ये तीन टक्क्यांनी वाढ झालेली आहे आणि जी ७ या गटात ही सर्वात भक्कम वाढ आहे. नुकताच जपानचा शेअर बाजार निक्के हा सुद्धा उसळला होता आणि त्याने दीर्घ काळानंतर ११,००० बिंदूंची मर्यादा पार केली होती. आता ही पातळी सुमारे ५०० बिंदूंनी खाली असली तरी शेअर बाजारात एकूणच बरेच चैतन्य

आलेले आहे.

कोणत्याही दृष्टीने विचार केला तर मागच्या काही काळापेक्षा आज जपानची अर्थव्यवस्था सुधारत आहे. मागच्या जूनमध्ये जेपी मॉर्गन चेस संस्थेने या वर्षी आणि पुढच्या वर्षी जपानचा जीडीपी फक्त सुमारे ०.८ टक्क्यांनी वाढेल असा अंदाज केला होता. परंतु आता हा अंदाज सुधारण्यात आला आहे आणि सरासरी वाढ २.७ टक्क्यांची असेल अशी अपेक्षा आहे. या तुलनेने अमेरिकेमध्ये कमी दराने वाढ होईल असा अंदाज आहे. खरोखरी हे सर्व अंदाज येत्या काळात प्रत्यक्षात खरे ठरले तर सध्या चलन बाजारात येन जी शक्ती दाखवत आहे ते येत्या काळाचे दिग्दर्शन आहे असे समजायला हरकत नाही.

चलन बाजारात येनचे मूल्य खऱ्या पातळीवर येऊ द्यावे अशी सगळ्यांची मागणी आहे परंतु जपानने ती मानली आहे का असा प्रश्न आहे. जपानचे कोणतेही सरकार हे मान्य करणार नाही आणि त्यासाठी अनेक कारणे सांगण्यात येतील. एक म्हणजे बाजारात जपान विषयीच्या अपेक्षा वाढल्या हे जरी खरे असले तरी प्रत्यक्षात जपानचे धोरण बदलले आहे असे कोणतेच चिन्ह दिसत नाही. जपानचे नवीन वित्त मंत्री सदाकाझू तानीगाकी यांनी येनचे मूल्य असे वाढते राहिले तर जपानला ते धोक्याचे आहे असे मत व्यक्त केले. याचा अर्थ असा की हे मूल्य असे वाढत राहिले तर वित्त खाते बाजारात हस्तक्षेप करणार हे नक्की. याबरोबर अमेरिकन सरकार चीनवर आपली टीका चालूच ठेवणार असे समजायला हरकत नाही. अमेरिकेची अर्थव्यवस्था या वर्षात आता वाढीला लागलेली आहे परंतु तेथे बेरोजगारीतही वाढ होत आहे. यामुळे या विसंगतीमधून वेगवेगळया कामगार गटांचे राजकारणावर दबाव वाढत आहे आणि अमेरिकेचे राष्ट्राध्यक्ष यावरच्या टीकेला सतत तोंड देत आहे. मुळात इराकमधले युद्ध आणि त्यानंतर तेथे असलेली अशांतता हा प्रश्न असताना त्यात या बेरोजगारीने अमेरिकेतले राजकारण तापलेले आहे. पुढच्या वर्षभरात परत अध्यक्षपदाच्या निवडणुका व्हायच्या आहेत आणि अशा संदर्भात परत एकदा डॉलरचे मूल्य हा एक राजकीय विषय बनलेला आहे.

अमेरिकेतले निर्यातदार चीनचा युऑन स्वस्त आहे आणि त्यामुळे अमेरिकेच्या व्यापारात मोठी तूट येत आहे असा दोषारोप करत आहे. परंतु जी ७ च्या बैठकीनंतर जे निवेदन करण्यात आले ते चीनच्या अधिकाऱ्यांनी लगेचच हे निवेदन फेटाळून लावले आणि आपण युऑनचे अजिबात अधोमूल्यन करणार नाही असे जाहीर करून टाकले. युऑन आणि आशियातील इतर चलने डॉलरबरोबर जोडली गेलेली असल्यामुळे डॉलरचे मूल्य हे डॉलर आणि युरो यांच्या नात्यापेक्षा बरेच खाली आलेले आहे. जर श्रीमंत देशांची चलने एकत्रितपणे लक्षात घेतली तर डॉलरचे मूल्य हे सुमारे १९ टक्क्यांनी खालावले आहे. परंतु डॉलर आणि इतर सर्व चलने आणि

त्यात विकसनशील देशांची चलने अंतर्भूत केली तर हे मूल्य फक्त १० टक्क्यांनी कमी झालेले आहे. ही वर उल्लेखिलेली १९ टक्क्यांची घट तुलनेने १९८५ नंतर जी तीन वर्षे आली त्यावेळी जी चाळीस टक्क्यांची घट झाली बरीच कमी आहे त्यावेळी अमेरिकेच्या करंट अकाऊंट डेफिसिटचे प्रमाण जीडीपीच्या सुमारे तीन टक्के होते. या उलट पुढच्या वर्षी हे करंट अकाऊंट डेफिसिटचे प्रमाण सहा टक्क्यांवर जाण्याची चिन्हे दिसत आहेत. याचा एक अर्थ सरळ आहे. येत्या काळात डॉलरचे मूल्य कमी होणार आहे आणि ही अटळ गोष्ट आहे.

■

७.२ अमेरिकेतून भांडवल बाहेर जाईल का ?

या २००४ सालात जगाची अर्थव्यवस्था कशी असणार याची सगळ्यांनाच उत्सुकता आहे. मागची काही वर्षे मंदीच्या लाटेत गेली आणि नव्या शतकाची सुरुवात निराशेतूनच झाली. शिवाय ११ सप्टेंबर २००१मध्ये अमेरिकेवर घातपाती हल्ला झाला आणि सगळ्या जगाचे राजकारणच बदलले. मुळातच मंदी होती आणि त्यात एका मोठ्या दहशतवादाच्या धोक्यामुळे जगाच्या अस्थिरतेमध्ये भर पडली. औद्योगिक देशात आणि विकसनशील देशात कोणती उत्पादन व्यवस्था मार्गी लागणार हाही एक नवा प्रश्न उपस्थित झाला आहे. मुळात असा फरक करायचा की नाही हाच एक प्रश्न आहे. त्याचे कारण म्हणजे जे श्रीमंत देश आहेत त्यांनी औद्योगिक व्यवस्थेच्या पुढच्या टप्प्यात प्रवेश केलेला आहे आणि जे विकसनशील देश आहेत त्यांची मोठी लोकसंख्या आता औद्योगिक उत्पादनात गुंतलेली आहे. त्यामुळे औद्योगिक देश आणि कृषी प्रधान देश हा फरकही बराचसा संदर्भहीन झालेला आहे.

अमेरिकेने एका भीतीवर मात केली आहे. सुमारे नऊ महिन्यापूर्वी अमेरिकेची अर्थव्यवस्था चलन संकोचाच्या म्हणजे डिफ्लेशनच्या धोक्याला कदाचित सामोरे जाईल अशी भीती निर्माण झाली होती. परंतु सुदैवाने ते संकट टळले. तसे झाले असते तर उरलेल्या जगामध्ये आणखीनच अडचणी वाढल्या असत्या.

अमेरिकेचे अध्यक्ष जॉर्ज बुश यांच्या राजवटीत अमेरिकेचा जीडीपीच्या वाढीचा खरा दर साधारणपणे वर्षाला २.३ टक्के आहे. वास्तविक पाहता हा वाढीचा दर समाधानकारक आहे असेच कोणीही म्हटले असते. विशेषत: आजच्या अध्यक्षांचे वडील बुश आणि रोनाल्ड रीगन अध्यक्ष असताना जो वाढीचा दर होता तो लक्षात घेता २.३ टक्क्याची वार्षिक वाढ ही नक्कीच समाधानकारक म्हणावी लागेल. मधल्या काळात क्लिंटन यांच्या राजवटी ज्या वेगाने आर्थिक वाढ झाली ती मुळात इतकी वेगाची होती की त्यामुळे आत्ताच्या बुश प्रशासनाची कामगिरी अगदी सुमार दिसते. अर्थात त्यामुळेच अमेरिकेच्या अर्थव्यवस्थेची वाढीची क्षमता किती मोठी आहे याचा सर्वांना प्रत्यक्षात पुरावा मिळालेला आहे आणि लोकांच्या अपेक्षा वाढल्या आहेत.

अमेरिकेच्या मजूर विभागाने काही आकडेवारी प्रसिद्ध केली आहे. त्यानुसार

रोजगार आणि लोकसंख्या यांचे गुणोत्तर २००० सालात ६४.४ टक्के होते ते आता २००३ सालाच्या अखेरीस ६२.३ टक्के झाले आहे. त्यामध्ये बिगर कृषी क्षेत्रातली पगारदार नोकर वर्गाची संख्या १३ कोटी १८ लाख (१३१.८ मिलियन) वरून १३ कोटी २ लाख (१३०.२ मिलियन) इतकी घटली आहे. याचे एक कारण म्हणजे जसे व्यापारचक आहे तसेच माहिती तंत्रज्ञानाच्या क्षेत्रात जी वेगाने प्रगती झालेली आहे त्यामुळे अमेरिकेची उत्पादकता वेगाने वाढत आहे. जर फेडरल रिझर्व्हने आणखी धडाक्याने व्याजदर खाली आणले असते आणि बुश प्रशासनाने आणखी भरीव कर कपात केली असती तर कदाचित अमेरिकेची अर्थव्यवस्था मोठ्या वेगाने वाढली असती असा एक दृष्टीकोन आहे.

आताही अमेरिकेची अर्थव्यवस्था येत्या काळात वेगाने वाढेल का असा सर्वांचा प्रश्न आहे. सध्या जी रोजगाराची पातळी कुंठित झालेली आहे त्यामुळे कदाचित ग्राहकाच्या उपभोगावर काही मर्यादा पडू शकतात. जर ही शक्यता बाजूला ठेवली तर कमी व्याजदर आणि अधिक कर सवलती यांच्या माध्यमातून अमेरिकेचा आर्थिक वाढीचा दर चार टक्क्यांच्यापेक्षाही थोडा वरचा राहू शकतो.

अर्थात ही वाढ झाली तरीही पगारदार नोकरांची संख्या वाढेल किंवा बेरोजगारांची संख्या बऱ्यापैकी कमी होईल याचा कोणीही भरवसा देऊ शकत नाही. असे असले तरीही जर अमेरिकेची अर्थव्यवस्था वर्षाला सुमार चार टक्क्यांनी वाढली तर जगाची अर्थव्यवस्था अधिक चैतन्याने सळसळू लागेल हे नक्की. मुख्य म्हणजे जगात जेथे औद्योगीकरणानंतरची समाज व्यवस्था नांदत आहे त्यामध्ये अमेरिकेचे योगदान भरीव असेल. तुलनेने जपान आणि पश्चिम युरोपमध्ये वाढीचा खरा दर हा अमेरिकेच्यापेक्षा निम्म्याने कमी असेल याची शक्यता अधिक आहे. तसा विचार केला तर जपान आणि पश्चिम युरोप यांची आर्थिक वाढ वेगाने होत नाही हा विकसनशील देशांच्या दृष्टीने काही फारसा जिव्हाळ्याचा विषय नाही. त्याचे एक कारण म्हणजे हे औद्योगिक देश विकसनशील देशांकडून फार मोठी आयात करतात अशी मुळात परिस्थिती नाही. या उलट अमेरिकेमध्ये ग्राहकांची मागणी भरीव प्रमाणात वाढली तर विकसनशील देशाच्या निर्यातीला त्यातून अधिक प्रोत्साहन मिळणार आहे. अर्थात सध्या डॉलर थोडासा दुबळा आहे आणि त्याचा काहीसा त्रास विकसनशील देशाच्या निर्यातदारांना होणार आहे. काही असले तरी विकसनशील देशांची अमेरिकेला होणारी निर्यात हीच एक महत्त्वाची बाब आहे.

विकसनशील देशांच्या अर्थव्यवस्थांनी आपली एक स्वत:ची शक्ती मिळवली आहे. त्यामुळे अमेरिकेच्या वॉल स्ट्रीटवरच्या शेअर बाजारातल्या घबराटीमुळे लगेचच त्यांचे शेअरबाजार कोसळतील असे नाही. अमेरिकेमधले व्याजदर खूप कमी झाले आहेत आणि डॉलरच्या मूल्यात आणखी घट होणार आहे याची सारखी भीती आहे.

त्यामुळे विकसनशील देशातून भांडवल बाहेर पडेल आणि त्याची गुंतवणूक अमेरिकेसारख्या रुढ औद्योगिकीकरणाच्या पलीकडे गेलेल्या अर्थव्यवस्थेमध्ये होईल अशी शक्यता नाही. पूर्वी १९९५ मध्ये मेक्सिकोमधून आणि पूर्व आशियातून १९९७-९८ मध्ये अचानकपणे भांडवल बाहेर काढून घेण्यात आले आणि तेथे बिकट पेचप्रसंग निर्माण झाला. शिवाय भोवतालच्या अर्थव्यवस्थाही या साथीच्या रोगानी आजारी पडल्या. आता या २००४ सालात अशा प्रकारच्या भयग्रस्त घटना घडणार नाहीत. किंबहुना जर जगाच्या भांडवल बाजारात अस्वस्थता पसरली तर अमेरिकेमधूनच मोठ्या प्रमाणावर भांडवल बाहेर काढले जाण्याचा धोका मोठा आहे.

जसे लांबच्या काळात काय घडते तसेच अल्पकाळात कोणत्या चक्राकार गोष्टी घडतात यांचेही भान ठेवावे लागते. मागच्या तीस वर्षात अमेरिकेमधली मजूरांची उत्पादकता दरवर्षी वाढली आहे. सत्तरीच्या मध्यापासून नव्वदीच्या मध्यापर्यंत ही वार्षिक वाढ १.२ टक्क्यांची होती आणि नव्वदीच्या अखेरीपर्यंत हा वाढीचा दर २.३ टक्क्यापर्यंत वाढला. त्यानंतरही २००० सालानंतर ही मजूर उत्पादनक्षमता वाढतच होती आणि हा वार्षिक वाढीचा दर ४.२ टक्के होता. एकूणच मजूर उत्पादकतेमधील वाढ हे अमेरिकेचे शक्तीस्थान आहे. अर्थात हा जो वाढीने वेग धरला आहे तो येत्या काळात किती भक्कमपणे पेलला जाईल या विषयी काही शंका असू शकतात. काही असले तरी ही मजूर उत्पादकतेमधली वाढ अमेरिकेमध्ये चालूच राहणार असे दिसते.

खरा प्रश्न तर पुढेच आहे. मागच्या दशकात अमेरिकेने आपली उत्पादकता वाढविण्यात जी आघाडी घेतली त्यामध्ये माहिती तंत्रज्ञानाचे योगदान सर्वात भरीव होते. परंतु ही जी शक्ती अमेरिकेने मिळवली ती उरलेल्या श्रीमंत औद्योगिक देशात कधी पसरणार या प्रश्नाचे अजून उत्तर मिळालेले नाही. जरी उत्तर मिळाले नाही तरी असे शक्ती प्रदान होईलच अशी सर्वांना आशा आहे. आज जगाच्या बाजारात एका प्रश्नाचे भवितव्य अधांतरी आहे. श्रीमंत देशातून अनेक सेवा क्षेत्रातील कामे अत्यंत कमी खर्चात विकसनशील देशात नेणे शक्य आहे आणि त्याला बिझनेस प्रोसेस आऊट सोर्सिंग म्हणजे बीपीओ असे म्हणतात. यामध्ये अर्जांवरची प्रक्रिया, हिशोबांची नोंद, आणि ग्राहकांच्या अडचणींचे निराकरण अशा अनेक बाबी आहेत. या सेवा देणे आज श्रीमंत देशात महागडे आहे आणि मनुष्य बळाच्या कमतरतेमुळे अवघडही आहे. याबरोबर भारतासारख्या विकसनशील देशात इंटरनेट आणि फायबर ऑपटिक केबल यांचे विस्तृत जाळे पसरलेले असल्यामुळे अशा सेवा कमी खर्चात आणि भरवशाने पुरवणे शक्य झाले आहे. ही जरी वस्तुस्थिती असली तरीही श्रीमंत देशातील मजूर संघटनांचा त्याला विरोध आहे आणि तेथील लोक प्रतिनिधींवर अशा प्रकारे रोजगार देशाबाहेर नेऊ दिला जाऊ नये असा दबाव आहे. फक्त तंत्रज्ञानाच्या

प्रसाराचा विचार केला तर आज ना उद्या असे रोजगाराचे स्थलांतर अपरिहार्य आहे. या पूर्वी एकोणिसाव्या शतकाच्या अखेरीला जेव्हा समुद्रात वाफेवर चालणारी जहाजे दूरवर जाऊ लागली तेव्हा प्रमुख अन्नाच्या बाबींचा व्यापार जगभरात पसरला. त्याचप्रमाणे पाणबुड्या जहाजातील तारायंत्रांमुळेही जगाच्या बाजारपेठा निर्माण झाल्या. त्याच तर्काला धरून येत्या काळातही रोजगाराचे स्थलांतर होणे आणि बीपीओच्या माध्यमातून विकसनशील देशात रोजगार निर्माण होणे कोणालाही थोपवता येणार नाही. मुख्य म्हणजे यात श्रीमंत देशांचा फायदा सर्वाधिक आहे कारण त्यातूनच त्यांच्या उत्पादकतेमध्ये वाढ होणार आहे. मागच्या दशकात अमेरिकेने जी आघाडी घेतली आणि युरोपातील देश मागे पडले याचे नेमके कारण हेच आहे. आता युरोपातही यावर पुरेसे प्रबोधन झालेले असल्यामुळे तंत्रज्ञानाचा विकास आणि विस्तार आणि बीपीओच्या माध्यमाची वाढ निश्चितच होणार आहे.

इतिहासाचा हा प्रवाह लक्षात घेऊन जगामधली सरकारे, कंपन्या, गुंतवणुकदार, मजूरवर्ग अशा सर्वच समाज घटकांनी आपल्या अपेक्षांमध्ये बदल केले पाहिजेत. मागच्या दशकामध्ये जे घडले त्याचा हा अन्वयार्थ आहे. अर्थात या शक्यता व्यवहारात उतरण्यासाठी नेमका किती वेळ लागेल असा भरवसा कोणी देऊ शकणार नाही. या घडामोडी या वर्षी की पुढच्या वर्षी की त्याच्या पुढच्या वर्षी प्रत्यक्षात उतरतील हे सांगता येणार नाही. परंतु पुढच्या सुमारे दहा वर्षात या घडामोडी प्रत्यक्षात मार्गी लागलेल्या असतील हे नक्की.

पूर्वी कार्ल मार्क्सने एक भविष्यवाणी लिहून ठेवली होती. त्याच्या मते औद्योगिक देशांमध्ये जे घडेल ते उरलेल्या जगाच्यादृष्टीने आपल्या बाबत काय घडू शकेल याचे एक प्रतिबिंबच आहे. त्याचप्रमाणे अमेरिकेने माहिती तंत्रज्ञानाचा फायदा घेऊन कोणती आर्थिक क्रांती घडवून आणता येते याचे प्रतिबिंब आरशात उरलेल्या जगाला दाखवले आहे. आता उरलेल्या जगातील देश आपापल्या परिस्थितीला आणि क्षमतेला धरून ते कसे वास्तवात उतरवतात हे पाहावे लागेल. येत्या काळात त्याचा पुरावा मिळेल.

■

७.३ भांडवल श्रीमंतांकडे जाते

मागच्या नव्वदीच्या दशकात भांडवलावरचे निर्बंध उठवावे असा आग्रह उदार मतवादी अर्थशास्त्रज्ञ धरत होते. त्यामागे त्यांची एक समजूत आणि आशावाद होता. पण तसे काही घडले नाही. प्रत्यक्षात जो अनुभव आला तो विपरित होता. एकूण जागतिक अर्थव्यवस्थेमध्ये तुलनेने किंमती गरीबांच्या विरोधात होत्या. गरीब ज्या वस्तू बनवत होते आणि निर्यात करत होते त्या स्वस्त होत्या. आणि त्यांना ज्या भांडवली वस्तूंची गरज होती आणि ते आयात करत होते त्या महाग होत्या. त्यामुळे गरीब देशांना आपला विकास करून घ्यायला आणि औद्योगिकीकरण साधण्यासाठी मोठी किंमत द्यावी लागली.

या भोळ्या उदार मतवादी अभ्यासकांचा एकच आग्रह होता. भांडवलाच्या हालचालींवरचे निर्बंध उठवले म्हणजे श्रीमंतांकडून गरीबांना मोठ्या प्रमाणावर भांडवल पुरवले जाईल असा त्यांना आशावाद होता. यातून गरीब देशांचे औद्योगिकीकरण थोड्या वेळात झाले असते आणि श्रीमंत देशांबरोबरचे त्यांच्यातले अंतर कमी झाले असते. अशा समजुतीमागे मागच्या इतिहासातला काही अनुभव होता. एकोणिसाव्या शतकाच्या अखेरीला अनेक देशांमध्ये मोठ्या प्रमाणावर भांडवल पुरवण्यात आले होते आणि त्यातूनच त्या देशांचा आर्थिक विकास झपाट्याने झाला. कॅनडा, अमेरिकेचा पश्चिम भाग, ऑस्ट्रेलिया, न्यूझिलंड, चिली, अर्जेंटिना, युरुग्वे आणि दक्षिण आफ्रिका अशी काही देशांची उदाहरणे यासाठी दाखवता येतील. शंभर वर्षांपूर्वी हे सर्व देश विकसित झाले कारण तेथे भांडवलाची मोठी आयात झाली.

असा इतिहासाचा दाखला असूनही यावेळी मात्र तसे काही घडले नाही. भांडल श्रीमंतांकडून गरीबांकडे जाण्याऐवजी नेमके उलटे घडले. गरीबांकडूनच श्रीमंतांकडे भांडवलाचा ओघ सुरू झाला आणि विशेष म्हणजे त्यातले सर्वात अधिक भांडवल अमेरिकेत पोहोचले. एका दृष्टीने विचार केला तर सध्या अमेरिकेमध्ये जेवढी भांडवलाची आयात होते तशी यापूर्वी कधीच दुसऱ्या कोणत्या देशात झाली नाही. हा इतिहासाचा रोख बदलण्याचे कारण काय असा कोणीही प्रश्न विचारेल. यातले प्रमुख कारण म्हणजे जगातल्या इतर देशांच्या सेंट्रल बँका आपल्या देशी

चलनाचे मूल्य टिकवून ठेवण्यासाठी डॉलरचा साठा करून ठेवतात.

अमेरिकेत अशी भांडवलाची मोठी आयात होते याचे आणखीन एक कारण म्हणजे गुंतवणुकदारांना त्यात सुरक्षितता वाटते. मध्यंतरी १९९७च्या सुमारास आशियातल्या विकसनशील देशांमध्ये वित्तबाजार कोलकडून पडले आणि त्याचा धसका घेऊन गुंतवणुकदारांनी डॉलरचा आश्रय घेतला. शिवाय क्लिंटन प्रशासनाच्या काळात नव्वदीमध्ये अमेरिकेतला शेअर बाजार उसळला आणि त्यातही तंत्रज्ञानाच्या कंपन्यांनी जबरदस्त फायदा मिळवला. त्याने प्रभावित होऊन जगातल्या अनेक गुंतवणूकदारांनी या कंपन्यांमध्ये पैसे गुंतवले. डॉलरमध्ये गुंतवणूक करणारा आणखी एक वर्ग होता. जगातल्या अनेक देशांमध्ये काही श्रीमंत वर्गातले लोक होते आणि त्यांना आपल्या श्रीमंतीतला काही भाग परदेशातल्या प्रतिष्ठेत बँकांमध्ये गुंतवणे आवडत होते. तसेच बेनामी हवाला व्यवहारातून आपली संपत्ती लपवून ठेवण्यासाठीही डॉलरमधली गुंतवणूक उपयोगाची वाटत होती. माहिती तंत्रज्ञान आणि दूरसंचार यामुळे जसजसे जग एकत्र येऊ लागले तसतसे अशा भांडवलाची उलाढाल करणे सोपे झाले.

अशा अनेक कारणांची गोळा बेरीज होऊन परदेशातील भांडवल अमेरिकेमध्ये गुंतवण्याचे प्रमाण वाढलेले आहे. त्यात अमेरिकेची स्वत:ची बचत थोडीच आहे. थोडक्यात म्हणजे सगळ्या जगातल्या पोकळीचा फायदा घेत अमेरिकेमध्ये विनासायास भांडवल जमा होत आहे. अशा नव्या परिस्थितीमध्ये ज्या उदार मतवाद्यांनी भांडवलावरचे निर्बंध हटवावे म्हणून आग्रह धरला होता त्यांच्यापुढे आता दोनच पर्याय उरलेले आहेत.

एक म्हणजे जेव्हा भांडवलावर निर्बंध लादलेले असतात त्यातून मोठ्या प्रमाणावर भ्रष्टाचार जन्माला येतो. जर भांडवलावर निर्बंध असले तर ज्या लोकांना आपले भांडवल देशाबाहेर न्यायचे असते त्यांना कोणता तरी बेकायदेशी मार्ग शोधावा लागतो आणि त्यासाठी कोणाला तरी खुष करावे लागते. परंतु जर खुली बाजारव्यवस्था असली तर भांडवलाची उलाढाल सर्वात कमी खर्चात आणि सर्वात परिणामकारकरीत्या करता येते यामुळे भ्रष्टाचार टाळता येतो.

दुसरा पर्यायी विचार म्हणजे कदाचित अमेरिकेमध्ये भांडवल गुंतवणे हे भांडवलदाराच्या दृष्टीने विशेष अपूर्वाईचे आहे आणि त्यामुळे परकीय भांडवलदारांना यापुढेही अमेरिकेचे आकर्षण वाटतच राहणार हे मान्य करणे. जर खरोखरी अमेरिकेतल्या गुंतवणुकीचे असे काही खास आकर्षण असले तर मग मुळात अमेरिकेतला माणूस का बचत करत नाही असा कोणालाही प्रश्न पडेल.

मागचा १९६० ते १९८५ हा एक वेगळा कालखंड होता. यामध्ये जो विकास झाला त्यासाठी जागतिक बँकेसारख्या सार्वजनिक संस्थांमधून निधीचा पुरवठा

झाला. त्याचे एक कारण म्हणजे बाजारपेठा नीट काम करत नव्हत्या आणि विकसनशील देशात ज्या शासनव्यवस्था होत्या त्या नव्या होत्या आणि त्यांची विश्वासार्हता मर्यादित होती. त्यामुळे गरीब देशांनाच खाजगीरीत्या भांडवल उभे करणे शक्य होत नव्हते. त्यानंतर १९८५ ते २००० असा काळ आला त्यामध्ये ज्या देशांनी उदारीकरण स्वीकारले आणि स्पर्धायुक्त बाजारपेठा निर्माण करण्याच्या दृष्टीने अनुकूल धोरणे आखली त्यांना विकासासाठी खाजगी क्षेत्राने निधी उपलब्ध करून दिला.

तुलनात्मक दृष्टीने जर विचार केला तर वर उल्लेखिलेला पहिला कालखंड हा काही फार यशस्वी होता असे म्हणता येणार नाही. परंतु आता जो मागच्या अनेक वर्षात भांडवलाचा ओघ अमेरिकेकडे वळलेला आहे त्याचा विचार केला तर दुसऱ्या कालखंडातही फारसे यश मिळाले आहे असे म्हणण्याची सोय नाही. असा विचार केला तर एका दृष्टीने मेक्सिको देशातले उद्योजक आणि कामगार हे निर्यात उद्योगात पारंगत होत आहेत आणि अमेरिकेला अधिक निर्यात करून आपल्या व्यापारात शिल्लक जमा करत आहेत हे नक्कीच कौतुकास्पद आहे. परंतु निर्यात व्यापारात अशी अतिरिक्त शिल्लक जरी जमा केली तरीही दुसऱ्या बाजूने मेक्सिकोतले भांडवल अमेरिकेकडे चालले आहे याचीही नोंद घ्यावी लागेल. म्हणजे तुलनेने मेक्सिको देश गरीब आहे आणि त्यांनाच स्वत:ला विकासासाठी भांडवलाची गरज आहे. परंतु नेमके हे भांडवल अमेरिकेमध्ये जात असले तर त्यातून अमेरिकेच्या अर्थव्यवस्थेमधील भांडवलात जी भर पडत आहे त्याचा मेक्सिकोला काय फायदा होणार या साध्या प्रश्नाचे उत्तर मात्र अवघड आहे.

सध्याच्या काळाला एक ऐतिहासिक संदर्भ आहे. नव्या शतकात जे घडू लागले आहे त्याचा अख्ख्या मागच्या शतकाशी फारसा काही संबंध नाही. जगाच्या अर्थकारणात सगळेच नवीन घडत आहे आणि जे उदार मतवादी आहेत त्यांना भांडवलाच्या उलाढालीवर अगदी किमान गरजेपुरतेच निर्बंध असावेत असे वाटते. ही बंधनेसुद्धा भांडवल जेव्हा एखाद्या देशातून अचानकपणे काढून घेतले जाते आणि त्यातून जी वित्तीय आणीबाणीची परिस्थिती निर्माण होते तसे प्रसंग टाळण्याच्या दृष्टीनेच घालण्यात यावीत. अगदी भांडवलाच्या बाजारपेठा अधिकाधिक स्पर्धायुक्त आणि पारदर्शी केल्या तरीही त्यातून जी गुंतवणूक होईल त्यात काही चुका होऊ शकतात. परंतु जेव्हा सरकार असे गुंतवणुकीचे निर्णय घेते तेव्हा जास्तच गंभीर चुका होतात असा आजपर्यंतचा अनुभव आहे. मुख्य म्हणजे सरकारच्या नियंत्रणांमध्ये नोकरशाही अनेकदा भ्रष्ट असते आणि अशा नोकरशाहीला भांडवल गुंतवणुकीच्या किचकट आणि नाजूक विषयात कमीतकमी वाव ठेवणे यातच सगळ्यांचे हित आहे.

याचबरोबर उदारमतवाद्यांची एक निराशाही लक्षात घेतली पाहिजे. मागे एकदा एकोणिसाव्या शतकाच्या अखेरीला जगातल्या श्रीमंतांकडून भांडवलाचा पुरवठा

गरीब देशांना झाला आता मात्र एकविसाव्या शतकाच्या सुरवातीपासूनच गरीब देशातले भांडवल श्रीमंतांकडे जात आहे. उदारीकरण जरुर हवे तसेच जागतिक व्यापारही सगळ्यांच्या हिताचा आहे परंतु त्याबरोबर जर गरिबांचे भांडवल अमेरिकेकडे वळणार असले तर हाही एक काळजीचा नवा विषय आहे असे म्हणावे लागेल.

■

७.४ अमेरिकेची मंदी हटली का ?

अमेरिकेत गेली दोन वर्षे जी मंदीची लाट आहे त्याची जगभर चर्चा होते. याचे एक कारण म्हणजे जागतिक अर्थव्यवस्थेत अमेरिका केंद्रस्थानी आहे आणि अनेक देशांची सुस्थिती अमेरिकेवर अवलंबून आहे. या काळात अमेरिकेतल्या फेडरल रिझर्व्ह बँक या सेंट्रल बँकेने आपल्या व्याजदरात सतत कपात केली आणि मुद्रा धोरण (मोनेटरी पॉलिसी) वापरण्याच्या सर्व मर्यादा संपवल्या. नुकत्याच गेल्या काही महिन्यात परिस्थितीत सुधारणा होत आहे अशी सुचिन्हे दिसत होती. नेमक्या या नाजूकवेळी अमेरिकेतल्या खाजगी उद्योगांच्या प्रमुखांविषयी आर्थिक अनाचाराचे मूलभूत प्रश्न निर्माण झाले आणि परत एकदा धुराळा उठला आणि अनिश्चितताच वाढली.

मागच्या वर्षी सप्टेंबर ११ रोजी जे दहशतवादी हल्ले झाले त्या अगोदरच अर्थव्यवस्था मंदीच्या लाटेत सापडली होती. परंतु हा दहशतवादाचा हल्ला अमेरिकेच्या संपूर्ण जीवनाला मुळापासून धक्का देऊन गेला. मुख्य म्हणजे हवाई वाहतुकीचे क्षेत्र हे पूर्णपणे दिवाळखोरीच्या उंबरठ्यावर येऊन थांबले. केवळ अमेरिकाच नाही तर जगातल्या इतर प्रमुख खाजगी विमान कंपन्या संपविण्याची वेळ आली. अगदी जागतिक प्रतिष्ठेची स्वीस एअर ही थांबवावीच लागली. याचबरोबर दूरसंचार, पर्यटन, हॉटेल असे अनेक संलग्न उद्योग मोठया अडचणीत आले.

अमेरिकेतला शेअर बाजार मागच्या हिवाळ्यातल्या हंगामापेक्षा सुमारे १५ ते २० टक्क्यांनी उतरलेला आहे. अमेरिकेच्या फेडरल रिझर्व्हचे प्रमुख ॲलन ग्रीनस्पॅन यांच्या प्रत्येक उद्‌गारामागे अनेक गोष्टी दडलेल्या असतात आणि अमेरिकन सरकारच्या अध्यक्षांपेक्षा ग्रीनस्पॅन कोणती शब्दरचना करतात याची अमेरिकेत सार्वजनिक चर्चा होते. ग्रीनस्पॅन यांच्या नावाभोवती एक जादूचे वलय निर्माण झाले आहे कारण फेडरल रिझर्व्हचे प्रमुख म्हणून नव्वदीच्या दशकात जी भरभराट झाली त्याचे श्रेय त्यांना दिले जाते.

आता अमेरिका अडचणीत आल्यामुळे ते काहीतरी चमत्कार घडवून

आणतील अशी अनेकांना सुप्त आशा आहे. परंतु आता ग्रीनस्पॅन यांनीही हात टेकले आहेत. त्यांच्या हातात जे केवळ एक शस्त्र होते त्याचा त्यांनी अत्यंत विवेकाने वापर केला आणि आता त्यांच्याकडून काही जादू अगर चमत्कार घडणार नाही हे सर्वांच्या लक्षात आले आहे. नुकतेच ऑगस्टच्या मध्यान्हीला आपण कदाचित आणखी थोडा व्याजदर कमी करू अशी वदंता ग्रीनस्पॅन यांनी पसरू दिली. थोडक्यात म्हणजे आता व्याजदर काही कमी केल्याने भांडवल गुंतवणूकीचे वातावरण निर्माण होईल अशी कोणाला आशा वाटत नाही.

फेडरल रिझर्व्हमध्ये असा विचार आहे की यापुढे व्याजदरात आणखी कपात करून काहीच साधणार नाही. भांडवल गुंतवणुकीसाठी व्याजाचा बोजा जितका कमी करणे शक्य होते ते करून झाले. तुकोबांनी म्हटल्या प्रमाणे 'ठेविले अनंते तैसेची रहावे, चित्ती असू द्यावे समाधान' अशी फेडची मनोवस्था आहे. म्हणजे आता यापुढे मुद्राधोरण आणि अर्थव्यवस्थेची गती यांचा अर्थाअर्थी काही प्रत्यक्ष संबंध राहिलेली नाही. सन २००२ मध्ये अमेरिका जपानच्या रांगेत उभी राहिली असे म्हणता येईल. गेला ६५ वर्षे अर्थशास्त्रज्ञ अशा परिस्थितीला लिक्वीडिटी टॅप असे म्हणतात. या अवस्थेत नजीकच्या काळातले औपचारिक व्याजदर सेंट्रल बँकेने अगदी न्यूनतम स्तरावर आणून ठेवले तरीही अर्थव्यवस्थेत एकूण मागणीची पातळी हलत नाही. अशा मंदीच्या अवस्थेत व्याजदर हे जवळपास संदर्भहीन होतात.

अमेरिकेत जे आज हे घडत आहे त्यात काही नावीन्य नाही. मागची सुमारे पंधरा वर्षे जपान या लिक्विडिटी ट्रॅपमध्ये गुंतले आहेत. अर्थात तिशीच्या दशकात जी जागतिक मंदी आली त्यानंतर असा काही अनुभव आला नव्हता. आज अमेरिका या लिक्विडिटी ट्रॅपमध्ये सापडली आहे का हे निश्चितपणे सांगता येणार नाही. अर्थात या ट्रॅपच्या जरी काठावर अमेरिका उभी असली आणि मुद्राधोरण परिणामकारक होणार नसले तर काळजी करण्यासारखीच परिस्थिती आहे. याचा अर्थ अमेरिकन सरकारला फक्त एक पर्याय उरतो आणि तो म्हणजे वित्तीय धोरण बदलायचे. सरकारच्या प्रत्यक्ष खर्चातून अर्थव्यवस्थेतल्या एकूण मागणीवर परिणाम घडून आणायचा असेल तर सरकारने आपले करधोरण आणि सार्वजनिक खर्चाची पध्दती यात बदल केले पाहिजेत.

मागच्या जागतिक युद्धानंतर जो अनुभव आला आहे तो सर्वांच्यापुढे आहे. एकूणच अमेरिकेची शासनव्यवस्था ही एका दीर्घ परंपरावादी नोकरशाही व्यवस्थेचे प्रतिक बनले आहे. आपल्या वित्तीय धोरणात परिस्थितीनुसार लगेच फेरबदल करावेत आणि अर्थव्यवस्थेला गतिमान करावे अशा प्रकारची क्षमता

या अवाढव्य नोकरशाही शासनव्यवस्थेमध्ये नाही. करधोरण आणि त्यातले बदल तसेच सरकारी खर्चाचे पुनर्नियोजन या सर्व बाबींची तपशीलात अमेरिकेच्या काँग्रेसमध्ये चर्चा आणि देवाणघेवाण व्हावी लागते आणि यात फार वेळ जातो.

तत्त्वत: अमेरिकेची शासनव्यवस्था ही मुळातच एका मूलभूत तत्त्वावर आधारलेली आहे. त्याव्यवस्थेमध्ये राष्ट्राध्यक्ष हा खऱ्या सत्तेचा प्रमुख असतो आणि घटनेचे रक्षण करत असतो. परंतु त्याच्या प्रत्येक निर्णयाला लोकप्रतिनिधींच्या काँग्रेसमध्ये पूर्ण सविस्तर विचारविनिमय झाल्यावरच पाठिंबा मिळत असतो. म्हणजे ज्याला आपण दिरंगाईची प्रक्रिया म्हणतो तेच अमेरिकेच्या चांगल्या शासनाचा अंगभूत भाग आहे. थोडक्यात म्हणजे अमेरिकेसारखी महासत्ता जर लिक्विडिटी ट्रॅपमध्ये फसली असली तर तिच्याजवळ अर्थव्यवस्थेला चालना आणि प्रोत्साहन देण्यासाठी जी वित्तीय धोरणे आवश्यक असतात ती व्यवहारात जवळपास नाहीत असेच म्हणावे लागते. जगाच्या दृष्टीने ही एक काळजी करण्याचीच बाब आहे.

मागच्या शतकाच्या मध्यानंतर अर्थव्यवस्थेत व्यापारचक्रे का येतात आणि त्यावर कशी मात करायची हे निदान औद्योगिक आणि विकसित देशांच्या अर्थव्यवस्थांबाबत आपल्याला कळले आहे असा अनेक शास्त्रज्ञांचा समज झाला होता. केन्सच्या विचारसरणीचे अभ्यासक साठीच्या दशकात एकूण मागणीचे अर्थशास्त्र सांभाळू शकले. परंतु नंतर व्हिएतनामच्या युद्धामुळे आणि सत्तरीच्या दशकात खनिज तेलाच्या किंमतीत धक्कादायक बदल झाले आणि या सर्व समजुतीला तडा गेला. दुसरा अनुभव म्हणजे नव्वदीच्या दशकात ॲलन ग्रीनस्पॅनच्या स्वतंत्र आणि अराजकीय धोरणांचा परिणाम म्हणून अमेरिकेची अर्थव्यवस्था भरभराटीच्या शिखरावर पोहोचली. आता हा नव्वदीचा अनुभव अडचणीत आला आहे आणि मंदीच्या तडाख्यातून कसे बाहेर पडायचे असा कळीचा प्रश्न सर्वांपुढे उभा आहे. म्हणजे अजूनही व्यापारचक्र का आणि कुठे सुरू होतात आणि त्यांना वेसण कशी घालायची याचे उत्तर सापडलेले नाही.

ऐंशी वर्षांपूर्वी केन्सने प्रथम भूमिका मांडली की सरकारने पूर्ण रोजगार मिळेल आणि किंमतीत स्थैर्य राहील याची जबाबदारी घेतली पाहिजे. पहिल्या महायुद्धाच्या अगोदर अर्थव्यवस्थेचा आधार म्हणून सोने हे प्रमाणभूत होते. परंतु त्यावेळी जी भरभराट होती त्याची काही परिस्थितीजन्य तात्कालीन कारणे होती. केन्सच्या सर्व अर्थशास्त्रीय मांडणीत एक आशावाद आहे. व्यापारचक्रे आली की त्यांचे व्यवस्थापन कसे हाताळावे हे सरकार ही संस्था म्हणून शिकतील असा त्यांचा विश्वास होता. आज केन्स असता तर त्याला धक्का

बसला असता.

युरोपमध्ये मोठ्या प्रमाणावर बेरोजगारी आहे. जपान एका दशकाहून अधिक काळ कुंठित अवस्थेत आहे आणि आता अमेरिका ज्या अनपेक्षित गोष्टी घडत आहेत त्याला तोंड देण्यासाठी असमर्थ आहे असे चित्र त्याला दिसले असते. मुद्रा धोरणाच्या मर्यादा संपल्या आहेत आणि सरकारने आपला खर्च वाढवून एकूण वित्तव्यवस्थेला कशी चालना द्यायची याचे उत्तर सापडत नाही. केन्सने सार्वजनिक खर्चात वाढ करून मागणीत चेतना आणायची असे सांगितले होते आणि त्याचा जपानने खूप प्रयत्न केला. परंतु परिस्थितीत काहीच फरक पडला नाही अशीही कोंडी आहे.

■

७.५ जपान नंतर आता अमेरिका

अमेरिकेच्या अर्थव्यवस्थेमध्ये जे घडत आहे त्याची अनेक अभ्यासक जपानबरोबर तुलना करत आहेत. अमेरिकेत नव्वदीच्या दशकात क्लिंटन यांच्या अध्यक्षपदाच्या आठ वर्षात अर्थव्यवस्थेला इतकी भरभराट लाभली की त्यातून विचारांची परिमाणे बदलली. त्यानंतर नवे अध्यक्ष बुश आले आणि मंदीची लाट सुरू झाली. दुर्दैवाने त्याचा जगावरही विपरित परिणाम झाला. गेल्या काही महिन्यात ही मंदीची लाट ओसरत होती आणि परत शेअर बाजाराला आणि भांडवल गुंतवणुकीला मोठे हादरे बसले. याचा परिणाम म्हणून परत जुनी काळजी सुरू झाली आणि आर्थिक सुधारणा कधी होईल याची गहन चर्चा सध्या चालू आहे.

अनेकांना हा अनुभव जपानसारखा आहे का याची भीती वाटत आहे. जपानमध्ये एक दशकाहून अधिक अर्थव्यवस्था कुंठित झालेली आहे. जपानच्या शेअरबाजारात डिसेंबर १९८९ मध्ये उच्चांक झाला आणि त्यानंतर तो बाजार कोसळला. तेव्हापासून जपानची मंदी सुरू आहे आणि त्याचा शेवट कधी होणार हे कोणाला माहीत नाही. जपानचा अमेरिकेनंतर दुसरा क्रमांक होता आणि साहजिकच या दोन देशांच्या अर्थव्यवस्था खचल्या तर उरलेल्या जगात त्याचे किती गंभीर परिणाम होतील याचे वर्णन करण्याची गरज नाही.

अर्थात आज अमेरिका आणि जपान यांच्या अडचणींची तुलना होत असली तरी त्यात फरकही अनेक आहेत. अमेरिकेतल्या शेअरबाजारात मंदी आली तरी उरलेल्या अर्थव्यवस्थेमध्ये परिस्थिती सुधारत आहे असे संकेत मिळत होते. या सुधारणा होत राहिल्या तर सन २००२च्या अखेरीला जीडीपीतली वाढ जवळजवळ तीन टक्क्यांपर्यंतही पोहोचली असा सगळ्यांचा समज होता. फक्त गेल्या काही आठवड्यात काही घटना घडल्या आणि त्यामुळे हे चित्र सगळे विस्कटले. मुख्य म्हणजे सगळ्यांची मानसिकता बदलली. आता जीडीपीतली वाढ फार कमी असेल असे सगळे एकमेकांना सांगत आहेत. जपानमध्येही नव्वदीच्या सुरुवातीला असाच आशावाद होता आणि नंतर निराशेने घर केले.

अमेरिका आणि जपानमध्ये भरभराट झाली आणि तोच तुलनेचा विषय आहे.

जपानमध्ये ऐंशीच्या सुरवातीला आणि अमेरिकेत नव्वदीला भांडवल गुंतवणुकीची जी क्षमता होती या विषयी अतिशयोक्त विचार झाले. अमेरिकेमध्ये तंत्रज्ञानाच्या क्षेत्रात आणि जपानमध्ये स्थावर मालमत्तेच्या क्षेत्रात अतिरिक्त गुंतवणूक झाली. जपानमध्ये औद्योगिक उत्पादनात अतिरिक्त क्षमता निर्माण झाली त्याप्रमाणे अमेरिकेत दूरसंचार आणि माहिती तंत्रज्ञान यात प्रचंड गुंतवणूक झाली.

या सर्व घडामोडीतून शेअरबाजारात जे मूल्यांकन झाले ते पूर्णपणे वास्तवाला सोडून होते. अमेरिकेमध्ये प्रथम डॉटकॉम कंपन्या बुडाल्या आणि त्यातून सतत वर उचलणारा शेअर बाजार एकदम जमिनीवर आला. अनेकांच्या मते अमेरिकेच्या शेअरबाजारमध्ये जी उलथापालथ झाली ती काही नवलाईची नसून एक सर्व व्यवहाराला धरुनच आहे. मुळात शेअरबाजार ज्या पातळीवर पोचला होता तीच वस्तुस्थितीशी फारकत होती आणि त्यामुळे आज ना उद्या हा बाजार जमिनीवर पाय टेकरणारच होता. त्यामुळे आज जे घडले आहे त्याचा विषाद मानण्याचे कारण नाही. उलट यातून शेअर बाजाराची प्रकृती सुधारणारच आहे. ही तर्कसंगती मान्य होण्यासारखी आहे. परंतु आता गेल्या काही आठवड्यात ज्या आर्थिक गैरव्यवहाराच्या घटना उघड झाल्या त्यामुळे संपूर्ण व्यवस्थेवरचाच विश्वास घसरणीला लागलेली आहे. एकूणच अमेरिकेतल्या भांडवलशाही व्यवस्थेचा पाया आणि व्यवस्थापन या विषयी अनेक मूलभूत प्रश्न उभे राहिले आहेत. या अर्थाने हा केवळ शेअरबाजारातल्या मंदी आणि तेजीचा अगर अर्थव्यवस्थेतल्या व्यापार चक्राचा प्रश्न राहिलेला नाही.

आजच्या परिस्थितीचा संदर्भ येथे नमूद करणे आवश्यक आहे. गेल्या काही दिवसात अमेरिकेचे अध्यक्ष बुश यांनी इराकच्या बाबत आक्रमक धोरण जाहीर केले आहे. अमेरिकेत मागच्या ११ सप्टेंबरला जो घातपात झाला त्याला आता एक वर्ष पुरे होत आहे. या सर्व घटना आणि आठवणींचा आढावा घेत असताना बुश इराकला धडा शिकविण्याची गोष्ट करीत आहेत आणि त्याची मांडणी संयुक्त राष्ट्र संघटनेपुढे (युनो) करणार आहेत अशी युद्धाची भाषा सुरू झाली म्हणजे शेअरबाजार आणखी अस्थिर होणार हे उघड आहे. त्याहून महत्त्वाची बाब म्हणजे आंतरराष्ट्रीय बाजारात खनिज तेलाची किंमत परत वाढू लागणार. असे घडले म्हणजे सर्व जगाचीच अर्थव्यवस्था घसरणीला लागणार हे उघड आहे. मागच्या दोन वर्षात जी मंदीची लाट आली त्यावर ज्या उपाय योजनांची चर्चा सुरू होती त्या संदर्भात हे जगाचे चित्र प्रक्षोभक आहे. इराकवरची कारवाई ही अगदी अमेरिकेच्याही आर्थिक हितसंबंधांना धरून नाही याचीही दखल बुश प्रशासनाला घ्यावी लागेल. नाहीतरी बुशनाही राष्ट्राध्यक्ष म्हणून दुसऱ्यांदा निवडून यायचे आहेच. त्यांचे वडील बुश यांची ही दुसरी संधी गेली ती इराकमुळेच.

■

विभाग ८ : व्यापार

Trade

८.१ अमेरिकेला संरक्षण हवे आहे

नव्या शतकाची सुरवातच अनपेक्षित घटनांनी झाली आहे. सर्वात महत्त्वाचा म्हणजे अकरा सप्टेंबरचा हल्ला. त्यातून अमेरिकेला जो धक्का बसला त्यामुळे त्या देशाची संपूर्ण मानसिकताच बदलली. पण जे घडले ते अमेरिकेपुरते मर्यादित नव्हते. अमेरिकेने जे नवे धोरण स्वीकारले त्यातून जगाची अर्थव्यवस्था बदलणार आहे. या नव्या घडामोडी आणि त्यांचे दूरगामी परिणाम यावर येत्या काळात बरीच सार्वजनिक चर्चा चालू राहील. याचे कारण म्हणजे जगाचे अर्थकारण बदलतानाच भूगोल आणि इतिहास यांचीही पुनर्मांडणी होणार आहे. तसेच मुख्य म्हणजे राजकारणही बदलणार आहे. हा सर्व मोठा विषय काही एका लेखात मांडता येणार नाही.

अमेरिकेला स्वत:वर हल्ला झाला आणि त्यातून त्यांच्या आत्मविश्वासाला जो धक्का बसला तो समजून घेता येईल. कोणत्याही देशाला आत्मसंरक्षणाचा हक्क आहेच आणि तो यूनोनेही मान्य केला आहे. अर्थात अमेरिका आपल्या संरक्षणासाठी जो दृष्टीकोन स्वीकारत आहे आणि त्यासाठी जी पावले टाकत आहे त्या सगळ्यांचेच समर्थन करता येणार नाही. अगदी अमेरिकेच्या मित्रांमध्येही त्या विषयी प्रामाणिक मतभेद आहेत.

अमेरिकेला व्यापारामध्ये संरक्षण कशासाठी हवे आहे हा खरा प्रश्न आहे. त्याचे कोणतेच तात्त्विक स्पष्टीकरण पटण्यासारखे नाही. सध्या अमेरिका आपले आर्थिक हितसंबंध जपण्यासाठी वेगवेगळ्या देशांबरोबर भांडणे करीत आहे. चीनबरोबरचे वाद हे त्याचे उदाहरण आहे. तसेच युरोपियन युनियनबरोबरही वाद झालेले आहेत. त्याचा विषय होता पोलादीच्या आयातीवर अमेरिकेने जी बंधने घातली ती आंतरराष्ट्रीय व्यापार संघटनेने गैरलागू ठरवली आणि अमेरिकेवर दंडाची कारवाई होईल असा इशारा दिला. थोडक्यात म्हणजे ज्या प्रगत आणि श्रीमंत औद्योगिक देशांच्या गटाचे अमेरिका पुढारीपण करते त्या देशालाच आता मुक्त व्यापाराची अडचण झाली आहे आणि त्यातून आपल्या हितसंबंधांना धोके आहेत असे वाटत आहे. अमेरिकेचे चीनबरोबरचे वाद हे एक उदाहरण आहे परंतु अमेरिका त्यांच्या आजपर्यंतच्या

तात्त्विक भूमिकेला ज्या पद्धतीने मुरड घालत आहे ते खरोखरी आश्चर्याचे आहे.

गेली अनेक दशके अमेरिकेचा जगामध्ये मुक्त व्यापार असावा याचा नेहमी मोठा आग्रह असे. त्यासाठी त्यांनी सर्व अस्त्रे वापरली. समजूत घालण्याचा प्रयत्न केला, धाकदपटशा दाखवला आणि वेळप्रसंगी निर्बंधही घातले. त्यांचा एकच आग्रह होता व्यापारावरचे शुल्क कमी करा, आयातीत वाटा ठरवू नका आणि विदेशी गुंतवणुकीसाठी बाजारपेठा खुल्या करा असे त्याचे सूत्र होते. माणसे आणि समाज यांना जशी दुहेरी नीति असते त्याचप्रमाणे देशही वागतात ही खरी वस्तुस्थिती आहे. अमेरिकेच्या फेडरल रिझर्व्हचे अध्यक्ष ॲलन ग्रीनस्पॅन् यांनी म्हटल्याप्रमाणे अमेरिकेच्या अर्थव्यवस्थेत मागल्या पावलाने आपल्या हितसंबंधांना संरक्षण देण्याचे प्रयत्न चालू झाले आहेत.

दोन वर्षापूर्वी चीनने जेव्हा जागतिक व्यापार संघटनेत प्रवेश करण्याचा नेटाने प्रयत्न केला तेव्हाच काही संशय जागे झाले होते. त्यावेळी एक ठाम समज होता चीनला डब्ल्यूटीओमध्ये प्रवेश करायचा आहे पण त्यांना खरोखरी मुक्त व्यापाराची तत्त्वे मान्य नाहीत. व्यापार संघटनेत येऊन इतर देशांच्या बाजारपेठांमध्ये मुक्त प्रवेश मिळवायचा आणि फायदे करून घ्यायचे परंतु आपली दारे मात्र इतरांना व्यापारासाठी खुली करायची नाही असाच चीनचा डाव असणार हा सगळ्यांचा समज होता.

आजही अमेरिकेच्या सरकारचा बहुदा हाच समज असणार. परंतु जागतिक व्यापाराची आकडेवारी मात्र वेगळे चित्र दाखवते. एक उदाहरण म्हणजे चीनची मागच्या दोन वर्षात चाळीस टक्क्यांनी आयात वाढली आहे. या उलट अमेरिकेची आयात मात्र फक्त दोन टक्क्यांनी वाढली आहे. बॅरॉन्स मॅगझीन यांनी एक अहवाल दिला आहे. त्यानुसार मागच्या वर्षीच्या पहिल्या सहा महिन्यात जपानच्या निर्यातीत जी वाढ झाली त्यामध्ये चीनचा वाटा ऐंशी टक्के होता. या काळात तैवानच्या निर्यातीत ९२ टक्के, कोरियाच्या निर्यातीत ३५ टक्के आणि अमेरिकेच्या निर्यातीत २४ टक्के इतका चीनचा वाटा होता. यासर्व आकड्यांवरून चीनने मागच्या दोन वर्षात आपला व्यापार खुला केला आहे आणि अर्थव्यवस्था अधिक उदार केलेली आहे हा एकच निष्कर्ष निघतो. तसेच चीनच्या डब्ल्यूटीओतल्या प्रवेशाच्यावेळी जे संशय होते तेही पूर्णपणे निराधार होते हे आपल्या कृतीने सिद्ध केले आहे.

वर उल्लेखिलेल्या आकडेवारीवरून आणखी एक ठळक निष्कर्ष निघतो. तो खास लक्षात घेण्यासारखा आहे. आता जगाच्या आर्थिक व्यवस्थेच्या वाढीमध्ये चीनमुळे चैतन्य निर्माण होत आहे, अमेरिकेमुळे नाही. आजही अमेरिका ही जगातली सर्वात मोठी श्रीमंत अर्थव्यवस्था आहे आणि येती अनेक वर्षे ती या पहिल्या स्थानावर राहणार आहे. त्यामुळे काही प्रमाणात जगाला स्थैर्यही मिळालेले आहे.

परंतु आता चीन मोठ्या वेगाने प्रगती करत आहे आणि अमेरिकेच्या जवळ जात आहे. यामध्ये चीनच्या लोकसंख्येचा जसा मोठा वाटा आहे त्याचप्रमाणे चीनने जी उदारीकरणाची धोरणे स्वीकारली आहेत त्यांचेही योगदान भरीव आहे. तसा विचार केला तर सुमारे तीस वर्षापूर्वी चीनची अर्थव्यवस्था भारतापेक्षा लहान होती. म्हणजे जगातले इतर गरीब देशही हा मार्ग अनुसरु शकतात. त्यासाठी योग्य धोरणे आखणे आणि त्यांचा अंमल करणे ही या यशाची गुरूकिल्ली आहे.

आता चीन आणि अमेरिका यांच्यातला व्यापारावरचा वाद कशासाठी आहे हे पहाता येईल. बुश प्रशासनाने चीनच्या ड्रेसिंग गाऊन, नीट वेअर्स आणि ब्रा यांच्या निर्यातीवर फक्त साडेसात टक्के वाढ करता येईल असा वाटा ठरवून दिला आहे. चीन जी एकूण वस्त्राची अमेरिकेमध्ये निर्यात करते त्यापैकी फक्त पाच टक्क्यांवर याचा परिणाम होणार आहे. म्हणजे अमेरिकेच्या चालू खात्यात (करंट अकाऊंट) जी सुमारे वर्षाला ५०० अब्ज (५०० बिलियन डॉलर)ची तूट आहे त्यावर याचा काहीच परिणाम होणार नाही. मग बुश प्रशासनाने नेमके काय साधले?

चीनच्या विरोधात जेव्हा स्वसंरक्षणाचे पाऊल टाकले जाते तेव्हा एक ठरावीक स्पष्टीकरण देण्यात येते. चीन जी निर्यात करते त्याचा उत्पादन खर्च फार कमी असतो आणि त्यामुळे अमेरिकेतल्या अशा उद्योगांना चीनच्या आयातीबरोबर स्पर्धा करता येत नाही आणि त्यातून उद्योगाची हानी होते आणि अमेरिकेच्या कामगाराचे नुकसान होते. मुळात अमेरिकेत काही ड्रेसिंग गाऊन, नीटवेअर्स आणि ब्रा यांचे उत्पादन करणारे फारसे कोणी उत्पादक नाहीत. म्हणजे अमेरिकेने जो चीनला वाटा ठरवून दिला आहे त्यामुळे अमेरिकेतल्या कामगारांचा फारसा काही फायदा होणार आहे ही शक्यता नाही. थोडक्यात म्हणजे या वस्तूंचे उत्पादन करणाऱ्या इतर देशातल्या उत्पादकांना चीनने केलेल्या निर्यातीचा त्रास होणार आहे. अमेरिकेतल्या हितसंबंधांना त्याची काही बाधा होणार नाही.

अशी जर वस्तुस्थिती आहे तर मग चीनच्या नीटवेअर्स, ड्रेसिंग गाऊन्स आणि ब्रा यावर अमेरिकेचा का राग आहे? ज्या काही थोड्या कंपन्या या वस्तू बनवितात त्यांचा बहुधा बुश प्रशासनाबरोबर जवळचा संबंध असावा. शक्यता अशी आहे की अमेरिकेचे राजकारणी यांना खुश करण्यासाठी असे काही पाऊल बुश यांनी टाकले असावे. तेथल्या लोकप्रतिनिधींचा असा एक दाट समज झाला आहे की चीनच्या स्वस्त वस्तूंच्या आयातीमुळे अमेरिकेतल्या लाखो कामगारांचे रोजगार गेले आहेत. अमेरिकेने लादलेले वस्त्रोद्योगावरचे वाटे २००४ सालानंतर संपायचे आहेत आणि अमेरिकेच्या या धोरणामुळे ते बहुधा चालूच राहातील अशी अनेकांना काळजी वाटत आहे.

सुदैवाने डब्ल्यूटीओच्या नियमनात अमेरिकेचे सर्व वाद निकालात काढण्यात आलेले आहेत आणि तेथे अमेरिकेचा पराभव झालेला आहे. बुश प्रशासनाने पोलादावर जे शुल्क बसवले होते ते पूर्णपणे बेकायदा आहे असा डब्ल्यूटीओचा निर्णय झाला. तसेच अमेरिकेने देशाबाहेरही उत्पन्नावर कर बसवला होता तोही निकालात काढण्यात आला. या सर्व घडामोडीतून फक्त एकच गोष्ट जगापुढे येत आहे. अमेरिका आजपर्यंत जे मुक्त व्यापार आणि उदारीकरण या तत्त्वज्ञानाचे नेतृत्व करत होती तेही आता खरे नाही असे दिसते.

■

८.२ आंतरराष्ट्रीय अर्थव्यवस्थेत मुक्त व्यापार : पुढचे पाऊल

आशियातल्या अनेक बँक व्यावसायिकांचा असा समज आहे की अमेरिकेमध्ये आता जी मंदी आली आहे ती एक तात्पुरती बाब नसून कदाचित बराच काळ टिकणारी असू शकेल. अर्थशास्त्रात कॉन्डराटिफ सुपरसायकल असा एक सिध्दान्त आहे आणि त्यामध्ये जी अर्थव्यवस्थेला उतरती कळा लागते ती दहा वर्षापर्यंतही टिकू शकते. अमेरिकेमध्ये कदाचित नेमके हेच घडत असेल. हे जर खरे असले तर सरकारला देशांतर्गत मागणीवरच वाढीसाठी भर द्यावा लागेल. याचा दुसरा एक अर्थ म्हणजे अर्थव्यवस्थेच्या वाढीसाठी निर्यातीवर अवलंबून राहणे फारसे भरवशाचे ठरणार नाही. त्यापेक्षा अंतर्गत मागणीत वाढ होऊन विकासाला चालना मिळण्याची शक्यता अधिक आहे. या दृष्टीने व्यापाराचे धोरणही बदलावे लागेल आणि देशातल्या उद्योजकांना संरक्षण मिळण्याच्या दृष्टीने आयातकर वाढवून एक कवच उभारावे लागेल. तसेच देशांतर्गत बाजारात विविधता आणण्याच्या दृष्टीने संपत्ती आणि उत्पन्न यांची पुनर्रचना करावी लागेल यामुळे ग्राहकांच्या मागणीच्या क्षमतेत बदल होऊन बाजारव्यवस्थेत सुधारणा होईल.

नुकत्याच अमेरिकेमध्ये ११ सप्टेंबर रोजी जो घातपात झाला त्यामुळे कदाचित व्यापाराचे धोरण हे देशाच्या परदेशनीतीच्या धोरणाचा एक भाग बनू शकेल. यानुसार जे आपल्या देशाचे साक्षीदार आहेत त्यांना आपल्या बाजारपेठेत निवडकपणे प्रवेश दिला जाईल आणि विरोधात आहेत त्यांच्यावर बंधने लादली जातील. अमेरिकेमध्ये जीएसपीच्या अंतर्गत अशा प्रकारे निवडक व्यापाराचे धोरण ठरवता येते आणि त्याचा अधिकार नुकताच ३० सप्टेंबर रोजी संपलेली आहे आणि काँग्रेसने त्यावर आता मुदतवाढ करणे आवश्यक आहे.

त्याचबरोबर तेथे एक ट्रेड प्रमोशन ॲथॉरिटी या अंतर्गत एका कारवाईची तरतूद आहे. त्यानुसार अमेरिकेने जे स्वहिताचे कायदेकानून केले असतील त्याला संरक्षण मिळते आणि काँग्रेसने स्वत:च्या अधिकारात केलेल्या दुरुस्त्यांच्या माध्यमातून व्यापारी व्यवहार करता येतात. गेली अनेक वर्षे रिपब्लिकन आणि डेमोक्रॅट यांच्यात मतभेद असल्यामुळे याचे पुनरुज्जीवन अडलेले आहे. यामध्ये व्यापारावरच्या

देवाणघेवाणीत मजूर आणि पर्यावरण याविषयी कोणती भूमिका घ्यावी यावर मतभेद आहेत. डेमोक्रॅटीक पक्षाचा आग्रह आहे की मजूर आणि पर्यावरण यांच्याबाबत काही तरतूदी करण्यात याव्यात. रिपब्लिकन पक्षाला असे वाटते की असे आग्रह धरण्यात अर्थ नाही कारण त्यातून फक्त व्यापारावर बंधने येतील. आता अमेरिकेतल्या बदललेल्या परिस्थितीत जनमत कोणत्या दिशेने जाते यावर सर्व अवलंबून आहे. सद्य:स्थितीत नोकऱ्या कमी प्रमाणात उपलब्ध होतील आणि कामगार वर्गाला मदत करण्याच्या दृष्टीने कॉंग्रेस यासाठी अब्जावधी (बिलियन) डॉलर्सची तरतूद करेल अशी चिन्हे आहेत. असे झाले तर येत्या चर्चेच्या फेरीत फारसे काही साधणार नाही. जे सिएटलमध्ये झाले तेच दोह्यामध्ये होईल.

येथे थोडक्यात कृषि क्षेत्राचा विचार करता येईल. अमेरिकेच्या कृषि सचिव ॲन व्हेमन यांनी एक मत व्यक्त केले आहे. त्यांचे असे म्हणणे आहे की कृषि क्षेत्रात अनेक व्यापाराचे व्यवहार होत आहेत आणि त्या गर्दीत अमेरिकेतल्या शेतकऱ्याला फारसा वाव नाही. अशी जगभर १३० व्यापारी करार झाले आहेत आणि त्यामध्ये अमेरिकेच्या वाट्याला फक्त दोनच करार आहेत. त्यातला एक नाफटा आणि दुसरा इस्त्राईल बरोबरचा. याबरोबर डॉलरचे मूल्य बळकट झाले आहे आणि जैविक तंत्रज्ञानाविषयी अनेक वादविवाद निर्माण झाले आहेत यामुळे अमेरिकेची निर्यात आकर्षक राहिली नाही. अमेरिकेच्या दृष्टीने आपल्या कृषिमालासाठी इतर देशातल्या बाजारपेठा शोधणे हे महत्त्वाचे बनले आहे. तेथे शेतकऱ्यांचे हितसंबंधीगट कॉंग्रेसकडून यात मदत होईल या आशेवर आहेत. सध्याच्या संकटकाळात हे गट प्रबळ झाले आहेत आणि त्यांचा कॉंग्रेसवर दबाव याचा परिणाम म्हणून तिथल्या शेतकऱ्यांना सरकारने अनुदाने दिली तर अमेरिकेला युरोपियन देश आणि जपान यांच्यावर त्यांच्या बाजारपेठा खुल्या कराव्या यासाठी दडपण आणणे अवघड जाईल. यामुळे अमेरिका कृषिमालाच्या व्यापारावर डळमळीत भूमिका घेईल आणि केर्न्स दबावगटही यामुळे दोहा व्यापार परिषदेत फार ठाम भूमिका घेऊ शकणार नाही.

नुकत्याच अमेरिकेत झालेल्या घातपातामुळे प्रचंड प्रमाणावर नुकसान झालेले आहे. अगोदरच्या मंदीमध्ये ही भर पडली आणि सर्व जगात एक मोठे संकट उभे आहे. हल्ल्यानंतरच्या एका आठवड्यात जगातल्या सर्व शेअरबाजारात किंमती कोसळल्या आणि सुमारे २.७ हजार अब्ज डॉलर (२.७ ट्रिलियन डॉलर)चे नुकसान झाले. हे नुकसान आठ देशांच्या एकूण राष्ट्रीय उत्पन्नाच्या बेरजे एवढे आहे. जागतिक बॅंकेने चीन, भारत, ऑस्ट्रेलिया, स्वित्झर्लंड, हॉंगकॉंग, सौदी अरेबिया, इस्त्राईल आणि पाकिस्तान डोळ्यांपुढे ठेवून हा अंदाज व्यक्त केला आहे. आता बहुधा लांबवर चालणारी युद्ध होणार आणि जगातल्या मंदीमध्ये आणखी भर पडणार अशा भीतीपोटी भांडवलदारांनी शेअर्समधील गुंतवणुक काढून घ्यायला सुरुवात केली आहे. यामुळे

कदाचित जागतिक अर्थव्यवस्थेत आणखी दहा वर्षेही मंदीची लाट राहू शकेल असा काहींचा अंदाज आहे.

विकसनशील देशांच्या दृष्टीने जागतिक व्यापाराची संधी वाढणे हे त्यांच्या हिताचे आहे. यातून काही प्रमाणात त्यांना आर्थिक मंदीला तोंड देता येईल. हे जरी खरे असले तरी प्रश्न असा आहे की आता घातपाताच्यानंतर अशा संधी औद्योगिक प्रगत देश देतील की नाही हा आहे. नव्वदीच्या अखेरीला ४० वर्षे नांदत असलेले शीतयुद्ध संपले आणि त्यानंतर मागच्या दशकात व्यापार वाढीला उत्तेजन मिळण्याच्या दृष्टीने जागतिक वातावरण निर्माण झाले. आता अचानक त्यात खंड पडला आणि परत एकदा काही देशांची परदेशनीती हीच जगाचा केंद्रबिंदू बनली आहे. अशा परिस्थितीत व्यापारनीती ही तिचा दुय्यम भाग बनणार अशी चिन्हे आहेत.

■

८.३ जगाचे अमेरिकेवर परावलंबन

आज जागतिक अर्थव्यवस्थेत चैतन्य यावयाचे असल्यास अमेरिकेमधले शैथिल्य कमी होण्याची गरज आहे आणि अमेरिकेने उरलेल्या जगातून अधिकाधिक आयात करण्याची निकड आहे. अमेरिका सोडून दुसरा कोणताही देश ही भूमिका बजावू शकत नाही एक अपवाद होता जपानचा. परंतु गेल्या दशकात अधूनमधून जपानची अर्थव्यवस्था मंदीतून आता बाहेर पडली आहे अशा आशा निर्माण झाल्या आणि लगेचच विरून गेल्या. त्यामुळे आता जपानमध्ये काहीतरी चमत्कार घडेल आणि त्यातून इतरांना शक्ती मिळेल यावर कोणाचा भरवसा राहिला नाही. हीच गोष्ट युरोपची आहे. युरोपमध्ये वाढीचा दर किती राहील याचे अंदाज सारखे दुरुस्त करावे लागत आहेत. युरोपातली सर्वात मोठी शक्ती म्हणजे जर्मनीची. तेथेही मूळच्या अंदाजापेक्षा एक टक्क्याने वाढ कमी झाली आणि तेथे ४४ लाख लोक बेरोजगार आहेत. युरोपियन युनियनने एक स्टॅबिलिटी पॅक्ट केला होता आणि तो सर्व सभासद देशांवर बंधनकारक होता. यानुसार सर्व देशांनी आपल्या अंदाजपत्रकात वित्तीय तूट आणायची नाही असे बंधन होते. विशेष म्हणजे ज्या जर्मनीने हा करार करण्यात पुढाकार घेतला त्यांनाच नेमके वित्तीय तुटीला सामोरे जावे लागले आणि त्यांची मानाहानी झाली. यामुळे इयूच्या सर्वच सभासद देशांना आपल्या खर्चावर नियंत्रण आणावे लागत आहे आणि कराचे प्रमाण वाढवावे लागत आहे. फक्त या मार्गाने वित्तीय स्थैर्य मिळविता येईल आणि विकासाचा दर वाढण्याची आशा करता येईल. प्राप्त परिस्थितीत युरोपियन सेंट्रल बँक हतबल झालेली आहे कारण तिने चलन फुगवटा होऊ द्यायचा नाही असे स्वत:वर बंधन घालून घेतले आहे. या सर्व घडामोडींमुळे युरोप अंतर्गत मागणी वाढेल आणि जगातून अधिक आयात होईल अशी शक्यता आज दिसत नाही.

अखेरीस अमेरिका ही एकच शक्ती जगाचा तारणहार आहे असे म्हणायची वेळ आली आहे. ही काळजी करण्यासारखी परिस्थिती आहे. एक बाब म्हणजे अमेरिका सतत करंट अकाऊंट डेफिसिट चालू ठेवू शकत नाही आणि नजीकच्या काळात परदेशातून अमेरिकेत सतत होणारी भांडवलाची गुंतवणूक कधीतरी थांबणारच

आहे. त्यानंतर कदाचित अमेरिकेत गुंतवलेले परदेशी भांडवल काढून घेण्याची प्रक्रियाही सुरू होऊ शकते. जेव्हा कधी हे घडेल त्यावेळी डॉलरचे मूल्य कमी होईल आणि आज अमेरिकेच्या आयातीमुळे जे उत्तेजन मिळत आहे ते संपुष्टात येईल.

दुसरी काळजीची बाब म्हणजे आजचे बुश प्रशासन अर्थव्यवस्थेला चालना देण्याविषयी किती गंभीर आहे या विषयी काही शंका आहेत. काहींच्या मते बुश प्रशासनाला बऱ्याच आर्थिक बाबी कळत नाहीत आणि त्याबाबत काही ठोस करावे अशी इच्छाशक्ती नाही. अमेरिकेचे मुद्रा धोरण बघण्यासारखे आहे. फेडरल रिझर्व्ह बँकेचा अल्पकाळाचा व्याज दर सर्वात कमी म्हणजे १.२५ टक्के इतका खाली आणला आहे. आता यापेक्षा हे दर कमी करायला वाव नाही. तसेच जो काही अल्प व्याजदर आहे त्यात काही काटछाट केली तरी ग्राहकांची मागणी वाढविण्याच्या दृष्टीने त्याचा काही परिणाम होईल ही शक्यता नाही.

दीर्घ काळाचे व्याजदर आणखी खाली आणण्याचा एक मार्ग आहे त्यासाठी फेडरल रिझर्व्हने सरकारी दीर्घकालीन रोखे मोठ्या प्रमाणावर खरेदी केले तर हे शक्य आहे. यातून कदाचित देशांतर्गत अडचणी निर्माण होतील आणि त्यामुळे फेड असे पाऊल टाकेल का हा प्रश्न आहे. थोडक्यात म्हणजे सध्या जी वाढ आहे तिची गती मंद आहे त्यामुळे त्यात काही हस्तक्षेप केला तर ही गती अधिकच अस्थिर होईल त्यामुळे हा धोका पत्करावा की नाही हा फेडपुढे सार्थ प्रश्न आहे. मात्र उरलेल्या जगाच्या दृष्टीने अमेरिकेत थोडी का होईना वाढ होत आहे यातून फारसे समाधान मिळणारे नाही. अमेरिकेची आयात मोठ्या प्रमाणावर वाढणे यावरच सगळ्यांचा जीव टांगलेली आहे.

आता अमेरिकेचे वित्तीय धोरण पाहू. यात सर्वात मोठी अडचण म्हणजे शासनव्यवस्था. हिचा संघटनात्मक आकार इतका अवाढव्य आहे की वित्तधोरण कितीही जोरदारपणे राबविले तरी त्यातून अर्थव्यवस्था स्थिर व्हायला फार वेळ लागतो. थोडक्यात म्हणजे या धोरणाचा कोणताच फार चांगला अगर फार वाईट परिणाम होत नाही कारण सरकारी व्यवस्था प्रचंड मोठी आहे.

आजच्या परिस्थितीत अमेरिकेच्या काँग्रेसने कितीही कर तरतुदीत बदल मंजूर केले तरी त्याचा प्रत्यक्षात ग्राहकांच्या खरेदी शक्तीवर परिणाम व्हायला पुढचा एप्रिल २००४ उजाडेल. त्याचप्रमाणे काँग्रेसच्या संमत्तीने सरकारी खर्चात कितीही वाढ केली तरी त्याचा आवश्यक परिणाम वर्षाने म्हणजे सन २००४च्या उन्हाळ्यात दिसला. बुश प्रशासनाने आर्थिक चालना देण्यासाठी जे उपाय योजले आहेत ते अपुरे आहेत आणि जुजबी आहेत. इकॉनॉमिस्टसारख्या सनातनी साप्ताहिकानेही टीका केली आहे. त्यांच्या मते आजच्या घडीला अर्थव्यवस्थेला चालना मिळण्यासाठी जो झटका मिळाला पाहिजे तो बुश यांच्या उपाय योजनांनी साधणार नाही.

जेव्हा कधी बुश प्रशासनाने सुचविलेल्या कर आकारणीतल्या सुधारणा अंमलात येतील तेव्हा वर्षाला सुमारे जेमतेम हजार डॉलरने कुटुंबाच्या उत्पादनात भर पडेल. अशी अमेरिकेत नव्वद कोटी कुटुंबे आहेत. परंतु हेही घडणार नाही त्यापेक्षा कमी उत्पन्न गटातल्या कुटुंबांचे साधारणपणे २५० डॉलरने उत्पन्न वाढेल आणि ज्या कुटुंबांचे उत्पन्न वर्षाला दोन लाख डॉलरपेक्षा अधिक आहे त्यांच्या उत्पन्नात भरीव वाढ होईल. नेमका हा वर्ग कर बदलामुळे आपले उत्पन्न वाढले म्हणून खर्च करेल आणि त्यातून एकूण ग्राहक मागणी वाढेल ही शक्यता नाही.

आणखी लांबच्या पल्ल्याचा विचार केला तर अमेरिकेच्या वित्त धोरणात अनेक प्रश्न निर्माण होणार आहेत. आजच्या प्रशासनाने त्याची दखल घेतलेली दिसत नाही. अमेरिकेतला कर दाता करामध्ये फारशी वाढ सहन करणार नाही. त्याचबरोबर सरकारला ज्या सामाजिक स्वास्थ्य आणि कल्याणाच्या योजना राबवाव्या लागतात त्याचा खर्च वाढता आहे. मागच्या दशकात अमेरिकेत आणि पर्यायाने उरलेल्या जगातही अर्थव्यवस्था वाढत होती आणि त्यामुळे अनेक प्रश्नांना तोंड देता आले. आफ्रिका खंडात एडस्‌च्या रोगाने थैमान घातले आहे आणि तेथे जगाने हस्तक्षेप करण्याची गरज आहे. तसेच जागतिकीकरणाच्या प्रक्रियेचा भाग म्हणून डब्ल्यूटीओच्या माध्यमातून मुक्त व्यापारावर भर देण्यात येत आहे आणि त्यामुळे अनेक अर्थव्यवस्थांना संक्रमणकाळात मोठ्या अडचणी भेडसावत आहेत. मागच्या दशकात अमेरिका बळकट होती म्हणून जगात अनेक प्रश्नांना तोंड देता आले. परंतु आता जर हा भक्कम आधार डळमळीत झाला तर अनेक देश संकटात सापडतील. यासाठी अमेरिकेने आपली आयात वाढवली पाहिजे.

■

८.४ रॉबर्ट रुबीनचे योगदान

अमेरिकेच्या मागच्या काही वर्षातल्या क्लिंटन आणि बुश प्रशासन यांची तुलना नेहमी होते. जेव्हा प्रथम क्लिंटन यांनी प्रशासनाची सूत्रे हातात घेतली त्यावेळी त्यांच्या हातात काहीच नव्हते. त्याअगोदर आर्थिक वाढ अगदी मंद गतीने होत होती. तसेच रोनाल्ड रीगन आणि थोरले बुश यांच्या कारकिर्दीत (१९८०-१९९२) मोठ्या प्रमाणावर संघराज्यात वित्तीय तूट नांदत होती. शिवाय बेरोजगारीची नैसर्गिक पातळीही बऱ्याच उंचावर होती आणि चलन फुगवट्याचा धोका दिसत होता. या तुलनेने दुसरे जॉर्ज बुश यांच्या प्रशासनाची सुरुवात चांगल्या आर्थिक वातावरणात झाली. अर्थसंकल्पात भरपूर शिल्लक होती आणि उत्पादकतेमध्ये जोरदार वाढ होत होती. यामध्ये माहिती तंत्रज्ञानाच्या क्रांतीचा मोठा हिस्सा होता. शिवाय बेरोजगारीची नैसर्गिक पातळी अगदी किमान स्तरावर होती.

तुलनेने विचार करता क्लिंटन प्रशासनाची सुरुवात झाली तेव्हा अडचणी होत्या आणि नंतर त्यांना बऱ्याच कठीण प्रसंगांना सामोरे जावे लागले. परंतु क्लिंटन यांनी धोरण विषयक जे उपक्रम हाती घेतले त्यात त्यांना उदंड यश मिळाले. यामध्ये रॉबर्ट रुबीन यांची विशेष मदत झाली. ते प्रथम अध्यक्षांचे सहाय्यक होते आणि नंतर ट्रेझरीचे सचिव म्हणजे वित्त मंत्री होते. त्यांनी रीगन आणि बुश यांच्या प्रशासनात जी प्रचंड वित्तीय तूट निर्माण झाली होती त्याचे रूपांतर मोठ्या शिलकीमध्ये करुन दाखवले. अमेरिकेतली भांडवल गुंतवणूक आणि उत्पादकता वाढली आणि त्यातून वाढीचा दरही पूर्वी कधीही नव्हता इतका वाढला. तसेच क्लिंटन यांच्या सहकाऱ्यांनी व्यापारावरची बंधने बऱ्यापैकी कमी केली. त्यांच्या कारकिर्दीत त्यांनी १९९४ मध्ये मेक्सिकोतला आणि १९९७-९८ मधला आशियातला वित्तीय पेचप्रसंग समाधानकारकपणे हाताळला.

नंतर दुसरे बुश आले आणि त्यांच्या संघाने जे आर्थिक निर्णय घेतले त्यातून अडचणीच वाढल्या. काही अभ्यासकांच्या मते बुश यांना सुरुवातीला जी चांगली परिस्थिती मिळाली त्याचा त्यांनी फायदा तर करून घेतला नाहीच परंतु नव्याने स्वत:च्या काही अडचणींची त्यात भर घातली. सहज उल्लेख करता येईल असे विषय

म्हणजे व्यापार, वित्तधोरण, सामाजिक सुरक्षाव्यवस्थेची पुनर्रचना या सर्वातच बुश यांना काही ठोस करून दाखवता आले नाही. अर्थात बुश यांच्या पाठीराख्यांना एक पटण्यासारखे कारण सांगता येईल. अकरा सप्टेंबरचा जो घातपाती हल्ल्याचा अमेरिकेने अनुभव घेतला त्यामुळे केवळ बुश प्रशासनाचीच नाही तर संपूर्ण अमेरिकन समाजाची मानसिकता बदलली. त्यामुळे बुश यांना खरोखरी काय करायचे होते, हे बाजूलाच राहिले आणि एक पूर्णपणे नवीन वस्तुस्थिती निर्माण झाली. साहजिकच बुश यांच्यापुढे नवा विषय उभा राहिला.

रुबीन यांनी नुकताच एक इन ॲन अनसर्टन वर्ल्ड असा स्मृतीगंथ प्रसिद्ध केला आहे. यात रॉबर्ट रुबीन यांच्याबरोबर जेकोब वाईजबर्ग यांचा सहभाग आहे. काहींच्या मते रुबीन यांचे व्यक्तिमत्त्व उदार आहे आणि म्हणूनच त्यांनी वाईजबर्ग यांना लेखक म्हणून श्रेय दिले आहे.

रुबीन यांच्या मते कोणतेही आर्थिक विकासाचे धोरण आखतानाच अनेक शक्यतांचा एकावेळी विचार करता आला पाहिजे. यामध्ये एखाद्या धोरणाची स्वीकृती झाल्यावर त्याचे टप्पे आखताना आणखीही काही प्रश्न विचारता आले पाहिजेत. आणखी काय वेगळे घडू शकते? जर आपला तर्क चुकीचा असला तर काय घडू शकेल? हे आणि असे अनेक प्रश्न आणि त्याची उत्तरे एकाचवेळी एकत्रितपणे डोळ्यापुढे आली पाहिजेत. तसेच जे काही वेगवेगळे पर्याय उपलब्ध आहेत त्याचे कोणते फायदे आणि कोणते तोटे होऊ शकतात यांचीही तुलना करता आली पाहिजे. नाहीतर कोणत्यातरी वैचारिक आग्रहाला धरून धोरण आखले तर त्यातून काय परिणाम होतील हेही सरसकटपणे गृहीत धरले जातात. तसेच काही वेळा एखाद्या अध्यक्षीय राजवटीला काही आवडते विषय असतात त्याला अनुकूल असेच धोरण आखले जाते. कोणत्याही धोरणाचा यशस्वी अंमल झाला तरीही त्यातल्या अनेक गोष्टींपैकी किमान एक महत्त्वाची गोष्ट तरी चुकते. धोरण ठरविताना या सर्व बाबींचे भान असले पाहिजे.

धोरण ठरविताना दुराग्रह उपयोगाचा नसतो आणि समोर काही अप्रिय सत्य असले तरी ते विसरता येत नाही. रुबीन यांनी आजचे जग हे बरेच गुंतागुंतीचे आहे आणि त्याविषयी आपल्या सगळ्यांनाच फार थोडी माहिती आहे याची मनोमनी जाणीव होती. त्यामुळे आपली गृहीतकृत्ये, समजुती आणि अपेक्षा यापेक्षा प्रत्यक्षात भलतेच काहीतरी घडते हे रुबीन यांनी नीट समजून घेतले होते. त्यामुळे पूर्वी कधीतरी जॉन मेन्यार्ड केन्स किंवा मिल्टन फिडमन यांनी जगाचे जे निरूपण केले होते त्याचा आज काही उपयोग होणार नाही हे त्यांना कळले होते. आजचे जग फार वेगळे आहे आणि त्याचा नकाशा पूर्वीच्या मांडणीशी जुळणारा नाही ही रुबीन यांची भावना त्यांना फार उपयोगी पडली.

रुबीन यांनी अध्यक्ष क्लिंटन यांना चांगली साथ दिली कारण या अध्यक्षांना धोरणामध्ये रस होता आणि त्याचबरोबर राजकारणातही ते चतुर होते. त्यामुळे चांगल्या धोरणाचा दीर्घकाळात चांगल्या राजकारणाशी नजीकचा संबंध असतो हे त्यांना चांगले कळले होते. रुबीन यांच्याजवळ चांगले व्यवस्थापन कौशल्य होते ते एका मोठ्या गोल्डमन साक या गुंतवणूकदार बँकेचे पूर्वी अध्यक्ष होते. त्यामुळे ते नॅशलन इकॉनॉमिक कौन्सिलच्या बैठकीत अध्यक्ष म्हणून बसले की त्यांना आपल्याला जी सहमती हवी ती मिळवता येत होती. अर्थात धोरण बनविण्याचे रुबीन यांचे कौशल्य शेवटी यशस्वी ठरले कारण त्यांच्या धोरणाची दिशा योग्य होती. याचे कारण म्हणजे रुबीन यांच्या डोळ्यापुढे नेहमी एक व्यापक चित्र होते. कोणत्याही शासनात काही चांगल्या गोष्टी घडवून आणायच्या असल्या तर तपशीलाच्या पलीकडे जाऊन एक दिशा आणि एक व्यापक चित्र नेहमी डोळयापुढे असावे लागते. बऱ्याचदा कोणतेही प्रशासन हे रोज नव्याने घडणाऱ्या प्रसंगांना तोंड देण्याच्या गडबडीत या गोष्टींना विसरून जाते. रुबीन यांनी एक दिशा आणि एक व्यापक दृष्टी सतत डोळ्यापुढे ठेवली.

रुबीन यांच्या स्मृतीग्रंथात त्यांनी जागतिक व्यापाराच्या विषयात एकदा जी ठाम भूमिका घेतली त्या प्रसंगाची आठवण दिली आहे. बऱ्याचदा उद्योगांना संरक्षण देणे हे सर्वांनाच हवे असते कारण त्यात लोकप्रियता मिळते. एक कारण म्हणजे मुक्त व्यापारामुळे काही वेळा ज्या अडचणी निर्माण होतात त्या कोणालाच नको असतात. त्यांनी अध्यक्ष क्लिंटन यांच्याबरोबर एक चर्चा केली होती. त्यामध्ये मासेमारीच्या व्यापारात बंधने हटविण्याची गरज आहे असा त्यांनी आग्रह धरला होता. क्लिंटन यांनी गरीब मासेमाऱ्यांचे काय होईल याची काळजी व्यक्त केली. तेव्हा रुबीन यांनी त्यांना सांगितले की तुम्ही गरीब मासेमाऱ्यांची काळजी करता ते ठीकच आहे. परंतु त्याचबरोबर आणखीही मोठ्या संख्येने गरीब आहेत ज्यांना स्वस्त मासे मिळाले तर हवे आहेत. थोडक्यात म्हणजे फक्त संरक्षण देऊन जर एका लहान गटाचा फायदा होणार असला तरीही ते पुरेसे नाही. मुक्त व्यापार झाला तर अधिकांचा होणारा फायदा जास्त महत्त्वाचा आहे.

या संदर्भात आजच्या बुश प्रशासनाने काही महिन्यांपूर्वी अमेरिकेतल्या पोलाद उद्योगाला जे संरक्षण दिले होते त्याचा उल्लेख करता येईल. बुश यांनी काही उत्पादक आणि मजूर संघटना यांना खुश करण्यासाठी हे संरक्षण दिले आणि डब्ल्यूटीओच्या व्यापार तरतुदींचा भंग केला. त्यावर युरोपमधल्या पोलाद उत्पादकांच्या वतीने तेथल्या सरकारांनी डब्ल्यूटीओपुढे तक्रारी केल्या. डब्ल्यूटीओने अमेरिकेच्या विरोधात निकाल दिला आणि जर संरक्षण देण्याचे धोरण बदलले नाही तर अमेरिकेला दंड भरावा लागेल अशी ताकीद दिली. आता बुश यांनी हे धोरण बदलण्याचे कबूल कले आहे.

सर्वात विशेष म्हणजे बुश यांच्या धोरणामुळे जरी पोलाद उद्योगातले कामगार खुश झाले तरीही पोलादाच्या किंमती वाढल्यामुळे अमेरिकेतल्या वाहन उद्योगाला फार मोठा फटका बसला. त्यामुळे अमेरिकेतला ग्राहक, वाहन उद्योगातील कामगार आणि अमेरिकेची मोटारींची निर्यात या सगळ्यांनाच फटका बसला. एकूण विचार करता बुश यांना शेवटी लोकप्रियताही गमवावी लागली. अशा प्रसंगात रुबीन यांचे वेगळेपण कळते.

■

विभाग ९ : रोजगार

Employment

९.१ अमेरिकेतले काम भारतात

अमेरिकेतले सेवा क्षेत्रातले काम जेव्हा भारताला देण्यात येऊ लागले तेव्हा अमेरिकेत तो मोठा वादाचा विषय झाला. यालाच बिझनेस प्रोसेस आऊटसोर्सिंग म्हणजे बीपोओचा वाद म्हणतात. याची सुरवात झाली तेव्हा अमेरिकेत मंदी होती आणि स्थानिक कामगार संघटना साहजिकच अस्वस्थ होत्या. नंतर २००४ सालात मंदी आटोक्यात आली आणि आर्थिक वाढ दमादमाने होऊ लागली. नेमक्या त्याचवेळी नोव्हेंबर २००४ मध्ये तेथे अध्यक्षपदाची निवडणूक येऊ घातली होती आणि त्यामुळे त्यामध्येही हा एक वादाचा विषय बनला. काही राज्यांच्या प्रतिनिधी सभांनीही असे काम देशाबाहेर नेण्याला विरोध केला. विशेष म्हणजे इतका दबाव असूनही अध्यक्ष बुश यांनी या विषयात लोकानुनय करण्यासाठी विरोधी भूमिका घेतली नाही. मात्र डेमोक्रॅटिक पक्षाचे उमेदवार केरी हे या दबावाखाली आले होते.

आता आंतरराष्ट्रीय नाणे निधीने याचा सविस्तर अभ्यास करून काही निष्कर्ष काढले आहेत. त्यातला मुख्य म्हणजे अशी सेवाक्षेत्राची कामे बाहेर नेल्यामुळे अमेरिकेत बेरोजगारी वाढते हा समज चुकीचा आहे. या अभ्यासात अमेरिकेच्या अर्थव्यवस्थेची सगळी क्षेत्रे लक्षात घेण्यात आली होती आणि त्यांचा एकत्र विचार करता सेवेची कामे देशाबाहेर नेल्यामुळे अगदी लहान प्रमाणात रोजगार कमी झाला असा पुरावा मिळाला.

या अभ्यासात एकूण ४५० उद्योगांचा समावेश करण्यात आला. त्यांच्यात रोजगारावर अगदी थोडा नकारात्मक परिणाम दिसला. शिवाय आणखी शंभर क्षेत्रे अशी होती की ज्यामध्ये सेवाक्षेत्राची कामे बाहेर दिल्यामुळे काहीच रोजगार कमी झाला नव्हता. याचा अर्थ असा की आऊटसोर्सिंग केल्यामुळे एखादा कामगार जरी रोजगार घालवून बसला तरीही त्याला थोड्या काळानंतर जवळपास तसेच काम दुसऱ्या उद्योगात मिळू शकत होते. त्यामुळे जेव्हा रोजगार निर्माण होत असतो तेव्हा एक नोकरी गेली तरीही दुसरी मिळते. म्हणजे नक्त बेरोजगारीत भर पडत नाही. बीपीओच्या अनुभवात अमेरिकेत हे असेच काहीसे घडलेले आहे.

असाच एक अभ्यास ब्रिटनमध्ये करण्यात आलेला होता. त्यामध्ये ७८ क्षेत्रांचा

विचार करण्यात आला. त्यात ६९ औद्योगिक उत्पादनाची आणि ९ सेवेची क्षेत्रे होती. यांचा १९९५ ते २००१ या काळात आढावा घेण्यात आला. येथेही सेवा क्षेत्राची कामे देशाबाहेर नेण्याच्या प्रयत्नांमुळे रोजगार निर्माण करण्याचा वेग मंदावला असा म्हणण्यासारखा पुरावा मिळाला नाही. यात भर म्हणजे कामे बाहेर दिल्यामुळे जेव्हा मजुरांना कमी केले जाते त्यातून त्या उत्पादनाची कार्यक्षमता वाढते आणि उत्पादनातही वाढ होते. त्यातूनच पुढे इतर काही कामांची सुरुवात होते आणि रोजगार वाढतो. याचे उदाहरण सांगता येईल. एखादी कंपनी माहिती तंत्रज्ञानाची आयात करते आणि त्यातून काही कामगारांना या कामातून मुक्त करते. पण या कंपनीची कार्यक्षमता वाढल्यामुळे ही कंपनी संशोधन आणि विकास कामाकडे अधिक लक्ष देऊ लागते आणि त्यातून रोजगार वाढतो.

अमेरिकेची अर्थव्यवस्था आकाराने भली मोठी आहे. ती केवळ सेवांची देशात आयात करते असे नसून तिची या सेवांची निर्यातही मोठी आहे. किंबहुना सगळ्या सेवा क्षेत्राच्या आयातीचा आणि निर्यातीचा विचार केला तर तिची सेवा क्षेत्रात नक्त अतिरिक्त शिल्लक आहे असे म्हणता येईल. विशेषत: मालाच्या आयाती निर्यातीचा विचार केला तर अमेरिकेला त्यात तूट आहे म्हणून सेवांमधील ही नक्त शिल्लक अमेरिकेला मोलाची आहे. या विषयाचा ज्यांनी अभ्यास केला त्यांच्या मते अमेरिका आणि ब्रिटन या देशांची व्यापाराच्या सेवांमध्ये सगळ्यात अधिक नक्त शिल्लक आहे आणि जर इतर सर्व देशांनी हे त्यांच्या देशाबाहेर देण्यात येणारे काम जर बंद करायचे ठरवले तर अमेरिका आणि ब्रिटन यांचा सर्वात अधिक तोटा होईल.

या अभ्यासात आणखीन एक तपशील उघड झाला. ज्या खाजगी सेवा आहेत त्यामध्ये शिक्षण, वित्त, विमा, दूरसंचार, धंदे आणि व्यवसाय तांत्रिक सल्ला सेवा यांचा समावेश होतो आणि अमेरिकेमध्ये यांची जी एकूण आयात होते त्यातला विकसनशील देशांचा वाटा फक्त ३२ टक्के आहे. उरलेला ६८ टक्के वाटा हा इतर विकसित औद्योगिक देशांचाच आहे. म्हणजे आऊट सोर्सिंग विषयी सध्या इतका मोठा वाद सुरू असला तरीही सेवा क्षेत्रातला दोन तृतीयांश पेक्षा अधिक वाटा हा औद्योगिक देशांच्या एकमेकांबरोबरच्या व्यापारातलाच आहे.

या सर्व सेवांच्या व्यापारात भारताचा वाटा अगदी थोडा आहे. मागे १९९२ मध्ये अमेरिकेच्या एकूण खाजगी सेवांच्या आयातीमध्ये भारताकडून आयात होणाऱ्या सेवेचा वाटा हा जेमतेम ०.५ ते १.० टक्का इतकाच होता. तो २००२ सालात दहा वर्षांनी एक टक्का झाला आहे. वास्तविक पाहता जो खाजगी सेवांचा वर्ग आहे त्यामध्ये व्यवसायाशी निगडित असलेल्या सेवांमध्ये बऱ्यापैकी वाढ झालेली आहे आणि त्यावरच सगळी सार्वजनिक चर्चा केंद्रित झाली आहे. मागे १९९२ मध्ये या विशिष्ट सेवांचा वाटा ०.४५ टक्के होता तो २००२ सालात एकूण व्यवसायाच्या सेवेच्या आयातीमध्ये दोन टक्के झाला. विशेष म्हणजे कॅनडाकडून अमेरिकेला सर्वात

अधिक खाजगी सेवा पुरवण्यात येतात. अमेरिकेने ज्या व्यवसायी सेवांची आयात केली त्याचे प्रमाण १९८३ मध्ये ०.१ टक्के होते आणि ते २००३ सालात ०.४ टक्के झाले. भारताची जी व्यावसायिक सेवांची निर्यात झाली ती १९८३ मध्ये जीडीपीच्या ०.५ टक्के होती ती २००३ सालात २.५ टक्के झाली. जर प्रत्यक्ष मूल्यात विचार केला तर अमेरिका देश सर्वात अधिक व्यवसायिक सेवांची आयात करतो. परंतु याचे प्रमाण त्या देशाच्या जीडीपीबरोबर लक्षात घेतले तर उरलेल्या जगाच्या दृष्टीने ते अगदी चिल्लर आहे.

एकदा अमेरिकेतली अध्यक्षपदाची निवडणूक नोव्हेंबर २००४ मध्ये संपल्यावर आता या विषयावर अधिक विवेकाने चर्चा होऊ लागली आहे आणि तशी माहितीही उपलब्ध होत आहे. अमेरिका सेवाक्षेत्राच्या व्यापारात वर्षाला ६० अब्ज डॉलरचे (६० बिलियन डॉलरचे) अतिरिक्त उत्पन्न मिळवते त्यातून ६० लाख (सहा मिलियन) लोकांना प्रत्यक्ष रोजगार मिळतो आणि त्यातून अप्रत्यक्ष रोजगाराचे प्रमाण तर कितीतरी पटीने आहे. हा सगळा रोजगार ज्या परदेशी मालकीच्या अमेरिकेत काम करणाऱ्या कंपन्या आहेत त्यांच्यामुळे निर्माण होतो. फॉरेस्टर रिसर्च या कंपनीने आऊट सोर्सिंगमुळे अमेरिकेत फक्त २.२ लाख लोकांचा रोजगार कमी होतो असा निष्कर्ष काढलेला आहे. अमेरिकेत एकूणात १४ कोटी (१४० मिलियन) लोकांना रोजगार मिळतो आणि त्यातून २.२ लाख लोकांची रोजगारी विचारात घ्यावी लागेल.

अमेरिकेतल्या चेंबर ऑफ कॉमर्सने २००४ सालात या नाजूक विषयावर अहवाल तयार केला होता. या अहवालात ज्या कंपन्या जगात आऊटसोर्सिंग करतात त्या कोणत्या मुद्यांचा साकल्याने विचार करतात याची नोंद केली आहे. ती पुढील प्रमाणे -

खर्चात बचत झाल्यामुळे ग्राहकाचा आणि करदात्याचा काय फायदा होतो?

तुलनेने लहान प्रमाणात कामगारांचा रोजगार कमी होतो.

अमेरिकेने आपल्या बाजारपेठा संरक्षित केल्या तर कोणत्या प्रतिक्रिया होतील?

परदेशी कंपन्या अमेरिकेत जो मोठ्या संख्येने रोजगार निर्माण करतात त्याचे काय?

अमेरिकेच्या सेवा व्यापारात ६० अब्ज डॉलर (६० बिलियन डॉलर)चे अधिक्य टिकेल का?

जेव्हा जगभरात मुक्तव्यापार होतो तेव्हा देशातही उत्पन्न आणि रोजगार वाढतो.

या अहवालात सरकारच्या अकौंटेबिलिटी ऑफीस (जीएओ) या काँग्रेसच्या समितीचा आधार घेण्यात आलेला आहे. त्यामध्ये आऊटसोर्सिंग हे कमी वेतनाच्या देशाबरोबर (भारतासारख्या) केले जाते या म्हणण्याला फारसा आधार नाही असे म्हटले आहे. उदाहरणार्थ २००२ सालात अमेरिकेने जितके धंद्याचे, व्यावसायिक आणि तांत्रिक सेवांचे काम बाहेर नेले त्यामध्ये भारताचा क्रमांक आठवा आहे.

त्यापेक्षा भारताच्या पुढे जे देश आहेत त्यांची नावे आहेत कॅनडा, ब्रिटन, जपान, जर्मनी, फ्रान्स, मेक्सिको आणि नेदरलंडस्. म्हणजे आऊससोर्सिंगवर जो सार्वजनिक वाद झाला त्यापूर्वीही अमेरिका मोठ्या प्रमाणावर सेवांची कामे बाहेर देत होती आणि त्यामध्ये प्रामुख्याने इतर औद्योगिक देशच त्याचा फायदा मिळवत होते.

आऊटसोर्सिंगच्या विषयात अमेरिकेत किती दबाव आला होता याचा अंदाज घेता येईल. तेथे वेगवेगळ्या चाळीस राज्यातील लोकप्रतिनिधी गृहात आणि काँग्रेसमध्ये एकूणात १९६ प्रस्ताव सप्टेंबर २००४ पर्यंत सादर करण्यात आले होते. त्यातल्या फक्त चार विधेयकांवर गव्हर्नरांची सही झाली आणि त्याचे कायद्यात रूपांतर झाले. त्यापैकी १२३ प्रस्ताव समितीत चर्चेला आले आणि मतदानाने नामंजूर झाले. चौदा प्रस्ताव फक्त एका सभागृहात मंजूर झाले आणि दुसऱ्यात फेटाळले गेले. आणखी २१ राज्यांमध्ये काहीच निर्णय न घेता विधान मंडळांनी चर्चा तहकूब केली. ज्या १० विधान मंडळात विधायके मंजूर झाली त्यातल्या तीन गव्हर्नरांनी कायद्याला मंजुरी देण्याचे नाकारले. आणखी आठ राज्यात फक्त प्रशासकीय निर्णय घेऊन या विषयाचा अधिक अभ्यास करण्याचे ठरविण्यात आले. थोडक्यात म्हणजे जरी वेगवेगळ्या हितसंबंधी गटांचा आऊट सोर्सिंगला विरोध होता आणि तसा त्यांचा दबाव होता तरीही प्रत्यक्षात फारशी काही कृती घडली नाही.

ही सर्व आकडेवारी महत्त्वाची आहे कारण जेव्हा अमेरिकेमध्ये आऊटसोर्सिंगवर वादंग झाला तेव्हा असे सगळे व्यापक चित्र चर्चेमध्ये पुढे आले नाही. त्या देशाच्या अध्यक्षीय पदाच्या निवडणूका नोव्हेंबर २००४ सालामध्ये होणार होत्या म्हणून त्या अगोदर या विषयावर वादाचा धुराळा उठवण्यात आला. त्याचे एक कारण म्हणजे तेथे एकूण मंदीचे वातावरण होते आणि मजूर वर्ग बेरोजगारीच्या चिंतेत होता. हे जरी खरे असले तरीही यावर जे राजकारण करण्यात आले ते पूर्णपणे मतलबी होते. वर उल्लेख केल्याप्रमाणे मुळात अमेरिका मालाच्या व्यापारात तुटीत आहे आणि सेवा क्षेत्रात नक्त शिल्लक अनुभवत आहे.

तत्त्वत: जर परदेशातला माल स्वस्त आहे म्हणून स्वीकारता येतो तर मग तोच न्याय सेवा क्षेत्रालाही का लावायचा नाही असा कोणालाही प्रश्न पडू शकतो. तसेच अमेरिकेतही फक्त मजूर वर्ग हा काही एक हितसंबंधी गट नाही कंपन्या आहेत, त्यांचे शेअर घेतलेला गुंतवणुकदार वर्ग आहे आणि सर्वात महत्त्वाचा म्हणजे ग्राहक वर्ग आहे. जेव्हा आऊटसोर्सिंग होते तेव्हा खर्च कमी होतो आणि कंपनीचा नफा वाढतो. तसेच किंमतीतही स्पर्धा होते आणि ग्राहकाला न्याय मिळतो. म्हणजे जरी मर्यादित अर्थाने काही मजूर रोजगार हरवून बसले तरीही उरलेले फायदे बरेच आहेत. आता या विषयाच्या अभ्यासातून ही अल्प काळातील बेरोजगारीही तात्पुरती असते आणि एका व्यापक प्रक्रियेतून आऊटसोर्सिंग झाल्यावर रोजगारही वाढतो याचा पुरावा मिळालेला आहे. भारताला यातून दिलासा मिळणार आहे. ■

९.२ रोजगार वाढत आहे

मागच्या तीन वर्षातली आर्थिक मंदी आता जवळपास संपली आहे. मागच्या काही महिन्यात अमेरिकेतली अर्थव्यवस्था सुधारत होती. परंतु त्यात अनेक अंतर्विरोध होते. त्यामुळे आपण मंदीवर मात केली याचा सगळ्यांना भरवसा वाटत नव्हता. आर्थिक वाढीचा दर सुधारला, ग्राहकाच्या मागणीत वरची पातळी आली परंतु बेरोजगारांच्या संख्येत घट होत नव्हती. त्याचाच परिणाम म्हणून जेव्हा अमेरिकेतल्या कंपन्या भारतासारख्या देशांना आपले काम देऊ लागल्या तेव्हा या आऊटसोर्सिंगच्या विरोधात अनेक कामगार संघटनांनी उठाव केला आणि लोक प्रतिनिधींवर दबाव आणला. त्यातच अमेरिकेच्या अध्यक्षपदाच्या निवडणुकीची धामधूम सुरू झाल्यामुळे अमेरिकन सरकारनेही देशातली कामे बाहेर देण्याच्या विरोधात भूमिका घेतली. आश्चर्य म्हणजे हीच अमेरिका जागतिक व्यापार संघटनेच्या माध्यमातून सर्व जगाला जागतिकीकरण आणि उदारीकरण यातून सर्वांचाच कसा फायदा आहे यावर नैतिक व्याख्याने देत असते. जेव्हा प्रत्यक्षात आपल्या घरात या जागतिकीकरणामुळे मजूर संघटना स्पर्धेपासून संरक्षण मिळण्याची मागणी करू लागल्याबरोबर अमेरिकेला याचा सगळा विसर पडला.

आता मागच्या दोन महिन्यात रोजगाराच्या विषयात आनंदाचे वातावरण पसरत आहे. रोजगाराविषयी जी माहिती दर महिन्याच्या पहिल्या शुकवारी न्यूयॉर्कच्या आर्थिक बाजारपेठेत सकाळी साडेआठ वाजता प्रसिद्ध होते. अमेरिकन सरकारच्या मजूर विभागातर्फे हा अहवाल सादर होतो. मागच्या तीन चार वर्षात प्रथम मंदी होती आणि ती मागच्या काही महिन्यात हटू लागली तेव्हाही सगळ्यांच्या शंकांचे निरसन होऊ शकले नाही. त्यामुळे अमेरिकेच्या सार्वजनिक जीवनात दर महिन्याला प्रसिद्ध होणारी रोजगाराची आकडेवारी खूपच महत्त्वाची बनली. त्यातून राजकीय वाद आणि भूमिका ठरू लागल्या. जगातले व्याजदर, चलनबाजार, शेअरबाजार या सर्वांवरच या आकडेवारीचा प्रभाव पडू लागला. भारतालाही याचे महत्त्व होते कारण अमेरिकेतून जे कामाचे आऊटसोर्सिंग होत होते त्यातून शहरातल्या बेरोजगारांना मोठ्या प्रमाणावर काम मिळत होते. एका दृष्टीने आऊटसोर्सिंग म्हणजे अमेरिकेतले काम भारतातल्या

कामगारांकडून करून घेणे याचा नजीकचा संबंध अमेरिकेतल्या बेरोजगारीच्या आकडेवारीशी होता.

अमेरिकेमध्ये आर्थिक स्थितीची चर्चा होताना नेहमी जॉबलेस म्हणजे बिगर कामाचा असा शब्द प्रयोग केला जातो. या शब्दाला महत्त्व आले आहे कारण साधारणपणे जेव्हा मंदीची लाट संपते आणि आर्थिक वाढीला सुरुवात होते तेव्हा तेथे बेरोजगारीची पातळी कमी होऊ लागते. हा झाला नेहमीचा अनुभव. परंतु अमेरिकेत जेव्हा उत्पादनात वाढ होऊ लागली आणि ग्राहकाच्या मागणीतही भर पडू लागली तेव्हा वाढीच्या प्रक्रियेविषयी एक नवा प्रश्न उपस्थित झाला. काही अभ्यासक असे म्हणू लागले की कदाचित यापुढे आर्थिक वाढ होईल आणि तरीही बेरोजगारी संपणारच नाही. याचे जॉबलेस ग्रोथ असे वर्णन करण्यात आले. याचे एक प्रमुख कारण म्हणजे तंत्रज्ञानातील क्रांती हे एक आहे असेही सांगण्यात येऊ लागले.

अमेरिकेमध्ये अर्थव्यवस्था आणि तिची स्थिती हा राजकारणामध्ये नेहमीच एक नाजूक विषय असतो. मागच्या दशकात क्लिंटन प्रशासन आठ वर्षे कार्यरत होते आणि जेव्हा जॉर्ज बुश कसेबसे निवडून आले त्याचवेळी नेमकी अर्थव्यवस्था मंदीच्या लाटेत गुदमरली. मागच्या अनेक वर्षात जॉर्ज बुश हे पहिलेच अध्यक्ष आहेत ज्यांच्या राजवटीत रोजगार कमी झाला. किंबहुना जो रोजगार होता तोही गेला. त्यामुळे आता जी अध्यक्षपदाची निवडणूक होणार आहे त्यामध्ये साहजिकच बुश यांना या विषयाला तोंड द्यावे लागेल. नुसता बेरोजगारच नव्हे तर त्यांच्या सर्वच आर्थिक नीतीची यावेळी शहानिशा होईल. विशेषत: विरोधक डेमॉक्रॅटिक पार्टी बुश यांच्या या कामगिरीवर बोट ठेवत आहे. हे अपेक्षितच आहे कारण डेमॉक्रॅटिक पक्षाचे क्लिंटन जेव्हा प्रशासन चालवत होते तेव्हा त्यांनी प्रथमच अर्थसंकल्पात भरीव शिल्लक निर्माण केली. बुश निवडून आले आणि त्यांनी ती संपवली. इतकेच नाही तर इराकबरोबर युद्ध करून आता सुमारे ५०० अब्ज (बिलियन) डॉलरची तूट सरकार दाखवत आहे. त्यात दीडशे अब्ज (बिलियन) डॉलर हा तर इराकवरचा युद्धाचा खर्च आहे. याही आकड्यांबाबत अनेक शंका आहेत आणि बहुधा तो अधिकच असावा. या शिवाय बुश यांनी आल्याबरोबर आपल्या आश्वासनांना जागे राहून करदात्यांना उत्पन्नात सूट दिली. म्हणजे एका बाजूने उत्पन्नाची साधने कमी केली आणि दुसऱ्या बाजूने खर्चाची कारणे शोधून काढली. आता इराकमध्ये अशी परिस्थिती आहे की कोणीच या खर्चाला कधी शेवट आहे हे सांगू शकत नाही.

अमेरिकेच्या मागच्या पन्नास वर्षात वेगवेगळ्या अध्यक्षांच्या प्रशासनात रोजगाराची परिस्थिती काय होती ही आकडेवारी बघण्यासारखी आहे. बिल क्लिंटन (१९९६) यांच्या कारकिर्दीत सर्वात अधिक म्हणजे १.१५२ कोटी (११.५२ मिलियन) रोजगारात वाढ झाली. डाईट् आयसेनहॉवर (१९५६) सगळ्यात कमी म्हणजे

०.२७४ कोटी (२.७४ मिलियन) रोजगारात वाढ झाली. हॅरी ट्रुमन (१९५२) यांच्या काळात ०.५४७ कोटी (५.४७ मिलियन), लिंडन जॉनसन् (१९६४) यांच्या काळात ०. ५९ कोटी (५.९० मिलियन), रिचर्ड निक्सन (१९७२) यांच्या काळात ०.६१८ कोटी (६.१८ मिलियन) आणि रोनॉल्ड रिगन (१९८४) यांच्या काळात ०.५३२ कोटी (५.३२ मिलियन) रोजगारात वाढ झाली.

याउलट गेराल्ड फोर्ड (१९७६) यांच्या काळात ०.५०७ कोटी (५.०७ मिलियन) रोजगार कमी झाला. जिमी कार्टर (१९८०) यांच्या काळात १.०३४ कोटी (१०.३४ मिलियन) आणि जॉर्ज बुश सिनीयर (१९९२) यांच्या काळात ०.२५३ कोटीने (२.५३ मिलियनने) रोजगार कमी झाला. सध्याचे अध्यक्ष जॉर्ज बुश ज्युनिअर यांच्या काळात ०.१९३ कोटीने (१.९३ मिलियन) रोजगार कमी झाला. फोर्ड, कार्टर आणि बुश सिनियर या तिन्हीही अध्यक्षांच्या कारकिर्दीत जेव्हा रोजगार वाढला नाही तेव्हा बेरोजगारीचा दर सुमारे ७.५ टक्क्यांच्या वर होता. आताचे अध्यक्ष बुश यांच्या काळात हा दर ५.७ टक्के आहे. क्लिंटन यांच्या राजवटीत आर्थिक वाढ वेगाने झाली त्याचप्रमाणे नवीन रोजगारही १.१५२ कोटीने (११.५२ मिलियनने) वाढला. या तुलनेमुळे सध्याचे अध्यक्ष बुश यांच्यावर अधिक प्रखर टीका होत आहे.

अशा बिकट परिस्थितीच्या पार्श्वभूमीवर जेव्हा एप्रिल महिन्याच्या पहिल्या शुक्रवारी बेरोजगारीचे आकडे जाहीर झाले तेव्हा व्हाईट हाऊसमधल्या अध्यक्षांच्या कार्यालयात आनंदाला परिसीमा राहिली नाही. मार्चमध्ये मागच्या चार वर्षांनंतर प्रथमच ३,०८,००० रोजगार वाढले. शिवाय त्या अगोदरच्या काही महिन्यांची आकडेवारी सुधारण्यात आली आणि त्यात रोजगार वाढल्याचे दिसले. शिवाय या अहवालात अनेक चांगल्या बातम्या होत्या. एक म्हणजे जे अगोदर एक नोकरी सोडून दुसरी चांगली नोकरी शोधत होते त्यांच्यातही भर पडली. याचे कारण म्हणजे रोजगार निर्मितीची दृश्य परिस्थिती सुधारल्यामुळे जुने नोकरदार काही प्रमाणात धोका पत्करु लागले. याचा एक नकारात्मक परिणाम म्हणजे वरकरणी बेरोजगारीचा दर थोडासा वाढला. तो पूर्वी ५.६ टक्के होता तो ५.७ टक्के झाला. परंतु मुळात तीन लाख वाढीव रोजगार निर्माण झाल्यामुळे हे सर्व सहन करण्यासारखे होते.

अमेरिकेतल्या लोकसंख्येतले दीर्घकाळातले बदल लक्षात घेतले तर साधारणपणे तेथे दर महिन्याला सुमारे एक लाख रोजगार अधिक होण्याची गरज आहे. असे झाले तर रोजगाराची पातळी समाधानकारक आहे असे म्हणता येईल. साधारणपणे या पूर्वी जेव्हा अर्थव्यवस्था मंदीतून बाहेर येताना वाढीच्या मार्गाला लागली आहे तेव्हा दर महिन्याला सुमारे दोन लाखांनी रोजगारात भर पडली आहे. या उलट अमेरिकेतला मार्चमधला रोजगाराचा अहवाल येण्यापूर्वी दोन वर्षात तेथे प्रत्यक्षात सात लाखांनी

रोजगार कमी झाला होता. विशेष म्हणजे त्याच दोन वर्षात खरी जीडीपीतली वाढ सरासरी तीन टक्क्यांनी झाली होती. त्यातूनच अनेक काळजीचे प्रश्न निर्माण झाले कारण काही प्रमाणात आर्थिक वाढ होऊनही प्रत्यक्षात रोजगाराची परिस्थिती खालावली. त्यामुळे रोजगारातली वाढ सुमारे दोन लाखांनी होईल ही अपेक्षा दूरच राहिली.

अभ्यासकांनी जीडीपीमध्ये वाढ होणे आणि त्याबरोबर रोजगारात वाढ होणे याचा कसा संबंध नाही याचे तात्त्विक समर्थन करण्याचा बराच प्रयत्न केलेला आहे. काहींचे म्हणणे आहे की अमेरिकेत जी उत्पादकतेमध्ये वाढ झाली त्यामुळे काही प्रमाणात रोजगार कमी होणे साहजिक आहे. टीकाकार याच्या उलट वाद करतात. त्यांच्या मते असे चित्र एका चक्राकार घटनेचे निदर्शक आहे. अमेरिकेमध्ये कर्जाची पातळी वरची असल्यामुळे उद्योजक दीर्घकाळाचा विचार करून गुंतवणूक करण्यास तयार नाहीत. काही प्रमाणात या दोन्ही दृष्टीकोनात काही तथ्य आहे.

खाजगी क्षेत्रातील कंपन्या नेहमीच अधिक नफा मिळविण्याच्या शोधात असतात. त्यामुळे त्या मजूराच्या जागी भांडवल आणण्याचा प्रयत्न करतात. शिवाय मागच्या काळात जो मंदीचा अनुभव आला त्यात अनेक भांडवली खर्च बुडले त्यामुळे कंपन्या आपण मिळवलेला फायदा कर्जाची परतफेड करण्यासाठी वापरत आहेत आणि शक्यतो नवीन गुंतवणूक लांबवत आहेत. तसेच नवीन कामगार घेण्यातही दिरंगाई होत आहे.

अशा पार्श्वभूमीवर मागच्या काही महिन्यात आऊटसोर्सिंग या विषयावर सर्वांचे लक्ष केंद्रित झाले आहे. अमेरिकन समाज जेव्हा अडचणीत येतो तेव्हा तो प्रथम स्वसंरक्षणाची भाषा करू लागतो. पूर्वी तिशीच्या दशकात जी मोठी मंदी आली होती त्यावेळी स्मूट - हॉले कायदा करून उद्योगांना सरंक्षण देण्यात आले होते. तसेच १९९०-९१च्या मंदीच्या काळात जपानबरोबरच्या स्पर्धेला तोंड देण्यासाठी परत संरक्षण देण्याचा प्रयत्न झाला होता. सगळेच समाज कोणत्याही बदलाची गरज सहजासहजी स्वीकारत नाहीत आणि त्यातून होणाऱ्या बदलाला तयारही होत नाहीत. त्यामुळेच आता अमेरिकन समाजाला आऊटसोर्सिंग हा जो नवा प्रयत्न आहे ते स्वीकारणे जड जात आहे. जेव्हा मंदी असते तेव्हा तर ते नकोच असते. परंतु विशेषत: जेव्हा आर्थिक वाढ होत असतानाही रोजगारात वाढ होत नाही तेव्हाही आऊटसोर्सिंग नको वाटते.

वास्तविक पाहता ज्या कंपन्यांना आऊटसोर्सिंग करून आपले काम भारतासारख्या देशात द्यायचे आहे त्या काही माणुसकीपोटी ते करत नाहीत. त्यांचा त्यातून भरभक्कम फायदा होणार आहे. कंपन्यांच्या ताळेबंदात अधिक नफा होणार आहे कारण स्थानिक मजुरावरचा खर्च टळणार आहे आणि ग्राहकालाही कमी किंमत द्यावी लागणार आहे. सगळेच औद्योगिक देश आणि त्यातूनही अमेरिका जेव्हा विकसनशील देशांना

जागतिकीकरण आणि उदारीकरण यांचे धडे देत होती त्यामध्ये हे सगळे अपेक्षितच होते. परंतु प्रत्यक्षात जेव्हा त्याचा अनुभव आला तेव्हा अमेरिकेतला समाज आणि सरकार स्वसंरक्षणाच्या गोष्टी करू लागले. आता जी रोजगारात वाढ होत आहे अशी आकडेवारी येऊ लागली आहे त्यामुळे हे आऊटसोर्सिंग करणाऱ्या कंपन्यांना बरेच सोपे जाणार आहे. आर्थिक वाढ होत आहे आणि रोजगारही वाढत आहे त्यामुळे आऊटसोर्सिंगच्या प्रकारातून जो सुमारे महिन्याला वीस हजार ते तीस हजार रोजगार बुडत होता ते सहन करणे शक्य होईल.

अमेरिकेमध्ये ज्या कंपन्यांना आपल्या फायद्यासाठी आऊटसोर्सिंग करावे असे मनापासून वाटते त्यांचे प्रमुखही खुलेपणाने बोलण्यास तयार नाहीत. त्याचे कारण म्हणजे लोकमत त्याच्या विरोधात आहे आणि मागच्या काही वर्षात अमेरिकेतल्या मोठ्या कंपन्यांच्यात भ्रष्टाचार झाल्यामुळे खाजगी कंपन्या गप्प आहेत. त्यामुळे फक्त अर्थशास्त्राचे अभ्यासक आऊटसोर्सिंग कसे फायद्याचे आहे आणि कसे अपरिहार्य आहे याचे समर्थन करत आहे. येत्या काळात जशी आर्थिक वाढ होईल आणि वातावरण निवळेल तसतसे खाजगी कंपन्यांचे उद्योजक तोंड उघडून बोलू लागतील. त्याबरोबर रोजगारातही वाढ झालेली असेल.

अर्थात हे दर महिन्याला प्रसिद्ध होणारे रोजगाराचे आकडे सतत प्रगतीच दाखवतील असा कोणी भरवसा देऊ शकणार नाही. मध्येच एक दोन महिन्यात रोजगार कमी झाला असे आकडे आले तर परत गोंधळाला सुरुवात होईल. एका दृष्टीने मागच्या मंदीतून अजूनही अमेरिकेची अर्थव्यवस्था पूर्णपणे बाहेर आलेली नाही. त्या देशाच्या विदेशी खात्यात मोठे असंतुलन आहे आणि ग्राहकाच्यावरही कर्जाचा मोठा बोजा आहे. शिवाय सरकारही अर्थसंकल्पातील तूट वाढवत आहे. या आणि अशा अनेक गोष्टी एकूण अर्थव्यवस्थेशी निगडित आहेत त्यामुळे बारीकसारीक घडामोडी होऊन जर शेअरबाजार अस्थिर झाला तर ते परवडणार नाही. या दृष्टीने हे रोजगाराचे मासिक अहवाल काही अडचणी निर्माण करू शकतील. तसेच आऊटसोर्सिंग या नव्या प्रयोगाला अधिक अनुकूल वातावरण निर्माण झाले तर त्यातून मिळणारे फायदेही अमेरिकेतल्या ग्राहकाला पटू लागतील. भारताच्या दृष्टीने हे सर्व महत्त्वाचे आहे.

■

९.३ अमेरिकेतली बेरोजगारी

मागच्या ऐंशीच्या दशकात भारतात एक प्रयोग झाला आणि तो पूर्णपणे फसला. त्यावेळी माहिती तंत्रज्ञानाचा उद्योग सुरू झाला होता आणि त्यासाठी ज्या सॉफ्टवेअर कंपन्या होत्या त्यांनी देशातच बनवलेल्या संगणकातून आपली गरज भागवावी असा राज्यकर्त्यांनी विचार केला. त्यातून सॉफ्टवेअर आणि हार्डवेअर अशा दोन्हीही क्षेत्रात मोठा रोजगार निर्माण करता येईल असा त्यामागचा हेतू होता. परंतु देशात बनवलेल्या संगणकाचा दर्जा इतका सुमार होता की त्यामुळे सॉफ्टवेअर उद्योगही धोक्यात आला. अर्थातच रोजगार निर्माण झाला नाही आणि प्रयोग फसला. त्यानंतर जेव्हा भारताने संगणकाची आयात करण्याची परवानगी दिली तेव्हाच सॉफ्टवेअरचा उद्योग भरभराटीला आला. त्यानंतर एक क्रांतीच झाली.

आता अमेरिकेमधले राजकारणी जी चूक भारताने दोन दशकांपूर्वी केली तेच मोठ्या उत्साहाने करण्याचा आग्रह करत आहेत. त्यांच्या म्हणण्यानुसार अमेरिकेतल्या कंपन्यांनी आऊटसोर्सिंग करायला सुरुवात केल्यामुळे तेथे बैठ्या रोजगारात घट होत आहे आणि त्यामुळे आऊटसोर्सिंगवर बंदी आणणे हाच एक रास्त मार्ग आहे. खरे तर ही सगळी तर्कसंगती दोषास्पद आहे. याचे उदाहरण पाहता येईल. समजा अमेरिकन सरकारने डेल कॉम्प्युटर कॉर्पोरेशनवर बंदी आणली. या कंपनीला आपले कमी तंत्रज्ञानावर आधारलेले काम भारतातल्या बंगलोर येथे करून घ्यायचे आहे. अमेरिकेची यावर बंदी असली तरी डेल कंपनीचे इतर देशातले स्पर्धक यांच्यावर तसे काही बंधन नाही. आजच्या स्पर्धेच्या युगात जर दुसऱ्या कंपन्यांनी कमी खर्चात असे काम बंगलोरमधून करून घेतले तर खुद्द डेल कंपनीच संकटात सापडेल. कदाचित डेल कंपनी बंदही पडू शकेल. समजा असे झाले तर परिणामत: डेल कंपनीतील इतर बैठे काम करणारे नोकरदार बेरोजगार होतील.

अमेरिकेमध्ये बेरोजगारी आहे आणि त्याचे कारण भारतामध्ये आहे असे म्हणण्यात आणखी एक त्रुटी आहे. आऊटसोर्सिंगमुळे सध्या जी अनेक कामे बंगलोरमध्ये केली जातात ती अमेरिकेमध्ये करण्याचे कधीच बंद झाले होते आणि हे सर्व आऊटसोर्सिंग होण्यापूर्वीच घडले होते. उदाहरणार्थ, पूर्वी एखादा मजकूर हाताने

लिहिल्यावर नंतर तो कार्यालयीन सहायक टंकलिखित करीत असे. त्यानंतर जेव्हा संगणक आले तेव्हा त्यात इतकी सोय होती की कार्यालयीन सहायकाची गरजच उरली नाही. आता आऊटसोर्सिंगमुळे अशी अनेक नैमित्तिक कार्यालयीन सेवेची कामे भारतासारख्या देशात अगदी कमी खर्चात होऊ शकतात. शिवाय भारतातही चांगल्या वेतनावर नवा रोजगार निर्माण होतो. मुख्य म्हणजे जरी आऊटसोर्सिंगवर बंदी आणली तरीही अशी कार्यालयीन सेवेची कामे अमेरिकेमध्ये परत केली जाणार नाहीत. जी कामे तंत्रज्ञानामुळे तेथे निकालात निघालेली आहेत. ती परत सुरू होण्याची शक्यता नाही.

दुसरे उदाहरण कॉल सेंटरचे. सध्या अमेरिकेतल्या कोणत्याही सार्वजनिक अगर खाजगी कार्यालयाला दूरध्वनी केला तर एका मागोमाग एक ध्वनीमुद्रित संदेश ऐकत बसावे लागतात. समजा विजेच्या सेवा पुरवणाऱ्या कंपनीला दूरध्वनी केला तर त्यातून अनेक सूचना करण्यात येतात. एक, दोन, तीन, चार अशी बटणे वेगवेगळ्या कामासाठी दाबावीत म्हणजे संभाषण पुढे सरकते. ग्राहकाला जशी गरज आहे त्याप्रमाणे त्याला बटण दाबण्याचा पर्याय असतो. तो निवडल्यानंतर आणखीन काही उपचार पार पाडावे लागतात. त्यामध्ये ग्राहकाचा दूरध्वनी कमांक, खाते कमांक, झीप कोड असे अनेक तपशील पुरवावे लागतात. शिवाय हे बटण दाबताना थोडी जरी चूक झाली तरीही परत सुरवातीपासून हा सर्व क्रम अनुसरावा लागतो. त्यात अर्थातच बराच वेळ वाया जातो. मुख्य म्हणजे अशाच प्रयत्नांच्या शेवटी कोणा एका व्यक्तीशी बोलता येईल ही पण शक्यता नसते. सुमारे दहा वर्षांपूर्वीच ही सुविधा बंद झालेली आहे. त्याचे कारण म्हणजे असा जर मानवीय प्रतिसाद उपलब्ध करून द्यायचा असला तर त्याला चालू बाजार भावानुसार वेतन देणे परवडणार नाही कारण अमेरिकेमध्ये ही पातळी फार वरची आहे. या उलट जर भारतासारख्या देशात कॉल सेंटर काढली तर प्रत्यक्षात फार कमी खर्चात अशी कामे अमेरिकेतल्या ग्राहकासाठी सहज करता येतील. त्यात त्या ग्राहकाचा वेळही वाचेल, सोयही होईल आणि खर्च सर्वात कमी होईल. मुख्य म्हणजे असा पर्याय भारतात आऊटसोर्सिंगमुळे जरी निर्माण झाला तरीही त्याचा कोणताच नकारार्थी परिणाम अमेरिकेतल्या रोजगारावर होतो असे म्हणता येणार नाही. या अर्थाने आऊटसोर्सिंग आणि भारतातून मिळणारी सेवा आणि अमेरिकेतली बेरोजगारी या पूर्णपणे अलग गोष्टी आहेत.

अमेरिकेतली वस्तु:स्थिती उघड्या डोळ्यांनी पाहिली तर अनेक गोष्टींचा खुलासा होईल. निदान आऊटसोर्सिंगमुळे अमेरिकेच्या कामगार वर्गावर आजची परिस्थिती ओढावली आहे असे कोणी म्हणणार नाही. मागच्या मार्च २००१ पासून वेतनपटावरच्या नोकऱ्यात ०.२३५ कोटीने (२.३५ मिलियनने) घट झाली. भारताच्या संपूर्ण माहिती तंत्रज्ञानाच्या क्षेत्रात सगळे मिळून सुमारे आठ लाख लोक काम

करतात. यातच बीपीओमधला नोकरदार वर्ग आहे. म्हणजे या दोन आकड्यांचा अर्थाअर्थी काही संबंध नाही. अमेरिकेमधल्या रोजगाराच्या आकड्यात जी मोठी घट झालेली आहे त्याची कारणे वेगळी आहेत.

याबाबत एक सत्य उघड आहे. अमेरिकेत बैठी कामे करणाऱ्या चाकरमान्यांच्या वर्गात मोठ्या प्रमाणावर बेरोजगारी आहे. त्याची कारणेही अमेरिकेतल्या देशांतर्गत परिस्थितीशी निगडित आहेत. त्यामध्ये एक प्रमुख कारण आहे आणि ते म्हणजे तंत्रज्ञानाच्या कंपन्या आणि त्यात डॉटकॉम कंपन्या मोठ्या संख्येने बुडाल्या. त्यामुळे शेअर बाजारात निराशा पसरली. रॉबर्ट सॅम्युअलसन हे वॉशिंग्टन पोस्ट या प्रतिष्ठित वृत्तपत्राचे स्तंभ लेखक आहेत. त्यांनी एक साधा प्रश्न विचारला आहे. जर ऑफशोअरिंग म्हणजे परदेशात काम दिले म्हणजे कसे मोजायचे आपल्या माहितीच्या बैठे काम करणारे किती नोकरदार भारतात काम नेल्यामुळे बेरोजगार झाले असा प्रश्न विचारायचे. बहुतेक अमेरिकेन याचे उत्तर देतील की आमच्या माहितीत असे कोणी नाही. थोडक्यात म्हणजे आऊटसोर्सिंग आणि अमेरिकेतली बेरोजगारी या विषयात ऐकीव माहितीचेच प्रस्थ अधिक आहे.

या विषयातले विश्लेषण काहीही असले तरीही अमेरिकेमध्ये सरकारवर जो दबाव निर्माण झालेला आहे तो भारताने दखल घ्यावा असा आहे. भारताला सुधारणा कार्यक्रम राबविण्यात आपला पुढाकार आहे हे बाहेरच्या जगाला पटवावे लागेल. जागतिकीकरणाचा भाग म्हणून भारताला अमेरिकेच्या बाजारपेठेत अनिर्बंध प्रवेश मिळाला पाहिजे आणि सेवा क्षेत्रातला सहभाग आणि आऊटसोर्सिंगमुळे मिळणारे काम हा त्याचाच भाग आहे हे तात्त्विक म्हणणे ठीक आहे. परंतु त्याच न्यायाने अमेरिका भारताकडून आर्थिक सुधारणा कार्यक्रम अधिक वेगाने राबविला जाईल अशी अपेक्षा करू शकते आणि आग्रह धरू शकते. त्यामध्ये वित्तीय तूट कमी करणे, मजूर विषयक कायदे लवचिक आणि सोपे करणे आणि लघुउद्योग क्षेत्राला देण्यात येणारे संरक्षण काढून टाकणे अशा ठळक बाबी आहेत.

तसेच भारतात मजूर प्रधान औद्योगिक उत्पादनाच्या क्षेत्राला प्रोत्साहन मिळण्याची गरज आहे. यामध्ये औद्योगिक आणि श्रीमंत देश जे आपल्या उद्योगांना संरक्षण देतात हा खरा अडथळा नाही. भारताला औद्योगिक उत्पादनाच्या क्षेत्रात चीनसारख्या देशाबरोबर तीव्र स्पर्धा करावी लागणार आहे. आणि त्यासाठी मजूर विषयक कायदे आणि त्याबरोबरचे इतर संबंधित विषय यात भारताला धडाडीने सुधारणा कराव्या लागणार आहेत. थोडक्यात म्हणजे आऊटसोर्सिंग हा काही एक मर्यादित विषय आहे आणि त्यामध्ये फक्त अमेरिका आणि भारत यांचे हितसंबंध गुंतलेले आहेत अशी समजूत करुन घेण्याचे कारण नाही. भारताने मागच्या दशकात उदारीकरणाच्या पायवाटेने सेवा क्षेत्रात मोठी कामगिरी बजावलेली आहे आणि त्यासाठी श्रीमंत

औद्योगिक देशांच्या बाजारपेठा महत्त्वाच्या ठरलेल्या आहेत. या संदर्भात डब्ल्यूटीओच्या विचारविनिमयाचा भाग म्हणून आऊटसोर्सिंगचा विषय आला की पाश्चिमात्य देश सुधारणा कार्यक्रमात किती प्रगती झाली आहे हा प्रश्न नक्की उपस्थित करणार. विशेष म्हणजे या प्रश्नाचा मुख्य रोख भारताकडेच आहे.

आऊटसोर्सिंगचा सगळाच विषय डब्ल्यूटीओच्या चर्चेमध्ये आणणे आणखीन एका कारणासाठी आवश्यक आहे. नुकताच अमेरिकेमध्ये आऊटसोर्सिंगच्या कामाचा विचार करताना भारताला वगळावे असा एक कायदा झाला. त्याअंतर्गत ज्या कार्यक्रमांना अमेरिकेतल्या केंद्रीय प्रशासनाकडून निधी दिला जातो त्याचे आऊटसोर्सिंगचे काम भारताला मिळणार नाही. त्याचे कारण म्हणजे डब्ल्यूटीओच्या एका कराराअंतर्गत सरकारी कामासाठी जी खरेदी करावी लागते त्याचे कंत्राट देताना काही प्रमाणात भेदाभेद करण्याची सोय आहे. या करारावर तीस देशांनी सही केलेली आहे आणि भारताचा त्यात समावेष नाही. त्यामुळे भारताला असे काम न देण्याची तरतूद एका कराराद्वारेच करण्यात आलेली आहे. अशा काही विशिष्ट परिस्थितीत भारताला पुन्हा एकदा अशा प्रकारच्या कराराला आपली संमत्ती देण्याचा विचार करावा लागेल.

असे करताना सेवाक्षेत्रात भारताला अनिर्बंध प्रवेश कसा मिळेल याचा विचार करणे आवश्यक आहे कारण त्यात भारताला काही विशेष फायदा आहे. त्यामुळे दोहा येथल्या बैठकीनंतर ज्या सेवाक्षेत्राच्या विषयावर चर्चा चालू आहेत त्यामध्ये भारताला ठळक भूमिका बजावावी लागेल. भारताने जर हा आग्रह धरायचा असला तर आपल्या सेवाक्षेत्रातल्या बाजारपेठेत सर्वांना खुल्या कराव्या लागतात. यामध्ये बँकिंग, विमा आणि दूरसंचार ही प्रमुख क्षेत्रे आहेत. परदेशी गुंतवणूकदारांनी या क्षेत्राचे मोठे आकर्षण असल्यामुळे भारताला ही क्षेत्रे खुली करताना देवाणघेवाण करणे सहज शक्य आहे. ते करत असताना भारताला माहिती तंत्रज्ञान आणि त्यातील संलग्न सेवा यांच्या निर्यातीचे हितसंबंध पुढे नेता येतील. भारताला जर नजीकच्या काळात मोठा फायदा मिळवायचा असेल तर महत्त्वाच्या क्षेत्रात देवाणघेवाणीची तयारी ठेवावी लागेल. शिवाय त्यासाठी जे धोरणात बदल करावे लागतील त्याचीही जबाबदारी घ्यावी लागेल.

नुकतेच अमेरिकेचे व्यापार प्रतिनिधी रॉबर्ट झोलिक यांनी भारताला आपल्या व्यापाराच्या धोरणात सुधारणा करण्याचे व्याख्यान दिले. परंतु हा सल्ला अगदीच गैरलागू होता. भारतामध्ये कृषी क्षेत्राला संरक्षण आहे हे खरे. परंतु त्यावर अमेरिकेने बोट ठेवण्याचे कारण नाही. मुख्य म्हणजे अमेरिकेमधल्या कृषी क्षेत्राला सरकार जे भरमसाठ संरक्षण देत आहे आणि अनुदाने देत आहे तो खरा आंतरराष्ट्रीय टीकेचा विषय आहे. भारतामध्ये कृषी क्षेत्राला जे संरक्षण आहे त्याचा संबंध त्या क्षेत्रामध्ये जे मोठ्या प्रमाणावर दारिद्र्य आहे याच्याशी आहे. त्यामुळे या क्षेत्रात जो शेतकरी वर्ग

आपल्या जगण्याचा भाग म्हणून कृषी उत्पादनात गुंतलेला आहे त्याची तुलना अमेरिकेतल्या मोठ्या शेतकऱ्याबरोबर करता येणार नाही.

दुसरा टीकेचा मुद्दा म्हणजे भारताच्या औद्योगिक क्षेत्रात शुल्काचे प्रमाण अधिक आहे. हे जरी खरे असले तरी मागच्या काही काळात आर्थिक सुधारणा कार्यक्रमातून ही शुल्काची पातळी सतत खाली आणण्यात येत आहे. तसेच लवकरच आयातीवरची शुल्के ही इतर देशांच्या तुलनेच्या पातळीवर आणण्यात येणार आहे. या तुलनेने अमेरिका मात्र व्यापारावरची बंधने वाढवत आहे. विशेष म्हणजे ज्या विकसनशील देशांचा जागतिक बाजारात अगदीच शुल्लक वाटा आहे आणि जे देश आंतरराष्ट्रीय व्यापाराचे नियम पाळू लागले आहेत त्यांनाच या अमेरिकेच्या वाढत्या बंधनांचा फटका बसत आहे. अशा पार्श्वभूमीवर अमेरिकेच्या व्यापार प्रतिनिधींनी भारताला व्याख्यान देण्याचे काहीच प्रयोजन नाही. हे सर्व मान्य करूनही भारताला आऊटसोर्सिंग हा एक मर्यादित विषय म्हणून अमेरिकेबरोबर घेता येणार नाही. या विषयाशी अनेक गोष्टी निगडित आहेत आणि भारताला जर आपले हितसंबंध पुढे न्यायचे असले तर आपलीही काही क्षेत्रे खुली करावी लागतील. यापुढे जागतिकीकरणात देवाणघेवाण हाच मुख्य आधार असेल. आपल्या सोयीनुसार फक्त आपल्या हितसंबंधांचा पाठपुरावा करता येणार नाही.

■

१.४ रोजगारात वाढ

अमेरिकेमध्ये जेव्हा तीन चार वर्षे मंदी होती तेव्हा जगाची अर्थव्यवस्थाच गारठ्यात सापडली होती. पूर्वीच्या समजुतीला धरून सगळे जग अमेरिकेवर अवलंबून आहे याचा अनुभव घेत होती. त्यातूनही जेव्हा अमेरिकेत हळूहळू मंदीचा प्रभाव कमी होऊ लागला तेव्हा या चर्चेत एक नवी भर पडली. एक म्हणजे तेथे वाढीचा दर सुधारू लागला तरीही सुरुवातीला काही महिने रोजगारात वाढ होत नव्हती. दुसरी गोष्ट म्हणजे अमेरिकेशिवाय चीनमधला वाढीचा दर हा तितकाच महत्त्वाचा आहे याची जगाने प्रथम दखल घेतली. अमेरिकेत वाढ होत आहे परंतु रोजगार वाढत नाही यामुळे हा एक भांडवलशाहीच्या विकासातला नवा प्रश्न बनणार आहे का? असा प्रश्न अभ्यासक विचारू लागले.

आता हे मळभ दूर झाले आहे आणि अमेरिकेतल्या कंपन्या मोठ्या उत्साहाने रोजगारात वाढ करत आहेत. विशेष म्हणजे ही वाढ मागे नव्वदीमध्ये जेव्हा भरभराट आली त्यावेळच्या रोजगार निर्मितीबरोबर तुलना करण्यासारखी आहे असे काहींचे मत आहे. तेथे मॅनपॉवर इनकॉर्पोरेशन या कंपनीने सर्वेक्षण करून हे मत व्यक्त केले आहे. तसेच या रोजगाराच्या वाढीतून आर्थिक व्यवस्था अधिकच जोमाने वाढेल असा अंदाज व्यक्त केला आहे. ही कंपनी अमेरिकेतल्या १६००० कंपन्यांची माहिती गोळा करते आणि या माहितीचा अनेकांना उपयोग होतो. मागच्या दोन महिन्यात सरकारच्याकडे नोकरदारांची जी आकडेवारी गोळा होते त्यात सतत सुधारणा होत आहे. साहजिकच सध्याचे बुश प्रशासन खुशीत आहे कारण नोव्हेंबरमध्ये जी अध्यक्षपदाची निवडणूक होईल तोपर्यंत या प्रक्रियेला अधिकच गती येईल आणि मतदारांची अनुकुलता पूर्णपणे बदलेल. याबरोबर अध्यक्षांनी ठरविलेल्या वेळे अगोदरच इराकमध्ये हंगामी सरकार उभे करून त्यांच्यावर देश चालविण्याची जबाबदारी सोपविली आणि आपला दगडाखालचा हात काढून घेतला.

मागचे काही महिने फेडरल रिझर्व्ह बँक नजीकच्या काळात व्याजदर थोडेसे वाढवेल अशी अपेक्षा होतीच. त्याप्रमाणे बँकेने पाव टक्क्याने मूळ दरात वाढ केली आणि एकापरीने येत्या काळात जी चलनवाढ होण्याची शक्यता आहे त्यासाठी

पूर्वतयारी केली.

मॅनपॉवर इनकॉर्पोरेशनने जे सर्वेक्षण केले त्यामध्ये जुलै आणि सप्टेंबरच्या काळात अमेरिकेतल्या कंपन्या सुमारे तीस टक्क्यांनी रोजगारात वाढ करतील असा अंदाज व्यक्त केला आहे. या अगोदर एप्रिल आणि जूनमध्ये ही वाढ २८ टक्के होती आणि वर्षापूर्वी ती २० टक्के होती. शिवाय सर्वेक्षणानुसार फारच थोड्या कंपन्या आपल्या कामगारांना रोजगारातून मुक्त करण्याचे संकेत देत आहेत. या सर्वेक्षणात अनेक कंपन्या जो रोजगार निर्माण करणार आहेत तो मागच्या १९७६ च्या तुलनेने सगळ्यात अधिक आहे.

अमेरिकेमध्ये मे २००४ मध्ये २,४८,००० कामगारांना रोजगार मिळाला आणि तो अपेक्षेपेक्षा अधिक होता. त्या अगोदर एप्रिलमध्ये ३,४६,००० आणि मार्च मध्ये ३,५३,००० लोकांना अधिक रोजगार मिळाला. एकूण मार्च ते मे २००४ या तीन महिन्यात ९,४७,००० म्हणजे जवळपास १० लाख (एक मिलियन) बेरोजगार परत कामावर आले. मागच्या चार वर्षात ही सर्वात ठळक रोजगारातली वाढ आहे. या आकडेवारीचे महत्त्व विशेष आहे कारण जेव्हा अमेरिकेत मंदी ओसरू लागली तेव्हा आता आर्थिक वाढ होईल पण त्याबरोबरच रोजगारात वाढ होईल किंवा नाही यावर वाद निर्माण झाले होते. त्यावर आता पडदा पडेल. तसेच जसजशी अर्थव्यवस्थेमध्ये वाढीची चिन्हे दिसू लागतील त्याबरोबर चलन फुगवट्याचा संकेत मिळू लागेल. त्याला तोंड देण्यासाठी फेडने जी पाव टक्क्याने व्याजदरात वाढ केली आहे त्यामुळे याच्याशी संलग्न अनेक घडामोडी दिसू लागतील. काही काळापूर्वी जे व्याजदर नांदत होते ते इतके कमी पातळीवर होते की त्यांची तुलना फक्त १९५८ मधल्या दराच्या पातळीबरोबर करता आली असती. जगातल्या इतर सेंट्रल बँकांनाही याची दखल घ्यावी लागेल.

■

१.५ कॅलिफोर्नियातील विजेचा पेचप्रसंग

अमेरिकेतील कॅलिफोर्निया राज्य ही जगामध्ये सातव्या क्रमांकाची आर्थिक व्यवस्था आहे. येथे सर्व भिन्न वंशाचे नागरिक आहेत आणि त्यांनी अमेरिकेत तंत्रज्ञानाची क्रांती घडवण्यात मोठे योगदान दिले आहे. अशा या भरभराटीच्या कॅलिफोर्निया राज्यात मोठे संकट कोसळले आहे आणि त्याचे साधे कारण आहे विजेचा तुटवडा.

येथे इंडिपेंडट सिस्टीम ऑपरेटर अशी एक विनानफ्यावर चालणारी संघटना आहे आणि ती सुमारे ७५ टक्के वीज वाहिनीतून (पॉवर गीड) पुरवठा करते. ग्राहकांनी वीज जपून वापरावी अशा सूचना वारंवार देण्यात आल्या आहेत. विजेची किंमत अनेक ठिकाणी दुपटीनी वाढली आहे आणि काही ठिकाणी तर तीन पटीने वाढली आहे. या वाढलेल्या किंमतीपेक्षाही अधिक उपद्रव म्हणजे वीज आणि वायू यांचा काही हजारो कंपन्यांना पुरवठा तोडण्यात आलेली आहे. आता ग्राहक विजेची वाढलेली किंमत द्यायला तयार झाला आहे आणि या विजेचेही भार नियमन करावे लागणार आहे अशी लोकांच्या मनाची तयारी झाली आहे.

नैसर्गिक वायू अनेक वीज उत्पादक कंपन्यात वापरला जातो आणि त्याची किंमत प्रति १० लाख (मिलियन) ब्रिटिश थर्मल युनिटससाठी ४० ते ६० डॉलर्सनी वाढली आहे. एका वर्षात ही किंमत वाढ वीस पटीची आहे. वीज उत्पादक ही वाढलेली किंमत ग्राहकांकडून वसूल करणार. यामुळे काही सार्वजनिक सेवा पुरवणाऱ्या कंपन्या अडचणीत आल्या आहेत त्यापैकी एक सदर्न कॅलिफोर्निया एडिसन या कंपनीने तर दिवाळखोरी जाहीर करायचे ठरवले आहे.

या सर्व गोंधळाचा दोष कोणाकडे जातो? आश्चर्य म्हणजे याचे उत्तर एकच आहे आणि ते म्हणजे मुक्तबाजार प्रणाली. पाच वर्षांपूर्वी कॅलिफोर्निया राज्यात ऊर्जा क्षेत्रात नियंत्रणे हटविण्यात आली आणि मुक्त बाजार व्यवहारात आला. त्यावेळी राज्यात अतिरिक्त वीज उपलब्ध होती आणि जवळच्या उत्तरेकडच्या

राज्यांना ती विकता येत होती. यामुळे वीज उत्पादकांना दीर्घकाळ किमान भरवशाने फायदा (रिटर्न) मिळत राहिला आणि ग्राहकांना भरवशाचा पुरवठा होत राहिला. अर्थात अतिरिक्त वीज असताना किंमत कमी झाली असती तर ग्राहकांना अधिक फायदा मिळाला असता परंतु तसे घडले नाही.

कृत्रिम नियंत्रणे हटवली की किंमती कमी होतील अशी अपेक्षा होती. ऊर्जा क्षेत्रातील उत्पादकांना असे वाटले की स्पर्धेतून वीजेची किंमत कमी होईल आणि एक ठराविक मिळणारा फायदा मिळणार नाही. त्यामुळे त्यांनी नवीन वीज उत्पादन केंद्र उभी करण्याचे थांबविले. एका बाजूने कॅलिफोर्नियात आर्थिक सुबत्ता वाढत होती आणि ग्राहक आणि उद्योजक यांची ऊर्जेची मागणी वाढत होती. परंतु या तुलनेने वीज निर्माण करण्याची क्षमता वाढली नाही.

या पेच प्रसंगाची पहिली चिन्हे मागच्या उन्हाळ्यात दिसून लागली. यावेळी विजेची मागणी सर्वाधिक होती आणि याचा फायदा घेण्यासाठी वीज उत्पादकांनी आपली निर्मिती केंद्रे बंद केली आणि परिणामी किंमती वाढल्या. त्यानंतर आलेल्या थंडीमध्ये या परिस्थितीत सुधारणा होईल अशी अपेक्षा होती. परंतु वीज केंद्रांच्या देखभालीसाठी सुमारे ३० टक्के क्षमता बंद ठेवण्यात आली आणि त्यातून विजेचा पुरवठा अधिकच खालावला. काहींचे असे म्हणणे आहे की या देखभालीसाठी काही तांत्रिक मार्ग निघू शकला असता परंतु वीज उत्पादकांना या कृत्रिम मार्गाने विजेचा पुरवठा कमीच करायचा होता. ही बिकट परिस्थिती निर्माण करण्यामध्ये अनेक वीज उत्पादक कंपन्या सहभागी आहेत असा एक सर्वसाधारण समज पसरला आहे. अशा परिस्थितीत धोरणे ठरवणाऱ्या संस्था केवळ हताश आणि गोंधळल्या आहेत आणि एकमेकांना दोष देण्याव्यतिरिक्त परिस्थितीत सुधारणा झालेली नाही.

काही दिवसांपूर्वी फेडरल एनर्जी रेग्युलेटरी कमिशनने वीज उत्पादकांना प्रोत्साहन मिळावे म्हणून वीजेच्या किंमतीवरची बंधने उठवली. यापूर्वी सेवा उद्योगातील कंपन्या यांना फक्त प्रति मेगावॉट तासाला २५० डॉलर या किंमतीपर्यंतच वीज विकत घेण्याची मुभा होती. आता या कंपन्यांना वीज उत्पादकांकडून कोणत्याही किंमतीला वीज खरेदी करण्याची परवानगी आहे. त्यासाठी वीज उत्पादकांनी आपली विजेची किंमत ही कोणत्या वास्तविक उत्पादन खर्चावर अवलंबून आहे याचे स्पष्टीकरण दिले पाहिजे. यामुळे विजेचा पुरवठा वाढला परंतु किंमतही वाढली. ग्राहकांचे हितसंबंधी गट याचा दोष सरकारी नोकरांवर ठेवतात.

कॅलिफोर्निया राज्यात तरी बंधने हटविण्याच्या प्रयत्नातून मोठा गोंधळ उडालेला दिसतो. दोन्ही दृष्टीने हा प्रयत्न फसला. विजेचा पुरवठाही सतत

राहिला नाही आणि विजेच्या किमतीतही स्थैर्य राहिले नाही. विजेच्या बाबतीत खुल्या बाजाराच्या मार्गाने या दोन महत्त्वाच्या गोष्टी साधता येतात असे दिसत नाही.

या पेचप्रसंगातून शिकण्यासारख्या काही गोष्टी आहेत. वीज म्हणजे सफरचंद नव्हे. सफरचंदाची किंमत एका वर्षात तीन पट झाली तर ग्राहक सफरचंदाऐवजी दुसरे एखादे फळ खाणे पसंत करतील. या उलट वीज ही एक मूलभूत गरज आहे. विशेषत: कॅलिफोर्निया सारख्या औद्योगिक आणि आधुनिक राज्यात तिचे महत्त्व उघड आहे. अर्थशास्त्राच्या भाषेत म्हणतात त्या प्रमाणे किंमतीमधल्या बदलांप्रमाणे विजेची मागणी चटकन बदलत नाही. अल्पकालावधीत विजेची किंमत वाढली म्हणून मागणी फारशी कमी होत नाही. हळूहळू लोक विजेच्या वापरात बचतीचे मार्ग शोधतील आणि त्यामध्ये भांडवल गुंतवणूक वाढेल. या मार्गाने दीर्घ कालावधीत कदाचित विजेची मागणी कमी होऊ शकेल. परंतु ग्राहकाच्या दृष्टीने वीजेच्या किंमतीतील चढ उतारांचा एकूण अर्थव्यवस्थेवर विशेष परिणाम होताना दिसतील.

■

९.६ कॅलिफोर्नियात विजेचा खेळ

अमेरिकेतल्या कॅलिफोर्निया राज्यात समृध्दी आणि भरभराट आहे आणि या राज्यात सिलीकॉन व्हॅलीसारख्या ठिकाणी डिजिटल क्रांतीचा उगम आहे. सध्या येथे विजेमुळे अभूतपूर्व पेचप्रसंग निर्माण झालेली आहे. सानदियागो गॅस आणि इलेक्ट्रिक युटिलिटी यांच्या ग्राहकांची विजेची बिले एका महिन्यात २४० टक्क्यांनी वाढली आहेत. इतर भागात हा हाहा:कार टळला कारण तेथे २००१ पर्यंत एका ठराविक दराने बिल आकारणी होणार आहे. मागच्या पाच वर्षात कॅलिफोर्नियात विजेच्या क्षेत्रात बंधने हटविण्याचा आणि मुक्त स्पर्धेचा प्रयोग सुरू आहे आणि त्यातून अनेक संकटांची सुरुवात झाली आहे.

हा सर्वच अनुभव आपल्याला महत्त्वाचा आहे कारण या देशात विजेच्या कायद्यातील सुधारणांबाबत एक विधेयक प्रस्तावित आहे. या कायद्यातील सुधारणा कॅलिफोर्निया राज्यातील राज्यातील प्रयोगावर आधारलेल्या आहेत. या मसुद्याचे लेखक आहेत गजेंद्र हलदिया आणि त्यांनी नुकत्याच एका चर्चासत्रात असे म्हटले की विजेच्या क्षेत्रात स्पर्धा आणि मुक्त बाजारव्यवस्था अंमलात आली की साबण जसा सहज विकता येतो तसा विजेचा व्यवहार करता येईल. याउलट कॅलिफोर्नियाचे राज्यपाल गे डेव्हिस यांनी राज्याला उद्देशून केलेल्या भाषणात असे म्हटले की वीज म्हणजे काही एखादी खास डुकराच्या मासाची चैनीची गोष्ट नाही. ती एक जगण्यासाठी आवश्यक असलेली गरजेची वस्तू आहे.

कॅलिफोर्नियामध्ये वीज उत्पादक विजेची सर्वाधिक गरज असते त्यावेळी पुरवठ्यामध्ये गडबड करून एक कृत्रिम कमतरता निर्माण करतात असे अनेक टीकाकारांचे म्हणणे आहे. असे मानणारी विजेवर देखरेख करणारी मंडळही आहेत. अशा वेळची मागणी भागवण्यासाठी सेवा उद्योग आणि स्वतंत्रपणे व्यवस्था चालविणाऱ्या कंपन्या (इंडिपेंडट सिस्टीम ऑपरेटर्स/ आय.एस.ओ.) यांना सन २००० मध्ये काही प्रसंगी अगदी वीसपटीने वाढलेल्या किंमतीला वीज खरेदी करावी लागली. अशा किंमती वाढल्या की जेव्हा मागणी कमी

होते त्यावेळेला या किंमती खाली येत नाहीत असाही अनुभव ग्राहकांना आला. सन १९९९च्या उन्हाळयातील विजेच्या किंमतीच्या तुलनेने सन २०००च्या उन्हाळयात वीज ग्राहकांनी सुमारे १०.९ अब्ज (१०.९ बिलियन) डॉलरनी जास्त किंमत दिली. थोडक्यात असे दिसते की वीज उत्पादकांनी ग्राहकांची लुटमारच केली.

हे असे का घडले हे अभ्यासण्यासारखे आहे. सन १९९६ मध्ये कॅलिफोर्निया राज्यात ऊर्जा क्षेत्राची पुनर्रचना करण्यास सुरुवात झाली. येथूनच आजचा पेचप्रसंग सुरु झाला. या धोरण बदलातून विजेचे उत्पादन आणि विजेची वाहतुक आणि वाटप यांना अलग करण्यात आले. या राज्यातील तीन प्रमुख वीज कंपन्यांकडून विजेची निर्मितीकेंद्रे काढून घेण्यात आली आणि त्यांच्यावर फक्त वाहतुक आणि वाटपाची जबाबदारी सोपविण्यात आली. या मागे असा समज होता की एकदा वीज निर्मिती स्वतंत्र झाली की त्यांच्या केंद्रात स्पर्धा होईल आणि विजेची किंमत कमी होईल.

अशी स्पर्धेला प्रोत्साहन मिळावे म्हणून एक विजेचे देवाणघेवाण केंद्र निर्माण करण्यात आले. यासाठी उद्या निर्माण होणाऱ्या विजेच्या घाऊक पुरवठ्यासाठी एक स्पॉट मार्केट संघटित करण्यात आले. याशिवाय इंडिपेंडट सिस्टिम ऑपरेटर्स (आय.एस.ओ.) एक जबाबदारी सांभाळत असतात. ते विजेच्या गीडची जबाबदारी घेऊन विजेच्या मागणीत आणि पुरवठ्यात संतुलन राहील असे पाहतात. हे ऑपरेटर्स विजेची एकदम मागणी वाढली तर वीज खरेदी करतात आणि मागणीप्रमाणे सुरळित व्यवस्था राहावी म्हणून विजेचे भारनियमन (लोड शेडिंग) करतात. मुळात अशी अपेक्षा होती की साधारणपणे विजेचा पुरवठा पुरेसा राहील आणि त्यामुळे अशा प्रकारे विजेच्या बाजारात हस्तक्षेप करण्याचा प्रसंग फारसा येणारच नाही. कॅलिफोर्नियात नेमका याच्या उलट अनुभव आला. त्यांना अत्यंत महाग किमतीने वारंवार विजेची खरेदी करावी लागली.

वर उल्लेखिलेल्या विजेच्या स्पॉट मार्केटमध्ये कृत्रिम तुटवडा निर्माण करुन किंमती अनपेक्षितपणे वाढू शकतात हे धोरण ठरवणाऱ्यांनी लक्षातच घेतले नाही. याला गेमिंग असे म्हटले जाते. मागच्या उन्हाळ्यात वीज उत्पादकांनी यामार्गाने सुमारे ८०० ते ९०० पटीने फायदा उकळला. जून १४, २००० या दिवशी संपणाऱ्या एका आठवडयातच वीज खरेदी करणाऱ्या ग्राहकांनी १.२ अब्ज (१.२ बिलियन) डॉलर अधिक मोजले. सन १९९९ या पूर्ण वर्षात जेवढा वीजेवर खर्च झाला त्याच्या सुमारे एक अष्टमांश इतकी रक्कम एका आठवड्यात मोजावी लागली. कॅलिफोर्नियाचे राज्यपाल डेव्हीस यांनी या

वीज उत्पादकांना लुटारू, दरोडेखोर आणि लालची असे म्हटले. सध्या या अशा प्रसंगाच्या सहा चौकशा चालू आहेत. समाजातल्या अनेक थरातून अशी मागणी होत आहे की यापूर्वी जे निर्बंध हटविण्यात आले त्यांचा नव्याने पुनर्विचार व्हावा आणि कॅलिफोर्निया राज्यातील ऊर्जा क्षेत्रासाठी एक सक्षम कॅलिफोर्निया पॉवर अॅथॉरटी नेमण्यात यावी. राज्यपाल डेव्हिस यांनीही या प्रकारची धमकी दिलेली आहे.

अर्थात वीज उत्पादकांनी आपण असे काही गेमिंग करतो हे पूर्णपणे नाकारले आहे. त्यांचे असे म्हणणे आहे की कॅलिफोर्नियाची अर्थव्यवस्था इतकी भरभराटीला पोहोचली आहे की त्यामुळे मागच्या उन्हाळयात तेथे अचानकपणे मागणीत वाढ झाली. यामुळे किंमतीत तात्पुरती वाढ झाली. शिवाय त्यांचे असे म्हणणे आहे की वीज निर्मितीत वापरण्यात येणाऱ्या नैसर्गिक वायूच्या किंमतीत वाढ झाल्यामुळे उत्पादन खर्चही वाढला. यासाठी राज्यपाल डेव्हिस यांनी एक समिती नेमली. यावर इलेक्ट्रिसिटी बोर्डाचे अध्यक्ष मायकेल कान्ह आणि कॅलिफोर्निया पब्लिक युटिलिटीज कमिशनच्या अध्यक्षा लॉरेटा लिंच यांची नेमणूक केली. या उच्च स्तरीय समितीने हा सर्व घटनाक्रम तपासून असे म्हटले की सन १९९९च्या तुलने सन २०००च्या उन्हाळयात जी सर्वाधिक मागणी होती तिची पातळी कमीच होती. या समितीने नैसर्गिक वायूच्या किंमतीतील वाढ तपासून असे म्हटले की ही किंमत जरी दुप्पटीने वाढली तरीही वीजेची घाऊक किंमत जून २००० मध्ये दसपटीने वाढली आणि हे काही नैसर्गिक वायूच्या किंमतीला जोडता येणार नाही.

कॅलिफोर्नियामध्ये अशा पध्दतीने बाजार व्यवस्था का कोलमडली असा खरा प्रश्न आहे. वीज ही अशी वस्तू आहे की जी इतर कोणत्याही वस्तूसारखी साठवून ठेवता येत नाही. जितकी वीज वितरणात वाटण्यात येते ती लगेचच वापरली जावी लागते. अशा परिस्थितीत कधीही विजेची कृत्रिम टंचाई निर्माण करणे हा एक खेळ आहे. विजेचे दुसरेही एक वैशिष्ट्य आहे तिची किंमत वाढली म्हणून लगेच तुलने मागणी कमी होत नाही. यामुळे बाजारात पुरवठ्यात गोंधळ निर्माण करणे फार सोपे आहे. अशा मार्गाने टंचाई निर्माण केली की स्पर्धा संपते. जेथे तुलने मागणीपेक्षा पुरवठा अधिक असतो तेथेच स्पर्धा टिकते.

आताही कॅलिफोर्नियात काही सेवा पुरवणाऱ्या कंपन्या आणि ग्राहक यांना या अडचणींचा फटका बसलेला नाही. या सुमारे तीस सार्वजनिक सेवा पुरवणाऱ्या कंपन्यांमध्ये सॅक्रामॅन्टो, लॉस एंजलिस येथल्या नगरपालिका आहेत आणि त्यांची एकत्रित वीज निर्मिती क्षमता राज्याच्या एकूण तेवीस टक्के आहे.

या कंपन्यांनी बंधने हटवून मुक्त बाजाराची संकल्पना स्वीकारली नव्हती आणि त्यांनी पूर्वीप्रमाणे आपल्या वीज निर्मिती वाहन आणि वितरण याबाबी एकत्रितपणे सांभाळल्या. या गटातील ग्राहकांना भाव वाढ सहन करावी लागली नाही. उलट या कंपन्यांनी आपले नफे वाढवले.

आपल्या देशात ऊर्जा क्षेत्रात पुनर्रचनेचे प्रयत्न चालू आहेत आणि आपण या कॅलिफोर्निया राज्यातील विजेच्या अनुभवावरून बरेच शिकण्यासारखे आहे. एक सरळ सोपा निष्कर्ष असा आहे की विजेच्या क्षेत्रात जेव्हा मागणीपेक्षा पुरवठ्यात तूट आहे तेव्हा मुक्त बाजाराची संकल्पना काम करीत नाही. आपल्याकडे औद्योगिकीकरणाच्या वेगात पुरवठ्यापेक्षा मागणी नेहमीच अधिक असणार आहे. अशा परिस्थितीत सध्या विजेचा कायदा २००० यामध्ये विजेच्या क्षेत्रात बाजाराप्रमाणे मागणी आणि पुरवठा यांच्यात संतुलन साधता येईल असे गृहीतकृत्य आहे. ही एक भ्रामक समजूत आहे आणि यातून विजेची किंमत आणि विजेचा पुरवठा यात मोठ्या प्रमाणावर गोंधळ होऊ शकेल. सर्व सामान्यांच्या जीवनात वीज ही एक अशी बाब आहे की ज्यामध्ये सार्वजनिक हिताचे प्रश्न अपरिहार्यपणे गुंतलेले आहेत. ग्राहकांचे हितसंबंध केवळ मुक्त बाजार संकल्पनेवर सोपवता येणार नाहीत. यापेक्षा आपण ग्रीडचे व्यवस्थापन बळकट करावयास हवे आणि आपण निर्माण केलेल्या वीज निर्मितीच्या क्षमतेमधून अधिकाधिक निर्मिती करावयास हवी. तसेच विजेचे वहन आणि वाटप या क्षेत्रात अधिक व्यवस्थापकीय शिस्त अंमलात आणावयास हवी.

■

१.७ अमेरिकेतली उत्पादकता

अमेरिकेची अर्थव्यवस्था मंदीतून बाहेर पडत आहे आणि ती किती वेगाने वाढेल असा प्रश्न सर्वजण विचारत आहेत. या वर्षीच्या दुसऱ्या तिमाहीमध्ये जीडीपीची वाढ तीन टक्क्यांपर्यंत होईल अशी अनेकांना आशा आहे. काहींची अशीही अपेक्षा आहे की तिसऱ्या तिमाहीतही हा दर पाच टक्क्यांपर्यंत वाढेल. इंटेलसारख्या कंपन्या आपल्या उत्पादनाच्या मागणीत भरीव वाढ होत आहे असे इशारे देत आहेत त्यामुळे एकूणच धंद्यामध्ये भांडवल गुंतवणूक वाढावी असे वातावरण आहे.

आणखी एक चांगली बातमी म्हणजे जपामध्ये शेअरबाजाराचा निर्देशांक प्रथमच ११,००० बिंदूच्यावर गेला आहे आणि सगळ्यांचाच उत्साह वाढला आहे. जपानमध्ये हा प्रसंग १५ महिन्यांनी आला. जपानच्या निर्यातीतही वाढ दिसत आहे. आता किती प्रमाणात जपानमध्ये ही जी घडामोड दिसत आहे तो एक अपवाद आहे की यापुढेही ही वाढ होणार आहे हा रास्त प्रश्न आहे. पश्चिम युरोपमध्ये परत हाच प्रश्न आहे. जर्मनीसारख्या देशात तर चलन संकोचाचा धोका पुढे आला आहे. या पार्श्वभूमीवर अमेरिकेमध्ये जर वस्तुच्या उत्पादनात वाढ होऊ लागली तर जपान आणि युरोपातल्या देशांनाही त्यातून काही शक्ती मिळेल. अमेरिकेतल्या चांगल्या बातमीबरोबरच एक बाब खटकणारी आहे तेथे रोजगाराविषयीची आकडेवारी उत्साहाची नाही. उद्योगाच्या क्षेत्रात किती तास काम केले त्याचे आकडे पाहता त्यात वर्षाचा दर २.७ टक्क्यांनी खाली आलेला आहे. विशेष म्हणजे जुलै महिन्यात यंत्रनिर्मित रोजगारात घट झाली. अशीच परिस्थिती चालू राहण्याची शक्यता आहे.

थोडक्यात म्हणजे आर्थिक घडामोंडीवर जी आकडेवारी आहे ती सुसंगतपणे एका दिशेने नाही. तसेच ही आकडेवारीतील तफावत का पडते याचाही अर्थ लावला पाहिजे. अमेरिकेत एका बाजूने वस्तुच्या उत्पादनात वाढ दिसत आहे आणि दुसऱ्या बाजूने बेरोजगारीचाही आकडा वाढता आहे. याचे एक उत्तर म्हणजे अमेरिकेच्या उत्पादकतेमध्ये वाढ होत आहे. या वर्षीच्या दुसऱ्या तिमाहीत हा वार्षिक उत्पादकतेचा निर्देशांक ५.७ टक्क्यांनी वाढला आणि जुलै सप्टेंबरमध्येही ही वाढ चालू आहे. म्हणजे अमेरिकेतला कामगार कमी वेळात अधिक उत्पादन करत आहे आणि त्यामुळे

वस्तुंचे उत्पादन वाढत आहे आणि बरोबर बेरोजगारीही वाढत आहे अशी विसंगती दिसते.

नजीकच्या काळाचा विचार केला तर उत्पादकता वाढीतून एकूण व्यवस्थेच्या सरसकट व्यवस्थापनाचे प्रश्न निर्माण होतात. एका दृष्टीने ग्राहकाच्या मागणीमध्ये जरी त्यामुळे वाढ होत असली तरीही बेरोजगारी कमी होण्याच्या दृष्टीने ती पुरेशी नाही. ही टीका मान्य करूनही लांबच्या दृष्टीने ही घटना एक सुचिन्ह आहे. अमेरिकेच्या दृष्टीने जेव्हा अर्थव्यवस्थेच्या उत्पादकतेमध्ये वाढ होते त्यावेळी सगळ्या समाजाचा फायदा होतो आणि कल्याण होते. त्याबरोबर अमेरिकेचे जे व्यापारातले साथीदार आहेत त्यांचाही अधिक फायदा होतो. अखेरीस गरीब देशापेक्षा श्रीमंत देशाबरोबर व्यापार करणे हे फायद्याचेच असते.

मागच्या काही वर्षात अमेरिकेत मंदी असूनही जी उत्पादकतेमध्ये वाढ होत होती त्यामुळे दीर्घ काळात जो जीडीपीतल्या वाढीचा दर असणार आहे तो नेहमी वरच्या पातळीवरच असेल असे खात्रीने म्हणता येईल. मागच्या नव्वदीच्या शेवटच्या पाच वर्षात अनेक औद्योगिक देशात उत्पादकता वाढत आहे. ऑस्ट्रेलिया, आयर्लंड आणि स्कँडेनेव्हियातले काही देश यांनी या उत्पादकतेतल्या वाढीचा अनुभव घेतलेला आहे. परंतु त्याचबरोबर उरलेल्या पश्चिम युरोपमध्ये आणि जपानमध्ये हे घडलेले नाही. याची कारणे बघण्यासारखी आहेत. पश्चिम युरोप आणि जपान यांच्या अर्थव्यवस्थेमध्ये उच्च तंत्रज्ञानाचा प्रभाव आहे. तसेच त्या देशांमधल्या सांस्कृतिक आणि शैक्षणिक व्यवस्थाही आधुनिक व्यवस्थापनाला अनुकूल आहेत. हे लक्षात घेतले तर अमेरिकेप्रमाणेच या देशांनीही माहिती तंत्रज्ञानात ज्या वेगाने प्रगती होत होती आणि त्या क्षेत्रात किमती उतरत होत्या त्यांचा फायदा करून घेणे शक्य होते. या दृष्टीने अमेरिका, पश्चिम युरोप आणि जपान यांच्यात तुलनात्मक साधर्म्य असूनही अमेरिकेप्रमाणे उत्पादकतेमध्ये का वाढ झाली नाही हा खरा कळीचा मुद्दा आहे.

काही तज्ज्ञांनी यावर आपले मत दिले आहे. त्यात अमेरिकेचे रॉबर्ट गॉर्डन यांचे मत बघण्यासारखे आहे. त्यांच्यामते अमेरिकेची अर्थव्यवस्था इतर कोणत्याही देशापेक्षा अशी उत्पादकतेमध्ये वाढ अनुभवू शकते कारण येथे अनेक गोष्टींचा चांगला संगम झालेला आहे. येथे जसा वेगाने माहिती तंत्रज्ञानाचा अर्थव्यवस्थेच्या सर्व स्तरांवर प्रसार झाला त्याचप्रमाणे येथे स्पर्धेला मोठा वाव आहे. तसेच उद्योग कसा करायचा याचे नवे नवे मार्ग येथले उत्पादक शोधत असतात. विशेषत: वाटपाच्या क्षेत्रात अनेक नवे मार्ग शोधण्यात आलेले आहेत.

नव्वदीच्या अखेरीला आणि या दशकाच्या सुरुवातीला अमेरिका आणि पश्चिम युरोप यांची तुलना केली तर आर्थिक विकासाला पोषक असणाऱ्या संस्था यातला

दुबळेपणा उघड होतो. अमेरिका आणि पश्चिम युरोप या क्षेत्रात लोकशाही आहे आणि औद्योगिकीकरणाचाही दीर्घ इतिहास आहे शिवाय येथे बाजार व्यवस्था हेच अर्थव्यवस्थेचे शक्तीस्थान आहे. तसेच या देशात सामाजिक सुरक्षितता मोठ्या प्रमाणावर आहे. असे असूनही आर्थिक विकासाच्या नव्या अनुभवाला आवश्यक असणाऱ्या संस्था पुरेशा प्रमाणात सबळ नाहीत असे दिसते. उदा. युरोपियन युनियनमध्ये सर्व सदस्य देशांनी आपल्या अर्थसंकल्पात एक किमान वित्तीय शिस्त पाळावी यासाठी स्थैर्याचा करार केला त्याला स्टॅबिलिटी पॅक्ट म्हणतात. तो कळण्यासाठी जर्मनी आणि फ्रान्स या देशांचा आग्रह होता. परंतु हा करार झाल्याबरोबरच पहिल्या दोन वर्षात तो जर्मनीने मोडला. आता असा करार केला तरीही त्यात लवचिकता पाहिजे असे हे देश म्हणत आहेत. थोडक्यात म्हणजे आपापल्या देशात राजकीयदृष्ट्या कोणतेही अवघड निर्णय घ्यायची वेळ आली तर या देशातले राजकीय नेतृत्त्व कोणताही धोका पत्करण्याला तयार नसतात असे युरोपमध्ये वारंवार दिसून आले आहे. युरोमध्ये दुसरा अनुभव युरो या चलनाबाबत दिसून येतो. इयूमधल्या ब्रिटन, डेन्मार्क आणि स्वीडन या देशांनी आपल्या देशातल्या चलनाचा त्याग करून युरोचा स्वीकार केलेला नाही. नुकतेच स्वीडनमध्ये यावर राष्ट्रीय मतदान होऊन युरोला नकार देण्यात आला. ब्रिटनमध्ये तर ब्लेअर यांचे प्रशासन अजून मतदान घेण्यापर्यंतही राजी झालेले नाही. अशा अनेक ऐतिहासिक कारणांमुळे युरोपची अर्थव्यवस्था बळकट झालेली नाही आणि मुख्य म्हणजे तेथे उत्पादकता वाढण्याची चिन्हे दिसत नाहीत. या एका महत्त्वाच्या मुद्यावर अमेरिकेने युरोपच्यापुढे आघाडी घेतली आहे.

अमेरिका आणि युरोपमध्ये संस्थात्मक बांधणीच्या दृष्टीने फरक आहेत. विशेषत: मजूर वर्गाचे संघटन आणि प्रभाव, सामाजिक सुरक्षिततेची हमी यामुळे स्पर्धेच्या तत्त्वाला पुरेसा वाव मिळत नाही. तसेच आधुनिक तंत्रज्ञानाचाही मनापासून स्वीकार होत नाही. त्यामुळे युरोपच्या उत्पादकतेमध्ये अमेरिकेसारखी भरीव वाढ होत नाही.

■

www.ingramcontent.com/pod-product-compliance
Ingram Content Group UK Ltd.
Pitfield, Milton Keynes, MK11 3LW, UK
UKHW042102021026
15589UKWH00001B/130

9 788189 959784